ನಿಶೆಯಿಂದ ಉಷೆಗೆ

ಸಾಯಿಸುತೆ

ಸುಧಾ ಎಂಟರ್‌ಪ್ರೈಸಸ್

ನಂ. 761, 8ನೇ ಮುಖ್ಯರಸ್ತೆ, 3ನೇ ಬ್ಲಾಕ್
ಕೋರಮಂಗಲ, ಬೆಂಗಳೂರು–560 034.

Nisheyinda Ushege (Kannada): a social novel written by Smt. Saisuthe; published by Sudha Enterprises, # 761, 8th Main, 3rd Block, Koramangala, Bangalore - 560 034.

ಮೊದಲನೆಯ ಮುದ್ರಣ	:	1980
ಎರಡನೆಯ ಮುದ್ರಣ	:	1983
ಮೂರನೆಯ ಮುದ್ರಣ	:	1986
ನಾಲ್ಕನೆಯ ಮುದ್ರಣ	:	2011
ಐದನೆಯ ಮುದ್ರಣ	:	2021
ಪುಟಗಳು	:	144
ಬೆಲೆ	:	ರೂ. 140
ಉಪಯೋಗಿಸಿದ ಕಾಗದ	:	70 ಜಿ.ಎಸ್.ಎಂ. ಮ್ಯಾಪ್‌ಲಿಥೋ
ಮುಖಪುಟ ವಿನ್ಯಾಸ	:	ಚಂದ್ರನಾಥ ಆಚಾರ್ಯ
ಹಕ್ಕುಗಳು	:	ಲೇಖಕಿಯವರದು

ಸಗಟು ಮಾರಾಟಗಾರರು
ವಸಂತ ಪ್ರಕಾಶನ
360, 10ನೇ 'ಬಿ' ಮುಖ್ಯರಸ್ತೆ, 3ನೇ ಬ್ಲಾಕ್,
ಜಯನಗರ, ಬೆಂಗಳೂರು – 560 011
ದೂರವಾಣಿ : 080–40917099 / ಮೊ: 7892106719
email : vasantha_prakashana@yahoo.com
website: www.vasanthaprakashana.com

ಅಕ್ಷರ ಜೋಡಣೆ :
ಸುಧಾ ಎಂಟರ್‌ಪ್ರೈಸಸ್

ಮುದ್ರಣ :
ರೀಗಲ್ ಪ್ರಿಂಟ್ ಸರ್ವೀಸ್

ಮುನ್ನುಡಿ

ಆತ್ಮೀಯ ಓದುಗರಲ್ಲಿ,

ವ್ಯಕ್ತಿಯ ಶ್ರೇಯಸ್ಸಿಗೆ ಮಾತ್ರವಲ್ಲ ಸಮಾಜದ ಆರೋಗ್ಯದ ಸಲುವಾಗಿ ಕೆಲವು ಕಟ್ಟುನಿಟ್ಟಿನ ಬೇಲಿಗಳನ್ನು ಪದ್ಧತಿಗಳನ್ನು ನಾವೇ ನಿರ್ಮಾಣಮಾಡಿಕೊಂಡಿದ್ದೇವೆ. ಅಂತಹ ಪದ್ಧತಿಗಳಿಗೆ ಊರ್ಮಿಳಾ ಅಂಥವರು ಬಲಿಯಾಗಬಾರದಷ್ಟೇ. ಅದು ನನ್ನ ನಿಮ್ಮೆಲ್ಲರ ಆಶಯ.

ಮೂರು ಮುದ್ರಣಗಳನ್ನು ಕಂಡ ಕಾದಂಬರಿ ಮತ್ತೆ ಅಚ್ಚಾಗಿದೆ. ಆದರೆ ಈ ಸಲದ ಪ್ರಕಟಣೆ ಸುಧಾ ಎಂಟರ್‌ಪ್ರೈಸಸ್ ಮಾಲೀಕರಾದ ಶ್ರೀ ಕೆ.ಎಸ್. ಮುರಳಿ ಅವರದು.

ಈಗಾಗಲೇ ನನ್ನ ಸಾಕಷ್ಟು ಕಾದಂಬರಿಗಳನ್ನ ಪುನರ್ ಮುದ್ರಣ ಮಾಡಿದ ಕೀರ್ತಿ ಅವರದು. ಅವರಿಗೆ ನನ್ನ ಮೊದಲ ಕೃತಜ್ಞತೆಗಳು. ಮೊದಲ ಮುದ್ರಣಕ್ಕೆ ಮುಖಚಿತ್ರ ರಚಿಸಿಕೊಟ್ಟ ಶ್ರೀ ಪ.ಸ. ಕುಮಾರ್ ಇನ್ನಷ್ಟು ಅರ್ಥಪೂರ್ಣವಾಗಿ ನಾಲ್ಕನೆ ಮುದ್ರಣಕ್ಕೂ ಮುಖಚಿತ್ರ ರಚಿಸಿಕೊಟ್ಟಿರುವುದು ಒಂದು ಹೆಗ್ಗಳಿಕೆ. ಅವರಿಗೂ ನನ್ನ ಧನ್ಯವಾದಗಳು.

– ಸಾಯಿಸುತೆ

"ಸಾಯಿಸದನ"
12, 2ನೇ ಮುಖ್ಯರಸ್ತೆ, 2ನೇ ಅಡ್ಡರಸ್ತೆ,
ಮಾರುತಿನಗರ, ಕೋಗಿಲೆ ಕ್ರಾಸ್, ಯಲಹಂಕ
ಓಲ್ಡ್ ಟೌನ್, ಬೆಂಗಳೂರು – 560064.
ದೂ: 080–28571361
Email: saisuthe1942@gmail.com

ನಮ್ಮಲ್ಲಿ ದೊರೆಯುವ ಸಾಯಿಸುತೆಯವರ
ಇತರ ಕಾದಂಬರಿಗಳು

ಮೇಘವರ್ಷಿಣಿ
ನವಚೈತ್ರ
ಪೂರ್ಣೋದಯ
ಅಪೂರ್ವ ಮೈತ್ರಿ
ನಿಶೆಯಿಂದ ಉಷೆಗೆ
ಸಪ್ತರಂಜನಿ
ವಸುಧೈವ ಕುಟುಂಬ
ಪ್ರೇಮಸಾಫಲ್ಯ
ಸದ್ಗ್ರುಹಸ್ಥೆ
ಕಾರ್ತೀಕದ ಸಂಜೆ
ನಾ ನಿನ್ನ ಧ್ಯಾನದೊಳಿರಲು
ಸುಪ್ರಭಾತದ ಹೊಂಗನಸು
ಕರಗಿದ ಕಾರ್ಮೋಡ
ಹೃದಯ ರಾಗ
ಅಮೃತಸಿಂಧು
ಬಣ್ಣದ ಚುಂಬಕ
ಸ್ವರ್ಣ ಮಂದಿರ
ಶ್ರೀರಸ್ತು ಶುಭಮಸ್ತು
ಗಂಧರ್ವಗಿರಿ
ಶುಭಮಿಲನ
ಸಪ್ತಪದಿ
ಚೈತ್ರದ ಕೋಗಿಲೆ
ಬೆಳ್ಳಿದೋಣಿ
ವಿವಾಹ ಬಂಧನ
ಮಂಗಳ ದೀಪ
ಡಾ॥ ವಸುಧಾ
ಮುಂಜಾನೆಯ ಮುಂಬೆಳಕು
ಸೊಬಗಿನ ಪ್ರಿಯದರ್ಶಿನಿ
ರಾಗಬೃಂದಾವನ
ಬಿಳಿ ಮೋಡಗಳು
ಅನುಬಂಧದ ಕಾರಂಜಿ
ಮಿಂಚು
ನಾಟ್ಯಸುಧಾ
ಪಸರಿಸಿದ ಶ್ರೀಗಂಧ
ಬೆಳದಿಂಗಳ ಚೆಲುವೆ
ವರ್ಷಬಿಂದು
ಸಪ್ನ ಸಂಭ್ರಮ
ನನ್ನ ಭಾವ ನಿನ್ನ ರಾಗ
ಸುಮಧುರ ಭಾರತಿ
ಮೌನ ಆಲಾಪನ
ಮತ್ತೊಂದು ಬಾಡದ ಹೂ
ಶಿಶಿರದ ಇಂಚರ
ಮುಂಗಾರಿನ ಹುಡುಗಿ
ಸಾಮಗಾನ
ಕಡಲ ಮುತ್ತು
ಆಡಿಸಿದಳು ಜಗದೋದ್ಧಾರನಾ
ಪಂಚವಟಿ
ಶ್ಯಾನುಭೋಗರ ಮಗಳು
ಮೂಡಿ ಬಂದ ಶಶಿ
ಜನನೀ ಜನ್ಮಭೂಮಿ
ಬಿರಿದ ನೈದಿಲೆ
ಶರದೃತುವಿನ ಚಂದ್ರ
ಮೋಹನ ಮುರಳಿ ಕರೆಯಿತು
ಮುಗಿಲ ತಾರೆ
ಅಗ್ನಿದಿವ್ಯ
ಧವಳ ನಕ್ಷತ್ರ
ಕಲ್ಯಾಣಮಸ್ತು
ದಂತದ ಗೊಂಬೆ
ಸುಭಾಷಿಣಿ
ಮಮತೆಯ ಸಂಕೋಲೆ
ಮಂತ್ರಾಕ್ಷತೆ
ಸಪ್ತಧಾರೆ
ಹೇಮಂತದ ಸೊಗಸು
ಬೆಳಕಿನ ಹಣತೆ
ಗ್ರೀಷ್ಮದ ಸೊಬಗು
ಗ್ರೀಷ್ಮ ಋತು
ಪ್ರಿಯ ಸಖೀ
ಚಿರಬಾಂಧವ್ಯ
ಆಶಾಸೌರಭ
ಗಿರಿಧರ

ಹಾಲಿನಲ್ಲಿದ್ದ ಗಡಿಯಾರ ಹನ್ನೊಂದು ಬಾರಿಸಿದಾಗ ಅರ್ಧ ಕೂತು ಅರ್ಧ ಮಲಗಿ ಓದುತ್ತಿದ್ದ ಗೋಪಿ ಪುಸ್ತಕವನ್ನು ಮುಚ್ಚಿ ಟೀಪಾಯಿ ಮೇಲಿಟ್ಟು ಹಾಸಿಗೆಯ ಮೇಲೆ ಉರುಳಿಕೊಂಡ. ರಾತ್ರಿಯ ನೀರವತೆಯಲ್ಲಿ ಬಿಕ್ಕುವ ಸದ್ದು-ತಟ್ಟನೇ ಎದ್ದು ಕೂತ. ಸದ್ದು ಅಲೆಅಲೆಯಾಗಿ ತೇಲಿ ಬರುತ್ತಲೇ ಇತ್ತು. ನಿಧಾನವಾಗಿ ಎದ್ದು ಕೋಣೆಯ ಬಾಗಿಲನ್ನು ಸರಿಸಿ ವರಾಂಡಕ್ಕೆ ಬಂದು ನಿಂತ ಅವನ ದೃಷ್ಟಿ ಮುಚ್ಚಿದ್ದ ಕೋಣೆಯೆಡೆಗೆ ಹರಿದು ನಿಂತಿತು. ಗಡ್ಡ ತುರಿಸಿಕೊಂಡ. ಗಾಬರಿಯಾದವನಂತೆ ಅತ್ತಿತ್ತ ಓಡಾಡಿದ. ಬೆರಳುಗಳಲ್ಲಿ ಬೆರಳುಗಳನ್ನು ಬೆಸೆದು ನಿಂತ. ಸಾವಕಾಶವಾಗಿ ನಡೆದು ಹೋಗಿ ಕೋಣೆಯ ಬಾಗಿಲ ಬಳಿ ನಿಂತ. ಮೃದುವಾಗಿ ಚಿಲಕವನ್ನು ಸದ್ದು ಮಾಡಿದ. ಸದ್ದು ಅಡಗಿತು. ಸರಿದು ನಿಂತ. ಕೋಣೆಯ ಬಾಗಿಲು ಮೆಲ್ಲಗೆ ತೆರೆದುಕೊಂಡಿತು. ತುಟಿ ಕಚ್ಚಿ ನಿಂತ. ಮೌನ.... ಮೌನ.... ಮೌನ.... "ಅಕ್ತಾ ಇದ್ರಾ!" ಮೃದುವಾಗಿ ಕೇಳಿದ. ಉತ್ತರ ಇಲ್ಲ. ಅದು ಸಿಗುವುದಿಲ್ಲವೆಂದು ಅವನಿಗೂ ಗೊತ್ತು. ಆದರೂ ಕರುಣೆ, ಅನುಕಂಪ, ಆತ್ಮೀಯತೆ ತುಂಬಿ ತುಳುಕಾಡುವ ಮನವನ್ನು ಹೇಗೆ ಸಮಾಧಾನಿಸಬಲ್ಲ!?

ಲೈಟು ಆರಿಸಿ ಹಾಸಿಗೆಯ ಮೇಲೆ ಉರುಳಿಕೊಂಡ. ನಿದ್ದೆ ಬರದೆ ಹೊರಳಾಡಿದ. ಅವನ ತುಟಿಗಳ ಮೇಲೆ ನೋವು ಬೆರೆತ ನಗೆ ತುಳುಕಿತು. ಮತ್ತೆ ಕರೆಗಂಟೆ ಸದ್ದು-ಮಿದುಳು ಅವನನ್ನು ಎಚ್ಚರಿಸಿತು. ಆಮೇಲೆ ಸಮಾಧಾನವಾಗಿ ನಿದ್ದೆ ಮಾಡಿದ.

ಮಾಮೂಲಿ ವೇಳೆಗೆ ಎದ್ದ ಗೋಪಿ ಪೇಸ್ಟ್, ಬ್ರಷ್ ಹಿಡಿದು ಬಾತ್ ರೂಂ ಕಡೆ ನಡೆದ. ಅಡುಗೆಯ ಮನೆಯಲ್ಲಿ ಪಾತ್ರೆಗಳ ಸದ್ದು ಕೇಳಿಸುತ್ತಿತ್ತು. ಅತ್ತ ದಿಟ್ಟಿಸಿ ನಿಟ್ಟುಸಿರು ಚೆಲ್ಲಿ ನಡೆದ.

ಸ್ನಾನ ಮುಗಿಸಿ ಉಡುಪು ಧರಿಸಿ ಹೊರಬಂದಾಗ ಟೇಬಲಿನ ಮೇಲೆ ತಿಂಡಿ ರೆಡಿಯಾಗಿತ್ತು. ಒಬ್ಬನೇ ತಿನ್ನಲು ಅವನಿಗೇನು ಬೇಸರವಿಲ್ಲ. ರೂಢಿಯಾಗಿ ಹೋಗಿತ್ತು, ಅದನ್ನೇ ಇಷ್ಟಪಡುತ್ತಿದ್ದ. ಮಾತಿನ ನಡುವೆ ಅವನ ಊಟ, ತಿಂಡಿ ಸಾಗುತ್ತಲೇ ಇರಲಿಲ್ಲ.

ಕಾಫೀ ಲೋಟದ ಸದ್ದು ಕೇಳಿ ತಲೆ ಎತ್ತಿದ. ಊರ್ಮಿಳಾ ಹಿಂಬದಿಯ ಆಕಾರ ಮಾತ್ರ ಕಂಡಿತು. ಒದ್ದೆಯಾದ ತಲೆಗೂದಲಿನಿಂದ ಇನ್ನೂ ನೀರು ತೊಟ್ಟಿಕ್ಕುತ್ತಿತ್ತು. ಅವಸರದಲ್ಲಿ ಕೂದಲನ್ನು ಗಂಟು ಕಟ್ಟಿದ ಹಾಗೆ ಕಾಣುತ್ತಿತ್ತು. ಕಾಫಿ ಕುಡಿದು ಮೇಲೆದ್ದ.

ಕೋಣೆಗೆ ಬಂದವನೇ ಇಸ್ತ್ರಿ ಮಾಡಿದ ಕರ್ಚೀಫನ್ನು ಜೇಬಿಗೆ ಸೇರಿಸಿ, ಷೂ ಬಿಗಿದು ಬಾಗಿಲನ್ನು ಮುಂದು ಮಾಡಿಕೊಂಡು ಹೊರನಡೆದ. ಬಸ್ ಹಿಡಿದು ಅವನು ಆಸ್ಪತ್ರೆ ತಲುಪಬೇಕಾಗಿತ್ತು.

ಲಗುಬಗನೇ ಊರ್ಮಿಳಾ ಅಡುಗೆಗಿಟ್ಟು ನಾಲ್ಕಾರು ಬಾರಿ ಕೋಣೆಯೊಳಗೆ ಹೋಗಿಬಂದಳು. ಗಂಡ ಏಳುವ ಚಿನ್ಹೆ ಕಾಣಿಸಲಿಲ್ಲ. ಹಿಂದೆ ಒಂದು ದಿನ ರೇಗಿದ್ದು ಜ್ಞಾಪಿಸಿಕೊಂಡು ಫ್ಲಾಸ್ಕ್‌ನಲ್ಲಿದ್ದ ಕಾಫಿಯನ್ನು ಲೋಟಕ್ಕೆ ಬಗ್ಗಿಸಿಕೊಂಡು ಸೆರಗನ್ನು ಸರಿಯಾಗಿ ಹೊದ್ದು ಕೋಣೆಯೊಳಗೆ ಕಾಲಿಟ್ಟಳು.

"ಕಾಫೀ...." ನಾಲಿಗೆಯಲ್ಲಿನ ತೇವ ಒಣಗಿಹೋಯಿತು. ಬೆಳಗಿನ ಹೊತ್ತು ಕೂಡ ಅವಳ ಹಣೆಯ ಮೇಲೆ ಬೆವರಿನ ಹನಿಗಳು ಕಾಣಿಸಿಕೊಳ್ಳದೇ ಹೋಗಲಿಲ್ಲ.

ಮಗ್ಗಲು ಬದಲಿಸಿ ಶಂಕರ ಮೇಲೆದ್ದು ಕಣ್ಣು ಹೊಸಕಿಕೊಂಡ. ಎದುರಿಗೆ ನಿಂತ ಊರ್ಮಿಳಾಳ ಕಡೆ ಅವನ ದೃಷ್ಟಿ ಹೊರಳಿತು. ಒಳಗಿದ್ದ ಜ್ವಾಲೆಗಳು ಭುಗಿಲೆಂದಿತು. ನಿಸ್ಸಹಾಯಕತೆ ಉಮ್ಮಳಿಸಿ ಬಂತು. ಮುಖ ಸಿಂಡರಿಸಿ "ಅಲ್ಲಿಟ್ಟು ಹೋಗು" ಎಂದ. ಊರ್ಮಿಳಾ ಹೋದ ಕಡೆ ನೋಡಿ ನಿಟ್ಟುಸಿರಿಟ್ಟ.

ಕಾಫೀ ಲೋಟ ಕೈಗೆತ್ತಿಕೊಂಡ. ಶಾಂತವಾಗಿದ್ದ ಮಿದುಳು ಸಿಡಿಯತೊಡಗಿತು. ಎಡಗೈಯಲ್ಲಿ ಒತ್ತಿ ಹಿಡಿದ. ಈ ವಾತಾವರಣದಲ್ಲಿ ಕ್ಷಣಗಳು ಕಳೆಯಲು ಅವನಿಗೆ ದುಸ್ಸಾಧ್ಯವೇ! ಒಂದೇ ಗುಟುಕಿಗೆ ಕಾಫೀ ಕುಡಿದು ಮುಗಿಸಿ ಬಾತ್‌ರೂಂ ಕಡೆ ನಡೆದ. ಅಲ್ಲಿ ಆಗಲೇ ಪೇಸ್ಟ್, ಟವಲು ರೆಡಿಯಾಗಿತ್ತು.

ಬಿಸಿ ಬಿಸಿ ಸ್ನಾನ ಮಾಡಿ ಬಂದಿದ್ದ ಶಂಕರ ಕೆಂಪು ಕೆಂಪಾಗಿದ್ದ. ಟವಲನ್ನು ಸುತ್ತಿಕೊಂಡು ಹೊರಬಂದ. ದಷ್ಟಪುಷ್ಟವಾಗಿದ್ದ ತನ್ನ ಮೈ ಸೊಬಗನ್ನು ಹೆಮ್ಮೆಯಿಂದ ನೋಡಿಕೊಂಡ. ಎದೆಯಾಳದಿಂದ ನೋವಿನೆಳೆ ಸೀಳಿಕೊಂಡು ಬಂತು. ಕೆಳತುಟಿ ಕಚ್ಚಿ ಹಿಡಿದ.

ಹಬೆಯಾಡುವ ಇಡ್ಲಿಗಳನ್ನು ತಟ್ಟೆಗೆ ತುಂಬಿ ಚಟ್ನಿ, ಬೆಣ್ಣೆ ಹಾಕಿ ಟೇಬಲಿನ ಮೇಲೆ ತಂದಿರಿಸಿದಳು. ಕುಡಿಯುವ ನೀರು ಜಗ್‌ನಲ್ಲಿ ಸಿದ್ಧವಾಗಿತ್ತು. ಶಂಕರ್ ಬಂದು ಕೂತಾಗ ಇಡೀ ವಾತಾವರಣ ಅವನು ಪೂಸಿದ್ದ ಸೆಂಟಿನಿಂದ ತುಂಬಿಹೋಯಿತು.

ತಿಂಡಿ ಅರ್ಧ ಹೊಟ್ಟೆ ಸೇರಿದ ಮೇಲೆ ತಲೆ ಎತ್ತಿದ್ದು. ಎದುರಿಗೆ ಮುಗ್ಧ ಮುಖದ ಊರ್ಮಿಳೆ–ಕರುಳು ಚುರಕ್ಕೆಂದಿತು. ಇಡ್ಲಿಯನ್ನು ಬಲವಂತದಿಂದ ನುಂಗಿ ನೀರು ಕುಡಿದ. ಬಲವಂತದಿಂದ "ನೀನು ತಗೋ ಊರ್ಮಿಳಾ" ಅಂತಃಕರಣ ಮಿಡಿದು ಬಂತು. ಊರ್ಮಿಳಾ ಮುಖ ಮೊರದಗಲವಾಯಿತು. ಕಣ್ಣುಗಳು ಮಿಂಚಿತು. ತುಟಿಗಳು ಮೃದುವಾಗಿ ಕಂಪಿಸಿದವು. ನಡುಗುವ ಸ್ವರದಲ್ಲಿ ಹೇಳಿದಳು. "ಆಮೇಲೆ

ತಗೋತೀನಿ" ತಾಯಿಯನ್ನು ಜ್ಞಾಪಿಸಿಕೊಂಡ ಶಂಕರ ಕೈ ತೊಳೆದು ಮೇಲೆದ್ದ.

"ಏನಾದ್ರೂ ಬೇಕಾಗಿತ್ತ?" ಹೊರಡುವ ಮುನ್ನ ಕೇಳಿದ. ಅರೆಬಾಗಿದ ಅವಳ ಮುಖವನ್ನು ಮತ್ತೆ ಮತ್ತೆ ನೋಡಬೇಕೆನಿಸಿತು. ತಟ್ಟನೆ ನೋಟವನ್ನು ಬೇರೆಡೆ ಹೊರಳಿಸಿದ. "ಹುಡುಗನನ್ನು ಕಳಿಸ್ತೀನಿ. ಏನಾದ್ರು ಬೇಕಾದರೆ ತರಿಸ್ಕೊ" ವರಾಂಡ ದಾಟಿ ಕಾಂಪೌಂಡಿಗಿಳಿದ.

ಬಾಗಿಲಿಗೆ ಒರಗಿ ನಿಂತ ಊರ್ಮಿಳಾ, ಶಂಕರ್ ಹೋದತ್ತಲೇ ನೋಡುತ್ತ ನಿಂತಿದ್ದು ಒಳಗೆ ಬಂದಳು. ತಟ್ಟೆಯಲ್ಲಿ ಉಳಿದಿದ್ದ ಇಡ್ಲಿಗಳ ಮೇಲೆಯೇ ಶಂಕರ ಕೈ ತೊಳೆದಿದ್ದ. ಅವಳ ದೃಷ್ಟಿ ಅತ್ತ ಹರಿಯಿತು.

ಊರ್ಮಿಳಾಳ ಅಡುಗೆಯ ಕೆಲಸ ಅರ್ಧ ಗಂಟೆಯಲ್ಲಿ ಮುಗಿದುಹೋಯಿತು. ಸಣ್ಣ ಪುಟ್ಟ ಕೆಲಸ ಮಾಡಿಕೊಡಲು ಅವರತ್ತೆಯೇ ತನಗೆ ತಿಳಿದವರ ಪೈಕಿ ಒಬ್ಬ ಹುಡುಗನನ್ನು ಗೊತ್ತು ಮಾಡಿದ್ದರು. ಅವನು ಬೆಳಗಿನ ಹತ್ತಕ್ಕೆ ಬಂದರೆ ರಾತ್ರಿಯವರೆಗೂ ಇಲ್ಲೇ ಇರುತ್ತಿದ್ದ. ಕೆಲವೊಮ್ಮೆ ರಾತ್ರಿ ವೇಳೆಯೂ ಇಲ್ಲೇ ಮಲಗಿಬಿಡುತ್ತಿದ್ದ.

ಸೈಕಲ್ ಬೆಲ್ ಸದ್ದು ಕೇಳಿ "ಸುಬ್ಬ, ಅಂಗ್ಡಿ ಹುಡುಗ ಬಂದಿದ್ದಾನೆ. ಬಾಗ್ಲು ತೆಗಿ." ಅಕ್ಕಿ ನೆನೆಸುತ್ತ ಸುಬ್ಬನಿಗೆ ಕೂಗಿ ಹೇಳಿದಳು.

"ಯಜಮಾನ್ರು ಕಳಿಸಿದ್ರು" ವರಾಂಡದಲ್ಲಿ ಬಂದು ನಿಂತವನು ತನ್ನ ಬರವನ್ನು ತಿಳಿಸಿದ.

ಮನೆಗೆ ಬೇಕಾಗಿದ್ದ ಒಂದೆರಡು ಸಾಮಾನುಗಳನ್ನು ಗುರುತು ಹಾಕಿಕೊಟ್ಟು ಸೋಫಾಕ್ಕೆ ಒರಗಿದಳು. ಅವಳು ಹುಟ್ಟಿ, ಬೆಳೆದ ಬಡತನದ ಬಾಳಿಗೆ ಸೋಫಾ ಎಂದರೆ ಒಂದು ಅಪರೂಪದ ಅತ್ಯಮೂಲ್ಯ ವಸ್ತುವೇ! ಈ ಮನೆಗೆ ಬಂದ ಎಷ್ಟೋ ದಿನಗಳವರೆಗೂ ಅದರ ಮೇಲೆ ಕೂರಲೂ ಕೂಡ ಮುಜುಗರಪಡುತ್ತಿದ್ದಳು. ಈಗಲೂ ಅದನ್ನು ಒರೆಸಲು ದಿನಾ ಒಂದು ತಾಸನ್ನು ಮೀಸಲಾಗಿ ಇಡುತ್ತಿದ್ದಳು.

ಹೊಟ್ಟೆ ತುಂಬ ತಿಂದಿದ್ದ ಸುಬ್ಬ ಈಗಾಗಲೇ ಗೋಡೆಗೆ ಆತು ಕೂತು ತೂಕಡಿಸುತ್ತಿದ್ದ. ಈ ಮನೆಗೆ ಬಂದ ಮೇಲೆ ಅವನು ಪೂರ್ಣವಾಗಿ ಸೋಮಾರಿಯಾಗಿದ್ದ. ಎಲ್ಲ ಕೆಲಸವನ್ನ ಊರ್ಮಿಳಾನೇ ಮಾಡುತ್ತಿದ್ದಳು. ಗೋಪಿಯ ಕೋಣೆಯನ್ನು ಅಚ್ಚುಕಟ್ಟು ಮಾಡಲು ಮಾತ್ರ ಅವನು ಬಹಳವಾಗಿ ಶ್ರಮಿಸುತ್ತಿದ್ದ. ಅವನನ್ನು ಕಂಡರೆ ಭಯ-ಭಕ್ತಿಗಳಿಗಿಂತ ಮಿಗಿಲಾದ ಆತ್ಮೀಯತೆ. ಕನ್ನಡಕದ ಹಿಂದಿನ ಅವನ ಕಣ್ಣುಗಳನ್ನು ನೋಡಲು ಅವನಿಗೆ ಬಹಳ ಇಷ್ಟ. ಸಮಯ ಸಿಕ್ಕಾಗಲೆಲ್ಲ ನೋಡುತ್ತ ನಿಂತುಬಿಡುತ್ತಿದ್ದ.

ಒದ್ದೆಯಾದ ತಲೆಗೂದಲನ್ನು ಕೊಡವಿ ಸಿಕ್ಕು ಬಿಡಿಸುತ್ತ ಹೋಗಿ ವರಾಂಡದಲ್ಲಿ ನಿಂತಳು. ಬಾಗಿಲು ತೆಗೆಯಲು ಕೈ ಮುಂದಾಯಿತು. ತಟ್ಟನೇ ಕೈಯನ್ನು ಹಿಂದಕ್ಕೆ ತೆಗೆದುಕೊಂಡಳು. ಅತ್ತೆ ಪದೇ ಪದೇ ಎಚ್ಚರಿಸಿ ಹೋಗಿದ್ದರು: 'ಕೆಲ್ಸವಿಲ್ದೆ ಹಗಲೆಲ್ಲ ಬಾಗ್ಲು ತೆಗ್ದು ಹೊರಗೆ ನಿಲ್ಲೋದ್ಬೇಡ. ಅಕ್ಕಪಕ್ಕದೋರತ್ರ ಹೆಚ್ಚಿನ ಸಲಿಗೆಗೆ ಅವಕಾಶ ಕೊಡ್ಬೇಡ' ಅಂತ.

ಬೆತ್ತದ ಕುರ್ಚಿಯ ಮೇಲೆ ಕೂತು ಹೊರೆ ಕೂದಲನ್ನು ಮುಂದಕ್ಕೆ ಹಾಕಿಕೊಂಡು ಸಿಕ್ಕು ಬಿಡಿಸತೊಡಗಿದಳು. ಪಕ್ಕದ ಮನೆಯಲ್ಲಿರುವ ಶಾಲಿನಿ ಹಾಕಿಕೊಳ್ಳುವ ದೊಡ್ಡ ಗಂಟಿನ ಜ್ಞಾಪಕ ಬಂತು. ಮನ ಮುದುರಿತು. ತಟ್ಟನೇ ಕಣ್ಣಲ್ಲಿ ನೀರು ಮಿಂಚಿತು. ತಟ್ಟನೇ ತೊಡೆದುಕೊಂಡಳು. ಒಂಟಿತನ ತೀರಾ ಅಸಹ್ಯವೆನಿಸಿತು.

ಮೆಲ್ಲನೆಯ ಕರೆಗಂಟೆ ಸದ್ದು ಅವಳನ್ನು ಎಚ್ಚರಿಸಿತು. ಅಂಗಡಿಯ ಹುಡುಗನೇನೊ ಎಂದು ಧೈರ್ಯದಿಂದಲೇ ಹೋಗಿ ಬಾಗಿಲು ತೆರೆದಳು. ಗೋಪಿ ನಿಂತಿದ್ದ. ಬೆಚ್ಚಿ ಸೆರಗು ಸರಿಯಾಗಿ ಹೊದ್ದು ಪಕ್ಕಕ್ಕೆ ಸರಿದಳು. ಗೋಪಿ ತನ್ನ ಪಾಡಿಗೆ ತಾನು ಕೋಣೆಗೆ ನಡೆದ. ಊರ್ಮಿಳಾಗೆ ಒಂದು ರೀತಿಯ ಗಾಬರಿಯಾಯಿತು. ಎಂದಿಗಿಂತ ಇಂದು ಗೋಪಿಯ ಮುಖ ಕುಂದಿರುವುದನ್ನು ಗಮನಿಸಿದ್ದಳು. ಬಾಯಿಬಿಟ್ಟು ಕೇಳಲಾರಳು. ಅವಳ ಆತಂಕಕ್ಕೆ ಸರಿಯಾಗಿ ಮಧ್ಯಾಹ್ನ ಎರಡು ಗಂಟೆಯಾದರೂ ಗೋಪಿ ಕೋಣೆಯಿಂದ ಹೊರಗೆ ಬರಲಿಲ್ಲ. ನಿಂತಲ್ಲಿ, ಕೂತಲ್ಲಿ ಚಡಪಡಿಸಿದಳು. ನಿದ್ದೆ ಮಾಡುತ್ತಿದ್ದ ಸುಬ್ಬನನ್ನು ಎಬ್ಬಿಸಿ ಮೆಲ್ಲಗಟ್ಟಿದಳು ಕೋಣೆಯೊಳಕ್ಕೆ. ಕಿವಿಯನ್ನು ತೆರೆದು ಬಾಗಿಲ ಮರೆಯಲ್ಲಿ ನಿಂತಳು.

"ಅಮ್ಮಾವರು, ಊಟಕ್ಕೆ ಬರಹೇಳ್ತಾರೆ." ಸುಬ್ಬ ಮೆಲ್ಲಗೆ ಉಸುರಿದ. ಗೋಪಿಯ ಮುಖ ಮೇಲೆ ತೆಳುವಾದ ನಗೆ ತೇಲಿತು. ಮೊದಮೊದಲು ಇದು ತಮಾಷೆಯಾಗಿ ಕಂಡರೂ ಈಗ ಅಭ್ಯಾಸವಾಗಿ ಹೋಗಿತ್ತು. ಊರ್ಮಿಳಾ ನೇರವಾಗಿ ಅವನೆದುರು ನಿಂತು ಎಂದೂ ಮಾತಾಡುತ್ತಿರಲಿಲ್ಲ. ಮಾತಾಡಬೇಕಾದ ಸಂದರ್ಭ ಬಂದಾಗಲೂ ಬಾಗಿಲ ಹಿಂದೆ ನಿಂತೋ, ಮುಖವನ್ನು ಬೇರೆತ್ತಲೋ ತಿರುಗಿಸಿಯೋ ಉಸುರುತ್ತಿದ್ದಳು. ಗಂಭೀರ ಸ್ವಭಾವದವನಾದ ಗೋಪಿಗೂ ಅಂತಹ ಸಂದರ್ಭಗಳಲ್ಲಿ ನಗುಬರದೇ ಇರುತ್ತಿರಲಿಲ್ಲ. ಅದಕ್ಕಾಗಿ ಅಷ್ಟು ತಲೆ ಕೆಡಿಸಿಕೊಂಡವನೇ ಅಲ್ಲ.

"ಊಟ ಬೇಡ" ಊರ್ಮಿಳಾಳ ಎದೆ ಧಸಕ್ಕೆಂದಿತು. ಅತ್ತೆ, ತಮ್ಮನ ಬಗ್ಗೆ ಅತಿಯಾದ ಜಾಗರೂಕತೆ ವಹಿಸಬೇಕೆಂದು ಎಚ್ಚರಿಸಿಯೇ ಹೋಗಿದ್ದರು. ಮುಖ ಬಿಳಚಿಕೊಂಡಿತು.

ಸುಬ್ಬ ನಿಂತವನು ಕದಲಲಿಲ್ಲ. ಇನ್ನೇನಾದರೂ ಹೇಳಬಹುದೆಂದು ಅಲ್ಲಿಯೇ ನಿಂತ. ಅವನ ನಿರೀಕ್ಷೆ ಸುಳ್ಳಾಗಲಿಲ್ಲ. ಗೋಪಿ "ಒಂದು ಲೋಟ ಬಿಸಿ ಹಾಲು ತಂದಿಡು" ಮೆಲ್ಲನೇ ಉಸುರಿದ.

ಹಾಲು ಕುಡಿದ ಗೋಪಿ ನಿರಾತಂಕವಾಗಿ ಮಲಗಿದ. ಆದರೆ ಊರ್ಮಿಳಾ ಮನಸ್ಸಿನ ಸಮಾಧಾನ ಕಳೆದುಕೊಂಡಳು. ಕ್ಯಾರಿಯರ್ ಕೊಂಡು ಹೋಗಲು ಬಂದ ಅಂಗಡಿ ಹುಡುಗನ ಕೈಯಲ್ಲಿ ಹೇಳಿ ಕಳುಹಿಸಿ ಎದೆಯ ಮೇಲೆ ಕೈಯಿಟ್ಟುಕೊಂಡು ಸಮಾಧಾನದ ಉಸಿರುಬಿಟ್ಟಳು.

ಶಂಕರ ತಕ್ಷಣಕ್ಕೆ ಬರದಿದ್ದರೂ ತಡವಾಗಿಯಾದರೂ ಬಂದ. ಅವನು ಗಾಬರಿಯಾಗಿಯೇ ಬಂದ. ಒಂದೇ ಮನೆಯಲ್ಲಿ ವಾಸಿಸುತ್ತಿದ್ದರೂ ಮೂರು ದಿನದಿಂದ ಅವನ ಮುಖವನ್ನೇ ನೋಡಿರಲಿಲ್ಲ.

"ಹೇಗಿದ್ದಾನೆ, ಗೋಪಿ?" ಊರ್ಮಿಳಾ ಕೋಣೆಯತ್ತ ಕೈದೋರಿ ಸುಮ್ಮನೇ ನಿಂತಳು. ಅಷ್ಟನ್ನು ಬಿಟ್ಟು ಬೇರೇನೂ ಮಾಡಲಾರಳು. ಮದುವೆಯಾಗಿ ಈ ಮನೆಗೆ ಬಂದು ವರ್ಷ ಎರಡು ಉರುಳಿತ್ತು. ಇಂದಿಗೂ ತನ್ನ ಚಿಪ್ಪಿನಲ್ಲೇ ಉಳಿದಿದ್ದಳು. ಅದರಿಂದ ಹೊರ ಬಂದಿರಲಿಲ್ಲ. ಅವಕಾಶಗಳು ಕೂಡ ಕಡಿಮೆಯೇ. ಮದುವೆಯಿಂದ ಅವಳಲ್ಲಿ ಏಕೈಕ ಬದಲಾವಣೆಯಾಗಿತ್ತು. ಹೆಂಚಿನ ಸಾಮಾನ್ಯ ಮನೆಯಿಂದ ಆರ್.ಸಿ.ಸಿ. ಬಿಲ್ಡಿಂಗ್‌ಗೆ ಅವಳ ವಾಸ ಬದಲಾವಣೆಯಾಗಿತ್ತು.

"ಏನಯ್ಯ ಗೋಪಿ?" ಬಾಗಿಲು ತಳ್ಳಿಕೊಂಡು ಶಂಕರ್ ಒಳನಡೆದ. ಕಣ್ಣು ಮುಚ್ಚಿ ಮಲಗಿದ್ದ ಗೋಪಿ ಕಣ್ಣು ತೆರೆದು ಅರ್ಧ ಕೂತಂತೆ ಅವನೆಡೆ ನೋಡಿದ.

"ಹುಡ್ಗ ಬಂದು ಹೇಳಿದ ಕೂಡ್ಲೇ ಗಾಬ್ರಿಯಾದೆ." ಹಣೆ, ಮೈ ಮುಟ್ಟಿ ನೋಡಿದ. ಸ್ವಲ್ಪ ಬೆಚ್ಚಗಿತ್ತು. ಆತಂಕ ನಿವಾರಣೆಯಾಯಿತು. ವ್ಯಾಪಾರದ ಮಧ್ಯೆ ಹೇಳಿಕಳುಹಿಸಿದ ಊರ್ಮಿಳಾ ಬಗ್ಗೆ ಕೋಪವೂ ಬಂತು. ಹೇಳಿ ನಕ್ಕುಬಿಟ್ಟ. ಗೋಪಿಯ ತುಟಿಯಂಚಿನಲ್ಲಿಯೂ ನಗು ಮಿಂಚಿತು.

"ಡಾಕ್ಟರಿಗೆ ಫೋನ್ ಮಾಡ್ಲಾ?" ಬೇಡವೆನ್ನುವಂತೆ ತಲೆಯಾಡಿಸಿದ ಗೋಪಿ. ಇಷ್ಟಕ್ಕೆ ಅವಕಾಶವಾಗುತ್ತೆ ಅಂತ ಗೊತ್ತಿದ್ದರೆ ಅವನು ಬಂದು ಮಲಗುತ್ತಲೇ ಇರಲಿಲ್ಲ. ಅಲ್ಲೇ ರೆಸ್ಟ್ ತಗೋತಾ ಇದ್ದ.

"ನೀನೂ ಸ್ವತಃ ಡಾಕ್ಟರಾಗಿರೋದು ನಮ್ಗೆ ಬಹಳ ದೊಡ್ಡ ತಲೆನೋವು. ನಾವು ಸ್ವತಂತ್ರವಾಗಿ ಏನೂ ಮಾಡೋ ಹಾಗಿಲ್ಲ?" ಶಂಕರ್ ಸೋಫಾಗೆ ಒರಗಿ ಮೆಲ್ಲಗೆ ನಕ್ಕ.

"ಏನಿಲ್ಲ, ಪಿಲ್ಸ್ ತಗೊಂಡಿದ್ದೀನಿ. ರೆಸ್ಟ್ ತಗೊಂಡ್ರೆ ಸರಿಹೋಗುತ್ತೆ" ಗೋಪಿ ಹೇಳಿ ಹಾಗೇ ಮಲಗಿದ. ಹೆಚ್ಚು ಮಾತು ಬೇಕೆನಿಸಲಿಲ್ಲ.

"ಹಾಗಾದ್ರೆ ಬರ್ಲಾ....!" ಶಂಕರ್ ಮೇಲಕ್ಕೆದ್ದ. ಸ್ಕೂಟರ್ ರಿಪೇರಿಗಾಗಿ ಬಿಟ್ಟಿದ್ದ. ಆಟೋ ಹಿಡಿದು ಅಂಗಡಿ ಸೇರುವುದು ಪ್ರಯಾಸವೆನಿಸಿತು. ಊಟ ಮಾಡಿ ಒಂದು ನಿದ್ದೆ ತೆಗೆದು ಅಂಗಡಿಗೆ ಹೋಗುವುದು ಸರಿಯೆನಿಸಿತು. ಆದರೆ ಮನ ಹೊರಗೆ ಓಡಲು ಹಾತೊರೆಯುತ್ತಿತ್ತು. ಮುಖ ಗಂಟಿಕ್ಕಿ, ಬಡಿಸುವಂತೆ ಊರ್ಮಿಳಾಗೆ ಹೇಳಿದ. ಅವನಿಗಾಗಿ ಕಳಿಸಿದ್ದ ಕ್ಯಾರಿಯರ್ ಅಂಗಡಿಯಲ್ಲೇ ಉಳಿಯಿತು.

ಊಟ ಮಾಡಿ ಕೋಣೆಗೆ ಹೋಗಿ ಮಲಗಿಬಿಟ್ಟ. ಹೊಟ್ಟೆ ಭಾರವಾದುದ್ದರಿಂದ ನಿದ್ದೆ ಬರಲು ತಡವಾಗಲಿಲ್ಲ. ಎಚ್ಚರವಾದ ಮೇಲೆ ಮೈಯೆಲ್ಲ ಪರಪರನೇ ಕೆರೆಯಬೇಕೆನಿಸಿತು. ಅತೀವ ಬಾಧೆಯೆನಿಸಿತು. ಮಗ್ಗುಲಾಗಿ ಮಲಗಿ ಒಳಗೇ ನುಂಗಿದ ವ್ಯಥೆಯ ಉಸಿರು ಬಿಸಿಯಾಗಿ ಹೊರಬಂತು. ಅದರ ಮಧ್ಯೆ ತೇಲಿ ಬಂತು ಊರ್ಮಿಳೆಯ ಪ್ರತಿಬಿಂಬ. ಕಣ್ಣಗಲಿಸಿ ನೋಡಿದ. ಕಡೆಗೆ ಸೋತು ಬೆಂದುಹೋದ.

ಹೊರಗೆ ಬಂದಾಗ ಊರ್ಮಿಳೆ ಒಂದು ಬುಟ್ಟಿಯ ಹತ್ತಿಯನ್ನು ಮುಂದೆ ಹಾಕಿಕೊಂಡು ಬತ್ತಿ ಹೊಸೆಯುತ್ತಿದ್ದಳು. ಮಂಗಳಮ್ಮ ಪ್ರತಿ ಬಾರಿ ಬರುವಾಗಲೂ ಬುಟ್ಟಿ ಹತ್ತಿ ಹೊತ್ತುಕೊಂಡು ಬರುತ್ತಿದ್ದರು. ಸೊಸೆ ಹದವಾಗಿ ಹೊಸೆದಿಟ್ಟ ಹೂಬತ್ತಿ,

ಗೆಜ್ಜೆ–ವಸ್ತ್ರವನ್ನು ಹೊತ್ತುಕೊಂಡು ಹೋಗಿ ಬಂಧುಗಳ ಮನೆಗಳಿಗಲ್ಲದೇ ತಮಗೆ ತಿಳಿದವರಿಗೆಲ್ಲ ಕೊಡುತ್ತಿದ್ದರು. ಆಗ ಅಪ್ಪಿತಪ್ಪಿಯೂ ಸೊಸೆಯ ಜ್ಞಾಪಕ ಬರುತ್ತಿರಲಿಲ್ಲ. ಸಹಾನುಭೂತಿಯಿಂದ ಅವಳೆಡೆ ನೋಡಿ ಬಾತ್‌ರೂಂ ಕಡೆಗೆ ನಡೆದ. ಅಂಗಡಿಗೆ ಹೋಗುವ ಮುನ್ನ ಮತ್ತೊಮ್ಮೆ ಗೋಪಿಯನ್ನು ನೋಡದಿರಲಿಲ್ಲ.

ಮನೆಯ ಮೆಟ್ಟಿಲು ಇಳಿಯುತ್ತ "ಊರ್ಮಿಳಾ, ಸ್ವಲ್ಪ ಗೋಪಿನ ಗಮನಿಸು. ಹಾಗೇನಾದ್ರೂ ಜಾಸ್ತಿಯಾದರೇ ಫೋನ್ ಮಾಡು." ಊರ್ಮಿಳಾ ತಲೆ ಕೆರೆದುಕೊಂಡಳು. ಕೆಲವು ಸಂದರ್ಭಗಳಲ್ಲಿ ಅಕ್ಕಪಕ್ಕದ ಮನೆಯವರೆಲ್ಲ ಬಂದು ಇವರ ಮನೆ ಫೋನ್ ಉಪಯೋಗಿಸುತ್ತಿದ್ದರು. ಅಂತಹ ಅವಕಾಶ ಇವಳ ಪಾಲಿಗೆ ಒಂದೂ ಇರಲಿಲ್ಲ. ಅದರ ಬಗ್ಗೆ ಕುತೂಹಲವಿತ್ತೇ ವಿನಃ ತಿಳಿಯಲು ಸಾಧ್ಯವಾಗಿರಲಿಲ್ಲ. ಈಗ ಕುತೂಹಲ ತಡೆಯಲಾರದೇ ಅದರ ಮುಂದೆ ಹೋಗಿ ನಿಂತಳು. ನಡುಗುವ ಕೈಯಿಂದಲೇ ಹಿಡಿದು ಹಿಂದಕ್ಕೂ ಮುಂದಕ್ಕೂ ತಿರುಗಿಸಿ ನೋಡಿದಳು.

ಕೋಣೆಯ ಬಾಗಿಲಿಗೆ ಬಂದ ಗೋಪಿ "ಫೋನ್ ಮಾಡ್ಬೇಕಾ?!" ತುಟಿಯೊಡೆದು ಮಾತುಗಳು ಹೊರಬಂದವು.

ಇಲ್ಲವೆನ್ನುವಂತೆ ತಲೆಯಾಡಿಸಿ ಹಿಂದಕ್ಕೆ ಹೆಜ್ಜೆ ಇಡುತ್ತಿದ್ದವಳನ್ನು ಗೋಪಿಯ ಮಾತುಗಳು ತಡೆದು ನಿಲ್ಲಿಸಿದವು. "ನಿಂತ್ಕೊಳ್ಳಿ" ತಲೆ ಬಾಗಿಸಿ ನಿಂತಳು. ಗೋಪಿ ಫೋನನ್ನು ಕೈಯಲ್ಲಿ ಹಿಡಿದು ಮೆಲ್ಲಗೆ ವಿವರಿಸಿದ. ನಂಬರ್‌ಗಳನ್ನು ತಿರುಗಿಸುವ ವಿಧಾನ ಹೇಳಿಕೊಟ್ಟ. ಮತ್ತೆ ಬಲವಂತದಿಂದ ಅಂಗಡಿಯ ನಂಬರ್‌ಗೆ ಫೋನ್ ಮಾಡಿಸಿದ. ಅಲ್ಲಿಂದ ಸ್ವರ ಕೇಳಿದ ಕೂಡಲೇ ಫೋನನ್ನು ಇಟ್ಟುಬಿಟ್ಟಳು. ಅವಳ ಮುಖ ಅತೀವ ಆನಂದದಿಂದ ಬೆಳಗುತ್ತಿತ್ತು. ಕೃತಜ್ಞತೆಯಿಂದ ಅವನತ್ತ ನೋಡಿ ನಡೆದುಬಿಟ್ಟಳು.

ಉತ್ಸಾಹದಿಂದ ಊರ್ಮಿಳಾಳ ನಡಿಗೆ ಚುರುಕಾಯಿತು. ಕಾಂಪೌಂಡಿನಲ್ಲಿದ್ದ ಗಿಡಗಳಿಗೆಲ್ಲ ತಾನೇ ನೀರು ಹಾಯಿಸಿದಳು. ಸಂಭ್ರಮದಿಂದ ಓಡಾಡಿದಳು. ಇದುವರೆಗೂ ಅವಳ ಬಗ್ಗೆ ಅಷ್ಟೊಂದು ಮುತುವರ್ಜಿ ವಹಿಸಿದವರ ನೆನಪಾಗಲಿಲ್ಲ ಅವಳಿಗೆ.

ಪಕ್ಕದ ಮನೆಯ ಕಾಂಪೌಂಡಿನಲ್ಲಿ ನಿಂತಿದ್ದ ಲಲನೆಯರ ಕಡೆಗೆ ದೃಷ್ಟಿ ಬೀರಿದಳು. ಅವರ ಕಣ್ಣುಗಳಲ್ಲಿದ್ದ ಚುರುಕು ತನ್ನ ಕಣ್ಣುಗಳಲ್ಲಿ ಇಲ್ಲವೆನಿಸಿತು. ಮಂಕಾಗಿ ಒಳಗೆ ನಡೆದಳು. ಸುಬ್ಬ, ಗೋಪಿಯ ಕೋಣೆಯನ್ನು ಚೊಕ್ಕಟ ಮಾಡುತ್ತಿದ್ದ. ಅವನ ಪಾಲಿಗೆ ಅದೊಂದು ದೊಡ್ಡ ಕೆಲಸ. ವರಾಂಡದಲ್ಲಿ ಶತಪಥ ತಿರುಗುತ್ತಿದ್ದ ಗೋಪಿ.

"ಸುಬ್ಬ, ಸ್ವಲ್ಪ ಬಾ" ಎಂದು ಕೂಗುತ್ತಲೇ ಅಡುಗೆಯ ಮನೆ ಕಡೆ ನಡೆದಳು.

ಸೆರಗನ್ನು ಸೊಂಟಕ್ಕೆ ಬಿಗಿದು ಯೋಚಿಸಿದಳು. ಅವರು ಏನು ತಗೋಬಹುದು? ಅದು ತನಗೆ ಹೇಗೆ ಗೊತ್ತು? ಮಂಗಳಮ್ಮನವರ ಧ್ವನಿ ಅವಳನ್ನು ಎಚ್ಚರಿಸಿತು. ಮೈ ಸಣ್ಣಗೆ ನಡುಗಿತು. ಅತ್ತೆ ಎಂದರೆ ಸಾಮಾನ್ಯವೆ!?

"ಊರ್ಮಿಳಾ..." ಮೈ ತುಂಬ ಸೆರಗೊದ್ದು ವಿನಯದಿಂದ ಅವರ ಮುಂದೆ ತಲೆ ಬಾಗಿಸಿ ನಿಂತಳು. ಇಂದಿಗೂ ಧೈರ್ಯವಾಗಿ ಅವರ ಮುಖ ನೋಡಲು ಅವಳಿಗೆ ಭಯ. ಬೆಳೆದ ರೀತಿಯೇ ಇದು. ಚಿಕ್ಕಂದಿನಿಂದಲೂ ಭಯದ ವಾತಾವರಣದಲ್ಲಿಯೇ ಬೆಳೆದದ್ದು, ಇಲ್ಲಿಯೂ ಅದು ಸಾಂಕ್ರಾಮಿಕವಾಗಿ ಹಬ್ಬಿತ್ತು.

"ಮೊದ್ಲು ಸ್ವಲ್ಪ ಕಾಫೀ ಮಾಡ್ಕೊಂಡ್ಬಾ.... ಹಾಳಾದ ಬಸ್ಸು..." ಮೇಲುಸಿರು ಬಿಡುತ್ತಾ ಬಸ್ಸಿಗೆ ಶಾಪ ಹಾಕಿದರು. ಅವರ ಮುದ್ದಿನ ಮಗಳು ಸರಿತಾ ಸೋಫಾಗೆ ಒರಗಿ ಆಗಲೇ ಕಣ್ಣು ಮುಚ್ಚಿದ್ದಳು.

ಸುಬ್ಬ ಸೂಟುಕೇಸ್, ಬುಟ್ಟಿ, ಬ್ಯಾಗ್ ಒಂದೊಂದಾಗಿ ಕೋಣೆಯಲ್ಲಿ ಕೊಂಡೊಯ್ದು ಇಡುತ್ತಿದ್ದ. 'ಅವನ' ಮುಖದ ಮೇಲೂ ಮಂಕು ಆವರಿಸಿತ್ತು. ಇನ್ನು ಮೊದಲಿನ ಹಾಗೆ ಎಲ್ಲೆಂದರಲ್ಲಿ ನಿದ್ದೆ ಮಾಡಲಾರ.

"ನೈಟ್ ಡ್ಯೂಟಿನೇನೋ ಗೋಪಿ?" ತಮ್ಮನತ್ತ ದೃಷ್ಟಿ ಹೊರಳಿಸಿದರು. ಅವನ ಮುಖದ ಮೇಲಿನ ಆಲಸ್ಯ ಅವರ ಕಣ್ಣುಗಳು ಗುರ್ತಿಸದೇ ಹೋಗಲಿಲ್ಲ. ತಾವೇ "ಹುಷಾರಿಲ್ಲವೇನೋ?" ಎಂದಾಗ, 'ಇಲ್ಲ' ಎನ್ನುವಂತೆ ಗೋಪಿ ತಲೆಯಾಡಿಸಿದ. ತಮ್ಮನ ಸ್ವಭಾವ ಅವರಿಗೆ ತಿಳಿದಿದ್ದೇ; ಬೇಸರವೇನೂ ಇಲ್ಲ.

ಅಕ್ಕನ ಮಾತುಗಳಿಗೆ ಮೌನವಾಗಿ ಹ್ಞೂಗುಟ್ಟುವುದೇ ಗೋಪಿಯ ಕೆಲಸ. ಸದ್ಯಕ್ಕೆ ಹುಷಾರಾದ. ಇಲ್ಲಿಯೇ ಕೂತರೇ ರಾತ್ರಿಗೆ ತನಗೆ ಹುಷಾರು ತಪ್ಪುವ ಸಾಧ್ಯತೆಯಿದೆಯೆಂದು ಅರಿತ ಗೋಪಿ ಕೋಣೆಗೆ ಹೋಗಿಬಿಟ್ಟ.

ಆಮೇಲೆ ಊರ್ಮಿಳಾಗೆ ಒಂದು ನಿಮಿಷ ಕೂಡ ಪುರುಸೊತ್ತಿಲ್ಲದೇ ಹೋಯಿತು. ಅವರ ಮಡಿ, ಪ್ರವಚನ ಉಪಹಾರದ ವ್ಯವಸ್ಥೆಯಲ್ಲಿ ಮುಳುಗಿಹೋದಳು.

ದೇವರ ಮುಂದೆ ಜಪಕ್ಕೆ ಕುಳಿತ ಮಂಗಳಮ್ಮ ಹತ್ತು ನಿಮಿಷಗಳ ನಂತರ ಕಣ್ಣು ತೆರೆದು ಮೇಲಕ್ಕೆದ್ದರು. ತಾವೇನೊ ಸಾಹಸ ಮಾಡಿ ಸಿದ್ಧಿ ಪಡೆದಂಥ ಕಳೆ ಅವರ ಮುಖದ ಮೇಲೆ ವಿರಾಜಿಸುತ್ತಿತ್ತು.

"ಮುಗೀತೇನಮ್ಮ" ದೀರ್ಘವಾಗಿ ಕೇಳಿದಳು ಸರಿತಾ. ತಾಯಿಯ ಪೂಜೆ, ಜಪ, ಆಡಂಬರದ ಬಗ್ಗೆ ಅವಳಿಗೆ ತಮಾಷೆ. ನೆಪ ಮಾತ್ರಕ್ಕೆ ಜಪಮಣಿಸರ ಕೈಯಲ್ಲಿ ಹಿಡಿದು ಕಣ್ಣುಮುಚ್ಚಿ ಕೂತಿದ್ದರೂ ಎಲ್ಲೋ ಆಡಿದ ಪಿಸುಮಾತುಗಳನ್ನು ಕೇಳಿಸಿಕೊಂಡಿರುತ್ತಿದ್ದರು.

"ಆಯ್ತು ಆಯ್ತು" ಮೇಲಕ್ಕೆದ್ದರು. ಸೊಸೆಯ ಮುಖದ ಮೇಲಿದ್ದ ನಗು ಕಂಡ ಕೂಡಲೇ ರೇಗಿತು. "ಛಿ ಛಿ ಕೆಲ್ಸ ನೋಡ್ಹೋಗೂ" ಸರಿತಾಳ ಮುಖ ಪೆಚ್ಚಾಯಿತು. ತಾಯಿಯ ಈ ತರಹ ನಡವಳಿಕೆ ಅವಳಿಗೆ ಸೇರದು. ಊರ್ಮಿಳಾ ಹೋದತ್ತ ಸಹಾನುಭೂತಿಯಿಂದ ನೋಡಿದಳು.

"ಯಾಕಮ್ಮ ಊರ್ಮಿಳಾನ ಗದರಿಸಿದ್ದು" ಮುಖ ಕೆಂಪಗೆ ಮಾಡಿ ಕೇಳಿದಳು. ಊರ್ಮಿಳಾ ಅವಳಿಗೆ ಅತ್ತಿಗೆಯಾದರೂ ಆರು ತಿಂಗಳಷ್ಟು ಚಿಕ್ಕವಳು, ಯಾರೆಷ್ಟು

ಹೇಳಿದರೂ ಅವಳು ಹೆಸರ್ಹಿಡಿದೇ ಕೂಗುವಳು.

ದುರುಗುಟ್ಟಿಕೊಂಡು ಮಗಳ ಕಡೆ ನೋಡಿದ ಮಂಗಳಮ್ಮ "ಸಾಕು, ಬಾಯ್ಮುಚ್ಕೊಂಡ್ಹೋಗಿ ನಿನ್ನ ಕೆಲ್ಸ ನೋಡ್ಕೊ, ಇಲ್ಲದ ಉಸಾಬರಿಗೆ ಕೈ ಹಾಕ್ಬೇಡ!" ರಪ್ಪನೇ ಕಾಲನ್ನು ನೆಲಕ್ಕೆ ಬಡಿದ ಸರಿತಾ ಮುಖ ಕೆಂಪಗೆ ಮಾಡಿಕೊಂಡು ಹೊರಹೋದಳು. ಕಾಲೇಜಿನಲ್ಲಿ ಕಲಿಯುತ್ತಿರುವ ಕನ್ಯೆ ಇಂಥದ್ದಕ್ಕೆಲ್ಲ ಸೊಪ್ಪು ಹಾಕುವವಳಲ್ಲ!

ಮೊದಲೇ ಗೋಪಿ ಬಹಳ ಮಾತು ಕಮ್ಮಿ, ಅರಳು ಹುರಿದಂತೆ ಮಾತಾಡುವ ಸರಿತಾ ಕೂಡ ಅವನೊಂದಿಗೆ ಮಾತಾಡಲು ಸಂಕೋಚಿಸುತ್ತಿದ್ದಳು. ಒಂದೇ ಮನೆಯಲ್ಲಿ ಬೆಳೆದವರು. ಆದ್ದರಿಂದ ಅಷ್ಟಿಷ್ಟು ಮಾತಾಡಿ ಅಭ್ಯಾಸವಿತ್ತು. ತಾಯಿಯ ಪ್ರಕಾರ ಇವಳು ಅವನ ಮಡದಿಯಾಗಬೇಕಾಗಿತ್ತು. ಏನೋ.... ಎಂತೋ... ಕಾದು ನೋಡಬೇಕು!

ಹತ್ತು ನಿಮಿಷ ಹೋಗಿ ಕಾಂಪೌಂಡಿನಲ್ಲಿ ನಿಂತಳು. ಬೇಸರವಾದಾಗ ನೇರವಾಗಿ ಅಡುಗೆ ಮನೆಗೆ ಬಂದಳು. ಊರ್ಮಿಳಾ ಪಾತ್ರೆಗಳನ್ನೆಲ್ಲ ಒರಸಿ ಇಡುತ್ತಿದ್ದಳು. ಅವಳ ಅಚ್ಚುಕಟ್ಟು ಕೆಲಸದಿಂದ ಅಡುಗೆಯ ಮನೆ ಶೋಭಾಯಮಾನವಾಗಿತ್ತು. ಮುಖದಲ್ಲಿ ಬೆವರಿನ ಜೊತೆಗೆ ಗಾಬರಿಯ ಲಕ್ಷಣಗಳು. ಹಣೆಗೆ ಹಚ್ಚಿಕೊಂಡಿದ್ದ ಪುಡಿ ಕುಂಕುಮ ವಾರೆಯಾಗಿತ್ತು. ಕರುಣೆಯಿಂದ ಅವಳನ್ನೆ ನೋಡುತ್ತ ನಿಂತಳು.

"ಊರ್ಮಿಳಾ, ಏನು ನಿಮ್ಮ ಅವತಾರ!" ಊರ್ಮಿಳಾ ಅವಳ ಮುಖ ನೋಡಿ ಕಿರುನಗೆ ಬೀರಿದಳು. ಬೈಗುಳ, ದುಡಿತ ಹೆಣ್ಣಿಗೆ ಕೊಡುಗೆಯೆಂದೇ ಅವಳ ನಂಬಿಕೆ.

"ಏನಿಲ್ಲ, ಇದಿಷ್ಟು ಪಾತ್ರೆ ಒರ್ಸಿಟ್ಟುಬಿಟ್ರೆ ಆಗ್ಹೋಯ್ತು." ಒರೆಸಿದ ಸ್ಟೀಲ್ ಪಾತ್ರೆಗಳನ್ನೆಲ್ಲ ಶೆಲ್ಫಿನಲ್ಲಿ ಜೋಡಿಸಿಟ್ಟಳು. ಅವಳು ಮಾಡುವ ಕೆಲಸವನ್ನೆಲ್ಲ ನೋಡುತ್ತ ನಿಂತಳು. ತಾಯಿ ಎಷ್ಟು ಕೆಲಸವನ್ನಾದರೂ ನಿಭಾಯಿಸಬಲ್ಲಳು ಎಂಬ ಸಂಗತಿ ಸರಿತಾಗೆ ಗೊತ್ತು. ಆದರೆ ಇಲ್ಲಿಗೆ ಬಂದರೆ ಸೋಮಾರಿಯಾಗಿಬಿಡುತ್ತಿದ್ದಳು. ಅತ್ತೆತನ ಚಲಾಯಿಸುವ ಹಕ್ಕೇನೋ!?

"ಮೊದ್ಲು ಹೋಗಿ ಮುಖ ತೊಳೆಯಿರಿ." ಬೇಸರದಿಂದಲೇ ಹೇಳಿದಳು. ಊರ್ಮಿಳಾ ಬಗ್ಗೆ ಅವಳಿಗೆ ಒಮ್ಮೊಮ್ಮೆ ಬೇಸರವಾಗುತ್ತಿತ್ತು. ತೀರಾ ಇಷ್ಟೊಂದು ವಿನಯ, ವಿಧೇಯತೆ ಇರಬಾರದೆನಿಸಿತು. ಇವಳನ್ನು ಯಾರೂ ತಿದ್ದೋರೆ ಇಲ್ಲವಾ? ಅಣ್ಣನಾದ್ರೂ ಸ್ವಲ್ಪ ತಿಳಿಸಿ ಹೇಳ್ಬೇಕಾಗಿತ್ತು! ಸರಿತಾಳ ಮುಖ ಗಂಟಾಯಿತು. ನಿಟ್ಟುಸಿರು ಚೆಲ್ಲಿ ಹೊರಗೆ ಬಂದಳು.

ಮುಖ ತೊಳೆದು ಹೊರ ಬಂದಾಗ ಮನೆ ನಿಶ್ಯಬ್ದವಾಗಿತ್ತು. ಅವಳ ದೃಷ್ಟಿ ಗೋಪಿಯ ಕೋಣೆಯ ಕಡೆಗೆ ಹರಿಯಿತು. ಮುಚ್ಚಿದ್ದ ಬಾಗಿಲನ್ನು ಸರಿಸಿ ಮೆಲ್ಲಗೆ ಇಣುಕಿದಳು. ಗೋಪಿ ಬೆಚ್ಚಗೆ ಹೊದ್ದು ಮಲಗಿದ್ದ. ಜ್ವರ ಬಂದಿರಬಹುದೇನೋ....! ಮನದಲ್ಲೇ ಆತಂಕಗೊಂಡಳು. ಈಗ ಅಷ್ಟೇನೂ ಗಾಬರಿಗೆ ಅವಕಾಶವಿರಲಿಲ್ಲ. ಅತ್ತೆ

ಇದ್ದಾರೆ, ಎಲ್ಲಾ ನಿಭಾಯಿಸಿಕೊಳ್ಳುತ್ತಾರೆಂದುಕೊಂಡು ತೆಪ್ಪಗಾದಳು.

ಜಡೆ ಹಾಕಿ ಹಣೆಗಿಟ್ಟುಕೊಂಡು ಹೊರಗೆ ಬಂದಳು. ಸರಿತಾ ಗುಲಾಬಿ ಗಿಡದ ಬಳಿ ಸುಮ್ಮನೆ ನಿಂತಿದ್ದಳು. ಮಂಗಳಮ್ಮನವರು ಕಾಂಪೌಂಡ್ ಗೋಡೆಯ ಬಳಿ ನಿಂತು ಪಕ್ಕದ ಮನೆಯ ಹಿರಿಯ ಮುತ್ತೈದೆಯ ಬಳಿ ಹರಟುತ್ತಿದ್ದರು. ಬಾಗಿಲ ಒಳಗೆ ನಿಂತಳು. ಸರಿತಾಳ ದೃಷ್ಟಿ ಹರಿದಾಗ ಮುಗುಳುನಗು ಬೀರಿದಳು. ಬರುವಂತೆ ಸರಿತಾ ಸನ್ನೆ ಮಾಡಿದಳು ಅವಳ ಕಣ್ಣುಗಳಲ್ಲಿ ಭಯ ಇಣುಕಿತು.

"ಬನ್ರಿ" ಜೋರಾದ ಧ್ವನಿಯಲ್ಲೇ ಕೂಗಿದಳು. ಮಗಳ ಕಡೆ ತಿರುಗಿ ನೋಡಿದ ಮಂಗಳಮ್ಮ ಮತ್ತೆ ತಮ್ಮ ಮಾತುಗಳಲ್ಲಿ ಮುಳುಗಿಹೋದರು.

ಮೈತುಂಬ ಸೆರಗ್ಹೊದ್ದು ಊರ್ಮಿಳಾ ಹೊರಗೆ ಬಂದಳು. ಸರಿತಾ ತನಗೆ ತಿಳಿದಿದ್ದೆಲ್ಲ ಒಬ್ಬಳೇ ಮಾತಾಡಿದಳು. ಹ್ಞೂಗುಟ್ಟುವುದು ಮಾತ್ರ ಊರ್ಮಿಳಾ ಕೆಲಸವಾಯಿತು. ಅತ್ತೆ ಇತ್ತ ತಿರುಗಿದಾಗ ಓಡುತ್ತಲೇ ಒಳಗೆ ಹೋಗಿಬಿಟ್ಟಳು. ಸರಿತಾ ಮುಸಿಮುಸಿ ನಕ್ಕಳು. ಸ್ತ್ರೀ ಸ್ವತಂತ್ರ, ಮಹಿಳಾ ವರ್ಷ ಪಟ್ಟಣದವರಿಗೆ ಮಾತ್ರ ಸೀಮಿತವಾಗಿದೆ. ಎಷ್ಟೋ ಗ್ರಾಮಗಳಿಗೆ ಅದು ತಲಪೇ ಇಲ್ಲವೆನ್ನುವುದಕ್ಕೆ ಊರ್ಮಿಳಾ ಒಳ್ಳೇ ನಿದರ್ಶನವಾಗಿ ಕಂಡಳು.

ಊರ್ಮಿಳಾ ಹುಟ್ಟಿದ್ದು ಸಣ್ಣ ಹಳ್ಳಿಯೇ. ತೀರಾ ಸಂಪ್ರದಾಯಸ್ಥ ಕುಟುಂಬ. ಆರ್ಥಿಕವಾಗಿಯೂ ಅಷ್ಟೇನೂ ಚೆನ್ನಾಗಿಲ್ಲದ ಸ್ಥಿತಿ. ಕುಟುಂಬ ಯೋಜನೆಯೆಂದರೇ "ಶಾಂತಂ ಪಾಪಂ" ಎಂದು ಕಿವಿಗಳ ಮೇಲೆ ಕೈಗಳನ್ನು ಇರಿಸುವ ತಂದೆ, ಮಕ್ಕಳನ್ನು ಹೆರುವುದೇ ಜನ್ಮಸಿದ್ಧ ಹಕ್ಕು ಎನ್ನುವ ತಾಯಿ, ಸದಾ ಜಪ, ಮಡಿಯೆಂದು ವಟಗುಟ್ಟುವ ಅಜ್ಜಿ. ಇವರ ನಡುವೆ ಬೆಳೆದ ಊರ್ಮಿಳಾ ಹೇಗಿರಲು ಸಾಧ್ಯ? ಮನೆಯಲ್ಲಿ ಪ್ರೀತಿ, ವಿಶ್ವಾಸವನ್ನು ಕಂಡವಳೇ ಅಲ್ಲ, ಹತ್ತರ ಜೊತೆ ಹನ್ನೊಂದಾಗಿ ಬೆಳೆದಳು. ಕೊರಳೊಡ್ಡು ಎಂದಾಗ ಒಡ್ಡಿ ತಾಳಿ ಕಟ್ಟಿಸಿಕೊಂಡು ಗಂಡನ ಮನೆಗೆ ಬಂದಿದ್ದಳು. ಎಲ್ಲರೂ ಅದೃಷ್ಟವಂತಳೆಂದಾಗ ಹೌದೇನೋ! ಎನ್ನುವಂತೆ ಮುಖ ಅಗಲಿಸಿದ್ದಳು.

ಶಂಕರ, ಊರ್ಮಿಳಾ ನಡುವೆ ಇಪ್ಪತ್ತು ವರ್ಷಗಳಷ್ಟು ಅಂತರ. ಇದೇನು ಹೆಣ್ಣಿನ ಮನೆಯವರಿಗೆ ದೊಡ್ಡದಾಗಿ ಕಂಡಿರಲಿಲ್ಲ. ಜಾತಕ ಪ್ರಶಸ್ತವಾಗಿ ಕೂಡಿಬಂದಿತ್ತು. ದೊಡ್ಡವರ ಮನೆಯ ಸಂಬಂಧವೆಂಬ ಸಂತೋಷದಿಂದಲೇ ಮದುವೆ ಮಾಡಿ ಕೈ ತೊಳೆದುಕೊಂಡಿದ್ದರು. ಮಗಳನ್ನು ಕಳುಹಿಸಿಕೊಟ್ಟ ಮೇಲೆ ಅವರಿಗೆ ಇತ್ತ ಬರಲು ಪುರುಸೊತ್ತೇ ಆಗಿರಲಿಲ್ಲವೇನೋ. ಆಗಾಗ ಇವಳೇ ಜ್ಞಾಪಿಸಿಕೊಂಡು ಕಣ್ಣೀರು ಮಿಡಿಯುತ್ತಿದ್ದಳು. ಒಟ್ಟಾರೇ ಸಂಸಾರ. ಮನೆಯಲ್ಲಿ ದೊಡ್ಡ ಸಂಖ್ಯೆಯ ಮಕ್ಕಳ ಜೊತೆ ಹತ್ತಾರು ಸಮಸ್ಯೆಗಳು. ಈಗಾಗಲೇ ಮದುವೆ ಮಾಡಿ ನಾಲ್ಕಾರು ಹೆಣ್ಣುಗಳನ್ನು ಸಾಗ್ಹಾಕಿದ್ದರು. ಅವರ ಜೊತೆ ಇವಳೂ ಒಬ್ಬಳು ಅವರ ಪಾಲಿಗೆ.

"ಊರ್ಮಿಳಾ" ನಿಂತಿದ್ದವಳು ಬೆಚ್ಚಿಬಿದ್ದಳು. ಮುಖ ಬಿಳುಚಿಕೊಂಡಿತು. ಮಂಗಳಮ್ಮನವರು ಮುಖ ಬಿಗಿದು ನಿಂತಿದ್ದರು.

"ಗೋಪಿಗೆ ಜ್ವರ ಬಂದಿರೋ ಸುದ್ದಿ ಗೊತ್ತಿಲ್ವಾ?" ಊರ್ಮಿಳಾ ಎಂಜಲು ನುಂಗಿದಳು. ಅವಳಿಗೆ ಏನ್ಹೇಳಬೇಕೆಂದು ತೋರಲಿಲ್ಲ. ಇದನ್ನು ಅವರು ನಿರೀಕ್ಷಿಸಿಯೇ ಇದ್ದರೇನೋ, ಗೊಣಗಾಡುತ್ತಲೇ ಫೋನ್ ಮಾಡಲು ಹೋದರು.

ತಾಯಿ ಫೋನ್ ಮಾಡೋವರೆಗೂ ಸುಮ್ಮನಿದ್ದ ಸರಿತಾ "ಜ್ವರ ಬಂದಿರೋದು ಅವರಿಗೆ ಹೇಗೆ ಗೊತ್ತಾಗುತ್ತೆ? ನಿನ್ನ ತಮ್ಮ ಬಾಯ್ಬಿಟ್ಟು ಏನಾದ್ರೂ ಹೇಳಿದರೇ ಗೊತ್ತಾಗುತ್ತಿತ್ತು. ನೀನು ಯಾವಾಗ್ಲೂ ಅರ್ಥವಿಲ್ದೆ ಮಾತಾಡ್ತೀಯಾ!" ಮುಖದ ಮೇಲೆ ಹೊಡೆದಂತೆ ಹೇಳಿದಳು. ಬೇರೆ ಸಂದರ್ಭದಲ್ಲಿಯಾಗಿದ್ದರೇ ಮಗಳ ಮೇಲೆ ರೇಗಿಬಿಡುತ್ತಿದ್ದರು. ಈಗಿನ ಮನಸ್ಥಿತಿಯಲ್ಲಿ ಇದನ್ನೆಲ್ಲ ಹೆಚ್ಚಾಗಿ ಭಾವಿಸುವವರೇ ಅಲ್ಲ. ಒಬ್ಬನೇ ತಮ್ಮ ಗೋಪಿಯ ಮೇಲೆ ಅವರ ಅಂತಃಕರಣ ಅಷ್ಟಿತ್ತು.

ತಾಯಿ ಸತ್ತಾಗ ಗೋಪಿ ಮೂರು ತಿಂಗಳ ಮಗು. ಹೆತ್ತಾಗಿನಿಂದ ಚೇತರಿಸಿಕೊಳ್ಳದಿದ್ದ ಅವರು ಮಗನನ್ನು ಮಗಳ ಕೈಗೆ ಒಪ್ಪಿಸಿ ಕಣ್ಣುಮುಚ್ಚಿದರು. ಬಹಳ ಬೇಗನೇ ಹೆಂಡತಿಯನ್ನು ಹಿಂಬಾಲಿಸಿದ್ದರು ಗೋಪಿಯ ತಂದೆ. ತವರಿನ ಕುಡಿಯನ್ನು ಬಹಳ ಅಕ್ಕರೆಯಿಂದ ಪೋಷಿಸಿದ್ದರು. ನಮ್ಮಮ್ಮನ ಗಂಡು ಮಗುವಿನ ಆಸೆಯೇನೋ ಬಹಳ ವರ್ಷಗಳ ಮೇಲೆ ನೆರವೇರಿದರೂ ಅದನ್ನ ಎತ್ತಿ ಮುದ್ದಾಡೋ ಭಾಗ್ಯ ಅವಳಿಗಿಲ್ಲವಾಯಿತು ಎಂದು ಅವರಿವರೊಡನೆ ಹೇಳಿಕೊಳ್ಳುತ್ತಿದ್ದರು.

ಡಾಕ್ಟರನ್ನು ಜೊತೆಯಲ್ಲಿ ಕರೆದುಕೊಂಡೇ ಬಂದ ಶಂಕರ್. ತಾಯಿಯ ಸ್ವಭಾವ ಅವನಿಗೆ ಗೊತ್ತು 'ತಮ್ಮನ ಮೇಲಿರೋ ಅಕ್ಕರೆ ಹೆತ್ತ ಮಗನ ಮೇಲಿಲ್ಲ ನಮ್ಮಮ್ಮನಿಗೆ' ಎಂದು ಅವರಿವರೊಡನೇ ನಗುತ್ತ ಹೇಳಿಕೊಳ್ಳುತ್ತಿದ್ದ. ಒಂದು ಕಾಲದಲ್ಲಿ ಅಸೂಯೆಪಡುತ್ತಿದ್ದ. ಈಗೆಂಥದ್ದೂ ಇಲ್ಲ.

"ಜ್ವರ ಜಾಸ್ತಿಯಿದೆಯೇನಮ್ಮ?" ಶಂಕರ್ ಪ್ರಶ್ನಿಸಿದಾಗ "ಕೈಯಿಟ್ಟರೇ ಸಿಡಿದುಹೋಗೋ ಹಾಗಿದೆ" ಡಾಕ್ಟರ್ ನಗುತ್ತಲೇ ಶಂಕರನ ಜೊತೆ ಗೋಪಿಯ ಕೋಣೆಗೆ ನಡೆದ. ವೃತ್ತಿಬಾಂಧವರಲ್ಲಿ ಒಂದು ವಿಧವಾದ ಅಕ್ಕರೆ.

ಗೋಪಿ ಉಸಿರೆತ್ತದೇ ಇಂಜಕ್ಷನ್ ಚುಚ್ಚಿಸಿಕೊಂಡು ಮಲಗಿದ. ಇಂಥ ಸಂದರ್ಭದಲ್ಲಿ ಅವನು ಏನು ಹೇಳಿದರೂ ನಡೆಯುವ ಸಾಧ್ಯತೆ ಇರಲಿಲ್ಲ. ಮಂಗಳಮ್ಮನ ಸಮಾಧಾನಕ್ಕಾದರೂ ಎಲ್ಲ ನಡೆಯಲೇಬೇಕು.

ಊಟವಾದ ಮೇಲೂ ತಾಯಿ ಮಗನ ಮಾತು ಬಹಳ ಹೊತ್ತಿನವರೆಗೂ ನಡೆಯುತ್ತಲೇ ಇತ್ತು. ದಣಿದು ಸುಸ್ತಾದ ಊರ್ಮಿಳಾ ಮಲಗಿ ನಿದ್ರಿಸಿಬಿಟ್ಟಳು.

* * *

ಈ ಸಲ ಮಂಗಳಮ್ಮ ಬೇಗ ಊರಿಗೆ ಹೋಗಲಿಲ್ಲ. ಹಬ್ಬ, ಪೂಜೆ ಅದೂ–ಇದೂ ಎಂದು ವರ್ಷಕ್ಕೆ ಆರು ತಿಂಗಳು ಸೊಸೆಯನ್ನ ಅಲ್ಲಿಯೇ ಇರಿಸಿಕೊಳ್ಳುತ್ತಿದ್ದರು. ಇದರ ಬಗ್ಗೆ ಯಾರ ಆಕ್ಷೇಪಣೆಯೂ ಇರಲಿಲ್ಲ.

ಸುತ್ತಮುತ್ತಲಿನ ಹಳ್ಳಿಗಳಿಗೆಲ್ಲ ಪುರೋಹಿತರು ನಂಜುಂಡ ಶಾಸ್ತ್ರಿಗಳು. ಇತ್ತೀಚೆಗೆ ಗಳಿಕೆಯ ಪ್ರಮಾಣ ಕಡಿಮೆಯಾಗಿದ್ದರೂ ಜೀವನೋಪಾಯಕ್ಕೆ ತೊಂದರೆ ಇರಲಿಲ್ಲ. ತಮ್ಮ ಮಾತಿನ ಮೋಡಿಯಲ್ಲಿ ಜನರಲ್ಲಿ ನಂಬಿಕೆಯ ಬೀಜವನ್ನು ಬಿತ್ತುತ್ತಿದ್ದರು. ಪ್ರತಿಯೊಂದಕ್ಕೂ ಶಾಂತಿಯ ನೆಪದಲ್ಲಿ ಬೇಕಾದಷ್ಟು ಸೆಳೆದುಬಿಡುತ್ತಿದ್ದರು. ಪುರೋಹಿತರ ಹೆಂಡತಿ ಮಂಗಳಮ್ಮನ ಆದಾಯ ಕೂಡ ಕಡಿಮೆ ಇರಲಿಲ್ಲ. ಗೌರಿ ಹಬ್ಬದಲ್ಲಿ ಮೊರದ ಬಾಗಿನದ ರೂಪದಲ್ಲಿ ಅಷ್ಟಿಷ್ಟು ಹರಿದು ಬರುತ್ತಿತ್ತು. ಆರ್ಥಿಕವಾಗಿ ಅವರೆಂದೂ ಸಂಕಟಕ್ಕೆ ಗುರಿಯಾಗಿರಲೇ ಇಲ್ಲ. ಮಗನು ಮಾತ್ರ ಈ ದಾರಿ ಒಪ್ಪದೇ ವಿದ್ಯೆ ಮುಗಿದ ಮೇಲೆ 'ಮೆಡಿಕಲ್ ಷಾಪ್' ಇಟ್ಟುಕೊಂಡು ತನ್ನ ಜೀವನಕ್ಕೆ ಬೇರೆ ದಾರಿಯನ್ನು ಕಂಡುಕೊಂಡಿದ್ದ. ಮೊದಲು ಗೊಣಗಾಡಿದರೂ ಆಮೇಲೆ ತೆಪ್ಪಗಾಗಿದ್ದರು.

ನೈಟ್ ಡ್ಯೂಟಿ ಮುಗಿಸ್ಕೊಂಡು ಬಂದ ಗೋಪಿ ಸ್ನಾನ ಮಾಡಿ ತಿಂಡಿ ತಿಂದು ಮಲಗಿಬಿಟ್ಟ. ಅವನು ಏಳೋವರೆಗೂ ಬಾಗಿಲಿನಲ್ಲೇ ಕಾದು ಕುಳಿತರು ಮಂಗಳಮ್ಮ ಮಗನ ಮದುವೆಯಂತೆ ಇವನ ಮದುವೆಯೂ ಅವರ ಪಾಲಿಗೆ ತಲೆನೋವಾಗಿತ್ತು.

"ಗೋಪಿ, ನಿದ್ದೆ ಆಯ್ತೇನೋ?" ಮಗ್ಗಲು ಬದಲಾಯಿಸಿದ ಕೂಡಲೇ ಕೇಳಿದರು. ಇನ್ನು ನಿದ್ದೆ ಸಾಧ್ಯವಿಲ್ಲವೆಂದು ಅರಿತನೇನೋ ಗೋಪಿ, ಕಣ್ಣುಜ್ಜಿ ಮೈ ಮುರಿದು ಎದ್ದು ಕೂತ.

"ನೀನು ಶಂಕರನ ಹಾಗೆ ಮೂವತ್ತೈದು ವರ್ಷಕ್ಕೆ ಮದ್ವೆಯಾಗಬೇಕೂಂತ ತೀರ್ಮಾನ ಮಾಡಿದ್ದೀಯಾ" ಮೊದಲು ಗೋಪಿಯ ಮುಖ ಗಂಭೀರವಾಗಿದ್ದರೂ ಆಮೇಲೆ ಮುಖದ ತುಂಬ ನಗುವಿನ ಮುಗುಳು ಅರಳಿತು.

"ನಾನು ಇಲ್ಲಿ ನಿಲ್ಲೋಕೆ ಸಾಧ್ಯವಿಲ್ಲ–ಮುಂದಿನ ಮೊದ್ಲ ಲಗ್ನದಲ್ಲಿಯೇ ನಿನ್ನ ಮದ್ವೆ ಮಾಡಿ ಮುಗ್ಸೋ ತೀರ್ಮಾನವಿದೆ." ಕೈಕಟ್ಟಿ ಗೋಪಿ ಹಿಂದಕ್ಕೆ ಒರಗಿದ. ಹುಬ್ಬುಗಳು ಸಂಕುಚಿಸಿದವು. ಕಣ್ಣುಗಳು ಕಿರಿದಾದವು. ಮುಂದಕ್ಕೆ ಬಗ್ಗಿ "ಇನ್ನೂ ಒಂದೆರಡು ವರ್ಷ ನಿಧಾನ ಮಾಡಬಹುದು!" ನುಡಿದ.

ಮಂಗಳಮ್ಮನಿಗೆ ರೇಗಿಹೋಯಿತು. ಅವರ ಕೋಪ ತಿರುಗಿದ್ದು ಮೊದಲು ಮಗನ ಮೇಲೆ. ಅವನು ಅವರನ್ನು ಬಹಳಷ್ಟು ಸತಾಯಿಸಿಬಿಟ್ಟಿದ್ದ. ಕಡೆಗೆ ಬೇಸತ್ತು ಮಗನ ಮನೆಗೆ ಬರುವುದನ್ನೇ ಬಿಟ್ಟಿದ್ದರು. ಏನಾದರೂ ಅವನು ಜಗ್ಗಿರಲಿಲ್ಲ. ಅನಿರೀಕ್ಷಿತವಾಗಿ ಒಂದು ವಿಚಿತ್ರ ಸಂದರ್ಭದಲ್ಲಿ ನೋಡಿದ ಊರ್ಮಿಳಾನ ಮದುವೆಯಾಗುವುದಾಗಿ ಹೇಳಿದ. ಅವನ ಅದೃಷ್ಟಕ್ಕೆ ತಲೆ ಚಚ್ಚಿಕೊಂಡಿದ್ದರು ಗಂಡ ಹೆಂಡತಿ. ಬೇಕಾದಷ್ಟು ವರದಕ್ಷಿಣೆ ಕೊಟ್ಟು, ತಮ್ಮ ಓದಿರುವ ಹೆಣ್ಣು ಮಕ್ಕಳನ್ನು ಕೊಡುತ್ತೇವೆಂದು ಬಂದಿದ್ದಾಗ ತಲೆಯಾಡಿಸಿಬಿಟ್ಟಿದ್ದ. ಅಂತೂ ಮದುವೆಯಾಗುತ್ತಾನಲ್ಲ ಅನ್ನೋ ಸಂತೋಷದಲ್ಲಿ ಯಾವ ಕೊಂಕನ್ನೂ ತೆಗೆಯದೆ. ಊರ್ಮಿಳಾನ ಸೊಸೆಯನ್ನಾಗಿ ಮಾಡಿಕೊಂಡಿದ್ದರು. ಅದೇ ಪುನರಾವರ್ತನೆಯಾದಂತೆ ಕಂಡಿತು ಮಂಗಳಮ್ಮನಿಗೆ.

"ಮದ್ವೆ ಮಾಡಿಕೊಳ್ಳೋದ್ರಿಂದ ಏನೋ ತೊಂದ್ರೆ?" ಗಡುಸಾಗಿಯೇ ಕೇಳಿದರು.

ಹಿಂದಕ್ಕೆ ಒರಗಿ ಗೋಪಿ ಭಾವಣಿಯನ್ನು ದಿಟ್ಟಿಸಿದ. ಅವನ ಉದ್ದೇಶ ಹೇಳಿದರೂ ಅವರು ಒಪ್ಪುವ ಸಾಧ್ಯತೆ ಇರಲಿಲ್ಲ.

"ಎರಡು ವರ್ಷ ಮದ್ವೆ ಮುಂದೆ ತಳ್ಳೋದ್ರಿಂದೇನೂ ತೊಂದರೆ ಇಲ್ಲ ಅಲ್ವಾ?!" ಕೆನ್ನೆಗೆ ಫಟೀರೆಂದು ಬಿಗಿಯುವ ಮನಸ್ಸಾಯಿತು ಮಂಗಳಮ್ಮನಿಗೆ. "ನನ್ನ ಕೈ ಅನ್ನ ಹೀಗೆ ಮಾಡುತ್ತೇನೊ!" ಬೇಸರಪಟ್ಟುಕೊಂಡರು.

"ಒಟ್ಟಿನಲ್ಲಿ ನನ್ನ ಹಣೆಬರಹ ಸರಿಯಿಲ್ಲ. ನಿನ್ ಹಿಂದೆ ಬೆಳೆದ ಹುಡ್ಗೀನ ನಾವು ಮನೆಯಲ್ಲಿಟ್ಕೊಂಡಿರೋಕೆ ಆಗುತ್ತಾ!" ಮಂಚದಿಂದ ಇಳಿದ ಗೋಪಿ ಕಿಟಕಿಯ ಬಳಿ ಹೋಗಿ ನಿಂತ. ಇದೇನೂ ಅವನಿಗೆ ಹೊಸ ವಿಷಯವಲ್ಲ. ಸರಿತಾಳನ್ನ ನಿರಾಕರಿಸಲು ಯಾವ ಕಾರಣಗಳೂ ಇರಲಿಲ್ಲ. ಮೌನವಹಿಸಿದ. ಮಂಗಳಮ್ಮ ಎದ್ದು ಹೋಗಿಬಿಟ್ಟರು.

ಯಾಕೋ ಇದ್ದಕ್ಕಿದ್ದಂತೆ ಮಂಗಳಮ್ಮನಲ್ಲಿ ಅನುಮಾನ ಬೇರುಬಿಟ್ಟಿತ್ತು. ಆಸ್ಪತ್ರೆಯಲ್ಲಿ ದುಡಿಯೋ ಎಲ್ಲ ಹೆಣ್ಣುಗಳಿಗೂ ಹಿಡಿ ಶಾಪ ಹಾಕಿದರು. ಸರಿತಾ ಕೂಡ ಗೋಪಿಯನ್ನು ಮದುವೆಯಾಗಲು ಯಾವ ಆಸಕ್ತಿಯನ್ನೂ ತೋರಿಸಲಿಲ್ಲ. 'ಅಮ್ಮ, ನಿನ್ನ ತಮ್ಮನಿಗೆ ಮಾತು ಬರದ ಮೂಗೀನ ತಂದು ಕಟ್ಟು–ಮಾತು ಬರೋ ಹೆಣ್ಣಂತೂ ಈ ಗಂಡಿನ ಜೊತೆ ಸಂಸಾರ ಮಾಡಲಾರಳು. ಪುಣ್ಯಾತ್ಮ ಮಾತು ಆಡಿದರೆ ಎಲ್ಲಿ ಮುತ್ತು ಉದುರುತ್ತೋ ಅಂತಾನೇ' ಎಂದು ಆಡಿಕೊಂಡು ನಗುತ್ತಿದ್ದಳು. ಆ ಮಾತನ್ನು ಗೋಪಿ ಮುಂದೆ ಹೇಳಿದಾಗ ನಕ್ಕುಬಿಡುತ್ತಿದ್ದ.

ಈ ನಡುವೆ ಸರಿತಾ, ಊರ್ಮಿಳರ ನಡುವೆ ಆತ್ಮೀಯತೆಯ ಜೊತೆಗೆ ಸಲಿಗೆಯೂ ಬೆಳೆದಿತ್ತು. ಬಲವಂತದಿಂದ ಪೌಡರ್, ಕ್ರೀಮ್ ಹಚ್ಕೋದನ್ನ ಕಲಿಸಿದ್ದಳು. ಮಂಗಳಮ್ಮ ರೇಗಿದಾಗ "ಸಾಕು ಸುಮ್ಮನಿರಮ್ಮ, ಇದೆಲ್ಲ ಹಚ್ಚಿದ ಮಾತ್ರಕ್ಕೆ ಏನೂ ಮುಳುಗಿಹೋಗೋಲ್ಲ. ನಿನ್ನ ಮಗ ಮೆಚ್ಕೋ ಹಾಗೆ ಇರ್ಬೇಕೋ... ಬೇಡವೋ?" ಎಂದು ಅವರ ಬಾಯನ್ನು ಮುಚ್ಚಿಸಿದ್ದಳು.

"ಸ್ವಲ್ಪ ಸರಿಯಾಗಿ ಕೂತ್ಕೋ" ಅವಳ ಹೊರೆ ಕೂದಲನ್ನು ಬಾಚಿ ದೊಡ್ಡದಾಗಿ ಗಂಟು ಹಾಕುತ್ತಿದ್ದಳು ಸರಿತಾ. ಅವಳ ಕಣ್ಣುಗಳು ಅಣ್ಣ, ಅತ್ತಿಗೆಯ ದಾಂಪತ್ಯದಲ್ಲಿರುವ ಲೋಪವನ್ನು ಗುರ್ತಿಸಿದ್ದವು. ಯಾಕೆ... ಹೀಗೆ? ಗದ್ದಕ್ಕೆ ಕೈಯೂರಿ ಯೋಚಿಸಿದ್ದಳು. ತಪ್ಪು–ಒಪ್ಪುಗಳಿಗಿಂತ ಸಮಸ್ಯೆ ಪರಿಹರಿಸುವಲ್ಲಿ ಅವಳಿಗೆ ಹೆಚ್ಚಿನ ಆಸಕ್ತಿ.

ನವೀನ ಮಾದರಿಯ ಗಂಟು ಬಹಳ ಪ್ರಯಾಸಪಟ್ಟೇ ಹಾಕಿದ್ದಳು. ಗಂಟು ಸರಿಯಾಗಿ ಬಂದಾಗ ತನ್ನ ಶ್ರಮ ಸಾರ್ಥಕವಾಯಿತೆಂದು ಸಮಾಧಾನಪಟ್ಟುಕೊಂಡಳು. ತಾನೇ ಕ್ರೀಮ್, ಪೌಡರ್ ಹಚ್ಚಿ, ಹಣೆಗಿಟ್ಟು ಅಲಂಕರಿಸಿದಳು. ಅವಳ ಎತ್ತರಕ್ಕೆ ಸರಿಹೋಗುವಂತೆ ಬಲವಂತದಿಂದ ತನ್ನ ಅಮೆರಿಕನ್ ಜಾರ್ಜೆಟ್ ಸೀರೆಯುಡಿಸಿದಳು. ಅವಳು ಆ ಸೀರೆಯುಡಬೇಕಾದರೆ ಸಂಕೋಚ ಮುಜುಗರದಿಂದ ಮುದುಡಿಹೋದಳು. 'ಅಯ್ಯಪ್ಪಾ' ಎಂದು ಉಟ್ಟಿದ್ದ ಸೀರೆಯನ್ನು ಬಿಚ್ಚಿಟ್ಟಾಗ ಸರಿತಾ ಸೋತವಳಂತೆ ಕುಸಿದು ಕುಳಿತಳು. ಇವತ್ತು ಅವಳಲ್ಲಿ ಹಟ ಮೈವೆತ್ತು ಕೂತಿತ್ತು. ಪುನಃ ಬಲವಂತಮಾಡಿ ಉಡಿಸಿದಳು. ಕಣ್ಣರಳಿಸಿ ನೋಡಿದಾಗ ಅವಳಿಗೇ ಆಶ್ಚರ್ಯವಾಯಿತು. ಇಷ್ಟು ದಿನ

ಈ ಸೌಂದರ್ಯ ಎಲ್ಲಿ ಅಡಗಿತ್ತು? ಅಣ್ಣನಿಗೆ ಅದನ್ನು ಗುರ್ತಿಸಿ ಮಾರ್ಗದರ್ಶನ ನೀಡುವಷ್ಟು ಪುರುಸೊತ್ತು ಇರಲಿಲ್ಲವೇ?

"ಬ್ಯೂಟಿಫುಲ್! ಎಷ್ಟು ಚೆನ್ನಾಗಿ ಕಾಣ್ತೀರಾ ಗೊತ್ತಾ?" ಎರಡು ಕೆನ್ನೆ ಸವರಿ ನೆಟಿಗೆ ಮುರಿದಳು. ಒಂದೇ ಉಸುರಿಗೆ "ಅಮ್ಮ ಇಲ್ಬಾ...." ಎಂದು ಕೂಗಿಕೊಂಡಳು.

"ಏನೇ... ಅದೂ?" ಕೂತಲ್ಲಿಂದ ಕೇಳಿದರೇ ವಿನಃ ಮಂಗಳಮ್ಮ ಅಲ್ಲಿಂದ ಎದ್ದು ಬರಲಿಲ್ಲ. ಅವರ ಕೈಯಲ್ಲಿ ದಪ್ಪ ಪುಸ್ತಕವಿತ್ತು.

ಅಣ್ಣನಿಗೆ ಮನೆಗೇ ಊಟಕ್ಕೆ ಬರುವಂತೆ ಫೋನ್ ಮಾಡಿ ಊರ್ಮಿಳಾ ಅಲಂಕಾರ ಕೆಡದಂತೆ ಕಾದು ಕೂತಳು. ಹೇಗಾದರೂ ಅಣ್ಣನ ಕೈಯಲ್ಲಿ ಇಂದು ಶಹಭಾಷ್‌ಗಿರಿ ಗಿಟ್ಟಿಸಬೇಕೆಂಬುದೇ ಅವಳ ಹಂಚಿಕೆ. ಈ ದಿಶೆಯ ಪ್ರಯತ್ನದಲ್ಲಿ ಏನಾದರೂ ಪ್ರಯೋಜನವಾಗುತ್ತೇನೋ ಎಂದು ಕಾದು ನೋಡಬೇಕಾಗಿತ್ತು.

ಸ್ಕೂಟರ್ ಸದ್ದು ಕೇಳಿದ ಕೂಡಲೇ ಒಂದೇ ನೆಗೆತಕ್ಕೆ ಹೊರಗೆ ಹಾರಿದಳು. ಮುದ್ದಿನ ತಂಗಿಯ ಮೇಲೆ ಶಂಕರನಿಗೂ ಅಕ್ಕರೆಯೇ.

"ಸರ್‌ಪ್ರೈಸ್... ಏನು ಕೊಡ್ತೀಯ ಹೇಳು?" ಸ್ಕೂಟರ್ ನಿಲ್ಲಿಸೋಕು ಬಿಡದೇ ತೋಳು ಹಿಡಿದು ಅಲ್ಲಾಡಿಸಿದಳು.

"ಸ್ವಲ್ಪ ತಡಿ, ಅಷ್ಟ್ಯಾಕೆ ಆತ್ರ! ಏನು ಬೇಕೂಂದ್ರು ಕೊಡುಸ್ತೀನಿ" ಸ್ಕೂಟರ್ ಸರಿಯಾಗಿ ನಿಲ್ಲಿಸಿ ತಂಗಿಯ ಜೊತೆ ಒಳಗೆ ಬಂದ.

ಕೈ ಹಿಡಿದು ಎಳೆದೊಯ್ದು ಊರ್ಮಿಳಾಳ ಮುಂದೆ ನಿಲ್ಲಿಸಿದಳು. ಶಂಕರ ಬೆಪ್ಪಾದ. ಕಣ್ಣರಳಿಸಿ ನೋಡಿದ. ನೂರು ಜನರಲ್ಲಿ ನಿಲ್ಲಿಸಿದರೂ ಎದ್ದು ಕಾಣುವಂಥ ಮುದ್ದು ಮುಖ, ಮಾಟವಾದ ಮೈಕಟ್ಟು ನೃತ್ಯಗಾತಿಯನ್ನು ನೆನಪಿಗೆ ತರುತ್ತಿತ್ತು.

"ಹೇಗಿದ್ದಾರಣ್ಣಾ....?" ಭುಜ ಹಿಡಿದು ಜಗ್ಗಿದಳು. ಸಾರ್ಥಕತೆ ಅವಳ ಕಣ್ಣುಗಳಲ್ಲಿ ಇಣುಕುತ್ತಿತ್ತು.

ಎದುರು ನಿಂತ ಚೆಲುವೆ ತನ್ನವಳು... ನೋವಿನ ಸಲಾಕೆ ಎದೆಯನ್ನು ಬಗೆಯಿತು. ಮುಖ ಬಿಳಿಚಿಕೊಂಡಿತು. ಸೋತ ಸ್ವರದಲ್ಲಿ "ವಂಡರ್‌ಫುಲ್..." ಯಾವುದೋ ಭೀತಿ ಅವನನ್ನು ಮೆಟ್ಟಿತು. ಗಡಗಡ ನಡುಗಿದ.

"ಆಮೇಲೆ ವಸೂಲು ಮಾಡ್ತೀನಿ" ಸರಿತಾ ಅಣಕಿಸುತ್ತ ಹೊರಗೆ ಹೋದಳು.

ಮೌನ.... ಮೌನ.... ನೆಲದತ್ತ ಇದ್ದ ನೋಟವನ್ನು ಗಂಡನತ್ತ ಹರಿಸಿದಳು. ಕಣ್ಣಲ್ಲಿ ನೀರು ಘಳಕ್ಕೆಂದಿತು. ಸಾವಕಾಶವಾಗಿ ತಲೆತಗ್ಗಿಸಿ ತನ್ನ ಕೋಣೆಗೆ ನಡೆದಳು. ಅರ್ಧ ಗಂಟೆ ಪ್ರಯಾಸಪಟ್ಟು ಹಾಕಿದ ಗಂಟು ಎರಡೇ ನಿಮಿಷದಲ್ಲಿ ಜಡೆಯಾಯಿತು. ಉಟ್ಟಿದ್ದ ಸೀರೆ ಒಪ್ಪವಾಗಿ ಒಂದೆಡೆ ಕುಳಿತಿತು. ಸೆರಗು ಹೊದ್ದು ಅಡುಗೆಯ ಮನೆ ಸೇರಿದಳು.

"ಊರ್ಮಿಳಾ... ತಟ್ಟೆ ಹಾಕು" ಎಂದಾಗ ಅತ್ತ ಗಮನ ನೀಡಿದಳು.

ಮೊದಲು ಪೆಚ್ಚಾದವಳು ಸರಿತಾ. ಊರ್ಮಿಳಾಳ ಕಣ್ಣುಗಳಲ್ಲಿ ಮಡುವು ಕಟ್ಟಿದ ಕಣ್ಣೀರನ್ನು ಅವಳ ಕಣ್ಣುಗಳು ಗುರ್ತಿಸದೆ ಹೋಗಲಿಲ್ಲ. ತಲೆ ಕೆರೆದುಕೊಂಡಳು. 'ಥೇಟ್ ಅಮ್ಮನ ಮಗನೇನೊ' ಎಂದುಕೊಂಡಳು.

ಊಟ ಮಾಡುತ್ತ ತಾಯಿ–ಮಗ ಮಾತಾಡುತ್ತಿದ್ದರು. ಎಲ್ಲದಕ್ಕೂ ಬಾಯಿ ಹಾಕಿಕೊಂಡು ಹೋಗುವ ಸರಿತಾ ಇಂದು ಮೌನವಾಗಿದ್ದಳು. ಎಲ್ಲಕ್ಕಿಂತ ಹೆಚ್ಚಿನ ಆಶ್ಚರ್ಯವೆಂದರೆ ಗೋಪಿ ಒಂದೆರಡು ಮಾತುಗಳನ್ನು ಆಡಿದ. ಅಕ್ಕನ ಮನಸ್ಸನ್ನು ಸಮಾಧಾನಪಡಿಸುವ ಉಪಾಯವೇನೋ!–ಅವನನ್ನು ಅರ್ಥ ಮಾಡಿಕೊಳ್ಳುವುದಂತೂ ಕಷ್ಟ!

ವರಾಂಡದಲ್ಲಿ ಕೂತು ಬಾಳೆಹಣ್ಣು ತಿನ್ನುತ್ತಿದ್ದ ಸರಿತಾ ಅಣ್ಣನ ಕಡೆ ದೃಷ್ಟಿ ಹರಿಸಿದಳು. ತಾಂಬೂಲ ಮೆಲ್ಲುತ್ತ ಮಾತಾಡುತ್ತಿದ್ದ. ಮಿದುಳಲ್ಲಿ ಘರ್ಷಣೆ ಪ್ರಾರಂಭವಾಯಿತು, ವಯಸ್ಸಿಗೆ ಬಂದ ತರುಣಿ ಕಾಲೇಜಿನಲ್ಲಿ ಎರಡು ವರ್ಷ ಕಲಿತ ಕನ್ಯೆ ಸಿನಿಮಾ, ಕಾದಂಬರಿಗಳು ಅವಳ ಹಾಬಿ. ಇದಂತೂ ವಿಚಿತ್ರವಾಗಿ ಕಂಡಿತು. ಎದ್ದು ಅಡುಗೆ ಮನೆಗೆ ಬಂದಳು. ಮಣೆಯ ಮೇಲೆ ಕೂತ ಊರ್ಮಿಳಾ ಮುಂದೆ ಊಟದ ತಟ್ಟೆಯಿತ್ತು. ಅನ್ನ, ಪಲ್ಯ ಬಡಿಸಿಕೊಂಡು, ಸಾರು–ಮಜ್ಜಿಗೆಯ ಪಾತ್ರೆಗಳನ್ನು ಸನಿಹದಲ್ಲಿಯೇ ಇಟ್ಟುಕೊಂಡಿದ್ದಳು. ಅಕ್ಕರೆ, ಬಲವಂತಗಳಿಲ್ಲ–ಸಪ್ಪೆಯೂಟ!

"ನಾನು ಬಡಿಸ್ತೀನಿ, ಊಟ ಮಾಡಿ." ಮಣೆಯೆಳೆದುಕೊಂಡು ಅಲ್ಲೇ ಕೂತಳು, ಸಹಾನುಭೂತಿಯಿಂದ ಅವಳೆಡೆ ನೋಡಿದಳು. ಸದಾ ಪುರಾಣ, ಪುಣ್ಯಕತೆಗಳನ್ನು ಪಾರಾಯಣ ಮಾಡುವ ತಾಯಿಯಲ್ಲಿ ಸ್ವಲ್ಪವಾದರೂ ಮಾನವೀಯತೆ ಇದೆಯೇ ಎಂದು ಯೋಚಿಸಿದಳು. ಬೇಸರವಾಯಿತು.

ಊರ್ಮಿಳಾ ತಲೆ ಎತ್ತದೇ ಊಟ ಮಾಡುತ್ತಿದ್ದಳು. ಅವನ ಮನಸ್ಸಿನಲ್ಲಿ ನಡೆಯಬಹುದಾದ ಕಲ್ಪನೆಯನ್ನು ಕೂಡ ಬೇರೆಯವರು ಮಾಡಿಕೊಳ್ಳಲು ಸಾಧ್ಯವಿರಲಿಲ್ಲ. ಇದೇಯೇನೋ ಸಾರೋದ್ಧಾರವಾಗಿ ನಡೆದು ಬಂದ ಹೆಣ್ಣು ಜಾತಿಯ ಸಹನೆ. ಒಳಗಿನ ಸಹನೆ ಸರಿತಾಳಲ್ಲಿ ಕುದಿಯಿತು.

"ಇನ್ನು ಸ್ವಲ್ಪ ಅನ್ನ...." ಬೇಡ, ಬೇಡವೆಂದು ತಡೆದರೂ ಸರಿತಾ ಬಡಿಸಿಬಿಟ್ಟಳು.

"ನಂಗೀಗಾಗ್ಲೇ ಹೊಟ್ಟೆ ತುಂಬಿಹೋಗಿದೆ..." ತಟ್ಟೆಯಿಂದ ನೋಟವೆತ್ತಿ ಅವಳೆಡೆ ಹರಿಸಿದಳು.

"ಪರ್ವಾಗಿಲ್ಲ, ಊಟ ಮಾಡಿ. ಹೀಗೆ ಊಟ ಮಾಡಿದ್ರೆ ಗತಿಯೇನು?" ಎರಡು ಸೌಟು ಸಾರು ಹಾಕಿದಳು. ಅಣ್ಣನ ಮಡದಿಯೆಂಬ ಒಂದು ಕಾರಣಕ್ಕಾಗಿ ಬಹುವಚನದಲ್ಲಿ ಸಂಬೋಧಿಸುತ್ತಿದ್ದಳು. ವಯಸ್ಸಿನಲ್ಲಿ ಮಾತ್ರವಲ್ಲ, ಎಲ್ಲದರಲ್ಲಿಯೂ ಊರ್ಮಿಳಾ ತನಗಿಂತ ಬಹಳ ಚಿಕ್ಕವಳೆಂದು ಅವಳ ಭಾವನೆ.

ಊಟವಾದ ಮೇಲೆ ಇಬ್ಬರೂ ಹೊರಗೆ ಬಂದರು. ಅವರಿಬ್ಬರೂ ಕಾಣಲಿಲ್ಲ. ಗೋಪಿ ಮಾತ್ರ ಕೂತಿದ್ದ. ಅಚ್ಚ ಬಿಳುಪಿನ ಛಾಯೆಯಿದ್ದ ಅವನು ಉದ್ದ ತೋಳಿನ

ಬಿಳಿಷರಟು ತೊಟ್ಟು ಅದೇ ಬಣ್ಣದ ಪೈಜಾಮ ತೊಟ್ಟಿದ್ದ ತಲೆಯ ಜೊಂಪೆ ಕೂದಲು ಅವನ ಮುಖಕ್ಕೆ ಶೋಭಾಯಮಾನವಾಗಿತ್ತು. ಮಾತಾಡದಿದ್ದರೂ ಸದಾ ತುಟಿಗಳು ಏನೋ ಹೇಳುವ ಹಾಗಿದ್ದವು.

"ಅಮ್ಮ ಎಲ್ಲಿ?" ಎಂದಳು. ಮಲಗಿದ್ದಾರೆ ಎನ್ನುವಂತೆ ಗೋಪಿ ಸನ್ನೆ ಮಾಡಿದಾಗ ಫಕಫಕನೇ ನಕ್ಕಳು ಸರಿತಾ. ತಾಯಿಯ ಅತಿ ಮಾತನ್ನು ಅರಿತಿದ್ದ ಸರಿತಾ ಮಾತಿನ ಬಗ್ಗೆ ಗೋಪಿಗೆ ತೀರಾ ಬೇಸರ ಬರಲು ಅಮ್ಮನೇ ಕಾರಣವಿರಬೇಕೆಂದುಕೊಂಡಳು.

"ಯಾಕೆ ನಗು?" ಗೋಪಿ ತುಸು ಮುಂದಕ್ಕೆ ಬಾಗಿ ಪ್ರಶ್ನಿಸಿದ. ಕನ್ನಡಕದೊಳಗಿನ ಕಣ್ಣುಗಳು ಫಳ್ಳನೇ ಮಿಂಚಿದವು.

"ಅದ್ನೇ ಮಾತಿನಲ್ಲಿ ಹೇಳಬಹುದಾಗಿತ್ತಲ್ಲ–ಸನ್ನೆ ಮಾಡೋ ಅವಶ್ಯಕತೆ ಏನಿತ್ತು?" ವಾದ ಮಾಡುವಂತೆ ಕೇಳಿದಳು ಸರಿತಾ, ಮೆಲುವಾಗಿ ನಕ್ಕ ಗೋಪಿ.

"ಸ್ವಲ್ಪ ಕಾಫೀ ಬೇಕಾಗಿತ್ತು?" ಆ ಮಾತು ಊರ್ಮಿಳಾಗೆ ಹೇಳಿದ್ದೆಂದು ಸರಿತಾಗೂ ಗೊತ್ತು. ಒಂದು ಗಳಿಗೆ ಕೋಪ ಬರದೇ ಹೋಗಲಿಲ್ಲ. ಮನೆಯವರಿಗೆಲ್ಲ ಕೇಳಿ ಕೇಳಿದ್ದು ಮಾಡಿಕೊಡೋಕೆ ಅವಳೇನು ಕೆಲಸದವಳಾ? ಒಳಗೇ ಭುಸುಗುಟ್ಟಿದಳು. ಅಷ್ಟರಲ್ಲಿ ಊರ್ಮಿಳಾ ಸರಿದು ಹೋಗಿದ್ದಳು.

ಅಣ್ಣನ ಕೋಣೆಗೆ ಬಂದಳು. ಅವನು ನಿರಾತಂಕವಾಗಿ ನಿರ್ದಾಕ್ಷಿಣ್ಯವಾಗಿ ನಿದ್ದೆ ಮಾಡುತ್ತಿದ್ದ. ಕಟ್ಟಿಕೊಂಡವಳ ಬಗ್ಗೆ ಯೋಚನೆಯಿದ್ದ ಹಾಗೆ ಕಾಣಲಿಲ್ಲ. 'ಬಾಪ್‌ರೇ, ಮೆಚ್ಚತಕ್ಕ ಗಂಡೇ.' ಮದುವೆಯಾದ ಕೂಡಲೇ ಹೆಂಡತಿ ಸೆರಗು ಹಿಡಕೊಂಡು ಓಡಾಡುತ್ತಾರೆ. ಎನ್ನುವವರಿಗೆ ಇವನೊಂದು ಸವಾಲೇ! ಅಲ್ಲಿದ್ದ ಪುಸ್ತಕವನ್ನು ಕೈಯಲ್ಲಿ ಹಿಡಿದು ಹೊರಗೆ ಬಂದುಬಿಟ್ಟಳು.

ಸೆರಗನ್ನು ಬಿಗಿಯಾಗಿ ಹೊದ್ದು ಕಾಫಿಯನ್ನು ಹಿಡಿದು ಬಂದಳು. ಗೋಪಿ ಸೋಫಾಕ್ಕೆ ಒರಗಿ ಕಣ್ಣು ಮುಚ್ಚಿದ್ದ. ಸರಿತಾ ಹೇಳೋ ಪ್ರಕಾರ ಗೋಪಿ ತುಂಬ ಬುದ್ಧಿವಂತರೇ ಇರಬಹುದು. ಡಾಕ್ಟರ್ ಅಂದರೆ ಸಾಧಾರಣವಾದ ಕೆಲಸವೇ ಅಬ್ಬ... ಹೆಮ್ಮೆಪಟ್ಟುಕೊಂಡಳು. ಅತ್ಯಂತ ತಗ್ಗಿದ ಸ್ವರದಲ್ಲಿ "ಕಾಫೀ..." ಎಂದಳು.

ಕಣ್ಣು ತೆರೆದ ಗೋಪಿ "ಓಹ್... ತೊಂದರೆ ಆಯ್ತು!" ಪ್ರಶ್ನಿಸಿದ. ಇಲ್ಲವೆನ್ನುವಂತೆ ತಲೆಯಾಡಿಸಿ ನಡೆದುಬಿಟ್ಟಳು.

ಇವಳು ವರಾಂಡಾಗೆ ಬಂದಾಗ ಸರಿತಾ ಪುಸ್ತಕ ಹಿಡಿದು ಬೆತ್ತದ ಕುರ್ಚಿಯ ಮೇಲೆ ವಾಲಿದ್ದಳು. ಚಿಕ್ಕಂದಿನಲ್ಲಿ ಒಂದು ಮೂರು ವರ್ಷ ಶಾಲೆಗೆ ಹೋಗಿದ್ದಳು. ಆಗ ಕಲಿತ ಅಕ್ಷರಗಳೆಲ್ಲ ಈಗ ಅಲ್ಪಸ್ವಲ್ಪ ಮರೆತೇಹೋಗಿದ್ದವು.

ಅದಾದರೂ ಬಂದಿದ್ದರೆ ಪುರಾಣ, ಪುಣ್ಯ ಕಥೆಗಳನ್ನಾದ್ರೂ ಓದಿ ಹೊತ್ತು ಕಳೆಯಬಹುದಾಗಿತ್ತು.

"ಓದೋಕೆ ಬರೋಲ್ವಾ?" ಸರಿಯಾಗಿ ಕೂತು ಕೇಳಿದಳು ಸರಿತಾ. ಮುಖ ತಗ್ಗಿಸಿ ಸಂಕೋಚದಿಂದ ಇಲ್ಲವೆನ್ನುವಂತೆ ತಲೆಯಾಡಿಸಿದಳು.

ಆಶ್ಚರ್ಯದಿಂದ ಕೊಂಚ ಮುಂದಕ್ಕೆ ಬಾಗಿ "ನೀವು ಶಾಲೆಗೆ ಹೋಗೇ ಇಲ್ವಾ?"

"ಹೋಗಿದ್ದೆ; ಈಗೆಲ್ಲ ಮರ್ತುಹೋಗಿದೆ."

ಇಷ್ಟು ದಿನ ಈ ಎಲ್ಲ ವಿಷಯಗಳ ಬಗ್ಗೆ ತಲೆ ಕೆಡಿಸಿಕೊಳ್ಳದ ಸರಿತಾಳಿಗೆ ಈಗ ಎಲ್ಲವೂ ಒಗಟಾಗಿ ಕಂಡಿತು. ಶ್ರೀಮಂತಿಕೆ, ವಿದ್ಯೆಯ ಗಂಧವಿಲ್ಲದ ಈ ಹುಡುಗಿಗೆ ಅಣ್ಣ ಯಾಕೆ ತಾಳಿ ಕಟ್ಟಲು ಬಯಸಿದ? ತಾನು ಕಂಡ ಹಾಗೆ ಎಂತೆಂಥ ಸಂಬಂಧಗಳು ಬಂದಿದ್ದವು. ಆಗೆಲ್ಲ ಬೇಡವೇ ಬೇಡವೆಂದುಬಿಟ್ಟ. ಈಗ...? ಎಷ್ಟು ತಲೆ ಕೆಡಿಸಿಕೊಂಡರೂ ಉತ್ತರ ತೊಡಕಾಗಿಯೇ ಕಂಡಿತು. ಊರ್ಮಿಳಾನ ದಿಟ್ಟಿಸಿದಳು. ಫಕ್ಕನೇ ಹೊಳೆಯಿತು–ರೂಪ, ನೋಡಿ ಬೇಸ್ತು ಬಿದ್ದಿರಬೇಕು. ಯಾರು ಬೇಕಾದರೂ ಮೆಚ್ಚುವಂತಹ ರೂಪ. ಆದರೆ ಅದಕ್ಕೆ ಹೊಳಪು ಕೊಡುವ ಪ್ರಯತ್ನವನ್ನೇ ಮಾಡ್ತಾ ಇಲ್ಲವಲ್ಲ! ರೆಪ್ಪೆಗಳನ್ನು ಪಟಪಟನೇ ಬಡಿದು ಅವಳನ್ನೇ ನೋಡಿದಳು.

"ಮರ್ತುಹೋಗಿದ್ರೆ... ಜ್ಞಾಪಿಸಿಕೊಳ್ಳೋದು ಕಷ್ಟವಾಗೊಲ್ಲ. ನಾನಿರೋವರ್ಗೂ ಸಹಾಯ ಮಾಡ್ತೀನಿ." ಊರ್ಮಿಳಾಳ ಕಣ್ಣುಗಳಲ್ಲಿ ಕೃತಜ್ಞತೆ ಮಿನುಗಿತು.

ಸುಮ್ಮನೆ ಕೂಡದೇ ಸರಿತಾ ಆಗಲೇ ಪಕ್ಕದ ಮನೆಗೆ ಹೋಗಿ ಸುಲಭ ಭಾಷೆಯಲ್ಲಿ ಕಲಿಯುವಂಥ ಮಕ್ಕಳ ಕನ್ನಡ ಪುಸ್ತಕಗಳನ್ನು ಹಿಡಿದುಕೊಂಡು ಬಂದಳು. ಆಗಲೇ ಷುರು ಮಾಡಿಬಿಟ್ಟಳು.

"ಏನು. ಮಾಡ್ತಾ ಇದ್ದೀರೇ... ಶಂಕರ ಹೊರಟ, ಕಾಫಿ ಮಾಡ್ಬೇಕು...!" ಎಂದು ಬಾಗಿಲಿಗೆ ಬಂದು ಇಣುಕಿದ ಮಂಗಳಮ್ಮ "ಸದ್ಯ, ಇದೊಂದು ಬೇಕಾಗಿತ್ತು, ಕೆಲ್ಸ ಬೊಗಸೆ ಮಾಡ್ಕೊಂಡು ಗಂಡ–ಮಕ್ಳು, ಸಂಸಾರಾಂತ ನೋಡ್ಕೊಂಡು ಇರ್ಲಿ... ಮೊದ್ಲೇ ಮೊದ್ದು ಮುಂಡೇದು, ಈಗ ನೀನು ತಲೆ ಚೆಚ್ಚಿಕೊಂಡ್ರೂ ಅದಕ್ಕೆ ಅಕ್ಷರ ಬರೋಲ್ಲ!" ಮಾತು ಕಟುವಾಗಿತ್ತು. ಖಾರವಾಗಿತ್ತು, ವ್ಯಂಗ್ಯವಾಗಿತ್ತು.

"ಎಲ್ಲಾ ನೀನೇ ಹೇಳ್ಬೇಡ. ಊರ್ಮಿಳಾನ ಮೊದ್ದು ಅಂದವ್ರು ಶತಮೊದ್ದರಷ್ಟೆ!' ಮಾತಿನಿಂದಲೇ ತಾಯಿಯನ್ನು ತಿವಿದಳು.

"ಕಾಫೀ... ಮಾಡ್ಬಾ" ಹೆಚ್ಚು ಹೊತ್ತು ನಿಲ್ಲುವುದು ಕ್ಷೇಮವಲ್ಲವೆಂದು ಸರಿದುಹೋದರು ಮಂಗಳಮ್ಮ. ಮಗಳನ್ನ ಹಿಡಿದು ಅಲ್ಲೇ ಚಚ್ಚಿಬಿಡೋಷ್ಟು ಕೋಪ ಬಂದಿತ್ತು. ತೀರಾ ಮರ್ಯಾದೆ ಕಳೆದುಕೊಳ್ಳಬಾರದಲ್ಲ ಎಂದೇ ಅಲ್ಲಿಂದ ಹೆಜ್ಜೆ ಕಿತ್ತಿಟ್ಟರು.

"ಅಮ್ಮ ಅನ್ನೋ ಮಾತ್ನ ಲೆಕ್ಕದಲ್ಲಿ ಇಡ್ಬೇಡಿ. ನಿಮ್ಮಷ್ಟು ಬುದ್ಧಿ ನಂಗಿದ್ದಿದ್ರೆ. ಪಿ.ಯು.ಸಿ.ನ ಒಂದೇ ಸಲಕ್ಕೆ ಪಾಸು ಮಾಡ್ತ ಇದ್ದೆ, ತುಂಬ ಕಮ್ಮಿ" ತಲೆಮೇಲೆ ಒಂದು ಹೊಡೆದುಕೊಂಡು ಹೇಳಿದಳು.

ಕಣ್ಣಲ್ಲಿ ಇಣುಕಿದ ಕಂಬನಿ ಕಾಣದಂತೆ ಎದ್ದುಹೋದಳು. ಊರ್ಮಿಳಾಳ ಮಿದುಳು ಒಂದೇ ಸಮನೆ ಸಿಡಿಯುತ್ತಿತ್ತು. ಏನೋ ಆಕಾಂಕ್ಷೆ, ಆಂದೋಳನ... ಕಾಫಿ ಬಟ್ಟಲುಗಳನ್ನು ಹಿಡಿದು ಬಂದಾಗ ಸರಿತಾ ಅವರಣ್ಣನಿಗೆ ಹೇಳುತ್ತಿದ್ದಳು:

"ಯಾರನ್ನಾದ್ರೂ ಪಾಠಕ್ಕೆ ಗೊತ್ತು ಮಾಡು. ಅವರ ತಲೆ ಬಹಳ ಚುರುಕು. ಬೇಗ ಕಲ್ತುಬಿಡ್ತಾರೆ" ಅದಕ್ಕೆ ಬಂದ ಉತ್ತರ "ಸುಮ್ನೆ ಹೆಂಗಸರಿಗ್ಯಾಕೆ ಓದು-ಬರಹ? ಕೆಲ್ಸ-ಬೊಗ್ಸೆ ಮಾಡ್ಕೊಂಡಿರ್ಲಿ!" ಕಣ್ಣಗಲಿಸಿ ಸರಿತಾ ಅಣ್ಣನ ಕಡೆ ನೋಡಿದಳು. ಈ ಮಾತು ಆಡುತ್ತಾ ಇರೋನು ಇವನೇನಾ? ಇವನ ಅನಿಸಿಕೆಗೇನಾದ್ರೂ ಅರ್ಥವಿದ್ಯಾ? ನಿಧಾನವಾಗಿ "ನಂಗೆ ಅರ್ಥವಾಗಲಿಲ್ಲಪ್ಪ" ಎಂದಳು.

"ನಾನು ಇಷ್ಟಪಟ್ಟಿದ್ರೆ ಡಬ್ಬಲ್ ಗ್ರಾಜುಯೇಟ್ನೇ ಮದ್ವೆಯಾಗ್ತಾ ಇದ್ದೆ-ನಂಗೆ ಬೇಡ." ಕಾಫೀ ಲೋಟ ಟೀಪಾಯಿ ಮೇಲಿಟ್ಟು ಮೇಲೆದ್ದ. ಅವನ ಕಣ್ಣುಗಳಲ್ಲಿ ಏನೋ ಒಂದು ವಿಧವಾದ ವಿಲಕ್ಷಣ ಕಾಂತಿ ಮಿನುಗಿತು.

"ಯಾಕ್ಬೇಕು.... ಓದು? ಲಕ್ಷಣವಾಗಿ ಸಂಸಾರ ಮಾಡೋ ಹೆಣ್ಣಿಗೆ! ಅದೆಲ್ಲ ಬೇಡ್ವೇ ಬೇಡ. ನಾಳೆ ಮಕ್ಳುಮರಿಯಾಯ್ತೂಂದ್ರೆ ಹೊತ್ತು ಸರಿಹೋಗುತ್ತೆ. ಈಗ ಕಲ್ತು ಏನಾಗ್ಬೇಕಾಗಿದೆ...!"

"ಪುರಾಣ ಪುಣ್ಯ ಕತೆಗಳ್ನ ಪಠಣ ಮಾಡೋಕೆ" ವ್ಯಂಗ್ಯ ಬಾಣ ಎಸೆದು ಸರಿತಾ ಎದ್ದು ಹೋದಳು.

"ಮೊದ್ಲು ಅವಳ್ನ ಕಳ್ಸಮ್ಮ ಇಲ್ಲದ್ದು ತುಂಬಿ ಅವ್ಳ ತಲೆ ಕೆಡ್ಸಿಬಿಟ್ಟಾಳು" ಕಠಿಣ ಸ್ವರದಲ್ಲಿ ಹೇಳಿ ಹೊರಗೋಗಿಬಿಟ್ಟ. ಸ್ಕೂಟರ್ ಹೋದ ಸದ್ದು ಕೇಳಿದ ಮೇಲೇನೇ ಅವನು ಹೋಗಿದ್ದು ತಿಳಿದಿದ್ದು ಸರಿತಾಗೆ.

"ಶಾಸ್ತ್ರಿಗಳ ಮನೆಗೆ ಹೋಗ್ಬರೋಣ, ಬರ್ತೀಯೇನೇ?" ತಮ್ಮ ಪುಟ್ಟ ಗಂಟನ್ನು ಸಡಲಿಸುತ್ತಲೇ ಮಗಳನ್ನು ಕೂಗಿ ಕೇಳಿದರು. ಅವಳು ಬರೋಲ್ಲವೆಂದು ಅವರಿಗೆ ಗೊತ್ತು.

"ಬರೋಲ್ಲ..." ಕುಳಿತಲ್ಲಿಂದಲೇ ಹೇಳಿದಳು.

"ಕಾಲೇಜಿಗೆ ಹೋಗಿ ಹಾಳಾದೆ. ಯಾವುದ್ರಲ್ಲೂ ನಂಬಿಕೆ ಇಲ್ದೇ ಹೋಯ್ತು." ಗೊಣಗಾಡಿದರು.

ಬಾಗಿಲಲ್ಲಿ ನೆರಳು ಕಂಡಾಗ ಅತ್ತ ತಿರುಗಿದರು. ಮನದಲ್ಲಿ ನೆನೆದ ಶಾಸ್ತ್ರಿಗಳು ಹೆಂಡತಿಯ ಸಮೇತ ಪ್ರತ್ಯಕ್ಷರಾಗಿಬಿಟ್ಟರು.

ಕಣ್ಣು ಅಗಲಿಸಿ, ಬಾಯಿ ದೊಡ್ಡದು ಮಾಡಿ "ಬರ್ಬೇಕೂ ಬರ್ಬೇಕೂ.... ನಾನು ನಿಮ್ಮಲ್ಲಿಗೆ ಬರೋ ಯೋಚ್ನೆಯಲ್ಲೇ ಇದ್ದೆ." ನೆರಿಗೆಗಳನ್ನು ಮುದುರಿಕೊಂಡು ಮೇಲೆದ್ದರು.

ಆ ಶಾಸ್ತ್ರಿಗಳು ಈ ಶಾಸ್ತ್ರಿಗಳು ವ್ಯವಹಾರದಲ್ಲಿ ಪಾರ್ಟನರ್. ತಾವು ಮಾಡಿಸೋ ಶಾಂತಿ, ವ್ರತ, ಪೂಜೆ ಮುಂತಾದವಕ್ಕೆ ಒಬ್ಬರನ್ನೊಬ್ಬರು ಆಹ್ವಾನಿಸುತ್ತಿದ್ದರು. ಶ್ರೀಮಂತರ ಮನೆ ತಿಥಿ-ಶ್ರಾದ್ಧ ಮಾಡಿಸಬೇಕೆನ್ನುವ ಸಂದರ್ಭಗಳಲ್ಲಿ ಇಬ್ಬರೂ ಕೂತು ಯಾವ ಯಾವ ಬಗೆಯಲ್ಲಿ ಗಿಟ್ಟಿಸಬಹುದು ಎಂದು ಯೋಚಿಸಿ. ಅದರ ರೂಪು-ರೇಷೆಗಳನ್ನು ಮೊದಲೇ ತಯಾರಿಸಿಡುತ್ತಿದ್ದರು. ಆದ್ದರಿಂದ ಅವರಿವರಲ್ಲಿ

ಬಂಧುತ್ವಕ್ಕೂ ಮೀರಿದ ಆತ್ಮೀಯತೆ ಇತ್ತು. ಎರಡು ಕುಟುಂಬದ ಹೆಂಗಸರು ಕೂಡ ಒಂದೇ ತೆರನಾಗಿ ನಡೆದುಕೊಂಡು ಹೋಗುತ್ತಿದ್ದರು.

"ಆಗಾಗ.... ಬಂದು ನೋಡ್ಹೋಗೋ ಅಭ್ಯಾಸ ನೋಡಿ...." ಜುಟ್ಟನ್ನು ಸವರಿಕೊಳ್ಳುತ್ತ ಸೋಫಾ ಮೇಲೆ ಕೂತರು. ತಮ್ಮ ಉಬ್ಬು ಹಲ್ಲುಗಳನ್ನು ಪ್ರದರ್ಶಿಸುತ್ತ ಅವರ ಶ್ರೀಮತಿಯವರು ಪಕ್ಕದಲ್ಲಿ ಆಸನಾರೂಢರಾದರು.

"ಎಲ್ಲ ಆರೋಗ್ಯವೇ?" ತಮ್ಮ ಕೊಳಕು ಹಲ್ಲುಗಳನ್ನು ಪ್ರದರ್ಶಿಸುತ್ತ ಕೇಳಿದರು. ಹಾಗೆ ಶಾಸ್ತ್ರಿಗಳ ಶ್ರೀಮತಿಯವರ ಕಣ್ಣುಗಳು ಮಂಗಳಮ್ಮನ ಕುತ್ತಿಗೆಯಲ್ಲಿದ್ದ ಹೊಸ ಬಂಗಾರದ ಗುಂಡಿನ ಸರವನ್ನು ಅಸೂಯೆಯಿಂದ ದಿಟ್ಟಿಸಿತು. ತಮ್ಮ ಹೀನ ಅದೃಷ್ಟದ ಬಗ್ಗೆ ಬೇಸರಪಟ್ಟುಕೊಳ್ಳದೇ ಹೋಗಲಿಲ್ಲ.

"ದೇವರ ದಯೆ" ಮೇಲೆ ತೋರಿಸಿ ಕೈ ಮುಗಿದರು ಮಂಗಳಮ್ಮ. ಶಾಸ್ತ್ರಿಗಳು ಹೆಂಡತಿಯ ಮೊನಚು ಬಾಯಿಗೆ ಸ್ವಲ್ಪ ಹೆದರುವ ಹಾಗೆ ಕಾಣುತ್ತಿದ್ದರು.

"ಬಂದೆ" ಒಳಗೆ ಹೋದರು.

ಶಾಸ್ತ್ರಿಗಳ ಹೆಂಡತಿ ಬಗ್ಗಿ ಗಂಡನ ಬಳಿ ಏನೋ ಪಿಸುಗುಟ್ಟಿದರು. ಮುಖದ ಮೇಲಿನ ವಕ್ರತೆಗಳೆಲ್ಲ ಒಮ್ಮೆಲೇ ಪ್ರದರ್ಶನವಾಯಿತು.

ಗಮನಿಸಿದ ಸರಿತಾ ಕೋಣೆಯ ಬಾಗಿಲ ಬೋಲ್ಟ್ ಹಾಕ್ಕೊಂಡು ಭದ್ರವಾಗಿ ಒಳಗೆ ಕುಳಿತಳು. ಅವರನ್ನು ಕಂಡರೇ ಒಂದು ವಿಧವಾದ ಅಸಹ್ಯ. ಮಡಿಯ ನೆವದಲ್ಲಿ ಬಟ್ಟೆಗಳಿಗೆ ಸೋಪೇ ಸೋಕಿಸುತ್ತಿರಲಿಲ್ಲ. ನಾಲ್ಕು ಚಂಬು ಸುರಿದುಕೊಂಡರೇ ಮಡಿಯ ಸ್ನಾನ ಮುಗಿಯುತ್ತಿತ್ತು. ಮೈಯೊಳಗಿನ ದುರ್ಗಂಧ, ಕೊಳೆ ಹಾಗೆಯೇ ಉಳಿಯುತ್ತಿತ್ತು. ಅದರ ಬಗ್ಗೆ ಆ ಪ್ರಾಣಿಗಳಿಗೆ ಯೋಚನೆಯಿದ್ದ ಹಾಗೆ ಕಾಣೋಲ್ಲ.

"ಸ್ವಲ್ಪ ಬಾಗ್ಲು ತೆಗೆಯೇ" ಸರಿತಾ ಕೇಳಿಸದವಳಂತೆ ಬೇರತ್ತ ತಿರುಗಿ ಮಲಗಿದಳು. ಪುನಃ ಬಾಗಿಲು ಕುಟ್ಟಿದ ಸದ್ದಾದ ಮೇಲೆ ವಿಧಿ ಇಲ್ಲದೇ ಬೇಸರದಿಂದ ಎದ್ದು ಹೋಗಿ ಬಾಗಿಲು ತೆರೆದಳು.

"ಸ್ವಲ್ಪ ಈ ಮೂಲೆ ಅಂಗ್ಡಿಗ್ಹೋಗಿ ಬಾಳೆಹಣ್ಣು ತಗೊಂಡ್ಬಾ... ಆ ಸುಬ್ಬು ಎಲ್ಲಿ ಸತ್ನೋ."

ತಾಯಿಯ ಕೈಯಲ್ಲಿನ ವೈರು ಬ್ಯಾಗ್ ತಗೊಂಡು ಚಪ್ಪಲಿ ಮೆಟ್ಟಿ ದಢದಢನೇ ಹೊರಗೋಗಿಬಿಟ್ಟಳು. ಅಂಗಡಿಯ ಬಳಿ ಹೋದಾಗಲೇ ಅವಳಿಗೆ ನೆನಪಾದದ್ದು ದುಡ್ಡು ತಂದಿಲ್ಲವೆಂದು ಪರಿಚಯದ ಅಂಗಡಿಯವ ಹೇಳಿ, ಡಜನ್ ಬಾಳೆಹಣ್ಣು ಪಡೆದುಕೊಂಡು ನಿಂತು ಯೋಚಿಸಿದಳು. ಆ ಡಜನ್ ಬಾಳೆಹಣ್ಣಿನಲ್ಲಿ ಒಂದಾದರೂ ಉಳಿಯುವ ಯೋಚನೆ ಇರಲಿಲ್ಲ.

"ಸ್ವಲ್ಪ ಕಾಯಾಗಿರೋದು ಕೊಡಪ್ಪ; ಇವತ್ತಿಗಲ್ಲ, ನಾಳೆಗೆ" ಎಂದು ಹಿಂದಿರುಗಿಸಿ, ಸ್ವಲ್ಪ ಕಾಯಾಗಿರುವುದನ್ನೇ ತಗೊಂಡು ಮನೆಯ ಕಡೇ ಹೆಜ್ಜೆ ಹಾಕಿದಳು. ಏನೋ ಒಂದು ಥರವಾದ ಸಂತೋಷವಾಗಿತ್ತು ಅವಳಿಗೆ.

"ಏನಮ್ಮ ಸರೀತಾ, ಚೆನ್ನಾಗಿದ್ದೀಯಾ?" ಶಾಸ್ತ್ರಿಗಳು ಬಾಯಿ ತುಂಬ ಕೇಳಿದರು. ಮುಖ ತಿರುಗಿಸುವ ಮನಸ್ಸಾದರೂ "ಚೆನ್ನಾಗಿದ್ದೀನಿ" ಎಂದು ಹೇಳಿ ನೇರವಾಗಿ ಅಡುಗೆ ಮನೆಗೆ ಹೋದಳು.

ಹಿಂದೆಯೇ ಬಂದ ಮಂಗಳಮ್ಮ ಮಗಳ ಕೆನ್ನೆ ತಿಳಿಯುತ್ತ "ಹೊರಗಡೆ ಹೋಗಿದ್ದವಳು ಕಾಲು ತೊಳೆಯದೇ ಅಡುಗೆ ಮನೆಗೆ ಬಂದುಬಿಟ್ಟಲ್ಲೇ.... ಅವ್ರು ಏನು ತಿಳ್ಕೋಬೇಕು!"

"ಏನಾದ್ರೂ ತಿಳ್ಕೊಳ್ಳಿ ಬಿಡು, ಇದು ಅವ್ರ ಮನೆ ಅಡ್ಗೆಮನೆಯಲ್ಲ." ತಲೆ ಚಚ್ಚಿಕೊಳ್ಳುತ್ತ ಹೊರಗೆ ಹೋದರು. ಇಂದಿನ ಯುವಜನತೆ ಸಂಪ್ರದಾಯಗಳಿಗೆ ದೊಡ್ಡ ಸವಾಲಾಗಿ ಕಂಡರು. ಮೊದಲು ಶಪಿಸಿದ್ದು ಕಾಲೇಜಿನ ಅಧ್ಯಾಪಕ ವರ್ಗದವರನ್ನು.

"ಏನು ಮಡಿನಾ!" ನಿಂತು ಕೇಳಿದಳು ಬರೀ ಸೀರೆಯ ಕೋರಿಯನ್ನುಟ್ಟು ರವೆ ಹುರಿಯುತ್ತಿದ್ದ ಊರ್ಮಿಳಾನ. ಅವಳು 'ಹೌದು' ಎನ್ನುವಂತೆ ತಲೆ ಅಲುಗಿಸಿ ತನ್ನ ಕೆಲಸದತ್ತ ಗಮನ ಹರಿಸಿದಳು.

ತಾಯಿ ದಿನಾ ಒಂದು ಹಳೆಯ ಕೋರಿಯನ್ನುಟ್ಟುಕೊಂಡು ಅಡುಗೆ ಮಾಡುವುದನ್ನು ಕಂಡಿದ್ದಳು. ಊರ್ಮಿಳಾ ಹಾಗೆ ಮಾಡುವುದು ಸರಿ ಕಾಣಲಿಲ್ಲ. ತುಂಬು ಪ್ರಾಯದ ಹೆಣ್ಣು. ರವಿಕೆ, ಬಾಡಿ, ಲಂಗ ಬಿಚ್ಚಿಟ್ಟು ಬರೀ ಮೂರು ಗಜದ ಕೋರಿಯ ತುಂಡನ್ನುಟ್ಟು ಛಿ! ಛಿ..... ಇದೆಂಥ ಪದ್ಧತಿ!?

"ಇನ್ನು ಮೇಲೆ ಮಡಿ ಅಡ್ಗೆಗಂತ ಎರಡು ಮ್ಯಾಕ್ಸಿ ತರ್ಸಿಕೊಂಡು ಬಿಡಿ. ಇದಕ್ಕಿಂತ ಎಷ್ಟೋ ನೀಟಾಗಿ ಕಾಣುತ್ತೆ. ಈ ಮಿನಿ ಡ್ರೆಸ್‌ಗಿಂತ ಅದೇನು ಕಳಪೆಯಲ್ಲ!" ಬಾಯಿಗೆ ಕೈ ಅಡ್ಡ ಹಿಡಿದು ಮೃದುವಾಗಿ ನಕ್ಕಳು.

ಉಪ್ಪಿಟ್ಟು, ಬಾಳೆಹಣ್ಣಿನ ಜೊತೆ ಒಂದೊಂದು ದೊಡ್ಡ ಲೋಟದ ತುಂಬ ಹಾಲು ಕುಡಿದು ಸಂತೃಪ್ತಿಗೊಂಡವರಂತೆ "ಏನಾದ್ರೂ ವಿಶೇಷವುಂಟಾ...?" ಮೆಲ್ಲಗೆ ತಮ್ಮ ಧಾಟಿಯಲ್ಲೇ ಪ್ರಶ್ನಿಸಿದರು.

ಮಂಗಳಮ್ಮನ ಮುಖ ಮಂಕಾಯಿತು. ಹೇಳಿಕೊಳ್ಳುವಂತಹ ವಿಶೇಷವಿರಲಿಲ್ಲ; ಯೋಚನೆಗೊಳಗಾದರು.

"ಸೊಸೆಗೆ..." ಅರ್ಥಗರ್ಭಿತವಾಗಿ ದೇಶಾವರಿ ನಗೆ ಬೀರುತ್ತ ಕೇಳಿದರು.

ನಾಲಿಗೆಯಲ್ಲಿನ ತೇವ ಆರಿಹೋಯಿತು. ಎಲ್ಲದರಲ್ಲೂ ಮೇಲುಗೈ ಪಡೆದಿದ್ದ ತಾವು ಕೆಲವು ವಿಷಯಗಳಲ್ಲಿ ಶಾಸ್ತ್ರಿಗಳ ಹೆಂಡತಿಯ ಮುಂದೆ ತಲೆ ತಗ್ಗಿಸಬೇಕಾಯಿತಲ್ಲ ಎಂದು ಸಂಕಟಪಟ್ಟರು.

"ನನ್ನ ಸೊಸೆ ವಿಮಲಳಿಗೆ ಗಂಡು ಮಗುವಂತೆ. ನಿಮ್ಮ ಶಂಕರನ ಮದ್ವೆಯಾದ ವರ್ಷಕ್ಕೇ ಮದ್ವೆಯಾಗಿದ್ದು...." ಅವರು ಸಹಜವಾಗಿ ಹೇಳಿದರೂ ಹೆಮ್ಮೆಯಿಂದ ಬೀಗಿ ತನ್ನನ್ನು ಅಣಕಿಸುವಂತೆ ಕಂಡಿತು. ಇದಕ್ಕೆ ಕಾರಣಳಾದ ಸೊಸೆಯ ಮೇಲೆ ಅವರಿಗೆ ಕೋಪ ಬಂತು.

"ಎಂಥದ್ದೂ ಇಲ್ಲ. ಬಡವರ ಮನೆ ಹೆಣ್ಣೂಂತ ಮಾಡಿಕೊಂಡ್ರೆ ಇದರಲ್ಲೂ ಬಡತನವೇ. ಸಾಂಗವಾಗಿ ಒಂದು ಪೂಜೆ-ಪುನಸ್ಕಾರ ಮಾಡೋಕೂ ಬರೋಲ್ಲ. ಬರೀ ಮೊದ್ದು ಮುಂಡೇದು. ಇದ್ನ ತಿದ್ದಬೇಕಾದ್ರೆ ದೊಡ್ಡ ಸಾಹಸವೇ ಮಾಡಬೇಕಾಯ್ತು. ನಮ್ಮ ಶಂಕರ ಮಗುವಿನಂತೋನು, ಎಷ್ಟು ಅನುಸರಿಸ್ಕೊಂಡು ಹೋಗ್ತಾನೆ. ಇಲ್ಲದಿದ್ರೆ ಈ ಬೊಮ್ಮಟೆ ಸಂಸಾರ ಮಾಡಿದಂಗೇ!" ಕೈ ಬಾಯಿ ತಿರುಗಿಸಿಕೊಂಡು ಹೇಳಿದರು.

"ಸತ್ಯನಾರಾಯಣ ಪೂಜೆ ಮಾಡ್ಸಿ ಇನ್ನೊಂದು ವರ್ಷದಲ್ಲಿ ತೊಟ್ಟಿಲು ತೂಗ್ಬೇಕು..." ಅವರುಗಳ ಮಾತುಕತೆ ಬಹಳ ಹೊತ್ತಿನವರೆಗೂ ನಡೆಯುತ್ತಲೇ ಇತ್ತು.

ಅಡುಗೆಯ ಮನೆಯಲ್ಲಿ ಗೋಡೆಗೊರಗಿ ಕೂತಿದ್ದ ಊರ್ಮಿಳಾಳ ಕಣ್ಣುಗಳಿಂದ ಕಣ್ಣೀರು ಧಾರಾಕಾರವಾಗಿ ಸುರಿಯಿತು. ಅದನ್ನು ತೊಡೆದು ಸಮಾಧಾನಿಸುವ ಕೈಗಳೇ ಕಲ್ಲಾಗಿದ್ದವು.

ಶಾಸ್ತ್ರಿಗಳು, ಅವರ ಮನೆಯವರನ್ನ ಕಳುಹಿಸಿಕೊಡಲು ಮಂಗಳಮ್ಮ ತಿರುವಿನವರೆಗೂ ಅವರ ಜೊತೆಯಲ್ಲೇ ಹೋದರು. ಅಲ್ಲಿ ಅಷ್ಟೊತ್ತು ಮಾತಿಗೆ ನಿಂತರು. ಮಾತೆಲ್ಲ ಬರೀ ಊರ್ಮಿಳಾಗೆ ಸಂಬಂಧಿಸಿದ್ದೇ. ಇನ್ನೇನೋ ಒಂದು ಹೊಸ ಸುದ್ದಿ ಊದಿ ಹೋಗಿದ್ದರು. 'ಇವಳಿಗೆ ಮಕ್ಕಳಾಗದಿದ್ದರೆ ಶಾಸ್ತ್ರಿಗಳ ಕೊನೆಯ ಮಗ್ಳನ್ನೇ ತಂದುಕೊಳ್ಳೋದು!' ಎಂದುಕೊಳ್ಳುತ್ತಲೇ ಮನೆಗೆ ಬಂದರು.

ಕುಡಿಯುವ ನೀರಿಗಾಗಿ ಬಂದ ಗೋಪಿ ಸುಮ್ಮನೇ ನಿಂತುಬಿಟ್ಟ. ಊರ್ಮಿಳಾಳ ಅಳು ಅವನಿಂದ ನೋಡಲು ಸಾಧ್ಯವಿಲ್ಲವಾಯಿತು. ಛೆ... ಛೆ... ಸಂಕಟಪಟ್ಟ.

"ಯಾಕೆ ಅಳ್ತಾ ಇದ್ದೀರಿ?" ತಡೆಯಲಾರದೇ ಕೇಳಿದ.

ಎಚ್ಚೆತ್ತ ಊರ್ಮಿಳಾ ಸೆರಗಿನಿಂದ ಕಣ್ಣೀರನ್ನು ತೊಡೆದುಕೊಂಡು ಸೆರಗು ಸರಿ ಮಾಡಿಕೊಳ್ಳುತ್ತ ಮೇಲಕ್ಕೆದ್ದಳು. ನಾಚಿಕೆ-ಸಂಕೋಚದಿಂದ ಸಾಯುವಂತಾಯಿತು ಅವಳಿಗೆ.

"ಏನೂ ಇಲ್ಲ-ತಲೆ ನೋವ್ತಾ ಇತ್ತು."

ಹೊರಗೆ ಹೋದ ಗೋಪಿ ಕೈಯಲ್ಲಿ ಪಿಲ್ಸ್ ಹಿಡಿದು ಬಂದ. ಕನ್ನಡಕದ ಹಿಂದಿನ ಅವನ ಕಣ್ಣುಗಳು ಕರುಣೆಯ ಕೊಳಗಳಾಗಿದ್ದವು. ದುಃಖ, ಅಳು, ಸಾವು-ನೋವನ್ನ ನೋಡುವ ಅವನ ವೃತ್ತಿ ಅವನೆದೆಯನ್ನೇನು ಗಟ್ಟಿ ಮಾಡಿರಲಿಲ್ಲ. ಸ್ವಲ್ಪದರಲ್ಲಿಯೇ ಕರಗಿಹೋಗುತ್ತಿದ್ದ.

"ತಗೊಳ್ಳಿ" ನೀರಿನ ಲೋಟ, ಪಿಲ್ಸ್ ಅವಳ ಮುಂದೆ ಹಿಡಿದ.

ಗಾಬರಿಯಿಂದ ಅತ್ತಿತ್ತ ನೋಡಿದ ಊರ್ಮಿಳಾ ಮಾತ್ರೆ ನುಂಗಿ ನೀರು ಕುಡಿದು ಕೃತಜ್ಞತೆಯಿಂದ ಅವನತ್ತ ನೋಡಲೋ ಬೇಡವೋ ಎಂದು ನೋಡಿ ಹೊರಗೆ ಬಂದುಬಿಟ್ಟಳು. ಹೊರಗೆ ಬಂದ ಕೂಡಲೇ ಬಾಂಬ್ ಸಿಡಿಯಿತು.

"ಯಾಕೆ ಅತ್ತಿದ್ದೀಯಾ, ಅತ್ತು ಅತ್ತು ಈ ಮನೆ ತೊಳೆಯೋಕೆ ಬಂದ್ಯಾ?

ಹೆಂಗ್ಸು ಕಣ್ಣಲ್ಲಿ ನೀರು ಹಾಕಬಹುದೇನೇ. ಥೂ....!" ಅಲುಗಾಡದಂತೆ ನಿಂತುಬಿಟ್ಟಳು ಊರ್ಮಿಳಾ. ಹೆಣ್ಣಿಗೆ ಮನಃಪೂರ್ವಕ ಅಳಲು ಕೂಡ-ಸ್ವತಂತ್ರವಿಲ್ಲ. ಯಾರು ಮಾಡಿದ ಶಾಸನವಿದು? ಹೆಣ್ಣಿಗೆ ಹೃದಯವಿದೆಯೆಂದು ಅರಿಯದವರು.

"ಹೋಗೋಗು.... ನನ್ನ ಎದುರು ನಿಂತ್ಕೋಬೇಡ. ಈಗ ಉರುಸ್ತ ಇರೋದೇ ಸಾಕು. ನಿನ್ನ ಹಿಂದೆ ಮದ್ವೆಯಾದವರಿಗೆಲ್ಲ ಮಕ್ಳು ಆಯ್ತು. ನೀನಿನ್ನ ಗುಂಡುಕಲ್ಲು ಇದ್ದಂಗಿದ್ದೀಯಾ?" ಯಾರು ಹೇಳಬೇಕು ಇದಕ್ಕೆ ಉತ್ತರ?

ರಾತ್ರಿ ಡ್ಯೂಟಿಯಿದ್ದ ಗೋಪಿ ಸಂಜೆ ಐದಕ್ಕೇ ಮನೆ ಬಿಟ್ಟ. ಅಕ್ಕನ ಸಿಡಿಮಿಡಿ ನೋಡುವುದು ಅವನಿಂದಾಗಲಿಲ್ಲ. ಎಲ್ಲಕ್ಕಿಂತ ಹೆಚ್ಚಾಗಿ ಊರ್ಮಿಳಾಳ ದೀನವದನವನ್ನ ನೋಡಲೇ ಇಲ್ಲಾ.

ಮಗ ಮನೆಗೆ ಬರುವವರೆಗೂ ಮಂಗಳಮ್ಮ ಚಡಿಪಡಿಸಿದರು. ಶಂಕರನ ವಯಸ್ಸೇನು ಸಣ್ಣದಲ್ಲ. ಈ ಮಾಸಕ್ಕೆ ಮೂವತ್ತೇಳು ತುಂಬುತ್ತೆ. ಸರಿಯಾದ ವಯಸ್ಸಿನಲ್ಲಿ ಮದುವೆಯಾಗಿ ಮಗನಿದ್ದಿದ್ದರೆ ಹನ್ನೆರಡು ವರ್ಷದವನಾದರೂ ಇರಬೇಕಿತ್ತು. ಮುಜುಗರಪಟ್ಟುಕೊಂಡರು.

"ಇದೇನಮ್ಮ ಇನ್ನೂ ಎದ್ದೇ ಇದ್ದೀಯಾ!" ಸ್ಕೂಟರ್ ನಿಲ್ಲಿಸಿ ಒಳಗೆ ಬಂದ ಶಂಕರ ಕೇಳಿದ. ಅವನು ಬರುವ ವೇಳೆಗೆ ಎಲ್ಲರೂ ನಿದ್ರಿಸಿ ಇವನಿಗಾಗಿ ಕಾಯುತ್ತ ಕೂತಿರುತ್ತಿದ್ದವಳು ಊರ್ಮಿಳಾ ಮಾತ್ರ. ಸಂಜೆ ತಿಂಡಿ ಮಾಡುವ ಪದ್ಧತಿ ಇರಲಿಲ್ಲ. ಮಧ್ಯಾಹ್ನ ಮಾಡಿದ ಊಟ-ಹಸಿದುಕೊಂಡೇ ಕೂತಿರುತ್ತಿದ್ದಳು. ಅಷ್ಟರಲ್ಲಿ ಶಂಕರ ಮೂರು ನಾಲ್ಕು ಸಲ ಕಾಫೀ ಕುಡಿದು ಗಡದ್ದಾಗಿ ತಿಂಡಿ ತಿಂದು ಆರಾಮವಾಗಿ ಮನೆಗೆ ಬರುತ್ತಿದ್ದ. ಹಸಿದು ಕೂತ ಮಡದಿನ ನೋಡಿ ಒಮ್ಮೊಮ್ಮೆ ಸಂಕಟವೂ ಆಗುತ್ತಿತ್ತು. ಆದರೆ....!?

"ನಿದ್ದೆ ಬರಲಿಲ್ಲ, ಗಂಟಲಲ್ಲಿ ತುತ್ತು ಇಳಿಯಲಿಲ್ಲ." ಇದೇನು ಬಂತಪ್ಪಾ ಗ್ರಹಚಾರ! ಎಂದು ತಾಯಿಯ ಕಡೆಗೆ ನೋಡಿದ.

"ಶಾಸ್ತ್ರಿಗಳು, ಅವ್ರ ಹೆಂಡ್ತಿ ಬಂದಿದ್ರು."

"ಓಹೋ..." ಅಲ್ಲೇ ಕುಳಿತ. ಊಟ ಮಾಡುವಾಗ ಕೊರೆಸಿಕೊಳ್ಳುವ ಬದಲು ಈಗಲೇ ಎಲ್ಲಾ ಕೇಳಿ ಆಮೇಲೆ ಸಮಾಧಾನವಾಗಿ ಊಟ ಮಾಡುವುದು ಸರಿಯೆನಿಸಿತು.

"ಅವ್ರ ಮೂರನೇ ಮಗನಿಗೆ ಗಂಡು ಮಗುವಂತೆ. ನಿನ್ನ ಮದ್ವೆಯಾದ ಒಂದು ವರ್ಷಕ್ಕೆ ಅವ್ನ ಮದ್ವೆಯಾಗಿದ್ದು!" ಭೂಮಿಯಿಂದ ಪಾತಾಳಕ್ಕೆ ಎಸೆದ ಅನುಭವವಾಯಿತು. ಮುಖ ಬಿಳಿಚಿಕೊಂಡಿತು. ಕೂತಿರಲಾರದೆ ಚಡಪಡಿಸಿದ.

"ಆಗ್ಲಿ, ಅದಕ್ಕೇನಂತೆ?" ಬಲವಂತದಿಂದ ಎಂಜಲನ್ನು ನುಂಗಿದ. ಗಂಟಲೆಲ್ಲ ಒಣಗಿದಂತಾಯಿತು.

"ಸತ್ಯನಾರಾಯಣ ಪೂಜೆ ಮಾಡ್ಸೋಣಾಂತ."

"ಅದಕ್ಕೇನು..." ಮೇಲೆದ್ದುಬಿಟ್ಟ. ಆಮೇಲೆ ತಾಯಿ ಹೇಳಿದ್ದಕ್ಕೆಲ್ಲ ಹ್ಞೂಗುಟ್ಟಿದ. ಊಟ ಬೇಡವೆಂದು ಹೋಗಿ ಮಲಗಿಬಿಟ್ಟ. ಕೋಣೆಯಲ್ಲಿ ಬಳೆಗಳ ಸದ್ದಾದಾಗ "ಹೋಗಿ ಊಟ ಮಾಡು" ಎಂದ.

ಹೊರಗೆ ಬಂದಳು. ಹೊಟ್ಟೆ ಹಸಿವು ಬಹಳವಾಗೇ ಇತ್ತು. ತಟ್ಟೆ, ಲೋಟ ಇಟ್ಟುಕೊಂಡಳು. ಅನ್ನ ಬಡಿಸಿ, ಹುಳಿ ಸುರಿದು ಪಕ್ಕದಲ್ಲಿಯೇ ಮಜ್ಜಿಗೆ ಬಟ್ಟಲನ್ನು ಇಟ್ಟುಕೊಂಡು ಕೂತಳು.

"ಅದೇನು ಹೆಣ್ಣೇ ನೀನು! ಅವ್ನು ಉಪವಾಸ ಮಲಗಿದ್ರೂ ನೀನು ಗಡದ್ದಾಗಿ ಹೊಡೆಯುತ್ತ ಇದ್ದೀಯಲ್ಲ. ನಿಂಗೆ ಹೇಗೆ ಗಂಟಲಲ್ಲಿ ಅನ್ನ ಇಳಿಯುತ್ತೆ? ಈ ಹೊತ್ತಿನವರ್ಗೂ ಅವರು ಊಟ ಮಾಡದಿದ್ರೆ ನನ್ನ ಗಂಟಲಲ್ಲಿ ಅನ್ನ ಇಳಿಯೋಲ್ಲ!" ಇದು ಶುದ್ಧ ಸುಳ್ಳೆಂದು ಅವರಿಗೇ ಗೊತ್ತು. ತಮ್ಮ ಸಂಪ್ರದಾಯತನ ಮೆರೆಸಿಕೊಳ್ಳೋ ಹಂಬಲದಲ್ಲಿ ಹೇಳಿಕೊಳ್ಳುತ್ತಿದ್ದರು.

ಬಾಯಲ್ಲಿಟ್ಟ ಅನ್ನ ವಿಷಯವಾಯಿತು. ಕಹಿ... ಕಹಿ... ನುಂಗಲಾರದೇ ಉಗುಳಲಾರದೇ ಚಡಪಡಿಸಿದಳು. ತಾನು ಬಹಳ ದೊಡ್ಡ ತಪ್ಪು ಮಾಡಿದ ಹಾಗೆ ನಡುಗಿದಳು.

"ಇನ್ಮೇಲೆ ಸೋಮವಾರ, ಗುರುವಾರ, ಶನಿವಾರ ಒಪ್ಪೊತ್ತು ಊಟ ಮಾಡು. ಎಲ್ಲ ದೇವರಿಗೂ ಮುಡುಪು ಕಟ್ಟಿಡು. ಸ್ವಲ್ಪ ನಿಯಮ, ನಿಷ್ಠೆಯಿಂದ ನಡ್ಕೋ, ಇಲ್ಲದಿದ್ರೆ ಬಂಜೆ ಅನ್ನೋ ಹೆಸರು ತಕ್ಕೊಂಡು ನರಳ್ಬೇಕಾಗುತ್ತೆ."

ತಿಂದ ಅನ್ನ ವಿಷಯವಾಯಿತು. ಉಗುಳೆಲ್ಲ ಕಹಿ, ಹೊಟ್ಟೆಯೆಲ್ಲ ತೊಳೆಸಿಕೊಂಡು ಉಮ್ಮಳಿಸಿಕೊಂಡು ಬಂದಂತಾಯಿತು. ಕೋಣೆಗೆ ಬಂದು ತನ್ನ ಹಾಸಿಗೆಯಲ್ಲಿ ಮುದುರಿ ಮಲಗಿದಳು. ನಿದ್ದೆ ಅವಳತ್ತ ಸುಳಿಯಬೇಕಾದರೆ ಬಹಳ ವೇಳೆಯೇ ಹಿಡಿಸಿತು.

* * *

ಮಗನ ಮನೆಯಲ್ಲಿ ಮೊದಲ ಸಲ ಮಾಡೋ ಸತ್ಯನಾರಾಯಣ ಪೂಜೆ. ಬಹಳ ಸಂಭ್ರಮವಾಗೇ ಇತ್ತು. ಅಳಿಯ, ಮಗಳು ಕೂಡ ಬಂದಿದ್ದರು. ಸರಿತಾಳಷ್ಟು ಗಿರಿಜ ಮಾತುಗಾತಿಯಲ್ಲ. ಇಲ್ಲಿನ ವಾತಾವರಣಕ್ಕಿಂತ ಭಿನ್ನವಾಗಿತ್ತು ಗಂಡನ ಮನೆಯಲ್ಲಿ. ಆ ಕುಟುಂಬ ಕೂಡ ಪೌರೋಹಿತ್ಯಕ್ಕೆ ಹೆಸರಾದದ್ದೇ; ಆದರೆ ಅದಕ್ಕೇ ಅಂಟಿಕೊಂಡಿರಲಿಲ್ಲ. ಕಾಲ ಬದಲಾದಂತೆ ಅವರೂ ಬದಲಾಯಿಸಿದ್ದರು. ಅವರಾಗಿ ಅವರು ವಿಧಿಗಳಲ್ಲಿ ಜನರಿಂದ ಬಲವಂತ ಮಾಡೋ, ಪೊಳ್ಳು ಭಯಗಳನ್ನು ಹುಟ್ಟಿಸೋ ದಾನವನ್ನು ಪಡೆಯಲು ಮುಂದಾಗುತ್ತಿರಲಿಲ್ಲ. ಕೊಟ್ಟಷ್ಟರಲ್ಲೇ ತೃಪ್ತರು. ಕೆಲವು ವೇಳೆ ತಾವೇ "ಪರವಾಗಿಲ್ಲ ಬಿಡಿ, ಶಕ್ತಿಯಿದ್ದಷ್ಟಲ್ಲಿ ಮಾಡಿ, ಏನೂ ತೊಂದ್ರೆ ಇಲ್ಲ?" ಎಂದು ಹೇಳುತ್ತಿದ್ದರು.

ಊರ್ಮಿಳಾಳ ಹೆರಳಿಗೆ ದೊಡ್ಡ ಮಲ್ಲಿಗೆಯ ದಂಡೆ ಮುಡಿಸುತ್ತ "ಎಷ್ಟು ಲಕ್ಷಣವಾಗಿ ಕಾಣ್ತಾ ಇದ್ದೀರತ್ತಿಗೆ, ನಮ್ಮಣ್ಣನಿಗೆ ನಿಮ್ಮಂಥ ಹೆಣ್ಣು ಮಗು ಆಗ್ಬೇಕು." ಮೆಚ್ಚುಗೆಯಿಂದ ನುಡಿದಳು ಗಿರಿಜ. ತನಗಿಂತ ವಯಸ್ಸಿನಲ್ಲಿ ಚಿಕ್ಕವಳಾದರೂ ಅಣ್ಣನ ಹೆಂಡತಿಯಾದ್ದರಿಂದ ಗೌರವದಿಂದ ನಡೆದುಕೊಳ್ಳುತ್ತಿದ್ದಳು.

ಅಂದು ಗೋಪಿನ ಹೊರಗೆ ಬಿಡದಂತೆ ಮಂಗಳಮ್ಮ ಕಟ್ಟಿ ಹಾಕಿದ್ದರೆಂದೇ ಹೇಳಬೇಕು. ಅವನು ಇಂಥದ್ದರಲ್ಲೆಲ್ಲ ಭಾಗವಹಿಸುತ್ತಿದ್ದುದ್ದೇ ಅಪರೂಪ.

ಪೂಜೆ ಷುರುವಾದಾಗಲೂ ಕೋಣೆಯೊಳಗೆಯೇ ಇದ್ದ ಗೋಪಿಯನ್ನು ಮಂಗಳಮ್ಮ ಎಬ್ಬಿಸಿಕೊಂಡು ಬಂದರು. ಅಷ್ಟಿಷ್ಟು ಜನ ನೆರೆದಿದ್ದರು. ಸತ್ಯನಾರಾಯಣ ಪೂಜೆ ಮಾಮೂಲಾಗಿ ನಡೆಯುತ್ತಿದ್ದುದೇ. ಆದರೆ ಇಂದು ಲಕ್ಷಣವಾಗಿ ಸೀರೆಯುಟ್ಟು ಒಡವೆಗಳನ್ನು ತೊಟ್ಟು ಕಳಕಳಿಸುತ್ತ ಗಂಡನ ಪಕ್ಕದಲ್ಲಿ ಕೂತು ಪೂಜೆ ಮಾಡುತ್ತಿದ್ದ ಊರ್ಮಿಳಾ ಪೂಜೆಗೆ ಕಳೆ ಕೂಡಿಸಿದ್ದಳು. ತದೇಕಚಿತ್ತಳಾಗಿ ಪೂಜೆ ಮಾಡುತ್ತಿದ್ದ ಅವಳ ಮುಖದಲ್ಲಿ ವಿನೂತನ ಶೋಭೆ ಬೆಳಗುತ್ತಿತ್ತು. ಕೈಕಟ್ಟಿ ಕಣ್ಣರಳಿಸಿ ನೋಡಿ. ಎಲ್ಲ ಮರೆತು ಪೂಜೆಯಲ್ಲಿಯೇ ಲೀನವಾಗಿಬಿಟ್ಟಿದ್ದಳು. ಅವನಿಗೆ ಎಷ್ಟೋ ಬಾರಿ ಅಕ್ಕ, ಭಾವ ಮಣೆಯ ಮೇಲೆ ಕೂತು ಪೂಜೆ ಮಾಡುತ್ತಿದ್ದಾಗ ನೋಡುವ ಅವಕಾಶ ಸಿಕ್ಕಿತ್ತು. ಮಂಗಳಮ್ಮನಿಗೆ ಪೂಜೆಯ ಕಡೆ ಆಸಕ್ತಿಯೇ ಇದ್ದ ಹಾಗೆ ಕಾಣುತ್ತಿರಲಿಲ್ಲ. ಗಳಿಗೆಗೊಂದು ಸಲ ಮಗಳನ್ನು ಕರೆದು ಅದೂ-ಇದೂ ಹೇಳುತ್ತಿದ್ದರು. ಗಂಡನ ಹತ್ತಿರ ಮಧ್ಯೆ ಮಧ್ಯೆ ಏನೋ ಹೇಳ್ತಾ ಇದ್ದರು. ನಡು ನಡುವೆ ಅತ್ತಿತ್ತ ನೋಡ್ತಾ ಇದ್ದರು. ಸಮಯ ವ್ಯರ್ಥವೇ ಹೊರತು ಪೂಜೆಯಿಂದ ಯಾವ ಸಾಫಲ್ಯವೂ ಕಾಣಲಿಲ್ಲ.

ಶಂಕರ ಅಷ್ಟೇನೂ ದಷ್ಟಪುಷ್ಟವಾಗಿರದಿದ್ದ ಕಾರಣದಿಂದ ಅವರಿಬ್ಬರ ನಡುವಿನ ವಯಸ್ಸಿನ ವ್ಯತ್ಯಾಸ ಗುರುತಿಸುವಂತಿರಲಿಲ್ಲ. ನೋಡುವವರ ಕಣ್ಣಿಗೆ 'ಪರವಾಗಿಲ್ಲ' ಎನ್ನುವಂಥ ಜೋಡಿಯೇ! ಪೂಜೆ ಮುಗಿಯಿತು. ಪ್ರಸಾದ ವಿನಿಯೋಗವಾಯಿತು. ಸೊಸೆ, ಮಗನ ಕೈಯಲ್ಲಿ ನೆರೆದಿದ್ದ ಹಿರಿಯರ ಕಾಲುಗಳಿಗೆ ನಮಸ್ಕಾರ ಮಾಡಿಸಿದರು. ಅವರೆಲ್ಲ ಏಕಕಂಠದಿಂದ 'ಪುತ್ರ ಪ್ರಾಪ್ತಿರಸ್ತು' ಎಂದು ಆಶೀರ್ವದಿಸಿದರು. ಯಾರೂ ಅಪ್ಪಿತಪ್ಪಿ ಕೂಡ ಹೆಣ್ಣುಮಗು ಆಗಲೆಂದು ಆಶೀರ್ವದಿಸಲಿಲ್ಲ. ಗೋಪಿ ನಾಟಕ ನೋಡುವಂತೆ ಇದನ್ನೆಲ್ಲ ನೋಡಿದ.

"ಎಲ್ಲ ಆಯ್ತೇನಮ್ಮ?" ಬೇಸರದಿಂದಲೇ ಕೇಳಿದಂತಿತ್ತು ಶಂಕರ. ಉಲ್ಲಸಿತವಾಗಬೇಕಾದ ಮುಖದಲ್ಲಿ ಪರಿಪೂರ್ಣವಾಗಿ ಕಾರ್ಮೋಡಗಳು ಕವಿದಿದ್ದವು. ಎಲ್ಲ ಬಲವಂತಕ್ಕೆ ಮಾಡಿದಂತಿತ್ತು.

"ಸದ್ಯ, ಎಲ್ಲಾ ಮುಗೀತು. ಹೋಗಿ ಬಟ್ಟೆ ಹಾಕ್ಕೊಂಡು ಊಟಕ್ಕೆ ಕೂತ್ಕೋ. ಬೆಳಗಿನಿಂದ ಬರೀ ಹೊಟ್ಟೆ." ಕಳಕಳಿಯಿಂದ ನುಡಿದರು. ಮಗ ಬೆಳಿಗ್ಗೆ ತಿರುವಿನಲ್ಲಿದ್ದ ಹೋಟೆಲಿಗೆ ಹೋಗಿ ಗಡದ್ದಾಗಿ ಇಡ್ಲಿ ಸಾಂಬಾರ್ ಮೆದ್ದು ಬಂದಿದ್ದು ಅವರಿಗೇನು ಗೊತ್ತು? ಮಾತಿಲ್ಲದೆ ನಡೆದುಬಿಟ್ಟ ಶಂಕರ.

ಸುಡೋ ಕಾಫಿ ಲೋಟಾನ ಕೈಯಲ್ಲಿ ಹಿಡಕೊಂಡು ಕೋಣೆಯೊಳಗೆ ಕಾಲಿಟ್ಟಳು ಸರಿತಾ. ಊರ್ಮಿಳಾ ಕಾಣಲಿಲ್ಲ. ಅಣ್ಣನಿಗೆ ಕೊಡೋ ಉದ್ದೇಶದಿಂದ ಅವಳೇನು ತಂದಿರಲಿಲ್ಲ.

"ನಿಂಗಲ್ಲ ಊರ್ಮಿಳಾಗೆ. ಅವರೆಲ್ಲಿ?"

"ಮೊದ್ಲು ಕಾಫೀ ಕೊಡು" ಎಂದು ಅವಳ ಕೈಯಲ್ಲಿದ್ದ ಲೋಟ ಕಸಿದುಕೊಂಡ ಶಂಕರ "ಹುಡುಕಿಕೊಂಡು ಬಾ" ಎಂದ ನಗುತ್ತ.

'ಹೃದಯ ಇಲ್ಲದೋರು!' ಎಂದು ಗೊಣಗಾಡುತ್ತಲೇ ನೆರಿಗೆಗಳನ್ನು ಕೈಯಲ್ಲಿ ಹಿಡಿದು ಹೊರಗೆ ಹೋದಳು. ಅವಳು ಹುಡುಕಾಡಿಕೊಂಡು ದೇವರ ಮನೆಗೆ ಬಂದಾಗ ಊರ್ಮಿಳಾ ಗೋಡೆಗೆ ತಲೆಯಾನಿಸಿ ಕಣ್ಣುಮುಚ್ಚಿ ಕೂತಿದ್ದಳು. ಸದ್ದು ಮಾಡದೇ ಹೋಗಿ ಒಂದು ಲೋಟ ಬಿಸಿ ಹಾಲನ್ನು ತಂದಳು.

"ಊರ್ಮಿಳಾ, ಕುಡಿಯಿರಿ" ಅವಳ ಕಣ್ಣಲ್ಲಿ ಸಂತಸ ಉಕ್ಕಿತ್ತು. ಮಾತುಗಳಲ್ಲಿ ಹೇಳಲಾರದ ಕೃತಜ್ಞತೆಯನ್ನು ಕಣ್ಣುಗಳು ಬಿಂಬಿಸಿದವು.

"ಮೊದ್ಲು ಕುಡಿಯಿರಿ" ಹಾಲಿನ ಲೋಟ ಅವಳ ಕೈಯಲ್ಲಿಕೊಟ್ಟು ಅಲ್ಲೇ ಕೂತಳು. ಆ ಮುಖವನ್ನ ಎಷ್ಟೊತ್ತು ನೋಡಿದರೂ ಅವಳಿಗೆ ತೃಪ್ತಿಯಾಗಲಿಲ್ಲ. ಇಂತಹ ಅಪೂರ್ವ ಚೆಲುವು ಕೂಡ ಅಣ್ಣನನ್ನು ಸೆಳೆದುಕೊಳ್ಳಲಿಲ್ಲವೇ? ಅವನೇನು ಅರಸಿಕನೇ! ಇಲ್ಲ, ಇದೊಂದು ತರವಾದ ಬಿಗುಮಾನದ ಧೋರಣೆಯೆ? ನಾವೆಲ್ಲ ಇದ್ದೀವಲ್ಲ ಎಂದು ಹೀಗಿದ್ದಾನೋ? ಊರ್ಮಿಳಾನ ಕೇಳಿದರೇ ಗೊತ್ತಾಗುತ್ತೆ? ಅದರಲ್ಲಿ ನಂಬಿಕೆ ಬರಲಿಲ್ಲ.

"ಊರ್ಮಿಳಾ..." ಎಂದು ಬಂದವರೇ ಮಂಗಳಮ್ಮ ನಿಂತುಬಿಟ್ಟರು. ಮಗಳ ಉಪಚಾರ ಅವರಿಗೆ ಸರಿ ಕಾಣಲಿಲ್ಲ. ಅವಳು ಈಗಿರುವಂತೆಯೇ ಇರಬೇಕು. ಮುಂದೆ ಬೆಳೆದು ಹೋಗಬಾರದು.

"ಇವತ್ತೊಂದು ದಿನ ಬ್ರಾಹ್ಮಣ, ಮುತ್ತೈದೆಯರ ಊಟವಾಗೋವರ್ಗೂ ಬರೀ ಹೊಟ್ಟೆಯಲ್ಲಿದ್ರೆ ಏನು ಮುಳುಗಿಹೋಗ್ತಾ ಇತ್ತು? ಅವಳಂತೂ ಶುದ್ಧ ಹುಡ್ಗು! ನಿಂಗೆ ಬುದ್ಧಿ ಬೇಡ್ವ?" ಇಲ್ಲಿಯೂ ಮೂದಲಿಕೆಯ ಮಾತುಗಳೇ.

"ನೀನು ಸ್ವಲ್ಪ ಸುಮ್ನೇ ಹೋಗ್ತೀಯಾ.... ನಂಗೆಲ್ಲ ಗೊತ್ತು?" ಇದ್ದಿದ್ದು ಇದ್ದಂತೆ ಹೇಳಿಬಿಡೋಳೇ ಸರಿತಾ.

"ನೀನು ಚಿಕ್ಕೋಳು. ನಿಂಗೆ ಇದೆಲ್ಲ ಅರ್ಥವಾಗೋಲ್ಲ."

"ನಡಿಯಮ್ಮ ಸುಮ್ನೇ" ತಾಯಿಯನ್ನು ಹೊರಗೆ ಅಟ್ಟಿಯೇಬಿಟ್ಟಳು. ಆಕೆಯಿದ್ದ ಕಡೆ ನೆಮ್ಮದಿಗೆ ಬರವೆಂಬ ಸಂಗತಿ ಅವಳಿಗೆ ಗೊತ್ತು.

ಅರ್ಧ ಕುಡಿದ ಹಾಲಿನ ಲೋಟ ಊರ್ಮಿಳಾ ಕೈಯಲ್ಲೇ ಇತ್ತು! ಅವಳು ಹೆದರಿದಂತೆ ಕಂಡಳು. "ಒಳ್ಳೆ ಪೆಚ್ಚು ಹುಡುಗಿ" ಎಂದು ಮನಸ್ಸಿನಲ್ಲಿಯೇ ನಕ್ಕು

"ಮೊದ್ಲು ಹಾಲು ಕುಡೀರಿ. ಪ್ರತಿಯೊಂದನ್ನೂ ನಂಬಿ ಬಿಡ್ಬೇಡಿ. ಸ್ವಲ್ಪ ಯೋಚಿಸೋ ಶಕ್ತೀನ ಬೆಳಸ್ಕೊಳ್ಳಿ. ನಮ್ಮಮ್ಮ ಇಷ್ಟು ವರ್ಷಗಳಿಂದ ವ್ರತ, ಪೂಜೆಗಳ್ನ ಮಾಡಿ ಏನು ಸಂಪಾದಿಸಿಕೊಂಡಿದ್ದಾಳೋ ನಂಗಂತೂ ಗೊತ್ತಿಲ್ಲ. ಎಲ್ಲಕ್ಕಿಂತ ಹೆಚ್ಚಾಗಿ ಒಳ್ಳೆ ಗುಣಗಳ್ನ ಬೆಳೆಸ್ಕೋಬೇಕು. ನಮ್ಮ ಗೋಪಿ ಮಾವನ್ನ ನೋಡಿ, ಒಂದು ದಿನವಾದ್ರೂ ಕಳ್ಳ ನಮಸ್ಕಾರಗಳ್ನ ಹಾಕಿದವನಲ್ಲ. ದೈವತ್ವಾನ ನಿಜವಾಗಿ ತಿಳಿದವ್ನು ಅವನು. ಮಾನವೀಯ ಗುಣಗಳ್ನ ಬೆಳೆಸಿಕೊಂಡಿದ್ದಾನೆ. ಅವನ ಬಗ್ಗೆ ಹೇಳ್ಬೇಕೂಂದ್ರೆ ಬಹಳ ಇದೆ. ಸರಿತಾಳ ಕಣ್ಣುಗಳಲ್ಲಿ ಅಭಿಮಾನ ತುಳುಕಿತು. ಅವನಲ್ಲಿ ಪ್ರೀತಿಗೆ ಮೀರಿದ ಗೌರವವನ್ನು ಬೆಳೆಸಿಕೊಂಡಿದ್ದಳು. ಅವನ ಆರಾಧನೆಯ ದೃಷ್ಟಿ ವಿಶಾಲವಾಗಿತ್ತು.

ಕಿವಿಯರಳಿಸಿ ಕೇಳಿದಳು ಊರ್ಮಿಳಾ. ಅವಳ ಮನಸ್ಸಿನಲ್ಲಿ ಯಾವ ಭಾವನೆಗಳು ಎದ್ದವೋ!? ಅಷ್ಟೆಲ್ಲ ಯೋಚಿಸಲು ಅವಳ ಮನ ಅಶಕ್ತವೋ....

ರಾತ್ರಿಯ ಊಟವಾಗುವವರೆಗೂ ಮನೆ ಸಡಗರದಿಂದಲೇ ತುಂಬಿತ್ತು. ಮಂಗಳಮ್ಮ ಸೋತವರಂತೆ ಗೋಡೆಗೊರಗಿ ಕೂತುಬಿಟ್ಟರು. ಅವರು ಮಾಡಿದ್ದೂ ಅಷ್ಟರಲ್ಲೇ ಇದೆ. ದಣಿದಿದ್ದು ಮಾತ್ರ ಜಾಸ್ತಿ.

"ಬೆಳಿಗ್ಗೆ ಹೊರಟುಬಿಡ್ಬೇಕು" ಶಾಸ್ತ್ರಿಗಳು ನಶ್ಯ ತೀಡುತ್ತ ಹೆಂಡತಿಗೆ ಹೇಳಿದರು.

"ಇನ್ನೇನು ಹೊರಡೋದೆ. ಗಿರಿಜಾನೂ ಬರ್ತಾಳೆ. ಅದಕ್ಕೆ ಊರ್ಮಿಳಾನ್ನೂ ಕರ್ಕೋತೀನಿ. ಹಪ್ಪಳ, ಸಂಡಿಗೇಂತ ಮಾಡ್ಬೇಕೂ..."

ಹೆಂಡತಿಯ ಕಡೇ ಕೆಕ್ಕರಿಸಿಕೊಂಡು ನೋಡಿದ ಶಾಸ್ತ್ರಿಗಳು "ಹಪ್ಪಳ, ಸಂಡಿಗೆ, ಹಬ್ಬ-ಹರಿದಿನಾಂತ ವರ್ಷಕ್ಕೆ ಆರು ತಿಂಗ್ಳು ಅಲ್ಲೇ ಇರಿಸ್ಕೋ! ಇನ್ನು ಮೊಮ್ಮಕ್ಳು ಹೇಗೆ ಆಗುತ್ತೆ?" ಮೆತ್ತಗೆ ಮಂಗಳಮ್ಮ ಜಾಗ ಖಾಲಿ ಮಾಡಿದರು.

ಅಲ್ಲೇ ಕೂತಿದ್ದ ಸರಿತಾ ಜೋರಾಗಿ ನಕ್ಕರೆ, ಗಿರಿಜ ಮುಸಿ ಮುಸಿ ನಕ್ಕಳು. ಗೋಪಿ ತುಟಿಗಳ ಮೇಲೆ ನಗೆ ತೇಲಿಸಿದ. ಶಂಕರನ ತುಟಿಗಳು ಮಾತ್ರ ಬಿಗಿದುಕೊಂಡವು.

ಶಾಸ್ತ್ರಿಗಳ ದೃಷ್ಟಿ ಮಗನ ಕಡೆಗೆ ಹರಿಯಿತು. ಬೇಸರದಿಂದಲೇ "ಅವಳಿಗಂತೂ ಬುದ್ಧಿ ಇಲ್ಲವೆಂದ್ರೆ ನಿಂಗೂ ಇಲ್ವೇನೋ! ನಿನ್ನ ಹೆಂಡ್ತೀನ ನಿನ್ಹತ್ರ ಇಟ್ಕೊ. ಅದು ಬಿಟ್ಟು ಮೂರು ಮೂರು ದಿನಕ್ಕೆ ಅಲ್ಲಿಗ್ಯಾಕೆ ಕಳಸ್ತೀಯಾ? ನಿಮ್ಮಮ್ಮನಿಗೆ ದುಡಿಯೋಕೋಸ್ಕರ ಮದ್ವೆಯಾದ್ಯಾ? ಹೇಗೂ ಇಷ್ಟು ವರ್ಷ ತಳ್ಳಿದ್ದೆ. ಇನ್ನು ಹತ್ತು ವರ್ಷ ತಳ್ಳಿದ್ರೆ ಮುಗಿದೇಹೋಗ್ತಾ ಇತ್ತು" ಮುಲಾಜಿಲ್ಲದೇ ರೇಗಾಡಿದರು. ಮಗನ ನಡತೆ ಅವರಿಗೆ ಸ್ವಲ್ಪವೂ ಸರಿಹೋಗುತ್ತ ಇರಲಿಲ್ಲ. ಅವರು ಎರಡು ಮೂರು ಸಲ ಬಂದಾಗಲೂ ಇವನು ಮನೆ ಸೇರಿದ್ದು ರಾತ್ರಿ ಹನ್ನೆರಡರ ಮೇಲೆಯೇ. "ಛಿ... ಛಿ...!" ಮುಖ ಸಿಂಡರಿಸಿದರು.

ಶಂಕರ ದುಮುಗುಟ್ಟುತ್ತ ಅವಮಾನಿತನಂತೆ ಎದ್ದು ಹೋದ. ಮಿದುಳು ಸಿಡಿಯುತ್ತಿತ್ತು. ಎದೆ ಉದ್ವೇಗದಿಂದ ಏರಿಳಿಯುತ್ತಿತ್ತು. ಮನ ಹತೋಟಿಗೆ ಬರಬೇಕಾದರೆ ಬಹಳ ಹೊತ್ತೇ ಹಿಡಿಸಿತು.

"ಹಾಲು ತಗೊಳ್ಳಿ" ತಣ್ಣನೆಯ ಸ್ವರ. ಅವಡು ಕಚ್ಚಿದ, ಮುಖ ಬಿಗಿದ. ಅವಳ ಕೈಯಲ್ಲಿದ್ದ ಹಾಲು ತಗೊಂಡು ಅವಳ ತಲೆ ಮೇಲೆ ಸುರಿದು ರೋಷ ತೀರಿಸಿಕೊಂಡ.

ಅವನು ರಾತ್ರಿ ಹೊತ್ತು ಕುಡಿಯುತ್ತಿದ್ದುದು ತಣ್ಣನೆಯ ಹಾಲು. ಆದ್ದರಿಂದ ಊರ್ಮಿಳಾಗೇನು ತಾಪವಾಗಲಿಲ್ಲ. ಟವಲಿನಿಂದ ಮುಖ, ತಲೆಯೊರೆಸಿಕೊಂಡು ಭಯಪಡುತ್ತಲೇ ಬಂದು ಮಂಚವೇರಿದಳು. ಎಷ್ಟೋ ಹೊತ್ತಿನವರೆಗೂ ನಡುಗುತ್ತಲೇ ಇದ್ದಳು.

ಕಣ್ಣು ಮುಚ್ಚಿದವಳು ಬೀರು ತೆರೆದ ಸಪ್ಪಳವಾದ ಕೂಡಲೇ ತಟ್ಟನೆ ತೆರೆದಳು. ಮೇಲೆ ಏಳಲು ಭಯ. ಬಾಟಲು, ಗ್ಲಾಸ್ ಟೀಪಾಯಿ ಮೇಲಿಟ್ಟುಕೊಂಡು ಕೂತ ಶಂಕರ ಹಂತಹಂತವಾಗಿ ಕುಡಿದು ಮುಗಿಸಿದ. ಊರ್ಮಿಳಾ ಗಡಗಡನೆ ನಡುಗಿಹೋದಳು. ಸ್ಪಷ್ಟ ಕಲ್ಪನೆ ಇಲ್ಲದ ಮನ ನಾಲ್ಕಾರು ಬಗೆ ಯೋಚಿಸಲು ಹೋಗಿ ಸೋತಿತು. ಅವರ ಮನೆಯ ಕತ್ತಲೆಯ ಮಜಲುಗಳಿಂದ ಹೊರಗೆ ಬರುತ್ತಿದ್ದುದೇ ಅಪರೂಪ. ಜೀವನದ ವಿವಿಧ ರೂಪಗಳ ಪರಿಚಯವೇ ಅವಳಿಗಿರಲಿಲ್ಲ. ತಂಟೆತಕರಾರು ಇಲ್ಲದೆ ಬಂದು ಶಂಕರನೇನೋ ಮಲಗಿ ನಿದ್ದೆ ಮಾಡಿದ. ಊರ್ಮಿಳಾ ರೆಪ್ಪೆ ಮುಚ್ಚದೆ ರಾತ್ರಿಯನ್ನು ಕಳೆದಳು.

ಹಾಲಿನ ದೊಡ್ಡ ಗಡಿಯಾರ ಐದು ಹೊಡೆದ ಕೂಡಲೇ ಸಮಾಧಾನದ ಉಸಿರು ಬಿಟ್ಟು ಎದ್ದು ಕೋಣೆಯಿಂದ ಹೊರಗೆ ಬಂದಳು. ಮನೆ ಇನ್ನೂ ವ್ಯವಸ್ಥಿತ ರೀತಿಗೆ ಬಂದಿರಲಿಲ್ಲ. ಒಂಬತ್ತರ ಬಸ್ಸಿಗೆ ಅತ್ತೆ, ಮಾವ ಹೊರಡುವವರಿದ್ದರು. ನೀರೊಲೆಗೆ ಉರಿ ಹಾಕಿ ತಣ್ಣೀರಿನಲ್ಲೇ ಮೈ ತೊಳೆದು ಬಂದು ನಾಲ್ಕಾರು ಕಾಯಿ ಹೋಳುಗಳನ್ನು ಮುಂದಿಟ್ಟುಕೊಂಡು ತುರಿಯತೊಡಗಿದಳು. ಆರು ಹೊಡೆದೇಬಿಟ್ಟಾಗ ಲಗುಬಗನೆ ಇಡ್ಲಿ ಪಾತ್ರೆ ಸ್ಟೌವ್ ಮೇಲಿರಿಸಿದಳು.

"ರಾತ್ರಿ ಮಲಗಿದ್ದೇ ಲೇಟು. ಇಷ್ಟು ಬೇಗ ಎದ್ದಿಬಿಟ್ಟಿದ್ದೀಯಲ್ಲಮ್ಮ" ಕಳಕಳಿಯಿಂದ ಕೇಳಿದರು ಶಾಸ್ತ್ರಿಗಳು. ಎರಡು ಹೆಣ್ಣು ಮಕ್ಕಳ ತಂದೆಯಾದ ಅವರಿಗೆ ಸೊಸೆಯ ಮೇಲೆ ಕರುಣೆ. ದುರದೃಷ್ಟದ ಹೆಣ್ಣು ಇಲ್ಲೇನೂ ಸುಖ ಕಾಣಲಾರಳು. ಇದು ಅವರ ಸ್ಪಷ್ಟ ಅಭಿಪ್ರಾಯ. ಕೆಲವೊಮ್ಮೆ ಸರಿಯಿಲ್ಲವೆಂದು ತಲೆ ಜಾಡಿಸಿದರೂ ಮತ್ತೆ ಅದೇ ಅಭಿಪ್ರಾಯಕ್ಕೆ ಬರುತ್ತಿದ್ದರು.

ಮುಖದ ಮೇಲೆ ನಗು ತೇಲಿಸಿದಳೇ ಹೊರತು ಮಾತಾಡಲಿಲ್ಲ ಊರ್ಮಿಳಾ. ಸಾಕ್ಷಾತ್ ಗಂಡನ ತಂದೆ ಮಾವನವರ ಮುಂದೆ ನಿಂತು ಮಾತಾಡುವುದೆಂದರೆ ಸುಲಭದ ಮಾತೆ!?

ಕಾಫಿಗೆ ನೀರಿಟ್ಟು ಮಾವನವರ ದೇವರ ಪೂಜೆಗೆ ಅಣಿ ಮಾಡಿ ಕೈ ಕೂದಲನ್ನು ತಡವಿದಾಗ ಮುಜುಗರವೆನಿಸಿತು. ಕೂದಲೆಲ್ಲ ಅಂಟಂಟು. ಮುಖ ಕಿವುಚಿದಳು. ರಾತ್ರಿ ಘಟನೆಗಳು ಕಣ್ಮುಂದೆ ತೇಲಿದಾಗ ಗಡಗಡನೆ ನಡುಗಿದಳು.

ಮಂಗಳಮ್ಮ ಅಷ್ಟಿಷ್ಟು ಎಲ್ಲ ಗಂಟು ಕಟ್ಟಿಕೊಂಡರು. ಅವರ ಕೈಯನ್ನು

ತಡೆಯುವವರಾರು? ಇಲ್ಲಿ ಅವರು ಸರ್ವ ಸ್ವತಂತ್ರರು. ಶಂಕರ ಉದಾಸೀನವಾಗಿ ಅಂಗಡಿಗೆ ಹೋಗಿಬಿಟ್ಟ. ಇದರಿಂದ ಬೇಸತ್ತವರು ಮಂಗಳಮ್ಮ ಮಾತ್ರ.

"ನೀವು ಸುಮ್ಮನಿರಲಾರದೆ ಏನೇನೋ ಅಂದ್ಬಿಟ್ರಿ. ಮಾತು ಕೂಡ ಆಡಿಸದೇ ಶಂಕರ ಅಂಗಡಿಗೆ ಹೋಗ್ಬಿಟ್ಟ. ಹೆತ್ತ ಕರುಳ ಸಂಕ್ಟ ನಿಮ್ಗೆ ಹೇಗೆ ಗೊತ್ತಾಗುತ್ತೆ!" ಕಣ್ಣಿಗೆ ಸೆರಗು ಹಚ್ಚಿದರು.

"ಬಾಯ್ಮುಚ್ಚು.... ಅನ್ನಬಾರದ್ನ ಏನು ಅಂದಿರೋದು? ಅವ್ನು ಹೇಳಿದ್ದಕ್ಕೆಲ್ಲ ಕುಣಿ. ಕಂಡೋರ ಮನೆ ಹೆಣ್ಣನ್ನ ತಂದು. ಕಣ್ಣೀರಿನಲ್ಲಿ ಕೈತೊಳ್ಕಬೇಕಾ...!" ಛಾವಣಿ ಹಾರಿ ಹೋಗುವಂತೆ ಕೂಗಾಡಿದರು. ಆಗ ಮಂಗಳಮ್ಮ ತೆಪ್ಪಗಾಗಲೇಬೇಕಾಯಿತು.

ಅಡುಗೆಯ ಮನೆ ಬಾಗಿಲ ಮರೆಯಲ್ಲಿ ನಿಂತ ಊರ್ಮಿಳಾಳ ಮನ ಭಾರವಾಗಿತ್ತು. ಮನೆಯಲ್ಲಿ ಜನ ತುಂಬಿದ್ದರಿಂದ ಒಂದು ವಿಧವಾದ ಉತ್ಸಾಹ ತುಂಬಿ ತುಳುಕುತ್ತಿತ್ತು. ಇನ್ನು.... ತಾನು... ಏಕಾಂಗಿ... ಭಯಂಕರ ಏಕಾಂತವನ್ನು ಹೇಗೆ ಎದುರಿಸುವುದು? ಎಲ್ಲಕ್ಕಿಂತ ಹೆಚ್ಚಾಗಿ ತನ್ನ ಬಗ್ಗೆ ಆತ್ಮೀಯತೆ ತೋರುತ್ತಿರುವ ಸರಿತಾ ಹೊರಟುಹೋಗುತ್ತಾಳೆ. ಮಾತು... ವಿಶ್ವಾಸ... ಆತ್ಮೀಯತೆ... ತನ್ನ ಪಾಲಿಗೆ ಗಗನಕುಸುಮ. ಊರ್ಮಿಳಾಳ ಕಣ್ಣಲ್ಲಿ ನೀರಾಡಿತು.

"ಊರ್ಮಿಳಾ..." ಸರಿತಾಳ ಕೈ ಅವಳ ಭುಜವನ್ನು ಸವರಿದಾಗ ಅವಳ ಭುಜಕ್ಕೆ ಮುಖ ಮುಚ್ಚಿ ಬಿಕ್ಕಿದಳು.

"ಸಮಾಧಾನ ಮಾಡ್ಕೊಳ್ಳಿ, ನಾನು ಹೋದ್ರೂ ಬೇಗ ಬಂದ್ಬಿಡ್ತೀನಿ. ಮದ್ವೆಯಾಗೋವರ್ಗೂ ಸುಮ್ನೇ ಮನೆಯಲ್ಲಿ ಕಾಲ ಕಳೆಯೋದು ತಾನೇ! ಅಲ್ಲಿರೋ ಬದ್ಲು ಇಲ್ಲೇ ಇರ್ತೀನಿ!" ನಿಜವಾ ಎಂದು ಕಣ್ಣರಳಿಸಿ ಅವಳನ್ನು ದಿಟ್ಟಿಸಿದಳು. ನಿಜವೆನ್ನುವಂತೆ ಕಣ್ಣುಗಳಲ್ಲಿಯೇ ಸೂಚಿಸಿದಳು ಸರಿತಾ.

"ಬೇಗ ಬರ್ತೀಯಾ!" ಖಂಡಿತ ಎನ್ನುವಂತೆ ತಲೆಯಾಡಿಸಿದಳು. ಅವರುಗಳು ಹೋದ ಎಷ್ಟೋ ಹೊತ್ತಿನವರೆಗೂ ಬಾಗಿಲಲ್ಲೇ ನಿಂತಿದ್ದಳು. ಸುಬ್ಬ ಕೂಡ ಅವರೊಂದಿಗೆ ಹೋಗಿದ್ದ. ಮನೆಯಲ್ಲಿ ಉಳಿದವಳು ಅವಳೊಬ್ಬಳೇ. ಸೊಂಟಕ್ಕೆ ಸೆರಗು ಬಿಗಿದು ಒಂದು ಕಡೆಯಿಂದ ಎಲ್ಲವನ್ನೂ ಸುವ್ಯವಸ್ಥಿತ ರೀತಿಯಲ್ಲಿಟ್ಟಳು. ಸರಿತಾಳ ಹೇಳಿಕೆಯಂತೆ ಪುಸ್ತಕಾನ ಮುಂದಿಟ್ಟುಕೊಂಡು ಅಕ್ಷರಗಳನ್ನು ಜೋಡಿಸಿ ಪದಗಳನ್ನು ಉಚ್ಚರಿಸುತ್ತ ಓದತೊಡಗಿದಳು. ಮಂಕು ಹರಿದುಹೋಯಿತು. ಪ್ರಯಾಸಪಟ್ಟು ಒಂದೆರಡು ಪುಟಗಳನ್ನು ಓದಿ ಮುಗಿಸಿದಾಗ ಕುಣಿದಾಡುವಷ್ಟು ಸಂತೋಷವಾಯಿತು. ಅವಳ ಸಂತೋಷದಲ್ಲಿ ಪಾಲ್ಗೊಳ್ಳಲು ಯಾರೂ ಇಲ್ಲ.

"ಅಮ್ಮಾವರೇ?" ಸುಬ್ಬನ ಧ್ವನಿ ಅವಳನ್ನ ಎಚ್ಚರಿಸಿತು. ತಟಕ್ಕನೇ ಪುಸ್ತಕ ಮುಚ್ಚಿಟ್ಟು ಮೇಲೆದ್ದಳು. "ಬಸ್ಸು ಸಿಕ್ತು" ಬಾಯಿಬಿಟ್ಟ.

"ಸುಬ್ಬ, ನಾನು ಒಂದು ಪಾಠ ಪೂರ್ತಿ ಓದ್ಬಿಟ್ಟೆ!" ಕಣ್ಣರಳಿಸಿ ಹೇಳಿದಳು. ಅವಳ ಮನಸ್ಸಿನ ಸಂತೋಷವನ್ನ ಯಾರ ಮುಂದಾದರೂ ತೋರಿಸಿಕೊಳ್ಳಬೇಕಾಗಿತ್ತು.

ಸುಬ್ಬನ ಮುಂದೆ ಒದರಿದಳು.

ಸುಬ್ಬನಿಗೆ ಅದೇನೂ ಹೊಸತಾಗಿ ಕಾಣಿಸಲಿಲ್ಲ. ಅವನು ಇಡೀ ಪುಸ್ತಕವನ್ನೇ ಓದಬಲ್ಲವನಾಗಿದ್ದ. ಬಡತನ ಅವನ ವಿದ್ಯಾಭ್ಯಾಸಕ್ಕೆ ಸಂಚಕಾರ ತಂದಿತ್ತು. ತಲೆ ಕೆರೆದುಕೊಳ್ಳುತ್ತ "ಹೊಟ್ಟೆ ಹಸಿವಾಗುತ್ತೆ" ಊರ್ಮಿಳಾಗೆ ಅಯ್ಯೋ ಎನಿಸಿತು. ಇವರನ್ನ ಕಳುಹಿಸಿಕೊಡುವ ಗಲಾಟೆಯಲ್ಲಿ ಅವನಿಗೆ ತಿಂಡಿ ಕೊಡುವ ವಿಚಾರವನ್ನೇ ಮರೆತಿದ್ದಳು.

"ಅಲ್ಲಿ ಮುಚ್ಚಿಟ್ಟಿದ್ದೀನಿ, ತಗೊ."

ತಮ್ಮಂದಿರ ಜ್ಞಾಪಕ ಬಂತು ಊರ್ಮಿಳಾಗೆ. ಇಬ್ಬರು ಚಿಕ್ಕಪ್ಪಂದಿರ ಮಕ್ಕಳು, ಜೊತೆಗೆ ವಿಧವೆ ಅತ್ತೆಯ ನಾಲ್ಕು ಮಕ್ಕಳು ಇವೆಲ್ಲದರ ನಡುವೆ ಅಕ್ಕ-ತಮ್ಮಂದಿರ ಬಾಂಧವ್ಯ ಮಧುರವಾಗಿ ಬೆಳೆಯಲೇ ಸಾಧ್ಯವಾಗಿರಲಿಲ್ಲ. ನಿಟ್ಟುಸಿರು ಚೆಲ್ಲಿ ನೆಲದ ಮೇಲೆ ಕುಳಿತಳು. ಹೊಟ್ಟೆಯಲ್ಲಿ ಹಸಿವು ಕಾಣಿಸಿಕೊಂಡಿತು. ತಿಂಡಿ ತಿಂದಿರಲಿಲ್ಲ. ಶಂಕರ ಕೂಡ ಬರಿ ಹೊಟ್ಟೆಯಲ್ಲೇ ಹೋಗಿದ್ದ. ಪಾಪ ಭೀತಿ ಕಾಡಿತು.

"ಸುಬ್ಬ, ಅಂಗ್ಡಿಗೆ ಹೋಗಿಬರ್ತೀಯೇನೋ!" ತಿಂಡಿ ತಿಂದು ಆರಾಮಾಗಿ ಬಂದು ಕೂತ ಅವನಿಗೆ ಬೇಸರವಾಯಿತು. ಅಂಗಡಿಗೆ ಹೋಗಬೇಕೆಂದರೇ ಅವನಿಗೆ ಇಷ್ಟವೇ ಆಗುತ್ತ ಇರಲಿಲ್ಲ. ವಿನಾಕಾರಣ ಶಂಕರ ಗದರಿಬಿಡುತ್ತಾನೆ. ಒಂದೆರಡು ಸಲ ಎರಡು ಏಟು ಕೂಡ ಬಿಗಿದಿದ್ದ. ಅನುಮಾನಿಸಿದ.

"ಅವ್ರು ತಿಂಡಿನೇ ತಿಂದು ಹೋಗಿಲ್ಲ. ತಿಂಡಿ ಕೊಡ್ತೀನಿ. ಕೊಟ್ಟು ಬಂದ್ಬಿಡು."

"ಯಜಮಾನ್ರು ಇಷ್ಟೊತ್ತಿಗೆ ಹೋಟಲಲ್ಲಿ ತಿಂಡಿ ತಿಂದಿರ್ತಾರೆ."

ಅವಳಿಗೆ ಹಿಡಿದು ನಾಲ್ಕು ತಟ್ಟಬೇಕೆನಿಸಿತು. ಅವಳ ಮನದ ನೋವು ಅವನಿಗೆ ಹೇಗೆ ಅರ್ಥವಾಗಬೇಕೋ? ತಾನೂ ಕೂಡ ತಿಂಡಿ ತಿನ್ನದೇ ಕೂತಳು. ಹತ್ತು ನಿಮಿಷ ಕಳೆಯುವ ಮುನ್ನವೇ ಶಂಕರ ಬಂದ. ಅವನ ದೃಷ್ಟಿ ಮೊದಲು ಹರಿದಿದ್ದು ಸುಬ್ಬನ ಕಡೆಗೇ. ಏನನ್ನಿಸಿತೋ ಏನೋ, "ಈಗ ಮನೆಗೆ ಹೋಗು. ನಾಳೆಯಿಂದ ಕೆಲಸಕ್ಕೆ ಬರ್ಬೇಡ?" ಅವನು ಬೆದರಿ ನಿಂತ. "ನಾಳೆ ನಿಮ್ತಂದೇನ ಅಂಗ್ಡಿ ಹತ್ರ ಕಳ್ಸು, ಮಾತಾಡ್ತೀನಿ. ಕೆಲ್ಸಕ್ಕೆ ಮಾತ್ರ ಬರ್ಬೇಡ" ನೇರವಾಗಿ ಕೋಣೆಯೊಳಕ್ಕೆ ಹೋಗಿಬಿಟ್ಟ. ಸಿಡಿಯುವ ತಲೆಯನ್ನೇ ಅದುಮಿ ಹಿಡಿದು ಮಂಚದ ಮೇಲೆ ಕುಸಿದ. ಎಲ್ಲರೂ ತನ್ನ ಕಡೆಗೆ ನೋಡಿ ಅಪಹಾಸ್ಯ ಮಾಡಿ ನಗುವಂತೆ ಕಂಡಿತು. ಹಾಸಿಗೆಯ ಮೇಲಿನ ದಿಂಬು, ಮಗ್ಗುಲು ಹಾಸಿಗೆ ಎಲ್ಲ ಕಿತ್ತು ಎಸೆದ. ಮಿದುಳಿನ ಸಿಡಿತವಂತೂ ಕಡಿಮೆಯಾಗಲಿಲ್ಲ. ಅಸ್ತವ್ಯಸ್ತವಾದ ಹಾಸಿಗೆಯ ಮೇಲೆ ಕಣ್ಣುಮುಚ್ಚಿ ಮಲಗಿದ. ಕಣ್ಣಿಂದ ಹನಿಹನಿಯಾಗಿ ಹರಿದ ಕಣ್ಣೀರು ದಿಂಬನ್ನು ತೋಯಿಸಿತು. ಅವನ ಕಣ್ಮುಂದೆ ಹರಿದು ಬಂದಿದ್ದು ಒಂದು ಹೆಣ್ಣಿನ ಪ್ರತಿರೂಪ. ಕೈಗೆ ಸಿಕ್ಕಿದ ಸಾಮಾನನ್ನೆಲ್ಲ ಅತ್ತಿತ್ತ ಎಸೆದಾಡಿದ. ಕೋಣೆಯಲ್ಲಿನ ಹೋರಾಟ ಊರ್ಮಿಳಾನ ನಡುಗಿಸಿಬಿಟ್ಟಿತು. ದೇವರ ಮನೆಯಲ್ಲಿ ಹೋಗಿ ಸುಮ್ಮನೆ ಕೂತುಬಿಟ್ಟಳು. ಮದುವೆಯಾಗಿದ್ದ ಅವಳ ಅಕ್ಕಂದಿರು.

'ನಿನ್ನ ಅದೃಷ್ಟ ಎಷ್ಟೊಂದು ದೊಡ್ಡದು!' ಎಂದು ಬಾಯಿ ತುಂಬ ಕೊಂಡಾಡಿದ್ದರು. ಇದೆಯೇನೋ... ಅವಳ ಅದೃಷ್ಟ...!

"ಊರ್ಮಿಳಾ... ಬಡ್ಸು... ಬಾ" ಧ್ವನಿ ಎಚ್ಚರಿಸಿತು. ಧ್ವನಿ ಬಂದತ್ತ ದೃಷ್ಟಿ ಹರಿಸಿದಳು. ಗಂಡ ಮಾಮೂಲಾಗಿಯೇ ಇದ್ದ. ಯಾವ ವ್ಯತ್ಯಾಸವನ್ನೂ ಗುರ್ತಿಸಲು ಅವಳಿಂದಾಗಲಿಲ್ಲ.

ತಟ್ಟೆ ಹಾಕಿ ನಿಧಾನವಾಗಿ ಬಡಿಸಿದಳು. ಸಹಜವಲ್ಲದ ಊಟ, ಬಲವಂತವಾಗಿ ತುತ್ತು ನುಂಗಿ ನೀರು ಕುಡಿಯುತ್ತಿದ್ದ. ತಟ್ಟೆಯಲ್ಲಿ ಕೈ ತೊಳೆಯುತ್ತ "ನೀನು ಊಟ ಮಾಡ್ಬಿಡು. ನಾನೇನಾದರೂ ಅಂಗ್ಡಿಯಿಂದ ಬರೋದು ತಡವಾದರೆ ನೀನೇನು ನಂಗಾಗಿ ಕಾಯ್ಬೇಕಾಗಿಲ್ಲ?" ಸಹಾನುಭೂತಿಯಿಂದ ಅವಳೆಡೆ ನೋಡಿದ. ಸ್ವಭಾವತಃ ಅವನೇನೂ ಕೆಟ್ಟವನಲ್ಲ. ಭಯಂಕರ ಸತ್ಯವನ್ನು ಮುಚ್ಚಿಡಲು ಈ ಹೆಣಗಾಟ!

ಎಲೆ ಅಡಿಕೆ ತಟ್ಟೆಯನ್ನು ಗಂಡನ ಮುಂದಿಟ್ಟು ಬಂದ ಊರ್ಮಿಳಾ ತಟ್ಟೆಗೆ ಬಡಿಸಿಕೊಂಡು ಕೂತಳು. ನಿಧಾನವಾಗಿ ಊಟ ಸಾಗಿತು. ತಟ್ಟೆ ತೊಳೆದಿಟ್ಟು ಹೊರಗೆ ಬಂದಳು.

"ನಾನು ಬರ್ತೀನಿ, ಬಾಗ್ಲು ಹಾಕ್ಕೋ" ಬಾಗಿಲನ್ನು ಮುಂದಕ್ಕೆ ಎಳೆದುಕೊಂಡು ಸ್ಕೂಟರ್ ಏರಿ ಹೋಗಿಬಿಟ್ಟ. ಓಡಿ ಬಂದು ನಿಂತು ನೋಡಿದ ಊರ್ಮಿಳಾಗೆ ಹೆಮ್ಮೆಯೆನಿಸಿತು. ಅವರಿದ್ದ ಹಳ್ಳಿಗೆ ಅಪರೂಪವಾಗಿ ಸ್ಕೂಟರ್ ಬಂದರೆ ಎಲ್ಲ ಹುಡುಗರು ಅದ್ರ ಹಿಂದೆಯೇ ಇರುತ್ತಿದ್ದರು. ಹೆಣ್ಣು ಹುಡುಗಿಯರು ಕಣ್ಣರಳಿಸಿ ನೋಡುತ್ತಿದ್ದರು. ಈಗ..... ತುಟಿಗಳ ಮೇಲೆ ನಗು ಮೂಡಿತು. ಎಷ್ಟೋ ಹೊತ್ತು ಅಲ್ಲೇ ನಿಂತಿದ್ದಳು.

* * *

ಮುಂಬಾಗಿಲನ್ನು ತಳ್ಳಿಕೊಂಡು ಗೋಪಿ ಒಳಕ್ಕೆ ಬಂದ. ಒಂದೆರಡು ದಿನದಿಂದ ಸುಬ್ಬನ್ನ ಕಂಡಿರಲಿಲ್ಲ. ಕೇಳಬೇಕೆಂದುಕೊಂಡರೂ ಕೇಳುವುದನ್ನೇ ಮರೆತಿದ್ದ. ಕೋಣೆ ಬಾಗಿಲಿಗೆ ಬಂದವನೇ ಗಕ್ಕನೇ ನಿಂತ. ಊರ್ಮಿಳಾ ಕೂತು ನೆಲವನ್ನು ಒರೆಸುತ್ತಿದ್ದಳು. ಒಂದು ಹೆಜ್ಜೆ ಹಿಂದಕ್ಕಿಟ್ಟು "ಯಾಕೆ?" ಎಂದ.

ಸಂಕೋಚದಿಂದ ಮುದುರಿದ ಊರ್ಮಿಳಾ ಬೇಗ ಬೇಗ ಒರೆಸಿ ಹೋಗೇಬಿಟ್ಟಳು. ಈಗ ಸುಬ್ಬನ ಬಗ್ಗೆ ವಿಚಾರಿಸಿಬಿಡಲೇಬೇಕೆಂಬ ತೀರ್ಮಾನಕ್ಕೆ ಬಂದ. ಅಡುಗೆಯ ಮನೆಯ ಬಾಗಿಲಲ್ಲಿ ನಿಂತು "ಸುಬ್ಬ ಎಲ್ಲಿ?" ಕೆಳಗಿನ ತುಟಿ ಕಚ್ಚಿದ. ಮುಖ ಇತ್ತ ತಿರುಗಿಸಿದ ಊರ್ಮಿಳಾ "ಅವ್ನು ಇನ್ಮೇಲೆ ಕೆಲ್ಸಕ್ಕೆ ಬರೋಲ್ಲ!" ಯಾಕೆಂದು ಗಡ್ಡ ತುರಿಸಿಕೊಂಡ. ಆಮೇಲೆ ನಿಧಾನವಾಗಿ ವಿಚಾರಿಸಿದರಾಯಿತೆಂದು ಕೋಣೆಗೆ ಬಂದ.

ಮೊದಲಿನ ಹಾಗೆ ಸುಬ್ಬನಿರಲಿಲ್ಲ. ಕಾಫಿ, ತಿಂಡಿ ಎಲ್ಲವನ್ನೂ ಊರ್ಮಿಳಾನೆ ಕೊಡಬೇಕಾಗಿತ್ತು. ಕರ್ತವ್ಯದ ಮುಂದೆ ಸಂಕೋಚ ಸಡಿಲಗೊಂಡಿತ್ತು. ಅವನು ಮುಖ

ತೊಳೆದು ಬಾತ್‌ರೂಮಿನಿಂದ ಹೊರಗೆ ಬರುವ ವೇಳೆಗೆ ಕಾಫಿ ಹೊಗೆಯಾಡುತ್ತ ಟೀಪಾಯಿ ಮೇಲೆ ಕೂತಿತ್ತು. ಒಮ್ಮೆ ಗುಟುಕರಿಸಿದ ಹಾಯೆನಿಸಿತು. ಕಾಫಿ ಕುಡಿದು ಲೋಟ ಬದಿಗಿರಿಸಿ ಹೊರಗಡೆ ಹೋಗಿ ನಿಂತ. ಎದುರು ಮನೆ ಡಾ॥ ನಳಿನಿ ಕೈ ಬೀಸಿದಾಗ ತಾನೂ ಕೈಯಲ್ಲಾಡಿಸಿದ. ಆಮೇಲೆ ಅವನ ದೃಷ್ಟಿ ಹರಿದಿದ್ದು ಮಲ್ಲಿಗೆಯ ಬಳ್ಳಿಯತ್ತ. ಷರಟಿನ ತೋಳನ್ನು ಹಿಂದಕ್ಕೆ ಮಡಿಚಿ ಹರಡಿದ ಬಳ್ಳಿಯನ್ನು ಸರಿಯಾಗಿ ಎತ್ತಿ ಕಟ್ಟಿದ.

"ನಮಸ್ಕಾರ" ಎಂದಾಗ ಯಾರು ಎಂದು ನೋಡದೆಯೇ "ನಮಸ್ಕಾರ" ಎಂದು ಹೇಳಿ ತನ್ನ ಕೆಲಸದಲ್ಲಿ ನಿರತನಾದ.

"ಡಾಕ್ಟರ್" ಎಂದಾಗ "ಆಹ್..." ನಳಿನಿ ಘೊಳ್ಳನೇ ನಕ್ಕಾಗ ತಟ್ಟನೇ ತಿರುಗಿದ. ಅವನ ಮುಖದಲ್ಲಿ ಯಾವ ಏರುಪೇರಿಗೂ ಅವಕಾಶವಿರಲಿಲ್ಲ. ಸಹಜವಾಗಿ ತುಟಿಗಳ ಮೇಲೆ ನಗು ಅರಳಿಸಿದ.

"ಮನೆಯಲ್ಲಿ ಯಾರೂ ಇಲ್ವಾ?" ಹುಬ್ಬೇರಿಸಿ ಕೇಳಿದಳು ನಳಿನಿ ನಿಶ್ಶಬ್ದವಾಗಿದ್ದ ಮನೆಯ ಕಡೆ ನೋಡುತ್ತ.

"ಇದ್ದಾರೆ. ನಮ್ಮ ಶಂಕರ್ ಅವರ ಶ್ರೀಮತಿ" ನಳಿನಿ ತುಟಿ ಕೊಂಕಿಸಿ ನಕ್ಕು "ಹೆಸರು ಶ್ರೀಮತೀನಾ!" ಅಲ್ಲವೆನ್ನುವಂತೆ ತಲೆಯಾಡಿಸಿದ. ನಳಿನಿ ಬಗ್ಗೆ ಅವನಿಗೆ ಗೊತ್ತು. ತುಂಟ ಹುಡುಗಿ, ವೃತ್ತಿಗೆ ತಕ್ಕಂಥ ಗಂಭೀರತೆಯೇ ಅವಳಲ್ಲಿರಲಿಲ್ಲ... ಅವಳ ಮಾತನ್ನು ಯಾರೂ ಸೀರಿಯಸ್ಸಾಗಿ ತೆಗೆದುಕೊಳ್ಳುತ್ತಿರಲಿಲ್ಲ.

"ನಿಮ್ಮ ಊರ್ಮಿಳಾನ ನೋಡಿದ್ರೆ ನಂಗೆ ರಾಮಾಯಣದ ಊರ್ಮಿಳಾ ಜ್ಞಾಪಕಕ್ಕೆ ಬರ್ತಾಳೆ" ಘೊಳ್ಳನೇ ನಕ್ಕಳು. ಮಾತು ಮಾತಿಗೂ ನಗು.

'ಟಾ ಟಾ' ಹೇಳಿ ಹೊರಟೇಬಿಟ್ಟಳು.

ಪಾಟ್‌ಗಳಲ್ಲಿದ್ದ ಒಣಗಿದ ಎಲೆಗಳನ್ನೆಲ್ಲ ಒಂದು ಕಡೆಗೆ ಗುಡ್ಡೆ ಮಾಡಿದ. ಒಣಗಿದ ಸಣ್ಣಪುಟ್ಟ ಬಳ್ಳಿ, ಎಲೆಗಳನ್ನು ತೆಗೆದು ಗುಡ್ಡೆಗೆ ಸೇರಿಸಿದ. ಬಕೆಟ್ ತಗೊಂಡು ಗಿಡಗಳಿಗೆ ನೀರು ಹಾಕಲು ಶುರು ಮಾಡಿದ.

"ಅಯ್ಯಯ್ಯೋ... ಬೇಡಿ" ಊರ್ಮಿಳಾಳ ಧ್ವನಿ ತಡೆಯಿತು. ಕೈಯಲ್ಲಿದ್ದ ಬಕೆಟ್ ಕೆಳಗಿಟ್ಟು ಯಾಕೆ ಎನ್ನುವಂತೆ ನೋಡಿದ.

"ನಾನು ನೀರು ಹಾಕ್ತೀನಿ. ನೀವುಗಳು ಮಾಡೋಂಥ ಕೆಲ್ಸವೇ ಇದಲ್ಲ!" ಹುಬ್ಬೇರಿಸಿ "ವಾಟ್" ಎಂದ. ಕೇಳಿಸುವಷ್ಟು ಜೋರಾಗಿಯೇ ನಕ್ಕ. ಆಮೇಲೆ ತನ್ನ ಪಾಡಿಗೆ ತಾನು ಎಲ್ಲ ಗಿಡಗಳಿಗೂ ನೀರು ಹಾಕಿಯೇ ಒಳಗೆ ಬಂದ.

"ಒಂದರ್ಧ ಕಪ್ ಕಾಫಿ ಕೊಡ್ತೀರಾ?" ಕನ್ನಡಕವನ್ನು ಸರಿಪಡಿಸಿಕೊಳ್ಳುತ್ತ ಕೇಳಿದ. ಅವನ ಮನವನ್ನು ಮೊದಲೇ ಅರಿತವಳಂತೆ ಕಾಫಿ ಲೋಟವನ್ನು ಅವನ ಮುಂದೆ ಹಿಡಿದಳು.

"ಥ್ಯಾಂಕ್ಸ್" ಇತ್ತೀಚೆಗೆ ಆ ಪದದ ಅರ್ಥ ಊರ್ಮಿಳಾಗೆ ಗೊತ್ತಾಗಿತ್ತು. ಅವಳ ಮುಖ ಅರಳಿತು. ತನ್ನ ಕೆಲಸದ ಬಗ್ಗೆ ಮೆಚ್ಚಿಗೆಯಾಡುವ ಒಬ್ಬ ವ್ಯಕ್ತಿಯಾದರೂ ಮನೆಯಲ್ಲಿರುವರಲ್ಲ ಎಂಬ ಸಂತೋಷ ಅವಳನ್ನು ಆವರಿಸಿತ್ತು.

ಅವನ ಕೈ ಟೀಪಾಯಿ ಮೇಲಿದ್ದ ನೋಟ್‌ಬುಕ್ಕನ್ನು ತೆಗೆಯಿತು. ಸುಮ್ಮನೇ ಪುಟಗಳನ್ನು ತಿರುವಿದ. ಮುಂದಿನ ಮೂರು ಪುಟಗಳಲ್ಲಿನ ದುಂಡಗಿನ ಅಕ್ಷರಗಳು ಅವನ ಗಮನವನ್ನು ಸೆಳೆಯಿತು. ನೆಟ್ಟ ನೋಟದಿಂದ ನೋಡಿದ. ಕಣ್ಣುಗಳು ಮೆಚ್ಚುಗೆಯನ್ನು ಸೂಸಿತು. ಆರಂಭದ ಪುಟದಲ್ಲಿ ಮನೆಯಲ್ಲಿರುವ ಎಲ್ಲರ ಹೆಸರುಗಳು ದುಂಡಗೆ ಹರಡಿಕೊಂಡಿದ್ದವು. ಗೋಪಿ ಎಂಬ ಹೆಸರಿನ ಪಕ್ಕ ಡಾಕ್ಟರ್ ಎಂದು ಬರೆದಿತ್ತು. ತುಟಿಗಳ ಮೇಲೆ ಗಂಭೀರ ನಗೆ ಅರಳಿತು.

"ಗುಡ್, ತುಂಬ ಚೆನ್ನಾಗಿ ಬರೆದಿದ್ದೀರಾ. ನಿಮ್ಗೆ ತುಂಬ ಕಲಿಯೋ ಆಸೆ ಇರ್ಬೇಕು...." ಕೈಯಲ್ಲಿ ಪುಸ್ತಕ ಹಿಡಿದು ದೀರ್ಘವಾಗಿ ನೋಡುತ್ತ ಕೇಳಿದ. ಕೆನ್ನೆಗಳು ಕೆಂಪಗಾದವು. ಹೌದು ಎನ್ನುವಂತೆ ತಲೆಯಾಡಿಸಿದಳು.

ಮರುದಿನ ಮನೆಗೆ ಬರುವಾಗ ಚಂದಮಾಮ, ಬಾಲಮಿತ್ರ ಹಿಡಿದು ಬಂದ. ಆಗಾಗ ಅವಳ ಕಲಿಕೆಯ ಬಗ್ಗೆ ಆಸಕ್ತಿ ವಹಿಸಿದ. ನಿರೀಕ್ಷೆಗಿಂತ ಹೆಚ್ಚಾಗಿ ಕಲಿತಳೆಂದೇ ಹೇಳಬೇಕು. ವಾರಪತ್ರಿಕೆ, ಮಾಸಪತ್ರಿಕೆಗಳನ್ನು ತಿರುವಿ ಹಾಕುವಷ್ಟರಮಟ್ಟಿಗಾದಳು. ಕೆಲಸ ಮುಗಿಯಿತೆಂದರೆ ಹಳೆ, ಹೊಸ ಪತ್ರಿಕೆ, ಪುಸ್ತಕಗಳನ್ನು ಮುಂದೆ ಹಾಕಿಕೊಂಡು ಕೂಡುತ್ತಿದ್ದಳು. ಆಸಕ್ತಿ ಅಭ್ಯಾಸವಾಗಿ ಬೆಳೆಯಿತು.

ರಾತ್ರಿ ಶಂಕರ್ ಮನೆಗೆ ಬಂದಾಗ ಹನ್ನೊಂದಾಗಿತ್ತು. ಗೋಪಿ ಕಾಂಪೌಂಡಿನಲ್ಲಿ ಅಡ್ಡಾಡುತ್ತಿದ್ದ. ಸೆಕೆಯ ದಿನಗಳಲ್ಲಿ ಇದು ಅವನ ಅಭ್ಯಾಸ. ಅದರಿಂದೇನೂ ಶಂಕರ ಆಶ್ಚರ್ಯಪಡಬೇಕಾಗಿರಲಿಲ್ಲ "ಇನ್ನೂ ನಿದ್ದೆ ಬರಲಿಲ್ವಾ? ಬೇಗ ಮದ್ವೆಯಾಗಿಬಿಡಪ್ಪ ಮಾರಾಯ" ಅಂದವನು ನಾಲಿಗೆ ಕಚ್ಚಿಕೊಂಡ. ಕಸಿವಿಸಿಯಾಯಿತು. ಪೆಚ್ಚುನಗೆ ನಕ್ಕ.

"ಈಗ ಹನ್ನೊಂದು ಗಂಟೆ" ಬೆಚ್ಚಿ ಕೈಯಲ್ಲಿನ ವಾಚ್ ಕಡೆ ನೋಡಿಕೊಂಡ. ಹನ್ನೊಂದರ ಮೇಲೆ ಐದು ನಿಮಿಷವಾಗಿತ್ತು. ಯಾಕೆ ಹಾಗಂದೆ? ಯೋಚಿಸಿದ.

"ಸ್ವಲ್ಪ ಬೇಗ್ಬರೋದು ಒಳ್ಳೇದಲ್ವಾ!" ಕಣ್ಣಿನ ತೀಕ್ಷ್ಣತೆ ಅವನ ಎದೆಯನ್ನು ಬಗೆಯುವಂತಿತ್ತು. ಗೋಪಿ ಸಾಧಾರಣವಾಗಿ ಯಾವ ವಿಷಯಕ್ಕೂ ತಲೆಹಾಕುತ್ತಿರಲಿಲ್ಲ.

"ಮನೆಯಲ್ಲಿ ಊರ್ಮಿಳಾ ಒಬ್ರೇ ಇರ್ತಾರೆ!" ನೂರು ಮಾತು ಹೇಳುವ ಬದಲು ಒಂದೇ ಮಾತಿನಲ್ಲಿ ಹೇಳುವಂತಿತ್ತು.

"ಓಹೋ.... ಹೋ... ಹೋ....." ಪೆಚ್ಚುಪೆಚ್ಚಾಗಿ ನಕ್ಕ.

ತನ್ನ ಕೆಲಸ ಮುಗಿಯಿತು ಎನ್ನುವಂತೆ ಗೋಪಿ ಒಳಗೆ ನಡೆದ. ಶಂಕರನ ಪರಿಚಯ ಅವನಿಗಿಲ್ಲವೇ ಇಲ್ಲ. ಬಹಳ ಹಿಂದೆಯೇ ಸಿಡಿದು ಬಂದು ಇಲ್ಲಿ ಸೇರಿಕೊಂಡಿದ್ದ. ಜವಾಬ್ದಾರಿಯುಳ್ಳ ಮನುಷ್ಯನೆಂದುಕೊಳ್ಳುವುದಕ್ಕೆ ವ್ಯಾಪಾರವನ್ನು ಬುದ್ಧಿವಂತಿಕೆಯಿಂದ ಮುಂದುವರಿಸಿಕೊಂಡು ಹೋಗುತ್ತಿದ್ದನಲ್ಲದೆ ಸ್ವಂತ

ಮನೆಯನ್ನೂ ಮಾಡಿಕೊಂಡಿದ್ದ. ಮಂಗಳಮ್ಮನ ಪ್ರಕಾರ ಅವರ ಮಗ ಯೋಗ್ಯರಲ್ಲಿ ಯೋಗ್ಯ. ಮೂವತ್ತೈದು ವರ್ಷವಾದ್ರೂ ನನ್ಮಗ ಋಷಿಯಂಗೆ ಕಾಲ ಕಳೆಯುತ್ತಿದ್ದಾನೆ. ಅವರಿವರೊಡನೆ ಹೆಮ್ಮೆಯಿಂದ ಹೇಳಿಕೊಳ್ಳುತ್ತಿದ್ದ ಮಾತುಗಳಿವು. ಬೇರೆಯವರ ಪ್ರತಿಕ್ರಿಯೆಗೆ ಅವರು ಗಮನ ಕೊಡುತ್ತಲೇ ಇರಲಿಲ್ಲ.

ದಿನದಂತೆಯೇ "ಊಟ ಬೇಡ" ಎಂದಾಗ ಊರ್ಮಿಳಾ ಹೊಟ್ಟೆಯಲ್ಲಿ ಹಸಿವು ಭಗ್ಗನೇ ಹೊತ್ತಿಕೊಂಡು ಉರಿಯಿತು. ಅವಳು ದಿನವೂ ಅವನಿಗಾಗಿ ಅರ್ಧರಾತ್ರಿಯವರೆಗೂ ಕಾಯುವುದು. ಅವನು ನಿರಾತಂಕವಾಗಿ 'ಊಟ ಬೇಡ, ಹಸಿವಿಲ್ಲ' ಎಂದು ಹೇಳಿ ಮಲಗುವುದು ನಡೆದೇ ಬಂದಿತ್ತು. ಆಗಾಗ ಅಪರೂಪಕ್ಕೆ ಊಟ ಮಾಡುತ್ತಿದ್ದುದ್ದುಂಟು. ಆಗ ರಾತ್ರಿಯೆಲ್ಲ ಹಸಿವಿನಿಂದ ಒದ್ದಾಡುವ ಬಾಧೆ ತಪ್ಪಿಹೋಗುತ್ತಿತ್ತು. ಈಗೀಗ ಅವಳ ಅಂತಃಪ್ರಜ್ಞೆಗೆ ಬೆಳಕು ಬೀರಿತ್ತು. ಪತ್ರಿಕೆಯಲ್ಲಿ ಬರುವ ಮಹಿಳೆಯರ ಬಗೆಗಿನ ಲೇಖನಗಳು ಓದಿದಾಗ ಅವಳಲ್ಲೇ ಜಿಜ್ಞಾಸೆಯುಂಟಾಗುತ್ತಿತ್ತು. ಆಲೋಚಿಸುತ್ತ ಕುಳಿತುಬಿಡುತ್ತಿದ್ದಳು. ಹಠಾತ್ತನೇ ಬದಲಾವಣೆ ಹೇಗೆ ಸಾಧ್ಯ? ಹಂತಹಂತವಾಗಿ 'ವಿಚಾರಪ್ರಜ್ಞೆ' ಬೆಳೆಯಬೇಕಷ್ಟೆ.

"ಸ್ವಲ್ಪ ಊಟ ಮಾಡಿ" ಕೋಣೆಯ ಬಾಗಿಲಿನಲ್ಲಿ ನಿಂತು ಬೇಡುವಂತೆ ಕೇಳಿದಳು. ಶಂಕರನಿಗೆ ಏನನ್ನಿಸಿತೋ, ಮೌನವಾಗಿ ಬಂದು ತಟ್ಟೆಯ ಮುಂದೆ ಕೂತ. ಅವನು ಊಟ ಮಾಡಿದ್ದು ಸ್ವಲ್ಪವೇ. ಸಾಯಂಕಾಲ ಗಡದ್ದಾಗಿ ಹೋಟೆಲಲ್ಲಿ ಹೊಡೆದಿದ್ದ. ಈಗ ಮಡದಿಯ ಮೇಲಿನ ಸಹಾನುಭೂತಿಯಿಂದ ತಟ್ಟೆಯ ಮುಂದೆ ಬಂದು ಕೂತಿದ್ದ. ಅವಳಲ್ಲಿನ ಮೂಢ ಸಂಪ್ರದಾಯ, ನಂಬಿಕೆಗಳನ್ನು ಬದಲಾಯಿಸಬಲ್ಲ. ಖಂಡಿತ ಅವನಿಗೆ ಬೇಕಿಲ್ಲ ಊರ್ಮಿಳಾಳ ಮಾನಸಿಕ ಬದಲಾವಣೆ ಅಗತ್ಯವಿಲ್ಲ. ಅವಳು ಮೊದಲಿನ ಊರ್ಮಿಳಾಳಾಗಿಯೇ ಉಳಿಯಬೇಕು.

ಊಟ ಮಾಡಿ ಬಂದವನೇ ಬೇಸರದಿಂದ ಜೋಡಿಸಿಟ್ಟ ನೋಟ್ಬುಕ್ಕನ್ನ ಕೈಗೆತ್ತಿಕೊಂಡ. ಹಾಳೆಗಳನ್ನ ಮಗುಚಿದಂತೆ ಅವನ ಹಣೆಯ ಮೇಲೆ ಬೆವರಿನ ಹನಿಗಳು ಮೂಡಿದವು. ಉದ್ವೇಗದಿಂದ ಆಯಾಸಪಟ್ಟ. ಜೋಡಿಸಿಟ್ಟ ಎಲ್ಲ ಪತ್ರಿಕೆಗಳನ್ನು ತೆಗೆದು ಹರವಿದ. ಪ್ರತಿಯೊಂದರ ಮೇಲೂ ಅವನ ಹೆಸರನ್ನು ದುಂಡಗೆ ಬರೆದು ಅದರ ಕೆಳಗೆ ತನ್ನ ಹೆಸರನ್ನು ಬರೆದುಕೊಂಡಿದ್ದಳು. ಹೃದಯ ತುಂಬಿ ಬಂತು. ಆದರೇನು....?

"ಊರ್ಮಿಳಾ... ಇದೆಲ್ಲ ಓದುತ್ತೀಯೇನು?" ವಾರೆಗಣ್ಣಿಂದ ಅವಳೆಡೆ ನೋಡುತ್ತ ಪ್ರಶ್ನಿಸಿದ. ಹಾಲಿನ ಲೋಟ ಹಿಡಿದು ಬಂದ ಅವಳ ಮುಖ ಅರಳಿತು. ಉತ್ಸಾಹದಿಂದ 'ಹೌದು' ಎನ್ನುವಂತೆ ತಲೆಯಾಡಿಸಿದಳು. ತನ್ನ ಬಗ್ಗೆ ಮೆಚ್ಚುಗೆ ಸೂಚಿಸಬಹುದೆಂದು ಅವಳ ಕಣ್ಣುಗಳು ಅವನ ಮುಖವನ್ನೆಲ್ಲ ನಿರುಕಿಸಿತು.

ಇಲ್ಲ; ಹುಬ್ಬು ಗಂಟಿಕ್ಕಿಕೊಂಡು ಪುಸ್ತಕಗಳನ್ನು ಜೋಡಿಸಿ ಅದರ ಸ್ಥಳದಲ್ಲಿಟ್ಟ.

"ನಂಗೆ ನೀನು ಇದೆಲ್ಲ ಓದೋದು ಇಷ್ಟವಿಲ್ಲ. ಅರ್ಧ ಓದೇ ಕೆಟ್ಟಿರೋದು ಹೆಣ್ಣುಗಳು. ಇಲ್ಲದ್ದೆಲ್ಲ ತಲೆಯಲ್ಲಿ ತುಂಬ್ಕೊಂಡು ನಮ್ಮ ಧರ್ಮ, ಸಂಪ್ರದಾಯ ಎಲ್ಲ ಬಿಟ್ಟಿಡುತ್ತಾರೆ. ಇನ್ಮೇಲೆ ಇದೆಲ್ಲ ಓದ್ಬೇಡ" ಶಾಸಿಸುವಂತೆ ಹೇಳಿದ. ಮೌನವಾಗಿ 'ಸರಿ'

ಎನ್ನುವಂತೆ ತಲೆಯಾಡಿಸಿದ ಊರ್ಮಿಳಾ ಮಂಕಾಗಿ ಹಾಲಿನ ಲೋಟ ಟೀಪಾಯಿ ಮೇಲಿಟ್ಟು ಸರಿದುಹೋದಳು.

ರಾತ್ರಿಯೆಲ್ಲ... ಹೊರಳಾಡಿದಳು... ಪುಟಿದೆದ್ದ ಚೇತನ ಉಡುಗಿಹೋಯಿತು. ಎಲ್ಲಾ ಬರಡು ಬರಡಾಗಿ ಕಾಣಿಸಿತು. ಎಲ್ಲ ತೊಡಕಾಗಿ ಕಂಡಿತು. ನಾನು ಓದಿ ಯೋಚನಾಶಕ್ತಿ ಬೆಳೆಸಿಕೊಳ್ಳಲೇಬಾರದಾಗಿತ್ತು.

ಬೆಳಿಗ್ಗೆ ಎದ್ದ ಕೂಡಲೇ ಶಂಕರ ಮಾಡಿದ ಮೊದಲ ಕೆಲಸವೆಂದರೆ ಮನೆಯಲ್ಲಿದ್ದ ಎಲ್ಲ ಪತ್ರಿಕೆಗಳನ್ನು ಅಂಗಡಿಗೆ ಸಾಗಿಸಿದ. ಪೇಪರಿನವನಿಗೆ ಕನ್ನಡದ ಯಾವುದೇ ಪತ್ರಿಕೆ ಮನೆಗೆ ಕೊಡಬಾರದೆಂದು ಕಟ್ಟಪ್ಪಣೆ ಮಾಡಿದ.

ಸಂಜೆ ಡ್ಯೂಟಿ ಮುಗಿಸಿಕೊಂಡು ಗೋಪಿ ಮನೆಗೆ ಹಿಂದಿರುಗಿದಾಗ ಸ್ಮಶಾನ ಮೌನ ನೆಲೆಸಿತ್ತು. ಯಾಕೆ... ಹೀಗೆ? ಮನೆಯಲ್ಲಿ ಸದ್ದು ಗದ್ದಲವಿರಲು ಯಾರಿದ್ದಾರೆ? ಕೋಣೆಗೆ ಹೋಗಿ ಉಡುಪು ಬದಲಾಯಿಸಿ ಸೋಪು, ಟವಲು ಹಿಡಿದು ಬಾತ್‌ರೂಮಿಗೆ ಹೋಗಿ ಮುಖ ತೊಳೆದು ಬಂದಾಗ ಬಳೆಗಳ ಸದ್ದಾಯಿತು. ತಲೆ ಮೇಲಕ್ಕೆತ್ತಿದ. ಗಾಬರಿಯಾದ. ಊರ್ಮಿಳಾ ತೀರಾ ಮಂಕಾಗಿಬಿಟ್ಟಿದ್ದಳು. ತಲೆ ಕೂಡ ಬಾಚಿದ ಹಾಗೆ ಕಾಣಲಿಲ್ಲ. ಸ್ನಾನ ಮಾಡುವಾಗ ಮುಡಿ ಕಟ್ಟಿದ ಕೂದಲು ಹಾಗೆಯೇ ಇತ್ತು. ಇತ್ತೀಚೆಗೆ ಅಷ್ಟಿಷ್ಟು ಲಕ್ಷಣವಾಗಿ ಅಲಂಕಾರ ಮಾಡಿಕೊಳ್ಳುತ್ತಿದ್ದ ಊರ್ಮಿಳಾ ಇಂದು ಅದರ ಕಡೆಗೆ ಗಮನಕೊಟ್ಟ ಹಾಗಿರಲಿಲ್ಲ. ಮನೆಯಲ್ಲಿ ವಿರಸ....! ಕಾಫಿ ಅಲ್ಲಿಟ್ಟು ಒಳಗೆ ಹೋಗಿಬಿಟ್ಟಳು. ರಾತ್ರಿ ಊಟದ ಸಮಯದವರೆಗೂ ಅಡುಗೆ ಮನೆಯಿಂದ ಹೊರಬರಲಿಲ್ಲ.

ಗೋಪಿ ತಿರುಗಾಡಲು ಹೋದವನು ಮನೆಗೆ ಬಂದಾಗಲೂ ಮನೆ ಗಂಭೀರವಾಗಿಯೇ ಇತ್ತು. ತಾನು ಓದಿದ ವಿಷಯಗಳ ಬಗ್ಗೆ ಉತ್ಸಾಹದಿಂದ ಒಂದೆರಡು ಮಾತುಗಳನ್ನು ಆಡುತ್ತಿದ್ದ ಊರ್ಮಿಳಾ ಮೂಕಿಯಾಗಿದ್ದಳು. ಅವನು ಕೂಡ ಹೆಚ್ಚಾಗಿ ನಿಶ್ಶಬ್ದವನ್ನೇ ಬಯಸುವವನು. ಆದರೆ ತೀರಾ ಕುತ್ತಿಗೆ ಹಿಡಿದು ಹೊರಗೆ ದಬ್ಬುವಂಥ ವಾತಾವರಣವನ್ನಲ್ಲ, ರಾತ್ರಿಯುಡುಪು ಧರಿಸಿ ಕಾಂಪೌಂಡಿನಲ್ಲಿ ಹೋಗಿ ನಿಂತ. ತಣ್ಣನೆಯ ಗಾಳಿ ಆಹ್ಲಾದಕರವಾಗಿತ್ತು.

"ಊಟಕ್ಕೆ ಬರ್ತೀರಾ?" ಧ್ವನಿ ಬಂದತ್ತ ಹುಬ್ಬೆತ್ತಿ ನೋಡಿದ. ಸಂಜೆ ನೋಡಿದ ಸ್ಥಿತಿಯಲ್ಲೇ ಇದ್ದಳು. ವಯಸ್ಸಿಗೆ ಮೀರಿದ ವಿರಕ್ತಭಾವ ಮುಖದಲ್ಲಿ ನೆಲೆಸಿದ್ದು. ಹ್ಞೂ ಎನ್ನುವಂತೆ ತಲೆಯಾಡಿಸಿದ.

ತಟ್ಟೆ, ಲೋಟ ಇಟ್ಟು ಕಾದು ನಿಂತಳು. ಗೋಪಿ ಬಂದು ಕೂತ ಕೂಡಲೇ ಉಪ್ಪು, ಅನ್ನ ಬಡಿಸಿದಳು. ಹುಳಿ ಬಡಿಸಲು ಹೋದಾಗ ಗೋಪಿ ಕೈ ಅಡ್ಡ ಹಿಡಿದ "ಸ್ವಲ್ಪ ಮೊಸರು ಬಡ್ಸಿಬಿಡಿ" ಗಾಬರಿಯಾದಳು. "ಸ್ವಲ್ಪ ಹುಳಿ ಬಡಿಸ್ಕೊಳ್ಳಿ" ಗೃಹಿಣಿ ಧರ್ಮ ಉಪಚರಿಸಿ ಬಡಿಸುವುದು ಎನ್ನುವ ಧೋರಣೆಯಲ್ಲಿದ್ದಂತೆ ಕಂಡಿತು.

"ಬಾಯಿ ಹುಣ್ಣು ಆಗಿದೆ, ಆಗೋಲ್ಲ?" ನಿಜವೋ.... ಸುಳ್ಳೋ.. ಎನ್ನುವಂತೇ

ಇಲ್ಲ. ಡಾಕ್ಟರ್‌ಗಳಿಗೂ ಬಾಯಿ ಹುಣ್ಣು ಬರುತ್ತಾ? ಎನ್ನುವಂತೆ ಅಚ್ಚರಿಯ ನೋಟ ಬೀರಿದಳು. ಕರ್ತವ್ಯ ಎಚ್ಚರಿಸಿತು. ಎಂಜಲು ನುಂಗಿ "ತುಪ್ಪ ಹಾಕಿ ತಿಳಿಸಾರು ಹಾಕಿಸ್ಕೊಳ್ಳಿ" ಹುಳಿಯ ಪಾತ್ರೆ ಹಿಡಿದು ಒಳಗೆ ಹೋದಳು. ಮಗುವಾಗಿದ್ದಾಗ ಗೋಪಿ ತಾಯಿಯನ್ನು ಕಳೆದುಕೊಂಡರೂ ಅಕ್ಕರೆ, ಆದರಣೆಗೇನೂ ಕೊರತೆ ಇಲ್ಲದೆ ಬೆಳೆದಿದ್ದ. ಇವತ್ತಿಗೂ ಮಂಗಳಮ್ಮ ಅವನ ಬಗ್ಗೆ ವಿಶೇಷ ಮುತುವರ್ಜಿಯನ್ನೇ ವಹಿಸುತ್ತಿದ್ದರು. ಎರಡು ಮಿಳ್ಳೆ ತುಪ್ಪ ಹಾಕಿ ಒಂದು ಸೌಟು ಸಾರು ಬಡಿಸಿದಳು. ತಲೆ ಬಗ್ಗಿಸಿಕೊಂಡು ಊಟ ಮಾಡತೊಡಗಿದ. ಮೊಸರಿಗೆ ಪುನಃ ಅನ್ನ ಬಡಿಸಲು ಬಂದಾಗ ಬೇಡವೆಂದು ಕೈ ಅಡ್ಡ ಹಿಡಿದಾಗ ಅವಳ ಕಣ್ಣ ಹನಿ ಅವನ ಮುಂಗೈ ಮೇಲೆ ಉದುರಿತು. ಅವನು ಅವಳ ಕಡೆ ನೋಡುವ ಮುನ್ನವೇ ಒಳಗೆ ಹೋಗಿಬಿಟ್ಟಿದ್ದಳು.

ಒಂದು ಮನೆಯಲ್ಲಿದ್ದು ಏನೆಂದು ವಿಚಾರಿಸದೆ ಇರಲು ಅವನೇನು ಕಲ್ಲು ಗುಂಡ....? ಶತಪಥ ಹಾಕಿದ. ಮನಸ್ಸು ಸಮಾಧಾನ ಸ್ಥಿತಿಗೆ ಬರಲಿಲ್ಲ. ನೇರವಾಗಿ ಅಡುಗೆ ಮನೆಯೊಳಕ್ಕೆ ಬಂದ. ಊರ್ಮಿಳಾ ಗೋಡೆಗೊರಗಿದ್ದಳು.

"ಊರ್ಮಿಳಾ, ಸರಿಯಾಗಿದ್ದೀರಾ?" ಅವನ ಕಣ್ಣುಗಳು ಸಹಾನುಭೂತಿಯನ್ನು ಒಸರಿತು. ಇಂದಿಗೂ ಹೆಣ್ಣಿನ ಸ್ಥಿತಿಯಲ್ಲಿ ಸುಧಾರಣೆಯಿಲ್ಲ. ಈ ಘೋಷಣೆ, ಚಳವಳಿಗಳು ಗ್ರಾಮಾಂತರ ಪ್ರದೇಶಗಳನ್ನು ತಲುಪಿಯೇ ಇಲ್ಲವೆನ್ನುವುದಕ್ಕೆ ಊರ್ಮಿಳಾ ಒಂದು ಉದಾಹರಣೆಯಾಗಿ ಕಂಡಳು.

"ಸರ್ಯಾಗಿದ್ದೀನಿ" ತಡವರಿಸಿ ಬಂತು.

"ಯಾಕೆ ಅಳ್ತಾ ಇದ್ರಿ?" ಈಗ ಅವಳಿಗೆ ದುಃಖ ಒತ್ತರಿಸಿಕೊಂಡು ಬಂತು. ಹೆಣ್ಣು ಸಹನೆಯ ಪ್ರತೀಕವೆಂದು ಇಂದಿಗೂ ಹೊಗಳಿ ಅಟ್ಟಕ್ಕೆ ಏರಿಸುತ್ತಿದ್ದಾರೆ. ಇದು ಎಲ್ಲಿಯವರೆಗೆ ಸಾಧ್ಯ? ಅವಳು ಕೂಡ ರಕ್ತ ಮಾಂಸಗಳಿಂದ ಕೂಡಿದ ಮನುಷ್ಯಳು ಮಾತ್ರವಲ್ಲ, ಅವಳಿಗೂ ಹೃದಯವಿದೆ.

"ಅವ್ರು ಸರ್ಯಾಗಿ ಊಟ ಮಾಡೋಲ್ಲ ನೀವು ಮಾಡೋಲ್ಲವಂದ್ರೆ ನಾನು ಯಾರಿಗಾಗಿ ಅಡ್ಗೆ ಮಾಡ್ಬೇಕು..." ಒತ್ತಡ ಬಿದ್ದಾಗ ಮನಸ್ಸಿನ ಮಾತು ಸರಾಗವಾಗಿ ಹೊರಗೆ ಬಂತು. ಆಮೇಲೆ ತುಟಿ ಕಚ್ಚಿಕೊಂಡಳು.

ತನ್ನತನವನ್ನು ಮರೆತು ಮನೆಯವರಿಗಾಗಿ ಬದುಕುವ ಹೆಣ್ಣು ಖಂಡಿತ ಪೂಜನೀಯಳೆ. ವೇದಗಳ ಮಾತು ಸುಳ್ಳಲ್ಲ. ಆದರೆ...!?

"ನೀವು ಶಂಕರ್‌ಗೆ ದೃಢವಾಗ್ಹೇಳಿ."

"ನಾನಾ....?!" ಬೆದರಿದ ಹರಿಣಿಯಂತಾದಳು.

"ಹೌದು.... ನೀವಲ್ಲದೆ ಬೇರೆ ಯಾರು ಹೇಳೋಕೆ ಸಾಧ್ಯ?" ಹೊರಗೆ ಬಂದುಬಿಟ್ಟ.

ಸುಮ್ಮನೆ ಕೂಡುವುದು ಅವನಿಂದಾಗಲಿಲ್ಲ. ರಾತ್ರಿ ಉಡುಪಿನಲ್ಲಿಯೇ ಹೊರಗೆ ಬಂದ. ವರಾಂಡದಲ್ಲಿದ್ದ ಸೈಕಲ್ ಕಡೆಗೆ ಅವನ ದೃಷ್ಟಿ ಹೊರಳಿತು. ಸೈಕಲ್ ಹತ್ತಿ

ಹೊರಟುಬಿಟ್ಟ. ಅವರಕ್ಕನೇ ಸ್ಕೂಟರ್ ಕೊಳ್ಳುವಂತೆ ಎಷ್ಟೋ ಬಲವಂತ ಮಾಡಿದ್ದಳು. ಅದಕ್ಕಾಗಿ ದುಡ್ಡು ಕೂಡ ಕೊಡಲು ಸಿದ್ದಳೇ. ಯಾಕೋ ಇವನಿಗೆ ಬೇಕಾಗಿರಲಿಲ್ಲ. ಸಹೋದ್ಯೋಗಿಗಳು ಆ ಪ್ರಸ್ತಾಪ ಎತ್ತಿದಾಗ ಹಗುರವಾಗಿ ನಕ್ಕುಬಿಡುತ್ತಿದ್ದ. "ಹೇಗೂ ಹೆಣ್ಣು ಕೊಡೋ ಮಾವ ಕೊಡುತ್ತಾನೆ!" ಛೇಡಿಸುತ್ತಿದ್ದರು. ಆಗಲೂ ಹಗುರವಾಗಿ ನಕ್ಕು ಸುಮ್ಮನಾಗುತ್ತಿದ್ದ.

ಅವನು ಶಂಕರನ ಅಂಗಡಿಗೆ ಬರುತ್ತಿದ್ದುದೇ ಅಪರೂಪ. ಎಂದಾದರೂ ಬಂದು ಕೂಡುತ್ತಿದ್ದ, ಕೆಲವೊಮ್ಮೆ ಶಂಕರನೇ ಬಲವಂತ ಮಾಡಿ ಕರೆದುಕೊಂಡು ಹೋಗುತ್ತಿದ್ದ. ಮಾತ್ರೆ, ಇಂಜೆಕ್ಷನ್ ಟ್ಯೂಬ್‌ಗಳ ಮಧ್ಯೆ ಕೂಡುವ ಶಂಕರನಿಗೂ ಅವನಿಗೂ ಸ್ವಲ್ಪ ಸ್ವಾಮ್ಯವಿತ್ತು.

ಈಗವನು ಬಂದಾಗ ಶಂಕರ ಇರಲಿಲ್ಲ. ಸೇಲ್ಸ್‌ಮ್ಯಾನ್ ವಿಷ್ ಮಾಡಿ ಬರಮಾಡಿಕೊಂಡರು. ಡಾಕ್ಟರ್ ವೃತ್ತಿಗೆ ಎಲ್ಲೂ ವಿಶೇಷ ಮರ್ಯಾದೆಯೇ. ಯಾರಿಗಾದರೂ ಸೊಪ್ಪು ಹಾಕದೇ ಇರಬಹುದು. ಪ್ರತಿಯೊಬ್ಬರೂ ಡಾಕ್ಟರ್‌ಗಳಿಗೆ ಶರಣುಹೋಗಲೇಬೇಕು.

"ಇಲ್ಲೇ ಹೋಗಿದ್ದಾರೆ. ಕೂತ್ಕಳ್ಳಿ, ಈಗ ಬಂದ್ಬಿಡ್ತಾರೆ" ಅವನು ತನ್ನ ಕೆಲಸದಲ್ಲಿ ಮಗ್ನನಾದ. ವ್ಯಾಪಾರ ಜೋರಾಗಿಯೇ ಇತ್ತು. ನೋಡುತ್ತ ಕುಳಿತ ಗೋಪಿ.

ಕೈಯಲ್ಲಿ ಮಾತ್ರೆ ಸ್ಲಿಪ್ ಹಿಡಿದು ಬಂದ ಹುಡುಗ ಸ್ವಲ್ಪ ಸಣ್ಣಧ್ವನಿಯಲ್ಲೇ ದಬಾಯಿಸತೊಡಗಿದ.

"ನೀವು ಕೊಟ್ಟಿರೋದು ಮಾತ್ರೆಯಲ್ಲ" ತಲೆ ಕೆರೆದುಕೊಂಡು ಮಾತ್ರೆ ಚೀಟಿ ಹಿಡಿದು ನೋಡಿದವನೇ "ಯಾರಪ್ಪ ಹಾಗಂದೋರು? ನಿಮ್ಮ ಡಾಕ್ಟ್ರು ಬರೆದುಕೊಟ್ಟ ಮಾತ್ರೇನೆ ನಾನು ಕೊಟ್ಟಿರೋದು. ಬೇಕಾದರೆ ಅವರಿಗೇ ತೋರ್ಸಿಕೊಂಡ್ಬಾ..." ಮೆತ್ತಗಿನ ಧ್ವನಿಯಲ್ಲೇ ಹೇಳಿದ.

"ಅವರ್ಹತ್ರಕ್ಕೆ ಯಾಕ್ರಿ ಹೋಗ್ಬೇಕು? ನಮ್ಗೇನು ಅಷ್ಟು ತಿಳಿವಳಿಕೆ ಇಲ್ವಾ? ಹಿಂದೆ ತಗೊಂಡ್ಹೋಗಿದ್ದ ಮಾತ್ರೆ ಒಂದು ತಗೊಂಡ ಕೂಡ್ಲೇ ನೋವು ನಿಂತೋಯ್ತು. ಈಗ ನೀವು ಕೊಟ್ಟಿರೋದು ಮೂರು ತಗೊಂಡ್ರೂ ನೋವು ನಿಲ್ಲಲಿಲ್ಲ..."

"ಅದ್ರ ವಿಷಯ ನಮ್ಗೆ ಗೊತ್ತಿಲ್ಲ. ನೀವ್ಹೋಗಿ ಡಾಕ್ಟ್ರನ್ನ ವಿಚಾರಿಸಿ" ಅವನನ್ನು ಸಮಾಧಾನ ಮಾಡಿ ಕಳುಹಿಸುವ ವೇಳೆಗೆ ಸೇಲ್ಸ್‌ಮ್ಯಾನ್‌ಗೆ ಸಾಕಾಗಿಹೋಯ್ತು.

"ನೋಡಿದ್ರ ಡಾಕ್ಟ್ರೇ!" ಗೋಪಿಯ ಕಡೆ ತಿರುಗಿ ನಕ್ಕ.

ಆಮೇಲೆ ಹತ್ತು ನಿಮಿಷಗಳ ನಂತರವೇ ಶಂಕರ ಬಂದಿದ್ದು. ಗೋಪಿನ ನೋಡಿದ ಕೂಡಲೇ ಮೊದಲು ಗಾಬರಿಯಾದರೂ ಆಮೇಲೆ ತುಟಿಗಳ ಮೇಲೆ ನಗು ಅರಳಿತು.

"ಏನು ಗೋಪಿ ಸಮಾಚಾರ? ಇದ್ದಕ್ಕಿದ್ದ ಹಾಗೆ ಡಾಕ್ಟ್ರ ದೃಷ್ಟಿ ನಮ್ಮ ಮೆಡಿಕಲ್ ಸ್ಟೋರ್ ಮೇಲೆ ಬಿದ್ದಿದೆಯಲ್ಲ!?" ನಗುತ್ತಲೇ ಅವನ ಸಮೀಪ ಕೂತ.

"ಸುಮ್ನೇ ಬಂದೆ."

"ಬಾಗ್ಲು ಹಾಕೋಣ್ವಾ?!" ಶಂಕರ ತಲೆಯಾಡಿಸಿ ಮೇಲಕ್ಕೆದ್ದ. ಗೋಪಿಯ ದೃಷ್ಟಿ ಕೈಯಲ್ಲಿರಬೇಕಾದ ವಾಚಿನ ಕಡೆ ಹರಿಯಿತು. ಅಲ್ಲಿ ಖಾಲಿ. ಶಂಕರನ ಕೈಯಲ್ಲಿದ್ದ ಗಡಿಯಾರದ ಕಡೆ ನೋಡಿದ. ಸರಿಯಾಗಿ ಒಂಬತ್ತೂ ಕಾಲು. ಕೈಯಿಂದ ಕುರ್ಚಿಯ ಹಿಡಿಯನ್ನು ಬಲವಾಗಿ ಒತ್ತಿದ. ಕಂಗಳ ಮುಂದೆ ಊರ್ಮಿಳಾಳ ರೂಪ ತೇಲಿ ಬಂತು.

'ಹೊರಡೋಣ'ವೆಂದಾಗಲೇ ಗೋಪಿ ಮೇಲಕ್ಕೆದ್ದಿದ್ದು. ಸೈಕಲ್ ಅಂಗಡಿಯಲ್ಲೇ ಉಳಿಯಿತು. ಗೋಪಿ, ಶಂಕರನ ಸ್ಕೂಟರ್‌ನಲ್ಲಿ ಮನೆಗೆ ಬಂದ. ಮಾರ್ಗ ಮಧ್ಯದಲ್ಲಿ "ಏನು ವಿಷ್ಯ?" ಎಂದಾಗ ಗೋಪಿ ಮೌನವಹಿಸಿಬಿಟ್ಟಿದ್ದ.

ಶಂಕರನ ಊಟ ಆಗೋವರೆಗೂ ಗೋಪಿ ಹೊರಗಡೆಯೇ ಇದ್ದ. ಕೂತಿದ್ದ ಶಂಕರ ಎದ್ದು ಹೋಗಿ ಒಂದು ಕವರನ್ನು ತಂದು ಗೋಪಿಯ ಕೈಯಲ್ಲಿಟ್ಟ. 'ಏನು ಸಮಾಚಾರ?' ಕಣ್ಣುಗಳಲ್ಲಿಯೇ ಪ್ರಶ್ನಿಸಿದ.

"ನೋಡಿದ್ರೆ ಗೊತ್ತಾಗುತ್ತೆ. ಒಳ್ಳೆ ಸೆಲೆಕ್ಷನ್. ಆರಾಮಾಗಿ ಮದ್ವೆಯಾಗ್ಬಿಡು." ಕವರಿನಲ್ಲಿದ್ದ ಫೋಟೋ ತೆಗೆದು ನೋಡಿ ಅದರಲ್ಲೇ ಹಾಕಿಟ್ಟ.

"ನಾನು ಸತಾಯಿಸಿದ್ದು ಸಾಕು. ನೀನೂ ಸತಾಯಿಸೋದ್ಬೇಡ. ಸರಿತಾನ ಮದ್ವೆಯಾಗೋಕೆ ಇಷ್ಟವಿಲ್ಲದಿದ್ರೆ ಬಲವಂತ ಬೇಡ. ಇದುವರೆಗೆ ನೀನೇ ಹುಡ್ಗೀನ ಹುಡುಕಿಟ್ಟಿದ್ದರೇ ಸಂಕೋಚ ಬೇಡ. ನಿಮ್ಮ ಡಿಪಾರ್ಟ್‌ಮೆಂಟ್‌ನಲ್ಲಿ ಇದೆಲ್ಲ ಸುಲಭ." ಯಾವುದೋ ನೆನಪು ಮನವನ್ನು ಛಿದ್ರಗೊಳಿಸಿತು. ಕಹಿಯಾದ ಎಂಜಲನ್ನು ಬಲವಂತದಿಂದ ನುಂಗಿದ.

"ಅದೇನೂ ಇಲ್ಲ. ಅತ್ತ ಮನಸ್ಸು ಹೊರಳಿಯೇ ಇಲ್ಲ. ಒಟ್ಟಿನಲ್ಲಿ ಇನ್ನೊಂದೆರಡು ವರ್ಷ ಮದ್ವೆ ಬೇಡವೆನಿಸಿದೆ. ನಾನು ಪಡೆದ ಶಿಕ್ಷಣದ ಬಗ್ಗೆ ನಂಗಿನ್ನ ತೃಪ್ತಿ ಇಲ್ಲ" ಈಗ ಶಂಕರನಿಗೆ ಗೋಪಿಯ ಉದ್ದೇಶ ಅರ್ಥವಾಯಿತು.

ಲೆಕ್ಕವಿಲ್ಲದಷ್ಟು ದುಡ್ಡು ಸುರಿದು ಫಾರಿನ್‌ಗೆ ಕಳಿಸೋ ಮನಸ್ಸಂತೂ ಸುತರಾಂ ಅವನಿಗಿರಲಿಲ್ಲ. ತಾಯಿ ತಮ್ಮನಿಗೆ ಮಾಡುವ ಹೆಚ್ಚುಗಾರಿಕೆಯನ್ನು ಕಂಡು ಬೇಸರಪಟ್ಟುಕೊಳ್ಳುತ್ತಿದ್ದ.

"ಅಷ್ಟರ್ಮೇಲೆ ಏನ್ಹೇಳಿ?" ಮೆತ್ತಗೆ ನುಣುಚಿಕೊಂಡು ಮೇಲೆದ್ದ.

ಶಂಕರ ಓದು ಮುಗಿಸಿ ಅವನ ದಾರಿಯನ್ನ ಅವನು ಕಂಡುಕೊಂಡಾಗ ಮಂಗಳಮ್ಮನ ದೃಷ್ಟಿ ಪೂರ್ಣವಾಗಿ ತಮ್ಮನ ಕಡೆ ಹರಿಯಿತು. ಶಾಸ್ತ್ರಿಗಳು ಕೂಡ ಅವನು ಭಾವಮೈದುನನೆಂದು ಎಂದೂ ಭೇದವೆಣಿಸಿದವರೇ ಅಲ್ಲ. ಸ್ವಂತ ಮಗನಷ್ಟೇ ಅಕ್ಕರೆಯಿಂದ ನೋಡಿಕೊಂಡರು. ಅವನು ಮೆಡಿಕಲ್ ಓದುವ ಆಸೆ ವ್ಯಕ್ತಪಡಿಸಿದಾಗ ಯೋಚನೆಗೆ ಅವಕಾಶ ಕೊಡದೇ ಪ್ರಯಾಸದಿಂದಲೇ ನೋಡಿಕೊಂಡಿದ್ದರು. ಮೊದಲ ಸಂಬಳ ಅವರ ಕೈಗಿತ್ತಾಗ "ಬೇಡಪ್ಪ ಗೋಪಿ ಸದ್ಯದ ಸಂಪಾದನೆ ಸಾಕು.

ಬೇಕಾದಷ್ಟು ಬಳಸಿಕೊಂಡು ಮಿಕ್ಕದ್ದನ್ನು ನಿನ್ನ ಹೆಸರಿನಲ್ಲಿ ಬ್ಯಾಂಕ್‌ಗೆ ಜಮಾ ಮಾಡು" ಎಂದವರು ಸುಮ್ಮನಾಗಲಿಲ್ಲ. ತಾವೇ ಅವನ ಹೆಸರಿನಲ್ಲಿ ಖಾತೆ ತೆಗೆದು ನೂರು ರೂಪಾಯಿ ಕಿಸೆಯಿಂದ ತೆಗೆದು ತುಂಬಿಸಿಕೊಟ್ಟರು. ಇದೆಲ್ಲ ಶಂಕರನ ಪಾಲಿಗೆ ನುಂಗಲಾರದ ತುತ್ತೆ? ಆದರೆ ಅಷ್ಟಾಗಿ ತಲೆಗೆ ಹಚ್ಚಿಕೊಳ್ಳಲು ಹೋಗುತ್ತಿರಲಿಲ್ಲ. ಇಲ್ಲೇ ಕೆಲಸ ಸಿಕ್ಕಿಬಂದು ನಿಂತಾಗ ಅವನೇನು ಉಸಿರು ಎತ್ತಿರಲಿಲ್ಲ. ಒಂದು ಬಗೆಯಲ್ಲಿ ಸಮಾಧಾನದ ಉಸಿರನ್ನೇ ಬಿಟ್ಟಿದ್ದ.

ಕೇಸರಿ ಬಾದಾಮಿ, ಹಾಕಿದ ಘಮಘಮಿಸುವ ಹಾಲಿನ ಲೋಟವನ್ನು ಅವನ ಮುಂದಿಟ್ಟು ನಡೆದ ಊರ್ಮಿಳೆಯತ್ತ ನೋಡಿದ.

* * *

ಮದುವೆಯಾಗಿ ವರ್ಷ ಮೂರು ಉರುಳಿದರೂ ಸೊಸೆಗೆ ಮಕ್ಕಳಾಗುವ ಸೂಚನೆ ಕಾಣದಾದಾಗ ಮಂಗಳಮ್ಮ ಹೌಹಾರಿದರು. ಮತ್ತೊಮ್ಮೆ ಸೊಸೆ ಜಾತಕವನ್ನ ಜ್ಯೋತಿಷಿಗಳ ಮುಂದೆ ಹಿಡಿದರು. ಅವರು ಗುಣಿಸಿ, ಭಾಗಿಸಿ, ಕೂಡಿ ಕಳೆದು 'ಸಂತಾನಯೋಗವಿದೆ'ಯೆಂದಾಗ ಸಮಾಧಾನದ ಉಸಿರು ಬಿಟ್ಟರು.

ಹೆಂಡತಿಯ ಚಡಪಡಿಕೆ ನೋಡಲಾರದೆ ಶಾಸ್ತ್ರಿಗಳು ಹೊರಗೆದ್ದು ಬಿಟ್ಟರು. ಇತ್ತೀಚೆಗೆ ಅವರ ಪೂರ್ಣ ಗಮನ ಮಗಳ ಮದುವೆಯತ್ತ ಹೊರಳಿತು. ಈಗಾಗಲೇ ಒಂದೆರಡು ಕಡೆಯಿಂದ ಒಳ್ಳೆ ಸಂಬಂಧಗಳು ಬಂದಿದ್ದವು. ಮಂಗಳಮ್ಮ ಯಾವುದೂ ಆಗಗೊಡಲಿಲ್ಲ. ತಮ್ಮನಿಗೆ ಮಗಳನ್ನು ಕೊಟ್ಟು ಮದುವೆ ಮಾಡಬೇಕೆಂದಿರುವ ಆಸೆ ಕಮರಿಹೋಗಿರಲಿಲ್ಲ. ಇದೊಂದು ವರ್ಷ ನೋಡೋಣ ಸುಮ್ಮನಿರಿಯೆಂದು ಗಂಡನನ್ನು ಸುಮ್ಮನಿರಿಸುತ್ತಿದ್ದರು.

ಸರಿತಾಳಿಗೆ ತಾಯಿ ಹೊರಡುವ ಸೂಚನೆ ಕಂಡಾಗ "ಅಮ್ಮ ನಾನೂ ಬರ್ತೀನಿ." ಪಟ್ಟು ಹಿಡಿದಳು.

ಮಗ ಪತ್ರದಲ್ಲಿ ಬರೆದೇ ಇದ್ದ–ಸರಿತಾನ ಮಾತ್ರ ಇಲ್ಲಿಗೆ ಕಳುಹಿಸಬೇಡವೆಂದು. ಈಗ ಹೇಗೆ ಕರೆದೊಯ್ದಾರು? ಅವಳ ಮುಂದೆ ಆ ರೀತಿ ಹೇಳಲಾರರು.

"ಇಲ್ಲಿ ಯಾರು ಇರ್ತಾರೆ? ನಾನು ಬಂದ್ಮೇಲೆ ಬೇಕಾದ್ರೆ ಹೋಗು." ಪ್ರತಿ ಬಾರಿ ಹೋಗುತ್ತೇನೆಂದಾಗಲೂ ಬೇಡವೆನ್ನುವ ತಾಯಿಯ ಮೇಲೆ ಅತಿಯಾದ ಕೋಪ. ಮುಖ ದುಮ್ಮಿಸಿಕೊಂಡು ಒಳಹೋದಳು.

ಮೊದಲೇ ಪತ್ರ ಬರೆದು ಹೊರಟಿದ್ದರಿಂದ ಮಗನನ್ನು ನಿಲ್ದಾಣದಲ್ಲಿ ನಿರೀಕ್ಷಿಸಿಯೇ ಇದ್ದರು. ಮಗನ ಬದಲು ತಮ್ಮನ ಮುಖ ಕಂಡಾಗ ಅವರ ಅಂತಃಕರಣ ಮಿಡಿಯಿತು.

"ಹೇಗಿದ್ದೀಯೋ ಗೋಪಿ? ಎಷ್ಟೊಂದು ಬಡವಾಗಿಬಿಟ್ಟಿದ್ದೀಯಾ!" ಕಣ್ಣು ಅಗಲಿಸಿ ತಮ್ಮನ ಉದ್ದಕ್ಕೂ ನೋಡಿದರು. ಕಣ್ಣು ಮಂಜಾಯಿತು. ತಾಯಿ ತಮಗೆ

ನಿರ್ವಹಿಸಿ ಹೋದ ಕೆಲಸವನ್ನು ಪೂರ್ತಿ ಮಾಡಿದ ತೃಪ್ತಿಯುಂಟಾಯಿತು. 'ಮದ್ವೆಯೇನು ಇವತ್ತಲ್ಲ ನಾಳೆ ಮಾಡ್ಕೋತಾನೆ, ಶಂಕರನಷ್ಟು ಮೊಂಡಲ್ಲ!' ಮನದಲ್ಲಿಯೇ ಅಂದುಕೊಂಡರು.

ಅಕ್ಕನ ಕೈಯಲ್ಲಿದ್ದ ಕೈಚೀಲ, ಬುಟ್ಟಿ ಇಸ್ಕೊಂಡ. ಬುಟ್ಟಿಯ ಭಾರ ನೋಡಿ ಮನದಲ್ಲೇ ನಕ್ಕ. ಉಂಡೆ, ಚಕ್ಕುಲಿ, ಕೋಡುಬಳೆ, ಹುರಿಹಿಟ್ಟು ಅವಷ್ಟೇ ಅದರಲ್ಲಿ ತುಂಬಿರುತ್ತಿದ್ದುದು.

"ತುಂಬ ಭಾರವಿದೆ" ತುಟಿಗಳಲ್ಲೇ ನಕ್ಕ.

"ಬರೀ ಕೈಯಲ್ಲಿ ಬರೋಕಾಗುತ್ತ? ಶಂಕರ ಯಾಕೆ ಬರಲಿಲ್ಲ?"

"ನಾನು ಬಂದಿದ್ದೀನಲ್ಲ?" ಮಂಗಳಮ್ಮ ಸುಮ್ಮನಾದರು. ಮನೆ ಸೇರುವವರೆಗೂ ಇತ್ತೀಚೆಗೆ ತಮ್ಮ ಆರೋಗ್ಯ ಕೆಟ್ಟಿರುವ ವಿಷಯ, ಸರಿತಾಗೆ ಬರುತ್ತಿರೋ ಸಂಬಂಧಗಳ ಪಟ್ಟಿ, ಯಜಮಾನರು ಮಗಳ ಮದುವೆ ಮಾಡಲು ಆತುರವಾಗಿರುವ ಸಮಾಚಾರ, ಕಡೆಗೆ ಊರ್ಮಿಳಾಗೆ ಮಕ್ಕಳಾಗದೆ ಇರೋದು ತಮಗೆ ತುಂಬ ಕೊರಗಾಗಿದೆಯೆಂದು ಒಂದು ನಿಮಿಷ ಸುಮ್ಮನಿರದೆ ಎಲ್ಲ ಒದರಿಬಿಟ್ಟರು.

"ಆಸ್ಪತ್ರೆಯಲ್ಲಿ ತುಂಬ ಕೆಲ್ಸನಾ?" ಅವರ ಮಾತಿಗೆ ಉತ್ತರ ಹೇಳುವುದು ಕಷ್ಟವೆನಿಸಿತು. ಮೆಲುವಾಗಿ "ಅಂಥದ್ದೇನೂ ಇಲ್ಲ" ಎಂದ.

"ಸದ್ಯ ನೀನಾಗೋ ಹೊತ್ತಿಗೆ ಆ ಮಾತು ಹೇಳ್ತೀಯಾ. ಸುಬ್ಬಾಭಟ್ಟರ ಮೂರನೆ ಅಳಿಯ ಡಾಕ್ಟ್ರು. ಹಗಲು, ರಾತ್ರಿ ಆಸ್ಪತ್ರೆಯಲ್ಲೇ ಇರ್ತಾರಂತೆ. ಆ ಹುಡ್ಗೀ ಒಂದೇ ಕಣ್ಣಲ್ಲಿ ಅಳ್ತಾಳೆ. ಬಿಟ್ಟಿಯಾಗಿ ಕೆಲ್ಸ ಮಾಡ್ತಾರೇಂತ ಹಗ್ಲುರಾತ್ರಿ ಮಾಡ್ಸೋದಾ."

"ಸಂಬಳ ಕೊಡ್ತಾರೆ?" ಮೆಲುವಾಗಿ ನಕ್ಕ.

"ಎಂಥ ಸಂಬ್ಳ ಕೊಡ್ತಾರೆ. ಈಗ್ಲೂ ಲೆಕ್ಕ ಹಾಕಿದ್ರೆ ನಿಮ್ಮ ಭಾವ ನಿನ್ನ ಎರಡರಷ್ಟು ಸಂಪಾದ್ನೆ ಮಾಡ್ತಾರೆ." ಕನ್ನಡಕವನ್ನು ಹಿಂದಕ್ಕೆ ಸರಿಸಿದ ಗೋಪಿ "ಭಾವನ ಆರೋಗ್ಯ ಹೇಗಿದೆ?" ಎಂದ.

"ಅದೇನ್ಹೇಳ್ತಿ... ಎಷ್ಟೋ ನಂಗಿಂತ ವಾಸಿ. ವಂಶ ಉದ್ಧಾರವಾಗಿಲ್ಲ. ಮಗನಿಗೊಂದು ಮಗು ಆಗಲಿಲ್ವಲ್ಲಾಂತ ರಾತ್ರಿ, ಹಗ್ಲು ಕೊರಗ್ತಾರೆ" ಇದು ಮಾತ್ರ ಸುಳ್ಳೆನಿಸಿತು. ಮಗನ ಬಗ್ಗೆ ಅವರಿಗೆ ಒಂದು ರೀತಿಯ ಉದಾಸೀನ ಭಾವ. ವ್ಯಥೆಪಟ್ಟರೆ ಸೊಸೆಗಾಗಿ ಮಾತ್ರ.

ಮನೆಗೆ ಬರುತ್ತಲೇ ಎದುರು ಬಂದು ನಿಂತ ಸೊಸೆಯನ್ನು ಅಡಿಯಿಂದ ಮುಡಿಯವರೆಗೂ ನೋಡಿದರು. ಚೇತನ ತುಂಬಿಕೊಂಡು ಕಳೆಕಳೆಯಾಗಿದ್ದ ಊರ್ಮಿಳಾ ಪೂರ್ಣವಾಗಿ ಮಂಕಾಗಿದ್ದಳು. ಮಕ್ಕಳು ಆಗದ್ದನ್ನು ಮನಸ್ಸಿಗೆ ಹಚ್ಚಿಕೊಂಡಿದ್ದಾಳೆ. 'ಅವ್ಳ ಕರ್ಮ!' ಹಗುರವಾಗಿ ಅಂದುಕೊಂಡರು.

"ಶಂಕರೂ ಚೆನ್ನಾಗಿದ್ದಾನ?" 'ಹ್ಞೂ' ಎನ್ನುವಂತೆ ತಲೆಯಾಡಿಸಿದಳು.

ಸರಿತಾ ಬರಬಹುದೆಂದು ಆಸೆಯ ಕಂಗಳಿಂದ ನೋಡುತ್ತಿದ್ದ ಊರ್ಮಿಳಾ ಪೂರ್ಣವಾಗಿ ನಿರಾಶಳಾದಳು. ಅವಳ ಬಗ್ಗೆ ವಿಚಾರಿಸಿಕೊಳ್ಳಲಿಲ್ಲವೆಂದು ಅವಳಿಗೇನೂ ಚಿಂತೆಯಿಲ್ಲ.

ಬಂದ ದಿನ ಸುಧಾರಿಸಿಕೊಂಡರೂ ಆಮೇಲೆ ಊರ್ಮಿಳಾ ಪಾಲಿಗೆ ಹಿಂಸೆಯಾಯಿತು. ಆಯುರ್ವೇದದ ಔಷಧವೆಂದು ಮೂರು ದಿನ ಹಾಲು ಅನ್ನದ ಪಥ್ಯವಿಟ್ಟು ಕಹಿ ಔಷಧಿ ಕೊಡಿಸಿದರು. ಊರ್ಮಿಳಾ ಒಂದು ದಿನಕ್ಕೇ ಸುಸ್ತಾದಳು. ಆ ಕಹಿ ಕಷಾಯವನ್ನು ಅವಳು ನುಂಗಲಾರಳು. ಶಂಕರ ನೋಡಿದರೂ ನೋಡದಂತಿದ್ದ. ಗೋಪಿ ಕಣ್ಣಿಗೆ ಇದೆಲ್ಲ ಬೀಳುತ್ತಲೇ ಇರಲಿಲ್ಲ.

ಎರಡು ದಿನ ತುತ್ತು ಅನ್ನವನ್ನು ಬಾಯಿಗಿಟ್ಟಿರಲಿಲ್ಲ. ಬಾಯಿ ಗಂಟಲು ಎಲ್ಲಾ ಕಹಿ.... ಕಹಿ.... ಔಷಧಿ ಜ್ಞಾಪಕ ಬಂದರೆ ಉಮ್ಮಳಿಸಿಕೊಂಡು ಬರುತ್ತಿತ್ತು. ಮೂರನೇ ದಿನ "ಅತ್ತೆ, ನನ್ನ ಕೈಯಲ್ಲಿ ಆಗೋಲ್ಲ..." ಕಣ್ಣಿಂದ ಧುಮುಕಿದ ನೀರು ಧಾರೆಧಾರೆಯಾಗಿ ಕೆನ್ನೆಯ ಮೇಲೆ ಹರಿಯಿತು.

"ಛಿ! ಛಿ!... ಎಂಥಾ ಹೆಣ್ಣೆ ನೀನು. ಮಕ್ಳು ಅಂದರೆ ಸುಮ್ಮನೇ ಆಗುತ್ತಾ ಏನೆಲ್ಲ ಅನುಭವಿಸ್ಬೇಕು! ಇದ್ನ ಕುಡ್ಯೋಕೆ ಇಷ್ಟೊಂದು ಹಠ ಮಾಡ್ತೀಯಾ?" ಛೀಮಾರಿ ಹಾಕಿದರು.

ಕಷಾಯದ ಬಟ್ಟಲನ್ನು ಕೈಗೆತ್ತಿಕೊಂಡಳು. ಅದರ ವಾಸನೆಗೆ ತಲೆ ತಿರುಗಿದಂತಾಯಿತು. ಕಣ್ಣು ಕತ್ತಲಿಟ್ಟುಕೊಂಡು ಬಂತು. ಕೈಯಲ್ಲಿದ್ದ ಬಟ್ಟಲು ಜಾರಿತು. ನೆಲಕ್ಕೆ ಕುಸಿದಳು.

"ಅಯ್ಯೋ... ಅನ್ಯಾಯವಾಗ್ಹೋಯಿತಲ್ಲ. ಮೂರು ನೂರು ರೂಪಾಯಿ ಸುರಿದಿದ್ದೆ." ಎದೆ ಎದೆ ಬಡಿದುಕೊಂಡರು.

ಕೋಣೆಯಲ್ಲಿ ಉಡುಪು ಬದಲಾಯಿಸುತ್ತಿದ್ದ ಗೋಪಿ ಗಾಬರಿಯಿಂದ ಓಡಿ ಬಂದ. ಊರ್ಮಿಳಾ ಸ್ಥಿತಿ ನೋಡಿದ ಕೂಡಲೇ ಭಯವಾಯಿತು. ಹತ್ತಿರ ಹೋಗಿ ಕೂತು ನಾಡಿ ಹಿಡಿದು ನೋಡಿದ ತೀರಾ ಸುಸ್ತಾಗಿದ್ದಳು. ಇದರ ನಡುವೆ ಮಂಗಳಮ್ಮ ಏನೋ ಬಡಬಡಿಸುತ್ತಲೇ ಇದ್ದರು. ಆ ಪರಿಸ್ಥಿತಿಯಲ್ಲಿ ಇದೊಂದೂ ಅವನ ಕಿವಿಗೆ ಬೀಳಲಿಲ್ಲ. ಊರ್ಮಿಳಾಗೆ ಪೂರ್ಣವಾಗಿ ಪ್ರಜ್ಞೆ ತಪ್ಪಿಹೋಗಿತ್ತು. ಎರಡು ಕೈಯಲ್ಲೂ ಮಗುವನ್ನು ಎತ್ತಿಕೊಂಡ ಹಾಗೆ ಅವಳನ್ನು ಎತ್ತಿಕೊಂಡು ಹೋಗಿ ಮಂಚದ ಮೇಲೆ ಮಲಗಿಸಿದ. ಕೂಡಲೇ ಶಂಕರನಿಗೆ ಫೋನ್ ಮಾಡಿದ. ಅರ್ಧ ಗಂಟೆಯೊಳಗೆ ಊರ್ಮಿಳಾನ ಆಸ್ಪತ್ರೆಗೆ ಸಾಗಿಸಿದ್ದಾಯಿತು.

ಡಾಕ್ಟರ್ ಜೊತೆ ಬಂದ ಗೋಪಿ ಕಾಟಿನ ಮೇಲೆ ಮಲಗಿಸಿದ್ದ ಊರ್ಮಿಳಾನ ದಿಟ್ಟಿಸಿದ. ಕಣ್ಣುಮುಚ್ಚಿ ಮಲಗಿದ್ದಳು. ಬಲಗೈ ನಾಳಕ್ಕೆ ಗ್ಲೂಕೋಸ್ ಡ್ರಿಪ್ ಹಾಕಿದ್ದರು. ಮುಖ ಕ್ಷೀಣವಾಗಿ ಮೂಳೆಗೆ ಅಂಟಿಕೊಂಡ ಹಾಗೆ ಕಾಣಿಸಿತು. ಅಕ್ಕನ ಕಡೇ ತಿರುಗಿದ. ಅವರು ಮೌನವಾಗಿ ಗೋಡೆಗೊರಗಿ ನಿಂತಿದ್ದರು. ಸೊಸೆಯ ಸ್ಥಿತಿಗಿಂತ

ತಮ್ಮ ಮೇಲೆ ಬರಬಹುದಾದ ಅಪವಾದಕ್ಕೆ ಬೆದರಿದಂತೆ ಕಂಡರು. ಶಂಕರ ಹಣೆಯ ಮೇಲೆ ಹಗಲೆಲ್ಲ ಮೂಡುವ ಬೆವರು ಹನಿಗಳನ್ನು ಕರ್ಚೀಫ್ನಿಂದ ಒತ್ತುತ್ತಿದ್ದ. ಅವನ ಮುಖದಲ್ಲಿ ಗಾಬರಿಯ ಜೊತೆಗೆ ವ್ಯಥೆಯೂ ಇತ್ತು. ಅಪರೂಪಕ್ಕೆ ಬಂದ ಸಿಟ್ಟನ್ನು ಗೋಪಿ ನುಂಗಿಕೊಂಡ. ಕಾಟಿಗೆ ತೂಗಿ ಹಾಕಿದ್ದ ಚಿಕಿತ್ಸೆಯ ವಿವರಗಳನ್ನು ನೋಡಿದ. ಹೃದಯ ಕಿತ್ತು ಬಾಯಿಗೆ ಬಂದಂತಾಯಿತು.

"ಟ್ರೀಟ್‌ಮೆಂಟ್ ಚೆಕ್ ಔಟ್ ಮಾಡಿ ಕೊಟ್ಟಿದ್ದೀನಲ್ಲ, ಅದ್ನೇ ಮುಂದುವರಿಸಿ. ಆಮೇಲೆ ಬಂದು ನೋಡ್ತೀನಿ." ಅವರು ಅತ್ತ ನಡೆದಾಗ ಗೋಪಿ ನಿಟ್ಟುಸಿರುಬಿಟ್ಟ.

ಹತ್ತಿರಕ್ಕೆ ಬಂದ ಶಂಕರ "ಯಾಕೆ? ಏನಾಯ್ತು?" ಎಂದ. ಅವನಿಗೆ ವಿಷಯ ಗೊತ್ತಿತ್ತು. ಮಂಗಳಮ್ಮ ಅವನಿಗೆ ತಿಳಿಸೇ ಪ್ರಾರಂಭಿಸಿದ್ದರು. ಗೋಪಿ ಮಾತಾಡಲಿಲ್ಲ. ಪ್ಯಾಂಟಿನ ಎರಡು ಜೇಬುಗಳಲ್ಲೂ ಕೈಗಳನ್ನು ಇಳಿಬಿಟ್ಟು ಹೊರಗೆ ಬಂದ. ಎದುರು ಸಿಕ್ಕಿದ ಡ್ಯೂಟಿ ಡಾಕ್ಟರ್‌ಗಳಿಗೆ ಪ್ರತಿವಂದಿಸುತ್ತ ಉದ್ದಕ್ಕೂ ಹಾದುಹೋದ. ವಾರ್ಡ್ ನಂಬರ್ ಮೂರನ್ನು ದಾಟಿ ಪಕ್ಕದ ಕೋಣೆಗೆ ನುಗ್ಗಿದ. ತೀರಾ ಆತ್ಮೀಯ ವ್ಯಕ್ತಿ ಡಾ. ಮುರಳೀಧರ್ ಯಾರೊಂದಿಗೋ ಸಂಭಾಷಿಸುತ್ತಿದ್ದ. ಅವನೊಡನೆ ವಿಚಾರ ವಿನಿಮಯ ಮಾಡಿಕೊಂಡು ಊರ್ಮಿಳಾ ಇದ್ದ ವಾರ್ಡಿನೊಳಕ್ಕೆ ಬರುವ ವೇಳೆಗೆ ದೊಡ್ಡ ಗಲಾಟೆಯೇ ನಡೆದುಹೋಗಿತ್ತು. ಊರ್ಮಿಳಾ ಸಂಕಟದಿಂದ ಹೊರಳಾಡಿ ನಾಳದಲ್ಲಿದ್ದ ಸೂಜಿ ಕಿತ್ತುಹಾಕಿದ್ದಳು. ನಾಳದಿಂದ ಹರಿದ ರಕ್ತ ಬಿಳಿ ಬೆಡ್‌ಶೀಟನ್ನೆಲ್ಲಾ ತೋಯಿಸಿತ್ತು. ಸಿಸ್ಟರ್ ಹೊರಳಾಡುತ್ತಿದ್ದ ಊರ್ಮಿಳಾನ ಪ್ರಯಾಸದಿಂದ ತಡೆದು ನಾಳಕ್ಕೆ ಹತ್ತಿಯನ್ನು ಒತ್ತಿ ಹಿಡಿಯಲು ಯತ್ನಿಸಿದ್ದಳು. ಇನ್ನೊಬ್ಬ ಸಿಸ್ಟರ್ ಕಾಲುಗಳನ್ನು ಹಿಡಿದಿದ್ದರು. ಡಾ. ಮುರಳೀಧರ್ ಮತ್ತೆ ನಾಳವನ್ನು ಹುಡುಕಲು ಪ್ರಯತ್ನಿಸಿದರು. ಕೈಕೊಡದೇ ಕೊಸರಿಕೊಂಡು ಹೊರಳಾಡುತ್ತಿದ್ದಳು. ಆಮೇಲೆ ಶಂಕರ, ಗೋಪಿ ಹಿಡಿದ ಮೇಲೆ ಮತ್ತೆ ಡಾ. ಮುರಳೀಧರ್ ಗ್ಲೂಕೋಸ್ ಡ್ರಿಪ್ ಶುರು ಮಾಡಿದರು.

ಇದರಿಂದ ಚೇತರಿಸಿಕೊಂಡು ಊರ್ಮಿಳಾ ಮನೆಗೆ ಬರುವ ವೇಳೆಗೆ ನಾಲ್ಕಾರು ದಿನಗಳೇ ಹಿಡಿದವು. ಬಲವಂತದಿಂದ ಮಂಗಳಮ್ಮ ಸೊಸೆಯ ಬಳಿ ಉಳಿದಿದ್ದರು. ಪೆಚ್ಚು ಮುಖ ಹಾಕ್ಕೊಂಡು ಮನೆಗೆ ಬಂದವರೇ ಸೊಸೆಗೆ ಸಹಸ್ರನಾಮ ಮಾಡಿದರು ಮನದಲ್ಲೇ.

ಊರ್ಮಿಳಾ ಆರೋಗ್ಯದ ಬಗ್ಗೆ ಅವಳ ತೌರಿಗೆ ತಿಳಿಸಿ ಪತ್ರ ಬರೆದಿದ್ದರು. ಅವರಿಂದ ಬಂದ ಪತ್ರ ನೋಡಿ ಶಂಕರ ಮುಖ ತಿರುಗಿಸಿದ. ಊರ್ಮಿಳಾಳ ದೊಡ್ಡಕ್ಕ ಹೆರಿಗೆಯಲ್ಲಿ ತೀರಿಕೊಂಡ ಸುದ್ದಿ ತಿಳಿಸಿ ಪೇಚಾಡಿಕೊಂಡಿದ್ದರಷ್ಟೆ.

"ಅಮ್ಮ ಅವ್ಳಿಗೆ ವಿಶ್ರಾಂತಿ ಬೇಕು. ನೀನು ಜೊತೆಯಲ್ಲಿ ಕರ್ಕೊಂಡ್ಹೋಗು." ಶಂಕರ ಮುಖ ಗಂಟಿಕ್ಕಿಯೇ ಹೇಳಿದ. ಕೆಟ್ಟ ಮನಸ್ಥಿತಿಯನ್ನು ಹತೋಟಿಯಲ್ಲಿಡಲು ದಿನಾ ರಾತ್ರಿ ಕುಡಿಯುವ ಅಭ್ಯಾಸ ಮಾಡಿಕೊಂಡಿದ್ದ. ಈಗ ಊರ್ಮಿಳಾ ಅವನ ಎದುರಿಗಿರುವುದು ಬೇಡವಾಗಿತ್ತು. ನೆನಪೇ ಮನದಲ್ಲಿ ಮುಳ್ಳುಗಳನ್ನು ಏಳಿಸುತ್ತಿತ್ತು.

"ಇಲ್ಲೇ ಇದ್ದಿದ್ರಾಗಿತ್ತು" ಒಲ್ಲದ ಮನಸ್ಸಿನಿಂದ ಹೇಳಿದರು. ಪದೇ ಪದೇ

ಸೊಸೆಯನ್ನು ಕರೆಸಿಕೊಳ್ಳುವುದು ಗಂಡನಿಗೆ ಇಷ್ಟವಿಲ್ಲವೆಂಬ ಸಂಗತಿ ಅವರಿಗೆ ಗೊತ್ತು. ಅದನ್ನು ಬಾಯಿಬಿಟ್ಟು ಹೇಗೆ ಆಡಿಯಾರು?

"ಇಲ್ಲಿದ್ರೆ ಸುಮ್ನೇ ವಿಶ್ರಾಂತಿ ತಗೊಳೋಲ್ಲ. ಅದೂ ಇದೂಂತ ಹಚ್ಕೊಂಡು ಮಾಡ್ತಾಳೆ. ನನ್ನ ತೊಂದರೆಗಿಂತ ಅವ್ಳ ಆರೋಗ್ಯ ಮುಖ್ಯ" ಧ್ವನಿಯಲ್ಲಿ ಸಹಾನುಭೂತಿ ಮಿಡಿಯಿತು.

"ಸರಿ, ನಾಳೆನೇ ಹೊರಟುಬಿಡ್ತೀನಿ!" ಕಳುಹಿಸಿಕೊಡಲು ಶಂಕರ ತುದಿಗಾಲಿನಲ್ಲಿ ನಿಂತಿದ್ದ.

"ಅಕ್ಕ, ಹುಷಾರಾಗಿ ನೋಡ್ಕೋ, ಸರಿತಾ ಹಾಗೆ ಅವ್ಳೂ ಜೀವವಿರೋ ಹೆಣ್ಣು" ಅಷ್ಟು ಮನಸ್ಸು ತಡೆಯಲಾರದೇ ಹೇಳಿದ ಗೋಪಿ. ಅವಳು ಆಸ್ಪತ್ರೆಯಲ್ಲಿ ಪಟ್ಟ ವೇದನೆಯನ್ನು ನೆನೆಸಿಕೊಂಡರೆ ಅವನಿಗೆ ಹೃದಯವೇ ಕಿತ್ತು ಬಾಯಿಗೆ ಬರುತ್ತಿತ್ತು.

ಈ ಸಲ ತಮ್ಮನ ಬಗ್ಗೆ ಅಸಮಾಧಾನಪಟ್ಟುಕೊಂಡೇ ಊರಿಗೆ ಹೋದರು. ಅವನ ಬಗ್ಗೆ ತಪ್ಪುಭಾವಿಸಿಕೊಳ್ಳಲಾರರು. ತಮ್ಮೂರಿನ ಹರಿಜನರ ನಿಂಗ ಮರದಿಂದ ಬಿದ್ದು ಕಾಲು ಮುರಿದುಕೊಂಡಾಗ ತಾನೇ ಆಸ್ಪತ್ರೆಗೆ ಸೇರಿಸಲು ನೆರವಾಗಿ ಮನೆಗೆ ಬಂದ ಮೇಲೆ ಯಾರೆಷ್ಟು ಹೇಳಿದರೂ ಕೇಳದೆ ಎರಡು ದಿನಕ್ಕೊಮ್ಮೆ ಹೋಗಿ ಬ್ಯಾಂಡೇಜು ಮಾಡಿಬರುತ್ತಿದ್ದ. ಆಗೆಲ್ಲ ಮಂಗಳಮ್ಮ ಅತ್ತು, ಜಗಳ ಆಡಿ ಏನು ಮಾಡಿದರೂ ಅವನು ಬಗ್ಗಲಿಲ್ಲ.

ಹೊರಗೆ ತಟ್ಟೆ ಹಾಕ್ಕೊಂಡು "ನಿಂಗಷ್ಟು ಮುಜುಗರವಾದರೆ ಇಲ್ಲೇ ಬಡ್ಸು" ಎನ್ನುತ್ತಿದ್ದ. ಕೆಲವೊಮ್ಮೆ ಅವನು ತಲೆನೋವಾಗಿಯೇ ಪರಿಣಮಿಸಿದ್ದ.

ಶಂಕರ ತಾನೇ ಬಂದು ಮಡದಿ, ತಾಯಿಯನ್ನು ಬಸ್ಸಿಗೆ ಹತ್ತಿಸಿದ. ಹೊರಡುವಾಗ "ಆರೋಗ್ಯ ಜೋಪಾನವಾಗಿ ನೋಡ್ಕೊ" ದೊಡ್ಡ ಮನಸ್ಸು ಮಾಡಿ ಊರ್ಮಿಳಾಗೆ ಹೇಳಿದ. ಸಂಕಟದಿಂದ ಮನ ಒದ್ದಾಡಿತು. ಅವಳ ಮುಖ ನೋಡಿದ ಕೂಡಲೇ ಈಟಿಯಲ್ಲಿ ಇರಿದ ಅನುಭವವಾಗುತ್ತಿತ್ತು. 'ಹೋ ಹೋ' ಜನರು ತನ್ನೆಡೆ ಕೈ ತೋರಿಸಿ ಚಪ್ಪಾಳೆ ತಟ್ಟಿ ಕೇಕೇ ಹಾಕಿದಂತೆ ಅನಿಸುತ್ತಿತ್ತು. ಬಸ್ಸು ಹೋದ ಎಷ್ಟೋ ಹೊತ್ತಿನವರೆಗೂ ನಿಂತಲ್ಲಿಂದ ಕದಲಲಿಲ್ಲ. ಊರ್ಮಿಳಾ ಕಣ್ಣುಗಳಲ್ಲಿನ ನೋವು ಅವನೆದೆಯನ್ನು ಹಿಂಡುತ್ತಿತ್ತು.

ಬಸ್ಸು ಊರನ್ನು ಮುಟ್ಟೋವರೆಗೂ ಮಂಗಳಮ್ಮ ಸೊಸೆಯ ಜೊತೆ ಮಾತಾಡಲಿಲ್ಲ. ಅವರಿವರೊಡನೆ ಮಾತಾಡುತ್ತಿದ್ದರೇ ವಿನಃ ಒಮ್ಮೆಯಾದರೂ ಅವಳೆಡೆ ತಿರುಗಿ ನೋಡಲಿಲ್ಲ.

"ಸದ್ಯ, ಇಳಿಯಮ್ಮ ತಾಯಿ!" ಒಂದೆರಡು ತುಂಬಿದ ಕೈ ಚೀಲಗಳನ್ನು ಹಿಡಿದು ಇಳಿದಳು. ಆ ಹೊಡೆತದಿಂದ ಅವಳು ಚೇತರಿಸಿಕೊಂಡೇ ಇರಲಿಲ್ಲ. ಸುಸ್ತು, ಸಂಕಟ, ಮೊದಲಿನ ಹಾಗೆ ಕೆಲಸ ಮಾಡಲು ನಿತ್ರಾಣ, ಬೇಸರ, ಬೇಸರ.... ಯಾವುದರಲ್ಲೂ ಆಸಕ್ತಿ ಇಲ್ಲ.

ಪುರೋಹಿತರ ಮನೆಯವರೆಂದು ಅಂಗಡಿಯಲ್ಲಿದ್ದ ಹುಡುಗನ ಕೈಯಲ್ಲಿ ಚೀಲಗಳನ್ನು ಹೊರಿಸಿ ಕಳಿಸಿದ. ಬಸ್‌ಸ್ಟಾಪ್‌ನ ಏಕೈಕ ಅಂಗಡಿಯ ಮಾಲೀಕ ಗ್ರಾಮದಲ್ಲಿ ಅಲ್ಪಸ್ವಲ್ಪ ಗೌರವ, ಮರ್ಯಾದೆಗಳನ್ನು ಉಳಿಸಿಕೊಂಡಿದ್ದರು. ಈಗಿನ ಯುವಕರು ಗೇಲಿ ಮಾಡಿದರೂ ಹಿರಿಯರು ತಮ್ಮ ನಂಬಿಕೆಗಳನ್ನು ಕೆಡಿಸಿಕೊಂಡಿರಲಿಲ್ಲ.

"ಸರಿತಾ, ನಿಮ್ಮಮ್ಮ ಬಂದ್ಲು ನೋಡು" ಯಾರೊಂದಿಗೋ ಜಗುಲಿಯ ಮೇಲೆ ಮಾತಾಡುತ್ತ ಕುಳಿತಿದ್ದ ಶಾಸ್ತ್ರಿಗಳು ಮಗಳಿಗೆ ಕೂಗಿ ಹೇಳಿದರು.

ಹೊರಗೆ ಬಂದ ಸರಿತಾ ಸುಮ್ಮನೆ ನಿಂತುಬಿಟ್ಟಳು. ಗಂಟಲು ಗದ್ಗದಿತವಾಯಿತು. ಅಳು ಉಕ್ಕಿಬಂತು. ತಡೆದುಕೊಳ್ಳುತ್ತ "ಊರ್ಮಿಳಾ, ಯಾಕೆ ಹೀಗಾಗಿಬಿಟ್ರಿ?"

"ಏನಾಗಿದ್ದಾಳೆ. ಎಲ್ಲ ವಿಚಿತ್ರ!" ಸಿಡುಕುತ್ತಲೇ ಮಂಗಳಮ್ಮ ಒಳಗೆ ಹೋದರು.

"ಬನ್ನಿ" ಅವಳ ಕೈಹಿಡಿದು ಎಳೆದುಕೊಂಡೇ ಹೋದಳು ಸರಿತಾ. ಮುಖ, ತಲೆಗೂದಲಲ್ಲೆಲ್ಲ ಕೈಯಾಡಿಸಿದಳು. 'ಹೆತ್ತ ತಾಯಿ ಕಣ್ಣೆದುರು ಅವಳನ್ನು ನೋಡಿದರೆ ಎದೆಯೊಡೆದು ಸತ್ತಾಳು! ಏನಾಯ್ತು?'

"ಊರ್ಮಿಳಾ, ಆರೋಗ್ಯ ಸರಿಯಿಲ್ವಾ?" ಭುಜವಿಡಿದು ಅಲ್ಲಾಡಿಸಿದಳು. ಕ್ಷೀಣವಾದ ಧ್ವನಿಯಲ್ಲಿ "ಚೆನ್ನಾಗಿದ್ದೀನಿ" 'ಅಯ್ಯೋ ಹೆಣ್ಣು ಜೀವವೇ. ಇಷ್ಟು ಒಳ್ಳೆಯತನ ಯಾಕೆ? ಪ್ರತಿಭಟನೆ ತೋರಲಾರೆಯಾ!' ಕೇಳೋದರಿಂದ ಏನೂ ಪ್ರಯೋಜನವಿಲ್ಲವೆಂದು ಅರಿತ ಸರಿತಾ ಅಡುಗೆಯ ಮನೆಗೆ ಹೋದಳು. ದೊಡ್ಡ ಕಂಚಿನ ಲೋಟದ ತುಂಬ ಹಸುವಿನ ಹಾಲನ್ನು ಬಗ್ಗಿಸಿಕೊಂಡು ಸಕ್ಕರೆಯನ್ನು ಮರೆತವಳಂತೆ ಬಂದಳು. ಲೋಟ ಅವಳ ಮುಂದೆ ಹಿಡಿದು "ಕುಡಿಯಿರಿ". ಬಾಯಾರಿಕೆ ಸಾಯುವಂತಾಗಿತ್ತು. ಆದರೂ... ಭಯ... ಅನುಮಾನಿಸಿದಳು.

"ಸುಮ್ನೆ ಕುಡಿಯಿರಿ" ಲೋಟವನ್ನು ಅವಳ ತುಟಿಗಳಲ್ಲಿಗೆ ಒಯ್ಯಲು, ಆತ್ಮೀಯತೆಯ ಮುಂದೆ ಕರಗಿ ಹೋದಳು. ಸ್ವಲ್ಪಸ್ವಲ್ಪವಾಗಿ ಗುಟುಕರಿಸಿದಳು. ಸರಿತಾಳ ಆತ್ಮೀಯತೆ ಆ ಹಾಲಿಗೆ ವಿಶೇಷ ರುಚಿಯನ್ನು ತಂದಿತ್ತು.

"ಬಸ್ಸಿನ ಮೈಲಿಗೇನೇ ಕಳೆದಿಲ್ಲ, ಆಗ್ಲೇ ಕುಡಿಯೋಕೆ ಏನವಸರವಾಗಿತ್ತು?" ಸೀರೆಯ ಕೋರಿಯನ್ನುಟ್ಟುಕೊಂಡು ಬಂದ ಮಂಗಳಮ್ಮ ಗೊಣಗುಟ್ಟುತ್ತಲೇ ತಮ್ಮ ಕೆಲಸವನ್ನು ಮುಗಿಸಿಕೊಂಡು ಹೊರಗೆ ಹೋದರು.

ಊಟ ಮಾಡಿದ ಕೂಡಲೇ ಊರ್ಮಿಳಾ ಸುಸ್ತಾದವಳಂತೆ ಮಲಗಿಬಿಟ್ಟಳು. ದೇಹದ ಜೊತೆಗೆ ಮನಸ್ಸೂ ದಣಿದಿತ್ತು. ಇಲ್ಲಿ ಇನ್ನೇನು ಸಹಿಸಬೇಕೋ ಎನ್ನುವ ಹೆದರಿಕೆಯೂ ಇತ್ತು.

ಹಳ್ಳಿ, ಮೊದಲೇ ಕೇಳಬೇಕಾ! ಬಂದವರೆಲ್ಲ ಊರ್ಮಿಳಾಗೆ ಎಷ್ಟು ತಿಂಗಳೆಂದು. ವಿಚಾರಿಸುವವರೆ. ಅದನ್ನು ಅಷ್ಟಾಗಿ ಯಾರೂ ಹಚ್ಚಿಕೊಳ್ಳದಿದ್ದರೂ ಮಂಗಳಮ್ಮನವರನ್ನು ಕಂಗೆಡಿಸಿತು. ಒಂದು ವಿಧವಾದ ವ್ಯಥೆ ಅವರನ್ನು ಆವರಿಸಿತು. ಸ್ವಂತ ಮೊಮ್ಮಗುವನ್ನು ಕಾಣೋ ಯೋಗ ತಮ್ಮ ಹಣೆಯಲ್ಲಿ ಬರೆದಿಲ್ಲವೇನೋ

ಎಂದು ನಿಟ್ಟುಸಿರುಬಿಡುತ್ತಿದ್ದರು.

"ಏನ್ಮಾಡೋದು?" ಮೆಲ್ಲಗೆ ಅಂದರು ಮಂಗಳಮ್ಮ. ಗಂಡ ಊಟ ಮುಗಿಸಿ ಆರಾಮಾಗಿ ಕೂತಿದ್ದಾರೆ. ಈಗ ಪ್ರಸ್ತಾಪಿಸುವುದಕ್ಕೆ ಸರಿಯಾದ ಕಾಲವೆಂದು ತಿಳಿದು ಮೆತ್ತಗೆ ಶುರು ಮಾಡಿದ್ದರು.

ಕೈಯಲ್ಲಿ ಪಂಚಾಂಗ ಹಿಡಿದೇ ತಲೆ ಎತ್ತಿದರು. ತಕ್ಷಣ ಅವರಿಗೆ ಹೊಳೆಯಲಿಲ್ಲ. ಮನೆಯೆಂದ ಮೇಲೆ ನೂರೆಂಟು ಸಮಸ್ಯೆಗಳಿರುತ್ತವೆ! ಏನೋ ಹೇಳ್ತಾಳೆ ಎಂದುಕೊಂಡರು.

"ಪ್ರತಿಯೊಬ್ರೂ ವಿಚಾರಿಸೋರೆ..."

"ಬಿಡ್ಸಿ ಹೇಳ್ತೀಯಾ... ನಿನ್ನ ಪುರಾಣ ಬೇಡ." ರೇಗಿಯೇ ಕೇಳಿದರು. ಅವರ ಸಹನೆ ತಪ್ಪಿಹೋಯಿತು.

"ನಿಮ್ಮ ಸೊಸೆಗೆ ಯಾಕೆ ಮಕ್ಕಳಾಗಲಿಲ್ಲಾಂತ...?" ಅವರ ಮಾತುಗಳಿಂದಲೇ ವ್ಯಕ್ತವಾಗುತ್ತಿತ್ತು ಕೋಪ ಬಂದಿದೆಯೆಂದು.

"ನಿನ್ನ ಮಗನಿಗೆ ಯಾಕೆ ಮಕ್ಳು ಆಗಲಿಲ್ಲಾಂತ ಕೇಳಲಿಲ್ವಾ?" ಅವರ ಧ್ವನಿಯಿಂದ ವ್ಯಂಗ್ಯ ಇಣುಕಿತು.

ಗಂಡನ ಮಾತು ನೇರವಾಗಿ ಅವರಿಗೆ ತಾಕಿತು. ಸೊಸೇನ ಅನ್ನೋದು ಅವರಿಗೆ ಇಷ್ಟವಿಲ್ಲ. ಮಗನಿಗಿಂತ ಸೊಸೆ ಮೇಲೇನೇ ಹೆಚ್ಚು ಅಭಿಮಾನ. ಮಂಗಳಮ್ಮ ಸಿಡಿಮಿಡಿಗೊಂಡರು.

ಶಾಸ್ತ್ರಿಗಳು ಮನಸ್ಸಿನಲ್ಲಿಯೇ ನಕ್ಕರು. 'ಈ ಹೆಂಗಸರಿಗೆ ಏನು ಕೆಟ್ಟ ಅಭಿಮಾನ ಗಂಡು ಮಕ್ಕಳ ಮೇಲೆ!' ಹೆಂಡತಿಯ ಮುಖದ ಮೇಲಿನ ವ್ಯಥೆ ನೋಡಿ ಮೆತ್ತಗಾದರು.

"ಜಾತ್ಕದಲ್ಲಿ ಏನಾದ್ರೂ ದೋಷವಿದೆಯೇನೋ ನೋಡೋಣ. ಮದ್ವೆಯಾದ ಹತ್ತು-ಹದಿನೈದು ವರ್ಷಗಳ ಮೇಲೆ ಎಷ್ಟೋ ಜನರಿಗೆ ಮಕ್ಳೂ ಆಗಿದೆ. ಅಂಥದ್ದರಲ್ಲಿ ಇಷ್ಟು ಬೇಗ ಯೋಚಿಸ್ಬೇಕಾದ್ದೇನಿದೆ!"

ಇರೋನೊಬ್ಬ, ಅವನಿಗೆ ಮಕ್ಕಳಾಗದಿದ್ರೆ ವಂಶವೇ ನಿಂತುಹೋಗುತ್ತೆ. ಹೆಂಡತಿಯ ಮಾತು ಶಾಸ್ತ್ರಿಗಳಿಗೆ ನಿಜವೆನಿಸಿದರೂ ತಳ್ಳಿಹಾಕಿದರು. ಮಗಳ ಮಕ್ಕಳಿದ್ದಾರೆ. ಮೊಮ್ಮಕ್ಕಳು ಎಂದು ಎತ್ತಿ ಮುದ್ದಾಡುವುದಕ್ಕೆ ಸಾಕಲ್ಲ! ಏನೋ ಭ್ರಾಂತಿ!

"ಮಕ್ಳು ಆಗುತ್ತೆ; ಅವಸರ ಬೇಡ. ಆಗಲಿಲ್ಲಾಂತ ಇಟ್ಕೊ, ನಮ್ಮದೇನು ರಘುವಂಶವಲ್ಲ. ಮಗಳ ಮಕ್ಕಳನ್ನೇ ಮೊಮ್ಮಕ್ಕಳು ಅಂದ್ಕೊಂಡು ಸುಮ್ಮನಿದ್ದುಬಿಡೋದು" ಸಹಜವಾಗಿ ಆಡಿದರು.

"ನಿಮ್ಮಷ್ಟು ನಿರಾತಂಕವಾಗಿರೋಕೆ ನನ್ಕೈಲಿ ಆಗೋಲ್ಲ." ಗಳಗಳನೇ ಅತ್ತೇಬಿಟ್ಟರು.

"ಅಬ್ಬಬ್ಬ... ಒಳ್ಳೆ ಹೆಂಗಸರ ಸಹವಾಸ! ಸುಮ್ನೆ ಇರು, ನಾಗರಪ್ರತಿಷ್ಠೆ ಮಾಡಿಸೋಣ. ಏನೇನು ಬೇಕೋ ಎಲ್ಲ ಮಾಡೋಣ." ಸಮಾಧಾನಪಡಿಸಿದರು.

ಅವರೇನೂ ಇದನ್ನು ಮನಸ್ಸಿಗೆ ಹಚ್ಚಿಕೊಳ್ಳದೇ ನಿರಾತಂಕವಾಗಿದ್ದುಬಿಟ್ಟರು.

ಬೆಟ್ಟದ ಆಂಜನೇಯನಿಗೆ ಉರುಳು ಸೇವೆ ಮಾಡಿದರೆ ಮಕ್ಕಳಾಗುತ್ತೆ ಅನ್ನೋ ವಿಷಯಾನ ಮಂಗಳಮ್ಮನ ಕಿವಿಯ ಮೇಲೆ ಹಾಕೇಬಿಟ್ಟರು. ಅದಕ್ಕಾಗಿ ಕೂಡಲೇ ಸಿದ್ಧತೆ ನಡೆಸೇಬಿಟ್ಟರು. ಶಾಸ್ತ್ರಿಗಳು ಕೂಡ ಈ ವಿಷಯದಲ್ಲಿ ಅವರ ಪರವಾಗಿಯೇ ಇದ್ದರು.

ಶನಿವಾರ ಬೆಳಿಗ್ಗೆಯೇ ತೀರಾ ನಸುಕಿನಲ್ಲಿಯೇ ಸೊಸೆಯನ್ನು ಎಬ್ಬಿಸಿಕೊಂಡು ಹೊರಟರು. ಗ್ರಾಮದಿಂದ ಒಂದೆರಡು ಫರ್ಲಾಂಗ್ ದೂರದಲ್ಲಿತ್ತು ಗುಡಿ. ಆದರೆ ಊರ್ಮಿಳಾ ಮುಖದಲ್ಲಿ ಯಾವ ಉತ್ಸಾಹವೂ ಇರಲಿಲ್ಲ. ಬಲವಂತಕ್ಕೆ ಮಾಡುವ ಹಾಗೆ ಕಂಡಳು.

ಸ್ವಲ್ಪ ದೂರದಲ್ಲಿಯೇ ಇದ್ದ ಬಾವಿಯಲ್ಲಿ ನೀರು ಸೇದಿ ಇಬ್ಬರೂ ಸ್ನಾನ ಮಾಡಿದರು. ಮಂಗಳಮ್ಮನವರು ಬಟ್ಟೆಯೇನೋ ಬದಲಾಯಿಸಿದರು. ಆದರೆ ಊರ್ಮಿಳಾ ಬದಲಾಯಿಸುವ ಹಾಗಿರಲಿಲ್ಲ. ಒದ್ದೆ ಬಟ್ಟೆಯಲ್ಲಿಯೇ ದೇವಸ್ಥಾನದ ಸುತ್ತ ಉರುಳು ಸೇವೆ ಮಾಡಬೇಕು. ದೇವಸ್ಥಾನ ತುಸು ವಿಶಾಲವಾಗಿಯೇ ಇತ್ತು. ಸುತ್ತಲೂ ಕಲ್ಲಿನ ಚಪ್ಪಡಿಗಳನ್ನು ಹಾಸಿದ್ದರು. ಇದ್ದಿದ್ದರಲ್ಲಿ ಚೊಕ್ಕಟವಾಗಿಯೇ ಇತ್ತು. ಒದ್ದೆ ಬಟ್ಟೆಯಲ್ಲಿ ಊರ್ಮಿಳಾ ಗಡಗಡನೇ ನಡುಗುತ್ತಿದ್ದಳು.

“ಭಕ್ತಿಯಿಂದ ನಮಸ್ಕಾರ ಮಾಡಿ ಮುಂದಿನ ವರ್ಷದ ವೇಳೆಗೆ ಗಂಡುಮಗುವಾದರೆ ಮಗು ಸಮೇತ ಬಂದು ಉರುಳು ಸೇವೆ ಮಾಡ್ತೀನೀಂತ ಹರಸ್ಕೋ” ಊರ್ಮಿಳಾಳ ಎದೆ ನಡುಗಿತು.

ದೇವಸ್ಥಾನದ ಸುತ್ತ ಮೂರು ಉರುಳು ಉರುಳೋ ವೇಳೆಗೆ ಅವಳಿಗೆ ಸಾಕು ಸಾಕಾಯಿತು. ಪೂರ್ತಿ ಬೆಳಕು ಹರಿದಿತ್ತು. ದೇವಸ್ಥಾನದ ಅರ್ಚಕರು ಬಂದು ಬಾಗಿಲು ತೆಗೆದರು. ಅವರಿಗೆ ಇದೆಲ್ಲಾ ಸಾಧಾರಣವೇನೊ. ಇವರನ್ನು ಗಮನಿಸದವರಂತೆ ತಮ್ಮ ಕೆಲಸದಲ್ಲಿ ತೊಡಗಿದರು. ಊರ್ಮಿಳಾ ಬಟ್ಟೆ ಬದಲಾಯಿಸಿ, ತಲೆಗೂದಲನ್ನೊರೆಸಿ ಮುಡಿ ಕಟ್ಟಿದಳು. ತೀರಾ ನಿತ್ರಾಣವೆನಿಸಿತು. ಪೂಜೆಯಾಗುವವರೆಗೂ ಇದ್ದು ತೀರ್ಥ-ಪ್ರಸಾದ ತಗೊಂಡು ಮನೆಯ ಕಡೆ ಮರಳಿದರು. ದಾರಿಯುದ್ದಕ್ಕೂ ಮಂಗಳಮ್ಮ ಬೆಟ್ಟದ ಆಂಜನೇಯಸ್ವಾಮಿಯ ಮಹಾತ್ಮೆಯ ಬಗ್ಗೆ ಹೇಳುತ್ತಲೇ ಇದ್ದರು. ಅವರಿಗೆ ಮೊಮ್ಮಗ ಹುಟ್ಟಿದಷ್ಟೇ ಸಂತೋಷವಾಗಿತ್ತು.

“ಆಯ್ತು...” ಎಂದಳು ಸರಿತಾ. ಅದರ ಹಿಂದೆ ಇದ್ದ ವ್ಯಂಗ್ಯವನ್ನು ಇಬ್ಬರೂ ಗುರ್ತಿಸಲಿಲ್ಲ.

ಊರ್ಮಿಳಾ ಒಂದು ಕಡೇ ಕೂತುಬಿಟ್ಟಳು. ಮಂಗಳಮ್ಮ ಕೂಡ ಏನೂ ಅನ್ನಲು ಹೋಗಲಿಲ್ಲ. ಸೊಸೆಯ ಮೇಲೆ ಅವರಿಗೂ ಸಹಾನುಭೂತಿಯುಂಟಾಯಿತು. ಎಷ್ಟಾದರೂ ಹೆಂಗರುಳು ಅಲ್ವೆ?

ಒಂದು ದೊಡ್ಡ ಸ್ಟೀಲ್ ತಟ್ಟೆ ತುಂಬ ಹೊಗೆಯಾಡುವ ಅಕ್ಕಿಯ ತರಿ ಉಪ್ಪಿಟ್ಟನ್ನು

ಸರಿತಾ ತಂದಳು. ಅದರ ಮೇಲೆ ನಾಲ್ಕು ಮಿಳ್ಳೆ ತುಪ್ಪ ಸುರಿದೇ ಇದ್ದಳು. ಉಪ್ಪಿಟ್ಟು ಘಮಘಮಿಸುತ್ತಿತ್ತು. ಊರ್ಮಿಳಾಳ ಮೂಗಿನ ಹೊಳ್ಳೆಗಳು ಅರಳಿದವು. ಇಷ್ಟೊತ್ತು ಸುಮ್ಮನಿದ್ದ ಹಸಿವು ಭುಸುಗುಟ್ಟಲಾರಂಭಿಸಿತು.

"ತಗೊಳ್ಳಿ" ಅವಳ ಮುಂದೆ ಇರಿಸಿದಳು. ಅವಳಿಗೂ ಕೂಡ ಸದ್ಯದಲ್ಲಿ ಊರ್ಮಿಳಾಗೆ ಒಂದು ಮಗುವಾದರೆ ಒಳ್ಳೆಯದೆನಿಸಿತು. ಮೊಮ್ಮಗುವಿನ ಮೇಲಿನ ಪ್ರೀತಿಗಾದರೂ ಸೊಸೆಯ ಬಗ್ಗೆ ಅಭಿಮಾನ ಬೆಳೆಸಿಕೊಳ್ಳುತ್ತಾರೆ. ಮುದ್ದು ಮಗುವಿನ ನೆನಪಿನಲ್ಲಿ ಅಣ್ಣನ ಉದಾಸೀನತೇ ತೊಡೆದು ಹೋಗುತ್ತೆ. ಆಗ ಅವರದು ಸುಖೀ ಸಂಸಾರವಾಗುತ್ತೆ.

"ಅವ್ಳು ಇವತ್ತು ತಿಂಡಿ ತಿನ್ನೋ ಹಾಗಿಲ್ಲ. ಒಪ್ಪತ್ತು ಊಟ ಮಾತ್ರ." ಅನಾಹುತವಾಯಿತೆನ್ನುವಂತೆ ಹೇಳಿದರು.

ಸರಿತಾ ತಲೆ ಕೆರೆದುಕೊಳ್ಳುತ್ತ ನಿಂತಳು. ಬರೀ ಹೊಟ್ಟೆಯಲ್ಲಿ ಅಷ್ಟು ದೂರ ನಡೆದು ಹೋಗಿ ಬಂದಿರುವ ಊರ್ಮಿಳಾ ಮಧ್ಯಾಹ್ನದವರೆಗೆ ಬರಿ ಹೊಟ್ಟೆಯಲ್ಲಿರಲು ಹೇಗೆ ಸಾಧ್ಯ? ತಾಯಿ ಕಡೆಗೆ ನೋಡಿದಳು. ಅವರು ಒಂದೇ ಮಾತಿನಲ್ಲಿ ನಿಂತಂತೇ ಕಂಡರು.

"ಬೇಡ..." ಊರ್ಮಿಳಾನೇ ತಟ್ಟೆಯನ್ನು ದೂರ ಸರಿಸಿದಳು. ಘಮಘಮಿಸುವ ಉಪ್ಪಿಟ್ಟು ತಿಂದರೂ ಈಗ ಕಹಿಯೇ!

"ಅಮ್ಮಾ..." ದೀರ್ಘವಾಗಿ ಎಳೆದಳು.

ಎಚ್ಚೆತ್ತ ಮಂಗಳಮ್ಮ "ಸುಮ್ನೆ ಹೋಗೇ–ನಾನೇನು ಅವಳ ಕೇಡಿಗೆ ಹೇಳ್ತಾ ಇದ್ದೀನ? ಒಂದು ಮಗುವಾಗ್ಲಿ, ಎಲ್ಲರಂತೆ ನಕ್ಕು ನಲಿದು ಓಡಾಡ್ಲೀಂತ ತಾನೇ ನನ್ನಾಸೆ!" ಏನೂ ಪ್ರಯೋಜನವಿಲ್ಲವೆಂದು ಅರಿತ ಸರಿತಾ ಉಪ್ಪಿಟ್ಟಿನ ತಟ್ಟೆಯನ್ನು ಒಳಗಿಟ್ಟು ಬಂದಳು.

ತಟ್ಟೆ ಮುಂದಿಟ್ಟುಕೊಂಡರೂ ಒಂದು ಪಿಡಚೇ ಉಪ್ಪಿಟ್ಟನ್ನೂ ಬಾಯಿಗಿಡಲಾಗಲಿಲ್ಲ ಮಂಗಳಮ್ಮನವರಿಗೆ. ಎಷ್ಟಾದರೂ ಹೆಣ್ಣು ಹೆತ್ತ ಕರುಳು– ಬಾಯಿ ಸ್ವಲ್ಪ ಚುರುಕಾದರೂ ಮನ ಹೇಗೆ ಕಲ್ಲಾದೀತು? ಇಂದೇಕೋ ಸೊಸೆಯ ಮೇಲೆ ಅಪಾರ ಸಹಾನುಭೂತಿಯುಂಟಾಗಿತ್ತು. ಮಾಮೂಲಿ ಅಡಿಗೆಯ ಜೊತೆ ಗಸಗಸೆ ಪಾಯಸ ಚಿತ್ರಾನ್ನ ಮಾಡಿಟ್ಟರು. ಬೇಸರಗೊಂಡವರಂತೆ ಹೋಗಿ ಮಲಗಿಬಿಟ್ಟರು.

ಶಾಸ್ತ್ರಿಗಳಿಗೆ ಬಡಿಸಿದ ಮೇಲೆ ಸರಿತಾ, ಊರ್ಮಿಳಾ ಜೊತೆಯಾಗಿಯೇ ಊಟಕ್ಕೆ ಕೂತರು. ತಾವೇ ಎದ್ದು ಬಡಿಸಿದರು ಮಂಗಳಮ್ಮ ಇಬ್ಬರ ನಡುವೆ ಯಾವ ಭೇದವನ್ನೂ ಎಣಿಸದೇ ಪ್ರೀತಿಯಿಂದಲೇ ಬಡಿಸಿದರು. ಸರಿತಾ ಅಚ್ಚರಿಯಿಂದ ತಾಯಿಯ ಕಡೆ ನೋಡಿದಳು. 'ನಮ್ಮಮ್ಮ ಇವತ್ತು ಎಷ್ಟು ಒಳ್ಳೆಯವರಾಗಿಬಿಟ್ಟಿದ್ದಾರೆ. ಸೊಸೆಯ ವಿಷಯದಲ್ಲಿ ಯಾವಾಗಲೂ ಹೀಗೆಯೇ ಇರಬಾರದೇ?'

"ಸರಿತಾ, ನಿಮ್ಮಣ್ಣನಿಗೆ ಒಂದು ಪತ್ರ ಬರ್ದು ಹಾಕು, ಬಂದುಹೋಗ್ಲಿ" ಎಂದರು

ಮಗಳಿಗೆ. ಇರೋ ಒಬ್ಬ ಮಗ ಆರು ತಿಂಗಳಾದರೂ ತಿರುಗಿ ನೋಡೋಲ್ಲವಲ್ಲ ಎನ್ನುವ ನೋವು ಅವರಿಗಿಲ್ಲದೇ ಹೋಗಲಿಲ್ಲ.

"ಒಳ್ಳೆ ಗುಂಡು ಕಲ್ಲು ಇದ್ದ ಹಾಗೆ. ಯಾವಾಗ್ಲೂ ಬೇಡ. ಹೆಂಡ್ತಿ ಇದ್ದಾಳಲ್ಲಾಂತ ಕೂಡ ಬರೋಲ್ಲ" ಅಂದವಳೇ ನಾಲಿಗೆ ಕಚ್ಚಿಕೊಂಡು ಊರ್ಮಿಳಾಳ ಕಡೆ ನೋಡಿದಳು. ಯಾವ ಭಾವನೆಗಳನ್ನೂ ಹೊರಹಾಕದೇ ಚಡಪಡಿಸಿದಂತೆ ಕಂಡಳು. ತಲೆ ಕೆರೆದುಕೊಂಡಳು.

"ಆಯ್ತು, ಬರ್ದುಹಾಕ್ತೀನಿ" ಮೆತ್ತಗೆ ಜಾಗ ಖಾಲಿ ಮಾಡಿದಳು. ಅವಳ ತಲೆಯಲ್ಲೆಲ್ಲ ಅಣ್ಣ, ಅತ್ತಿಗೆಯ ವಿಷಯವೇ ತುಂಬಿಹೋಗಿತ್ತು. 'ಅಕ್ಕ ಅಪರೂಪಕ್ಕೆ ವಾರ ಇದ್ದರೆ ಭಾವ ಹಿಂದೇನೇ ಹಾಜರು ಆಗ್ತಾ ಇದ್ದರು. ಇವನು ಮಾತ್ರ ಯಾಕೆ ಹೀಗೆ? ಸರಿತಾಳ ಒಡನಾಟದಲ್ಲಿ ಊರ್ಮಿಳಾ ಗೆಲುವಾದಳು. ಬತ್ತಿಹೋದ ಕೆನ್ನೆಗಳು ತುಂಬಿಕೊಂಡವು. ಕಣ್ಣುಗಳಲ್ಲಿ ಆಕರ್ಷಣೆ ತುಂಬಿತು. ಮಾತುನಗುವಿನಲ್ಲಿ ಹೊಸ ಜೀವನ ಕಂಡಳು. ಸ್ವಲ್ಪ ದಿನ ಮಂಗಳಮ್ಮ ತಮ್ಮನ ಮನೆಗೆ ಹೋಗಿದ್ದರಿಂದ ಪೂರ್ಣ ಸ್ವತಂತ್ರರಾಗಿದ್ದರು. ತಲೆ ಬಾಚೋದರಿಂದ ಹಿಡಿದು ಸೀರೆ ಉಡೋದು ಕಲಿಸೋವರೆಗೂ ಸರಿತಾ ಊರ್ಮಿಳಾಗೆ ಗುರುವಾದಳು. ಮಧ್ಯೆ ಒಂದೆರಡು ದಿನ ಕರೆದೊಯ್ದುದರಿಂದ ತವರು ಮನೆಗೂ ಹೋಗಿಬಂದಳು. ಬೆಟ್ಟದ ಆಂಜನೇಯಸ್ವಾಮಿಯ ಉರುಳು ಸೇವೆ ಮುಗಿಯಿತು. ಇಷ್ಟಾದರೂ ಶಂಕರ ಒಮ್ಮೆಯೂ ಊರಿನ ನಡೆಗೆ ತಲೆಹಾಕಲಿಲ್ಲ.

ಊಟ ಮಾಡಿ ಕೈ ತೊಳೆದು ಎದ್ದು ಬಂದ ಶಾಸ್ತ್ರಿಗಳು "ಲೇ ಇವಳೇ, ನಿನ್ಮಗ ಬರ್ಲೆ ಇಲ್ಲವಲ್ಲೇ!" ಗುಟುರು ಹಾಕಿದಂತೆ ಕೇಳಿದರು. ಮಂಗಳಮ್ಮನ ಮುಖ ಸಣ್ಣದಾಯಿತು. ದೃಷ್ಟಿ ನೆಲ ನೋಡಿತು. ಏನು ಹೇಳಬೇಕೋ ಅವರಿಗೆ ತೋಚಲಿಲ್ಲ.

"ಆ ಹುಡ್ಗೀನ ಕರ್ಕೊಂಡ್ಹೋಗಿಬಿಟ್ಟಾ!" ಗಂಭೀರವಾಗಿ ಹೇಳಿದರು. ಮನ ಮಗನ ಬಗ್ಗೆಯೇ ಯೋಚಿಸುತ್ತಿತ್ತು. ಏನೇನೋ ಕೆಟ್ಟ ಯೋಚನೆಗಳು ಮನದಲ್ಲಿ ಸುಳಿದುಹೋದವು. ಒಮ್ಮೆ ತಾವೇ ಹೋಗಿ ಬರಬೇಕು. ಬೇರೆ ಏನಾದರೂ ಸಂಬಂಧ ಇಟ್ಟುಕೊಂಡಿದ್ದಾನಾ? ಇಲ್ಲವೆಂದು ಪೂರ್ಣವಾಗಿ ತಳ್ಳಿಹಾಕಲು ಅವರಿಂದಾಗಲಿಲ್ಲ. ಇಷ್ಟು ದಿನ ಮಗನ ಬಗ್ಗೆ ತಲೆ ಕೆಡಿಸಿಕೊಳ್ಳದಿದ್ದವರು ಸೊಸೆಗಾಗಿ ತಲೆ ಕೆಡಿಸಿಕೊಂಡರು. ಆ ಹುಡುಗಿ ಮುಖ ಕಂಡರೇ ಅವರಿಗೆ ಅಯ್ಯೋ ಎನಿಸುತ್ತಿತ್ತು. ನಾಗರಿಕತೆಯೆಂದರೆ ಏನೆಂದು ತಿಳಿಯದ ಗೊಡ್ಡು ಸಂಪ್ರದಾಯವಾದಿಗಳ ನಡುವೆ ಬೆಳೆದು ಬಂದಿದ್ದಳು. ಹೊಟ್ಟೆಗಳನ್ನು ತುಂಬಿಸಿಕೊಳ್ಳುವುದರಲ್ಲಿ ನಿರತರಾದ ಅವರಿಂದ ಈ ಹುಡುಗಿ ಏನೂ ಪಡೆದಿರಲಿಲ್ಲ. ಇಲ್ಲಿ ನೋಡಿದರೇ ಈ ಅವಸ್ಥೆ ಛೆ... ಛೆ...!

"ನಾನೇ ಹೋಗಿಬಿಟ್ಟು ಬರ್ತೀನಿ", ಅಡಿಕೆಪುಡಿಯನ್ನು ಬಾಯಿಗೆ ಹಾಕ್ಕೊಂಡು, ಒಮ್ಮೆಲೇ ನಾಲ್ಕು ವೀಳ್ಯೆದೆಲೆಗಳಿಗೆ ಸುಣ್ಣ ತೀಡಿ ಬಾಯಿಗಿಟ್ಟುಕೊಂಡು ಜಗಿಯತೊಡಗಿದರು.

"ಅವ್ನೇ ಬರಬೋದು?" ತಡವರಿಸಿದರು. ಮಗನೇ ಬಂದು ಸೊಸೆಯನ್ನು ಕರೆದೊಯ್ಯಲಿ ಎಂಬುದೇ ಅವರ ಉದ್ದೇಶ.

"ಯಾವಾಗ ಬರ್ತಾನೆ!? ತೀರಾ ಜವಾಬ್ದಾರಿ ಇಲ್ಲದವ್ನ ಹಡ್ದೇ" ಆಕ್ಷೇಪಿಸಿದರು ನೇರವಾಗಿ.

ಉಗ್ರಾಣದಿಂದ ಹೊರಗೆ ಬಂದ ಸರಿತಾ ಬಾಯಿಗೆ ಕೈ ಅಡ್ಡ ಹಿಡಿದು ಜೋರಾಗಿ ನಕ್ಕಳು. ತಂದೆಯ ಆಕ್ಷೇಪಣೆ ಅವಳಿಗೆ ಬಹಳ ತಮಾಷೆಯಾಗಿ ಕಂಡಿತು.

"ಏನೋ ನಿನ್ನ ಮಗ್ಳು ನಗ್ತಾಳೆ ನೋಡು" ಅವರ ಮುಖದ ಮೇಲೂ ನಗುವಿನ ಪನ್ನೀರು ಎರಚಿತು. ತಮ್ಮ ಮೂರು ಮಕ್ಕಳಲ್ಲಿ ಸರಿತಾಳ ಬಗ್ಗೆ ವಿಶೇಷ ಆದರ. ಅದಕ್ಕೆ ಕಾರಣ ಅವರಿಗೆ ಗೊತ್ತಿಲ್ಲ. ದೊಡ್ಡ ಮಗಳು ಎಲ್ಲಕ್ಕೂ ತಲೆಯಾಡಿಸಿಬಿಡುವ ಜಾಯಮಾನದವಳು. ಇನ್ನು ಇವಳು ಪ್ರತಿಯೊಂದಕ್ಕೂ ಕೊಂಕು. ಹೆದರದೇ ಮನದಲ್ಲಿದ್ದುದನ್ನು ಆಡಿಬಿಡುವ ಸ್ವಭಾವದವಳು. ಅವರಮ್ಮನಿಗೆ ತಲೆನೋವಾಗಿದ್ದಳು. ಕೆಲವೊಮ್ಮೆ ಅವಳ ವಿಚಿತ್ರ ಪ್ರಶ್ನೆಗಳಿಗೆ ಶಾಸ್ತ್ರಿಗಳೇ ಬೇಸರಿಸುತ್ತಿದ್ದರು. ಆದರೂ ಅವಳ ಮೇಲೆ ವಿಶೇಷ ಮಮತೆ.

"ನೀವ್ ಮಾತಾಡೋ ಮಾತ್ಗೇ ನಗದೇ ಏನು ಮಾಡ್ತಾಳೆ!" ಸೆರಗನ್ನ ಸೊಂಟಕ್ಕೆ ಬಿಗಿದು ಹೊರಟೇಬಿಟ್ಟರು.

"ನಿಮ್ಮಮ್ಮ ಹುಡ್ಗಿಯಾಗಿದ್ದಾಗ ನೋಡ್ಬೇಕಾಗಿತ್ತು, ಅಬ್ಬಬ್ಬ...!" ತಾವು ಬಹಳ ಕಷ್ಟಪಟ್ಟವರಂತೆ ಶಾಸ್ತ್ರಿಗಳು ನಟಿಸಿದರು. ತಮ್ಮ ವಿವಾಹದ ಮೊದಲ ದಿನಗಳನ್ನು ನೆನಪು ಮಾಡಿಕೊಂಡು.

ಮುಂಜಾವಿನಲ್ಲೇ ಎದ್ದ ಶಾಸ್ತ್ರಿಗಳು ಪಕ್ಕದ ಹಳ್ಳಿಗೆ ಹೋದರು. ತಟ್ಟನೇ ಮಂಗಳಮ್ಮಗೆ ಒಂದು ಯೋಚನೆ ಹೊಳೆಯಿತು. ಗೌಡರ ಹೆಂಡತಿ ಹೇಳಿದ್ದರು. "ಮಠದಲ್ಲಿ ಒಬ್ಬ ಸ್ವಾಮಿಗಳು ಬಂದು ಸೇರ್ಕೊಂಡಿದ್ದಾರೆ. ಎಷ್ಟೋ ಜನ ಮಕ್ಕಳಾಗದವರಿಗೆ ಮಕ್ಕಳಾಗಿವೆ. ನಿಮ್ಮ ಸೊಸೇನ ಕರ್ಕೊಂಡ್ಹೋಗಿ ಬನ್ನಿ" ಅಂತ. ಈ ದಿನ ಹೋಗಿ ಬರುವುದು ಸರಿಯೆನಿಸಿತು.

"ನೀನ್ ಅಷ್ಟೇ ಮಾಡ್ಕೊ. ನಾನು ನಿಮ್ಮತ್ತಿಗೇನಾ ಒಂದು ಕಡೇ ಕರ್ಕೊಂಡ್ಹೋಗಿ ಬರ್ತೀನಿ." ಸರಿತಾ ಸೊಂಟದ ಮೇಲೆ ಕೈಯಿಟ್ಟು ನಿಂತಳು. ರೇಗಿ ಹೋಯಿತು. ತೀರಾ ಅರ್ಥವಿಲ್ಲದ ನಂಬಿಕೆಯೆನಿಸಿತು. ಅವಳಿಗಂತೂ ಇದರಲ್ಲೆಲ್ಲ ನಂಬಿಕೆ ಇರಲಿಲ್ಲ.

"ಇನ್ನು ಯಾವ ದೇವರ ಉರುಳು ಸೇವೆಗೆ? ಅವರ ದೇಹದಲ್ಲಿ ಏನಾದ್ರೂ ತೊಂದರೆ ಇದೆಯೇನೋ ತೋರಿಸದೇ ಅರ್ಥವಿಲ್ಲದ್ದೆಲ್ಲ ಮಾಡ್ಸಿರ್ತೀಯಾ. ನಿನ್ನಿಂದ ಹರಕೆ ಹೊತ್ತ ದೇವ್ರಿಗೆಲ್ಲ ಕೆಟ್ಟ ಹೆಸ್ರು!" ಕಪಾಳಕ್ಕೆ ಬಾರಿಸುವಷ್ಟು ಸಿಟ್ಟು ಬಂತು ಮಂಗಳಮ್ಮನಿಗೆ. ತೀರಾ ತಲೆಹರಟೆ ಹುಡುಗಿಯಾಗಿ ಕಂಡಳು.

"ನಿಂಗೆ ಇವೆಲ್ಲ ಗೊತ್ತಾಗೋಲ್ಲ..."

"ಖಂಡಿತ ಗೊತ್ತಾಗುತ್ತೆ. ಪುಸ್ತಕಗಳಲ್ಲಿ ತಿಳಿಯದ ವಿಷಯವೇ ಇಲ್ಲ. ಮಂತ್ರಕ್ಕೆ ಮಾವಿನಕಾಯಿ ಉದುರೋಲ್ಲ. ನೀನು ಭಸ್ಮ ಲೇಹ್ಯ ಕೊಡಿಸಿದ ಮಾತ್ರಕ್ಕೆ ಮಕ್ಕಳಾಗೋಲ್ಲ."

"ಬಾಯಿ ಮುಚ್ಕೊಂಡು ಇರ್ತೀಯಾ..." ಮಗಳ ಬಾಯಿ ಮುಚ್ಚಿಸಿ ಸೊಸೆಯನ್ನು ಕರೆದುಕೊಂಡು ಹೊರಟರು. ಇವರು ಹೋಗುವ ವೇಳೆಗೆ ಒಳ್ಳೆ ಉರಿಬಿಸಿಲು. ಕೆರೆಗಳಲ್ಲಿ ಬಟ್ಟೆ ಒಗೆಯುತ್ತಿದ್ದ ಅಗಸರ ಹೆಂಗಸರು ಕಿಸಕ್ಕನೆ ನಕ್ಕರು. ಅವರ ನಗುವಿನ ಅರ್ಥ ಹೊಳೆಯದೇ ಹೋಗಲಿಲ್ಲ ಮಂಗಳಮ್ಮನಿಗೆ. ಎಷ್ಟೋ ಜನಗಳಿಗೆ ಮಾರ್ಗದರ್ಶನ ನೀಡೋ ಪುರೋಹಿತರ ಹೆಂಡತಿ ಬೇರೆಯವರ ಮಾರ್ಗದರ್ಶನ ಪಡೆಯಲು ಹೋಗಿದ್ದು ಅವರಿಗೆ ತಮಾಷೆಯಾಗಿ ಕಂಡಿತ್ತು.

ನಾಲ್ಕಾರು ಜನವಾದ ಮೇಲೆ ಇವರ ಸರದಿ ಬಂತು. ನಾಡಿ ಹಿಡಿದು ನೋಡಿ ಒಂದು ತರಹ ನಕ್ಕರು. ಹೊರಗೆ ಬಂದ ಊರ್ಮಿಳಾಳ ಹಣೆಯ ಮೇಲೆ ಬೆವರು ಹನಿಗಳು ಮೂಡಿದವು. ಬಾಯಿ ಕಟ್ಟಿದ ಮೂಕ ಹಸುವಿನಂತಿತ್ತು ಅವಳ ಪರಿಸ್ಥಿತಿ. ಮಂಗಳಮ್ಮನವರು ಬಹಳ ಸಂತೋಷದಿಂದಲೇ ಭಸ್ಮ ಹಿಡಿದುಬಂದರು. ದಾರಿಯುದ್ದಕ್ಕೂ ಸೊಸೆಗೆ ಏನೇನೋ ಹೇಳುತ್ತಲೇ ಇದ್ದರು. ಅವಳು ಹೂಗುಡುತ್ತಿದ್ದಳಷ್ಟೇ, ಅವಳಿಗೇನೂ ಅರ್ಥವಾಗಿರಲಿಲ್ಲ. ಅರ್ಥ ಮಾಡಿಕೊಳ್ಳಬೇಕೆನ್ನುವ ಉತ್ಸಾಹವೂ ಇರಲಿಲ್ಲ.

ಇವರು ಮನೆಗೆ ಬರುವ ವೇಳೆಗೆ ಶಂಕರ ಬಂದಿದ್ದ. ಈ ನಡುವೆ ತೀರಾ ಬಳಲಿದಂತೆ ಕಂಡ. ಹಸನ್ಮುಖನಾಗಿ ಮಾತಾಡಲು ಪ್ರಯತ್ನಪಟ್ಟ.

"ಒಳ್ಳೆ ಬಿಸಿಲಿನಲ್ಲಿ ಎಲ್ಲಿ ಹೋಗಿದ್ರಿ?" ಸರಿತಾ ವಿಷಯನ ಅವನ ಪಾಲಿಗೆ ಮುಟ್ಟಿಸಿರಲಿಲ್ಲ. ಅಪರೂಪಕ್ಕೆ ಬಂದಿದ್ದಾನೆ ಇಂತಹುದರ ಮೇಲೆಲ್ಲ ಅವನಿಗೂ ನಂಬಿಕೆ ಇಲ್ಲ. ವಿಷಯ ತಿಳಿದ ಮೇಲೆ ಹಾರಾಡಬಹುದು. ಅದೆಲ್ಲ ಯಾಕೆ? ಎಂದು ಸುಮ್ಮನಿದ್ದುಬಿಟ್ಟರು.

ನಿಜ ಹೇಳಲು ಬಾಯಿ ತೆರೆದ ಮಂಗಳಮ್ಮ ಹೆದರಿ ಸುಳ್ಳೇ ಹೇಳಿದರು. "ಭಟ್ಟರ ತಾಯಿ ಊರ್ಮಿಳಾ ಬಂದಾಗಿನಿಂದ ಕರ್ಕೊಂಡ್ಬಾಂತ ಹೇಳಿ ಹೇಳಿ ಕಳುಸ್ತಾ ಇದ್ದರು. ಇವತ್ತು ನಿಮ್ಮಪ್ಪನೂ ಮನೆಯಲ್ಲಿ ಇರಲಿಲ್ಲ ಹೋಗಿ ಬಂದ್ವಿ."

ಅಡುಗೆಯ ಮನೆಗೆ ಬಂದ ಊರ್ಮಿಳಾಳ ಕೆನ್ನೆ ಹಿಂಡಿ ಛೇಡಿಸಿದಳು ಸರಿತ. ಆದರೂ ಅವಳ ಕೆನ್ನೆ ಕೆಂಪಾಗಲಿಲ್ಲ. ಕಣ್ಣುಗಳಲ್ಲಿ ಮಾತ್ರ ಆಸೆಯ ಹೊಂಗಿರಣಗಳಿದ್ದವು.

"ಇನ್ನೂ ಊಟ ಮಾಡಿಲ್ಲ–ನೀವು ಬಂದು ಬಡಿಸಲೀಂತ ಕಾದಿದ್ದಾನೆ." ಅಣಕವಾಡಿದಳು ಸರಿತಾ. ಊರ್ಮಿಳಾಳಿಂದ ಯಾವ ಪ್ರತಿಕ್ರಿಯೆಯೂ ಇಲ್ಲ.

ಸರಿತಾನೇ ಸೆರಗು ಕಟ್ಟಿ ನಿಂತು ಬಡಿಸಿದಳು. ಮಧ್ಯೆ ಮಧ್ಯೆ ಅಣ್ಣನನ್ನು ಛೇಡಿಸುತ್ತಲೇ ಇದ್ದಳು. ಆಗಾಗ ನಗುವ ಅವನ ಕಣ್ಣುಗಳು ಮಡದಿಯನ್ನು ನಿಟ್ಟಿಸುತ್ತಲೇ ಇತ್ತು.

"ಗೋಪಿನ್ನೂ ಕರ್ಕೊಂಡ್ಬರ್ಬೇಕಾಗಿತ್ತು!" ನಡುವೇ ಮಂಗಳಮ್ಮ ಹೇಳಿದರು. ಅವರಿಗೆ ಈಗಾಗಲೇ ತಮ್ಮನನ್ನು ನೋಡಬೇಕೆಂಬ ಆಸೆ ಜಾಸ್ತಿಯಾಗಿತ್ತು.

ಶಂಕರನೇನು ಅವನನ್ನು ಕರೆಯುವ ತಾಪತ್ರಯ ತೆಗೆದುಕೊಂಡಿರಲಿಲ್ಲ. ಕರೆದರೂ

ಬಂದಾನೆಂಬ ನಂಬಿಕೆಯೂ ಇರಲಿಲ್ಲ. ಮೊದಲಿನ ಹಾಗೆ ಸುಬ್ಬ ಮನೆಗೆಲಸಕ್ಕೆ ಬರುತ್ತಿದ್ದ. ನೈಟ್ ಡ್ಯೂಟಿಯಿದ್ದ ದಿನ ಗೋಪಿಯೇ ಟವಲುಟ್ಟು ಲಕ್ಷಣವಾಗಿ ಅಡುಗೆ ಮಾಡುತ್ತಿದ್ದ. ಒಮೊಮ್ಮೆ ಸಂಜೆ ಡ್ಯೂಟಿ ಮುಗಿಸಿ ಬಂದರೂ ಸಮಾಧಾನದಿಂದ ರಾತ್ರಿ ಅಡುಗೆಯನ್ನೂ ಮಾಡಿ ಮುಗಿಸುತ್ತಿದ್ದ. ಇದರಿಂದ ಶಂಕರನಿಗೆ ಹೋಟೆಲಿನಲ್ಲಿ ಊಟ ಮಾಡುವ ಕಷ್ಟ ತಪ್ಪುತ್ತಿತ್ತು.

"ಆಸ್ಪತ್ರೆ... ಪೇಷೆಂಟ್‌ಗಳ್ನ... ಬಿಟ್ಟು ಬರ್ತಾನ! ಅವ್ನ ಲೋಕವೇ ಬೇರೆ! ಮೊನ್ನೆ ಅವ್ರ ಆಸ್ಪತ್ರೆ ಸರ್ಜನ್ ಮನೆಯಲ್ಲಿ ಪಾರ್ಟಿಗೆ ಕರೆದ್ರೆ ಹೋಗ್ಲೇ ಇಲ್ವಂತೆ.... ಅವ್ರು ಮೊನ್ನೆ ಸಿಕ್ಕಾಗ ಹೇಳ್ಕೊಂಡು ನಕ್ರು."

"ನಗೋ ಅಂಥದ್ದು ಏನಿದೆ?" ಸೊಂಟಕ್ಕೆ ಸೆರಗು ಬಿಗಿದು ನಿಂತ ಸರಿತಾ ಗೋಡೆಗೊರಗಿ ಸೊಂಟದ ಮೇಲೆ ಕೈ ಇಟ್ಟುಕೊಂಡು ಕೇಳಿದಳು.

ಉಪ್ಪಿನಕಾಯಿ ಹೋಳಲ್ಲಿ ಬೆರಳು ಅದ್ದಿದ್ದ ಶಂಕರ ಓರೆನೋಟದಿಂದ ನಗುತ್ತ ಅವಳ ಕಡೆ ನೋಡಿ "ಅಬ್ಬಬ್ಬ.... ಎಂಥ ಕೋಪ! ಈಗ್ಲೇ ಹೀಗಾದ್ರೆ ಮುಂದೇನ್ಗತಿ! ಅಮ್ಮಣ್ಣಿ, ಮೊದ್ಲು ಅವ್ನು ನಿನ್ನ ಮದ್ವೆ ಮಾಡ್ಕೋತಾನೇಂತ ಏನು ಗ್ಯಾರಂಟಿ?"

ಅದೇ ಭಂಗಿಯಲ್ಲೇ ನಿಂತು "ಮದ್ವೆ ಮಾಡ್ಕೋಳ್ಳೀಂತ ನಾನೇನು ಕಾಯ್ಕೊಂಡಿಲ್ಲ. ಮದ್ವೆ ಮಾಡ್ಕೊಳ್ದಿದ್ರೂ ಅವರ ಮೇಲಿನ ಗೌರವ ಏನೂ ಹೋಗೋಲ್ಲ. ನನ್ನೆದುರು ಗೋಪಿ ಮಾವನ್ನಂದ್ರೇ ಮಾತ್ರ ಆಗೋಲ್ಲ. ನಮ್ಮ ಹಾಗೆ ಅವ್ನು ಕಲ್ಲಿನಲ್ಲಿ ದೇವ್ರನ್ನ ನೋಡೋಲ್ಲ. ಪ್ರತಿಯೊಬ್ಬರಲ್ಲೂ ದೇವ್ರನ್ನ ನೋಡ್ತಾನೆ. ನಿಜವಾಗ್ಲೂ ದೇವ್ರಂಥ ಮನುಷ್ಯನೇ...." ಅವಳ ಗಂಟಲುಬ್ಬಿ ಬಂತು. ಬುದ್ಧಿ ಬಂದಾಗಿನಿಂದ ಗೋಪಿಯ ಒಂದೊಂದು ಗುಣವನ್ನೂ ಕಣ್ಣಲ್ಲಿ ಕಣ್ಣಿಟ್ಟು ನೋಡಿದ್ದಳು. ಎಲ್ಲರಿಗೂ ಅವನ ಸ್ವಭಾವ ಸಮಸ್ಯೆಯಾಗಿ ಕಂಡರೇ. ಇವಳಿಗೆ ಮಾತ್ರ ಅತಿಯಾದ ಮೆಚ್ಚುಗೆ.

"ಸರಿ, ಸರಿ..." ಕೈ ತೊಳೆದು ಎದ್ದು ಹೋದ. ಅವನನ್ನ ಮೂದಲಿಸಲು ಯಾವ ಕಾರಣಗಳೂ ಇರಲಿಲ್ಲ. ಪಾಪ, ಅವನ ಮೇಲೆ ಅಂಥ ದ್ವೇಷವೂ ಇರಲಿಲ್ಲ, ಎಂದಿಗೂ ಯಾರಿಗೂ ಅವನು ತೊಡಕಾಗಿರಲಿಲ್ಲ. ಅವನ ಒಳ್ಳೆಯ ಗುಣಗಳನ್ನು ಇವನು ಬಲ್ಲವನೇ.

ಈ ಸಲ ಬಂದ ಶಂಕರ ನಾಲ್ಕು ದಿನಗಳು ನಿಂತ. ಮಡದಿಯೊಂದಿಗೆ ಮನೆ ದೇವರಿಗೆ ಹೋಗಿ ಪೂಜೆ ಸಲ್ಲಿಸಿ ಬಂದ. ಇದು ಎಲ್ಲರಿಗೂ ಸಮಾಧಾನ ತರುವ ವಿಷಯವಾಗಿತ್ತು.

"ಊರ್ಮಿಳಾ ನಾಳೆ ಹೊರಟುಬಿಡ್ಬೇಕು" ಕೂತಲ್ಲಿಂದಲೇ ಹೇಳಿದ. ಅವಳ ಮುಖ ಅಪಾರವಾದ ಚೆಲುವನ್ನ ತುಂಬಿಕೊಂಡಂತೆ ಕಂಗೊಳಿಸುತ್ತಿತ್ತು. ಎವೆಯಿಕ್ಕದೇ ನೋಡಿದ. ಅಂದು ಮೊದಲ ಬಾರಿಗೆ ಮದುವೆಯಲ್ಲಿ ನೋಡಿದ ಊರ್ಮಿಳಾಗೂ ಇಂದಿನ ಊರ್ಮಿಳಾಗೂ ಬಹಳ ವ್ಯತ್ಯಾಸವಿದ್ದಂತೆ ಕಂಡಿತು.

"ಇನ್ನೆರಡು ದಿನ ಇದ್ದು ಹೋಗಬೋದಾಗಿತ್ತು" ಹಪ್ಪಳ ಲಟ್ಟಿಸುತ್ತಲೇ ಮಂಗಳಮ್ಮ

ಹೇಳಿದರು. ಒಂದಿಷ್ಟು ಹಪ್ಪಳ, ಸಂಡಿಗೆಯ ಕೆಲಸವಿತ್ತು. ಸೊಸೆ ಹೊರಟುಹೋದರೆ ಅವರ ಕೈ ಮುರಿದಂತಾಗುತ್ತಿತ್ತು. ಅವಳಿದ್ದಾಗಲೇ ಎಲ್ಲ ಮುಗಿಸಿಕೊಂಡುಬಿಡುವ ಆತುರ.

"ಆಗೋಲ್ಲಮ್ಮ" ಒಂದೇ ಮಾತಿನಲ್ಲಿ ಹೇಳಿದ. ಅವನ ಮನ ತೀವ್ರತರವಾದ ಆಲೋಚನೆಗೆ ಗುರಿಯಾಗಿತ್ತು. ಗಡ್ಡ ತುರಿಸಿಕೊಂಡ.

ಮುಂದೆ ಮಂಗಳಮ್ಮ ಮಾತಾಡಲು ಹೋಗಲಿಲ್ಲ. ಮಗ ಬಂದ ಕೂಡಲೇ ಗಂಡ ತಾಕೀತು ಮಾಡಿದ್ದರು. ಅವನ ಜೊತೆ ಸೊಸೆಯನ್ನು ಅಟ್ಟಿಬಿಡುವಂತೆ ಅವರೇನೋ ಸಿದ್ಧವಾಗಿದ್ದರು. ಆದರೆ.... ಸ್ವಾಮಿಗಳು ಮೂರು ವಾರಗಳು ಬಂದು ಭಸ್ಮ ಪಡೆದು ಹೋಗುವಂತೆ ಹೇಳಿದ್ದರು. ಆಗ ಆದ ಆಘಾತವೇ ಸಾಕಾಗಿತ್ತು. ಮಗನ ಮುಂದು ಕೂಡ ಆ ವಿಷಯ ಹೇಳಲು ಭಯಪಡುತ್ತಿದ್ದರು.

ಎಲ್ಲರಿಗಿಂತ ಹೆಚ್ಚಾಗಿ ಊರ್ಮಿಳಾ ಹೋಗುವುದು ಸರಿತಾಳಿಗೆ ದುಃಖವನ್ನುಂಟುಮಾಡಿತ್ತು... ಈ ಸಲ ಅವಳನ್ನು ಬಹಳ ಹಚ್ಚಿಕೊಂಡುಬಿಟ್ಟಿದ್ದಳು. ಬಾಂಧವ್ಯಕ್ಕೆ ಮಿಂಚಿದ ಆತ್ಮೀಯತೆ ಅವರಲ್ಲಿ ಬೆಳೆದುಕೊಂಡಿತ್ತು. ಹಾಗೆಂದೇ ಅವಳನ್ನು ಇಲ್ಲಿರಿಸಿಕೊಳ್ಳಲು ಸುತರಾಂ ಅವಳಿಗಿಷ್ಟವಿಲ್ಲ. ಅಣ್ಣ, ಅತ್ತಿಗೆಯರ ನಡುವೆ ಮಧುರವಾದ ಬಾಂಧವ್ಯ ಬೆಳೆಯಲೆಂದು ಮನಃ ಪೂರ್ವಕವಾಗಿ ಹಾರೈಸುತ್ತಿದ್ದಳು.

ಮಂಗಳಮ್ಮ ದೊಡ್ಡ ಮನಸ್ಸು ಮಾಡೋ ಇಲ್ಲ ತಮ್ಮನನ್ನು ನೆನೆಸಿಕೊಂಡೋ ಉಪ್ಪಿನಕಾಯಿ ಜೊತೆಗೆ ಹಪ್ಪಳ, ಸಂಡಿಗೆಯನ್ನು ಬುಟ್ಟಿಗೆ ತುಂಬಿಟ್ಟರು. ಹೊರಡೋಕೆ ಮುನ್ನ ಸೊಸೆಯನ್ನು ಉಗ್ರಾಣಕ್ಕೆ ಕರೆದು ಏನೋ ಪಿಸಪಿಸನೇ ಹೇಳಿದರು. ಅದು ಬೇರೆ ಯಾರಿಗೂ ಕೇಳಿಸಲಿಲ್ಲ. ಅಷ್ಟು ಗೋಪ್ಯವಾಗಿತ್ತು.

ಕಾಲಿಗೆ ನಮಸ್ಕರಿಸಿದ ಸೊಸೆಗೆ ಮನಃಪೂರ್ವಕವಾಗಿ ಆಶೀರ್ವದಿಸಿದರು ಶಾಸ್ತ್ರಿಗಳು. ಆ ಕ್ಷಣದಲ್ಲಿ ಅವರ ಗಂಟಲು ಬಿಗಿದು ಬಂತು. ದೊಡ್ಡ ತಪ್ಪು ಮಾಡಿದವರಂತೆ ತಲೆ ತಗ್ಗಿಸಿದರು. ಎಂದೂ ಬರದಿದ್ದವರು ಬಸ್ಸಿನವರೆಗೂ ಬಂದು ಬಸ್ಸು ಹತ್ತಿಸಿ ಕಳುಹಿಸಿದರು.

ಗಂಡನ ಪಕ್ಕ ಕೂತ ಊರ್ಮಿಳಾಗೆ ವಿಚಿತ್ರವಾದ ಅನುಭವವಾಯಿತು. ಅವಳ ಮೈ ಮೃದು ಮಧುರವಾಗಿ ಕಂಪಿಸುತ್ತಿತ್ತು. ಭಾವನೆಗಳಲ್ಲಿ ತೇಲಿಹೋದಳು. ಹತ್ತಿರದ ಅವನ ಬಿಸಿಯುಸಿರು ಅವಳ ಮೈಯಲ್ಲಿ ಬಯಕೆಗಳನ್ನ ಕೆರಳಿಸುತ್ತಿತ್ತು.

"ಇಳಿಯೋಣ್ವಾ!" ಎಂದಾಗಲೇ ಕನಸಿನ ಲೋಕದಿಂದ ಎಚ್ಚೆತ್ತು ವಾಸ್ತವ ಲೋಕಕ್ಕೆ ಮರಳಿದ್ದು. ತನ್ನಲ್ಲಿ ತಾನೇ ನಾಚಿ ಮೇಲೆದ್ದಳು. ಬುಟ್ಟಿ, ಬ್ಯಾಗ್‌ಗಳನ್ನು ಗೊಣಗುತ್ತಲೇ ಶಂಕರ ಕೆಳಗಿಳಿಸಿಕೊಂಡ. ಅವನಿಗೆ ಇದೆಲ್ಲ ಬೇಕಾಗಿಯೇ ಇಲ್ಲ, ಪ್ರತಿ ಬಾರಿಯೂ ತಾಯಿಗೆ ಹೇಳುತ್ತಿದ್ದ; ಇದೆಲ್ಲ ಬೇಡವೆಂದು.

"ದುಡ್ಡು ಕೊಟ್ರೆ ಹಪ್ಪಳ, ಸಂಡಿಗೆ ಸಿಗೋಲ್ವಾ? ಇವೆಲ್ಲ ಯಾಕೆ ಹೊತ್ಕೊಂಡು ಬಂದೆ!" ನಿಷ್ಠೂರವಾಗಿಯೇ ಆಡಿದ. ಪುನಃ ಮನೆಗೆ ಬರುವವರೆಗೂ ಮಾತಾಡಲಿಲ್ಲ.

ಬಸ್‌ಸ್ಟ್ಯಾಂಡ್‌ನಲ್ಲಿ ಮಲ್ಲಿಗೆಯ ದಂಡೆಯನ್ನ ಕೊಂಡು ಊರ್ಮಿಳಾ ಕೈಗಿತ್ತ. ಆ ಸುಖದ ಕಲ್ಪನೆಯಲ್ಲಿ ಈ ನಿಷ್ಠುರ ಮಾತುಗಳನ್ನ ತಲೆಗೆ ಹಚ್ಚಿಕೊಳ್ಳಲಿಲ್ಲ.

ಸುಬ್ಬ ಹೊರಗೆ ಬಂದು ಸಾಮಾನುಗಳನ್ನು ಇಳಿಸಿಕೊಂಡ. ಅವನು ಮೊದಲಿಗಿಂತ ಗೆಲುವಾಗಿದ್ದ ಹಾಗೆ ಕಂಡಿತು. ಹಳೇ ಬಟ್ಟೆಗಳಿಗೆ ಬದಲಾಗಿ ಹೊಸ ಬಟ್ಟೆಗಳು ಅವನ ಮೈಯನ್ನು ಅಲಂಕರಿಸಿದ್ದವು. ಈ ಮಾರ್ಪಾಡಿಗೆ ಕಾರಣ ಗೋಪಿಯೆಂದೇ ಸುಲಭವಾಗಿ ಗೊತ್ತಾಯಿತು ಊರ್ಮಿಳಾಗೆ.

ಸದ್ದು ಕೇಳಿ ಅಡುಗೆಯ ಮನೆಯಲ್ಲಿದ್ದ ಗೋಪಿ ಹೊರಗೆ ಬಂದ. ಎಂದಿನಂತೆ ಕನ್ನಡಕ ಮುಖಕ್ಕೆ ಅಲಂಕಾರಪ್ರಾಯವಾಗಿತ್ತು. ಸಾಧಾರಣವಾದ ಸ್ವಚ್ಛವಾದ ಟವಲನ್ನುಟ್ಟಿದ್ದ. ತುಟಿಗಳ ಮೇಲೆ ನಗುವನ್ನು ಅರಳಿಸಿದ.

"ಏನಯ್ಯಾ ನೈಟ್ ಡ್ಯೂಟಿನಾ?" ಸೋಫಾ ಮೇಲೆ ಕೂಡುತ್ತ ಶಂಕರ ಕೇಳಿದ. ಇನ್ನು ಊಟಕ್ಕೆ ತಾಪತ್ರಯಪಡುವ ಹಾಗಿಲ್ಲವೆಂಬ ಸಂತೋಷ ಅವನಿಗಾಗದೇ ಹೋಗಲಿಲ್ಲ. ಬೇಸರದಿಂದ ಬೆಳಿಗ್ಗೆ ತಿಂಡಿ ಕೂಡ ತಿನ್ನದೇ ಬಸ್ಸು ಹತ್ತಿದ್ದ.

"ಅಲ್ಲ, ಲೀವ್" ಸಣ್ಣಗೆ ಕೆಮ್ಮಿದ. ಧ್ವನಿ ಬದಲಾಯಿಸಿದಂತೆ ಕಂಡಿತು.

"ಹುಷಾರಾಗಿದ್ದೀಯಾ ತಾನೇ? ಈಚೆಗೆ ಡಾಕ್ಟ್ರಗಳಿಗೇ ಕಾಯಿಲೆಗಳು ಜಾಸ್ತಿ ಬರೋಕೆ ಷುರುವಾಗಿದೆ" ಶಂಕರ ನಕ್ಕ. ಆ ನಗುವಿನಲ್ಲಿ ಜೀವವಿರಲಿಲ್ಲ.

ಗೋಪಿ ನಕ್ಕನೇ ಹೊರತು ಮಾತಾಡಲಿಲ್ಲ. ಸುಬ್ಬನಿಗೆ ಕಣ್ಣಿನಲ್ಲಿಯೇ ಸನ್ನೆ ಮಾಡಿ ಅಲ್ಲೇ ಕುಳಿತ... ಗಂಟಲು ಸರಿಪಡಿಸಿಕೊಳ್ಳುತ್ತ "ಎಲ್ಲ ಆರೋಗ್ಯವಾಗಿದ್ದಾರ?" ಅವನ ಕಣ್ಣಲ್ಲಿ ಹೊಳಪು ಮೂಡಿತು. ಮಮತೆಯಿಂದ ಸಾಕಿಸಲಹಿದ ಅವರ ಬಗ್ಗೆ ಗೌರವಕ್ಕೆ ಮೀರಿ ಪ್ರೀತಿಯ ಬುಗ್ಗೆ ಚಿಮ್ಮುತ್ತಿತ್ತು.

"ಚೆನ್ನಾಗಿದ್ದಾರೆ... ನೀನು ಬರಲಿಲ್ಲಾಂತ ಅಮ್ಮ ಬೇಜಾರು ಮಾಡಿಕೊಂಡ್ರು." ಯಾಕೋ ಗೋಪಿಯ ಮುಖ ಮಂಕಾಯಿತು. ಹಿಂದಕ್ಕೆ ಒರಗಿ ಮೈ ಮುರಿದ.

ಸುಬ್ಬ ತಂದ ಕಾಫೀ ಕುಡಿದು ಬಟ್ಟೆ ಬದಲಾಯಿಸಲು ಕೋಣೆಗೆ ನಡೆದ. ತಲೆ ಸುತ್ತಿದಂತಾಯಿತು. ಸುಮ್ಮನೆ ತಲೆಯನ್ನು ಹಿಡಿದುಕೊಂಡು ಕುರ್ಚಿಯ ಮೇಲೆ ಕುಸಿದ. ಬಾಯಾರಿದಂತಾಯಿತು. ಕಣ್ಣು ಕತ್ತಲಿಟ್ಟುಕೊಂಡು ಬಂತು. ಸಾವಕಾಶವಾಗಿ ಎದ್ದು ಹೋಗಿ ಮಂಚದ ಮೇಲೆ ಮಲಗಿಬಿಟ್ಟ. ಮೈಯಲ್ಲಿನ ನರನರಗಳೆಲ್ಲ ಸಿಡಿಯುವ ಅನುಭವ. ದೇಹದ ಪ್ರತಿಯೊಂದು ಭಾಗವನ್ನೂ ಸೂಜಿಯಿಂದ ಚುಚ್ಚಿದಂತಾಯಿತು. ಸಂಜೆ ಹೋಗಿ ಡಾಕ್ಟರನ್ನು ಕಂಡುಬರಲು ನಿರ್ಧರಿಸಿದ.

ಬಳೆಗಳ ಸದ್ದು ಹಾಯೆನಿಸಿತು. ಕಣ್ಣುಬಿಟ್ಟು ಎದುರಿನಲ್ಲಿರುವ ಚೆಲುವೆಯನ್ನು ನೋಡಲಾರದೇ ಮಲಗಿದ. ಕೋಣೆಯೆಲ್ಲ ಸುಗಂಧ ಪಸರಿಸಿದಂತಾಯಿತು. ಅವಳ ಮುಡಿಯಲ್ಲಿರಬಹುದಾದ ಮಲ್ಲಿಗೆ ದಂಡೆಯನ್ನು ಜ್ಞಾಪಿಸಿಕೊಂಡ.

"ತಟ್ಟೆ ಹಾಕಿದೆ, ಊಟ ಮಾಡ್ಬನ್ನಿ" ಪ್ರೀತಿಯ ಕೊರಳು ಉಲಿಯಿತು.

"ಈಗ್ಬೇಡ ಊರ್ಮಿಳಾ, ನೀನ್ಹೋಗಿ ಊಟ ಮಾಡು" ಮಾತು ಮೆದುವಾಯಿತು. ಸ್ವರ ತನ್ನ ಕಾಠಿಣ್ಯತೆಯನ್ನು ಕಳೆದುಕೊಂಡಿತು. ಹೃದಯ ವಿಚಿತ್ರವಾಗಿ ಸ್ಪಂದಿಸಿತು.

"ಊರ್ಮಿಳಾ, ಬಾ" ಅವನೆದೆ ಸಹಜ ಸ್ಥಿತಿಯನ್ನು ಕಳೆದುಕೊಂಡಿತು. ಆವೇಗದಿಂದ ಏರಿ ಇಳಿಯತೊಡಗಿತು.

ಹೆಜ್ಜೆಯ ಮೇಲೆ ಹೆಜ್ಜೆಯಿಟ್ಟು ಬಳಿ ಸಾರಿದಳು. ಮುಖದ ಮೇಲೆ ಕೆಂಪಿನ ಓಕುಳಿಯಾಡಿತು. ನೋಟ ನೆಲವನ್ನು ನೋಡಿತು. ಭವಿಷ್ಯವನ್ನು ನೆನೆದು ಹಾಯೆನಿಸಿತು.

ಕೈ ಹಿಡಿದು ಬಳಿಯಲ್ಲಿಯೇ ಕೂಡಿಸಿಕೊಂಡ. ಮೌನವಾಗಿ ಅವಳ ಬೆರಳುಗಳನ್ನು ಎಣಿಸಿದ. ಮುಂಗೈಯನ್ನು ಮೃದುವಾಗಿ ಸವರಿದ. ಅಂಗೈಯಲ್ಲಿ ಕೈಯಿರಿಸಿದ. ಅದರ ಬಿಸಿಯ ಸ್ಪರ್ಶಕ್ಕೆ ಬೆದರಿದ. ತಟ್ಟನೇ ಕೈಬಿಟ್ಟ. ಹಣೆಯ ಗೆರೆಗಳು ಆಳವಾದವು.

"ಬಡ್ಸು, ಬಂದೆ." ಧ್ವನಿ ಆಳವಾಗಿ ಬಾವಿಯಿಂದ ಬಂದಂತಿತ್ತು. ಅವನ ಸ್ವರ ಕಂಡು ಬೆಚ್ಚಿದಳು. ಊರ್ಮಿಳಾ ಮನದಲ್ಲೆದ್ದ ಜ್ವಾಲೆಗಳು ತಣ್ಣಗಾದವು. ಸಹಜವಾಗಿ ಎದ್ದು ಹೊರ ನಡೆದಳು.

ಗೋಪಿ ಹುಳಿಯಲ್ಲಿ ಅನ್ನ ಕಲೆಸಿದಾಗ ಶಂಕರ ಬಂದು ಕೂತ. ಅದೂ ಇದೂ ಹೇಳುತ್ತಲೇ ಊಟ ಮಾಡಿದ. ಗೋಪಿ 'ಆ... ಹ್ಞೂ' ಎನ್ನುತ್ತಲೇ ಊಟ ಮಾಡಿ ಮುಗಿಸಿದ.

ಕೈ ತೊಳೆಯುತ್ತಾ "ನೀವ್ ಕೂತ್ಕೊಳ್ಳಿ, ನಾನು ಬಡಿಸ್ತೀನಿ" ಇದು ತಮಾಷೆಗೆ ಆಡಿದ ಮಾತಾಗಿರಲಿಲ್ಲ. ತಟ್ಟೆ ಹಾಕಿ ಬಡಿಸೇಬಿಟ್ಟ. ಯಾರ ಪ್ರತಿಕ್ರಿಯೆಯೂ ಅವನಿಗೆ ಬೇಕಾಗಿರಲಿಲ್ಲ. ಮತ್ತೆ ಅನ್ನ ಬಡಿಸಿ ಹುಳಿ ಬಡಿಸಿದ. ಬಾಯಿಯ ಉಪಚಾರವನ್ನು ಕಣ್ಣುಗಳೇ ಮಾಡುತ್ತಿದ್ದವು.

"ಸುಬ್ಬ...." ಎಂದವನೇ ಕೋಣೆಯ ಕಡೆಗೆ ಹೊರಟುಬಿಟ್ಟ. ಹಾಸಿಗೆ ಸರಿಪಡಿಸಿಕೊಂಡು ಸುಮ್ಮನೆ ಮಲಗಿದ. ಒಂದು ದಿನ ಜ್ವರ ಬಂದ ಪರಿಣಾಮ ಮೂರು ದಿನ ಮುಜುಗರದಿಂದ ಹಾಸಿಗೆ ಹಿಡಿಯಬೇಕಾಯಿತು.

ಡಬ್ಬಿಯಲ್ಲಿದ್ದ ಅಡಿಕೆಪುಡಿಯನ್ನು ಬಾಯಿಗೆ ಹಾಕ್ಕೊಂಡು ಒಂದೆರಡು ವೀಳ್ಯೆದೆಲೆಗೆ ಸುಣ್ಣ ಸವರಿ ಮಡಿಚಿಟ್ಟುಕೊಂಡು "ಊರ್ಮಿಳಾ, ಅಂಗ್ಡಿಗೆ ಹೋಗಿ ಬರ್ತೀನಿ" ಹೆಚ್ಚು ಹೊತ್ತು ಮನೆಯಲ್ಲಿ ನಿಲ್ಲಲು ಅವನಿಗೆ ಇಷ್ಟವಿಲ್ಲ.

"ಸುಬ್ಬ, ಬಾಗ್ಲು ಹಾಕ್ಕೋ" ಸ್ಕೂಟರ್‌ನೊಂದಿಗೆ ಬಾಗಿಲು ದಾಟಿ ಕಾಂಪೌಂಡಿನೊಳಕ್ಕೆ ಇಳಿದ. ಸ್ಕೂಟರ್ ಸದ್ದು ಮಾಡುತ್ತ ತನ್ನ ಪಾಡಿಗೆ ತಾನು ನಡೆಯಿತು. ಹಿಂದೆ ಇವನನ್ನೇ ದಿಟ್ಟಿಸುತ್ತಿದ್ದ ಜೋಡಿ ಕಣ್ಣುಗಳ ಅರಿವೇ ಇವನಿಗಿಲ್ಲ. ಬಾಗಿಲಿಗೆ ತಲೆಯಾನಿಸಿ ಸುಮ್ಮನೇ ನಿಂತೇ ಇದ್ದಳು. ವ್ಯಥೆ, ನೋವು ಪ್ರತಿಯೊಂದೂ ಈಗೀಗ ಅನುಭವಕ್ಕೆ ಬರತೊಡಗಿತ್ತು.

"ಊರ್ಮಿಳಾ..." ಬೆಚ್ಚಿ ಅತ್ತ ತಿರುಗಿದಳು. ಗೋಪಿ ನಿಂತಿದ್ದ. ಅವನ ಮುಖದ ಮೇಲೆ ಗಾಬರಿ ಇತ್ತು. ಸಂಕೋಚಗೊಂಡು ಮುದುರಿದಳು. ಬಾಯಲ್ಲಿ

ತೇವ ಆರಿ ಹೋಯಿತು. ಗೌರವಾನ್ವಿತ ವ್ಯಕ್ತಿ. ಆಸ್ಪತ್ರೆಯಲ್ಲಿ ಮಲಗಿದ ದಿನಗಳನ್ನು ಜ್ಞಾಪಿಸಿಕೊಂಡಳು. "ತಾನು ಸಾಯುವ ಸಾಧ್ಯತೆ ಇತ್ತು. ಆದರೆ ಉಳಿಸಿಕೊಂಡರು." ಕಣ್ತುಂಬಿ ಬಂತು. ಮಾನವತೆ–ಅನುಕಂಪಾನ ಅವನ ಕಣ್ಣುಗಳಲ್ಲಿ ಮಾತ್ರ ಕಂಡಿದ್ದಳು.

"ಶಂಕರ್ ಅಂಗ್ಡಿಗೆ ಹೋದ್ರಾ?" ಹೌದೆನ್ನುವಂತೆ ತಲೆಯಾಡಿಸಿದಳು. ಸರಿತಾ ಹೇಳುವ ಹಾಗೆ ಗೋಪಿ ನಿಜವಾಗಿಯೂ ದೊಡ್ಡ ವ್ಯಕ್ತಿಯೇ.

"ಸ್ವಲ್ಪ ಮಲ್ಗೀ ವಿಶ್ರಾಂತಿ ತಗೊಳ್ಳಿ. ಪ್ರಯಾಣದ ಆಯಾಸ ಸ್ವಲ್ಪ ಕಮ್ಮಿಯಾಗುತ್ತೆ."

ಗೋಪಿ ಹೋದ ಎಷ್ಟೋ ಹೊತ್ತಿನವರೆಗೂ ಅಲ್ಲೇ ನಿಂತಿದ್ದಳು. ಸಂಜೆ ಶಾಸ್ತ್ರಿ ಯಾರನ್ನೋ ಕರೆದುಕೊಂಡು ಅನಿರೀಕ್ಷಿತವಾಗಿ ಬಂದರು. ಅವರು ಯಾವುದೋ ಉದ್ದೇಶವನ್ನು ಮನಸ್ಸಿನಲ್ಲಿಟ್ಟುಕೊಂಡು ಬಂದ ಹಾಗೆ ಕಾಣಿಸುತ್ತಿತ್ತು.

"ಊರ್ಮಿಳಾ, ಶಂಕರ ಅಂಗ್ಡಿಗೆ ಹೋದ್ನೇನಮ್ಮ?" ಆಯಾಸದ ಉಸಿರುಬಿಡುತ್ತ ಕೂತರು.

"ಹೌದು" ಸೆರಗನ್ನು ಬಿಗಿಯಾಗಿ ಹೊದ್ದು ಉತ್ತರಿಸಿದಳು. ಬೆಳಿಗ್ಗೆ ತಾವು ಬರುವಾಗ ಅದರ ಸುದ್ದಿಯನ್ನು ಎತ್ತದವರು ಇದ್ದಕ್ಕಿದ್ದ ಹಾಗೆ ಬಂದಿದ್ದು ಅವಳಿಗೆ ಅಚ್ಚರಿಯನ್ನುಂಟು ಮಾಡಿತ್ತು.

"ನನ್ನ ಸೊಸೆ, ಇವ್ರು ನಮ್ ಜೋಡಿದಾರರ ಕಡೆಯವ್ರು" ಸೊಸೆಗೆ ಪರಿಚಯಿಸಿದರು. ಅದೆಲ್ಲ ಅಭ್ಯಾಸವಿಲ್ಲದ ಊರ್ಮಿಳಾ ಮೆಲ್ಲಗೆ ಒಳಗೆ ನುಸುಳಿದಳು. ಅವರಿಗೆ ಕಾಫೀ ತಂದಿತ್ತು ಅಡುಗೆಯ ತಯಾರಿಯನ್ನು ನಡೆಸಿದಳು. ಜನ್ಮಕೊಟ್ಟ ತಂದೆಗೆ ಅವಳನ್ನು ಪ್ರೀತಿಸಲು ಸಮಯವಿರಲಿಲ್ಲ. ಆದರೆ ಶಾಸ್ತ್ರಿಗಳು ಮಗಳೋಪಾದಿಯಲ್ಲಿ ನೋಡುತ್ತಿದ್ದರು. ಪ್ರೀತಿಯಿಂದ ಮಾತಾಡಿಸುತ್ತಿದ್ದರು. ನೋಡದ ನಿಧಿಯನ್ನು ತೋರಿಸಿದ ಮಾವನವರ ಮೇಲೆ ಅವಳಿಗೆ ಅಪಾರ ಗೌರವ. ಸೊಂಟಕ್ಕೆ ಸೆರಗು ಬಿಗಿದು ವಿಶೇಷ ಅಡುಗೆ ಮಾಡಲು ನಿರ್ಧರಿಸಿದಳು. ಸುಬ್ಬನನ್ನು ನಾಲ್ಕಾರು ಸಲ ಅಂಗಡಿಗೂ ಮನೆಗೂ ಓಡಾಡಿಸಿದಳು.

ಶಾಸ್ತ್ರಿಗಳು ಅವರೊಡನೆ ಹೊರಗಡೆ ತಿರುಗಾಡಲು ಹೋಗಿ ಮನೆಗೆ ಬಂದಾಗ ಗೋಪಿ ಕಾಂಪೌಂಡಿನಲ್ಲಿ ಅಡ್ಡಾಡುತ್ತಿದ್ದ. ವಯಸ್ಸಿಗೆ ಮೀರಿದ ಗಾಂಭೀರ್ಯ ಅವನ ಮುಖದ ಮೇಲೆ ಚೆಲ್ಲಾಡುತ್ತಿತ್ತು.

"ಹೇಗಿದ್ದೀ ಗೋಪಿ?" ಗೋಪಿಯ ಕನ್ನಡಕದ ಹಿಂದಿನ ಕಣ್ಣುಗಳು ಹೊಳೆದವು. ತುಟಿಗಳಲ್ಲಿ ಮುಗುಳುನಗೆ ಅರಳಿತು. "ಚೆನ್ನಾಗಿದ್ದೀನಿ" ಎಂದ ದೃಢ ಸ್ವರದಲ್ಲಿ. ಜೊತೆಯಲ್ಲಿದ್ದವರನ್ನು ಪರಿಚಯಿಸಿದಾಗ ಕೈ ಮುಗಿದ. ಅವರ ಕಣ್ಣುಗಳಲ್ಲಿದ್ದ ತೀಕ್ಷ್ಣತೆಯನ್ನು ಕಂಡೇ ಅಂತರ್ಮುಖಿಯಾದ. ಎಲ್ಲೋ ನೋಡಿದ ಮುಖದ ಪ್ರತಿರೂಪವೆನಿಸಿತ್ತು.

ಹಜಾರದಲ್ಲಿದ್ದ ಬೆತ್ತದ ಕುರ್ಚಿಗಳ ಮೇಲೆ ಹೋಗಿ ಕುಳಿತರು. ಮಾತು ಎಲ್ಲಿ ಎಲ್ಲಿಯೋ ಸಾಗುತ್ತಿತ್ತು. ಬಂದವರ ಮಗಳು ಡಾಕ್ಟರ್ ಎಂದು ಅವರ

ಮಾತುಗಳಿಂದಲೇ ತಿಳಿಯಬಹುದಾಗಿತ್ತು. ಸ್ವಲ್ಪ ಮಗಳ ಬಗ್ಗೆ ಅವರು ಹೆಚ್ಚಿಗೆ ಹೇಳಿಕೊಂಡರು. ಅದು ಪ್ರತಿಯೊಬ್ಬ ತಂದೆಯ ಹಕ್ಕೇನೋ? ಶಾಸ್ತ್ರಿಗಳ ಮಾತಿನಂತೆ – ಅವರು ದೊಡ್ಡ ಶ್ರೀಮಂತರೇ ಇರಬಹುದು. ಆದರೆ ಹಣವಂತಿಕೆಯ ಠಾಕು–ಠೀಕು ಇರಲಿಲ್ಲ. ತೀರಾ ಸರಳ ಮನುಷ್ಯರಂತೆ ಕಂಡರು. ಶಂಕರ ಬಂದ ಮೇಲೆ ಮಾತಿನ ಜಾಡೇ ಬದಲಾಯಿತು.

"ಅಡ್ಗೇ ಆಗಿದೆ." ಬಾಗಿಲು ಪಕ್ಕ ನಿಂತು ಕೇಳಿಸಿಯೂ ಕೇಳಿಸದಂತೆ ಹೇಳಿದಳು.

"ಏಳಿ, ಏಳಿ, ನನ್ ಸೊಸೆ ತುಂಬಾ ಚೆನ್ನಾಗಿ ಅಡ್ಗೆ ಮಾಡ್ತಾಳೆ!" ಶಾಸ್ತ್ರಿಗಳು ಅಭಿಮಾನದಿಂದ ಹೇಳಿ ಮೇಲಕ್ಕೆದ್ದರು.

ಊಟಕ್ಕೆ ಕೂತ ಶಾಸ್ತ್ರಿಗಳು ಅಚ್ಚರಿಗೊಂಡರು. ಭೋಜನ ಅದ್ದೂರಿಯಾಗಿತ್ತು. ಸಕ್ಕರೆ ಹೋಳಿಗೆ ಮಾಡಿದ್ದಳು. ನಾಲ್ಕಾರು ಬಗೆಯ ಪಲ್ಯ, ಚಟ್ನಿ ಎಲೆಯ ತುದಿಯನ್ನು ಅಲಂಕರಿಸಿದ್ದವು. ಒಂದೊಂದೂ ರುಚಿಯಾಗಿದ್ದವು. ಶಾಸ್ತ್ರಿಗಳ ಜೊತೆ ಬಂದಿದ್ದವರು ಬಾಯಿ ತುಂಬ ಹೊಗಳುತ್ತಲೇ ಊಟ ಮಾಡಿದರು. ಊಟದಲ್ಲಿ ಯಾರೇನೂ ಹಿಂದೆ ಬೀಳಲಿಲ್ಲ. ಗೋಪಿ ದಿನಕ್ಕಿಂತ ಹೆಚ್ಚಾಗಿಯೇ ಊಟ ಮಾಡಿದ.

'ನೀವ್ ಮಲ್ಗೀ' ಶಾಸ್ತ್ರಿಗಳು ಬಂದವರಿಗೆ ಉಪಚಾರ ಹೇಳಿದರು. ಅವರ ಎದುರಿನಲ್ಲೇ ಯಾರ ಪ್ರಸ್ತಾಪ ಮಾಡುವುದೂ ಅವರಿಗೆ ಬೇಕಿರಲಿಲ್ಲ. ಇವರು ಹೇಳಿದ್ದೇ ಸಾಕೆಂದು ಮಲಗಲು ಹೋದರು.

ಗೋಪಿನ ನೇರವಾಗಿ ನೋಡಿದರು. ಇಂತಹ ಗಂಡನ್ನ ಮದುವೆಯಾಗುವ ಅವಕಾಶ ತನ್ನ ಮಗಳಿಗೆ ತಪ್ಪಿ ಹೋಗುವುದಲ್ಲ ಎಂದು ಒಂದು ಕ್ಷಣ ವ್ಯಥೆಪಟ್ಟರೂ ಆಮೇಲೆ ತಳ್ಳಿ ಹಾಕಿದರು.

"ಗೋಪಿ, ನನ್ನೊತೆ ಬಂದಿದ್ದಾರಲ್ಲ ವೆಂಕಟರಮಣ ಶಾಸ್ತ್ರಿಗಳು, ಅವರಿಗೆ ಒಬ್ಬ ಮಗ್ಳು ಇದ್ದಾಳೆ. ನಿನ್ನಾಗೆ ಡಾಕ್ಟ್ರು, ಹುಡ್ಗೀನೂ ಚೆನ್ನಾಗಿದ್ದಾಳೆ." ಗೋಪಿ ಹಿಂದಕ್ಕೆ ಒರಗಿ ಕುಳಿತ. ಮಧ್ಯೆ ಏನೂ ಮಾತಾಡಬೇಕೆನಿಸಲಿಲ್ಲ.

"ನಿಮ್ಮಕ್ಕ ಸದ್ಯಕ್ಕೆ ನಿನ್ನ ಮದ್ವೆ ಮಾಡಲೇಬೇಕೆಂದು ಹಠ ಹಿಡಿದಿದ್ದಾಳೆ. ನೀನೂ ನಮ್ಮ ಶಂಕರನಷ್ಟು ಹಟವಾದಿಯಲ್ಲ. ಸರಿತಾನ ಮದ್ವೆಯಾಗ್ಲೇಬೇಕೆಂದು ನಿರ್ಬಂಧಿಸೋಲ್ಲ. ಇನ್ನು ಒಳ್ಳೆ ಸಂಬಂಧ ಬಂದಿದೆ. ಹುಡ್ಗಿನ ಒಪ್ಕೊಂಡ್ರೆ ಬೇಗ ಮದ್ವೆ ಮಾಡಿ ಮುಗಿಸೋಣ." ಹಿಂದಕ್ಕೆ ಒರಗಿ ಕುಳಿತರು. ಗೋಪಿಯ ಮುಖವನ್ನೇ ದಿಟ್ಟಿಸಿದರು.

"ಈಗ್ಲೇ ಏನೂ ಹೇಳೋದೂ ಬೇಡ. ನಾಳೆ ಹುಡ್ಗಿ, ಸೋದರಮಾವನ ಜೊತೆ ಬರ್ತಾಳೆ. ನೋಡಿ ಹೇಳು." ತಮ್ಮ ಕೆಲ್ಸ ಮುಗಿಯಿತು ಎನ್ನುವಂತೆ ಮೇಲಕ್ಕೆದ್ದು ಆಕಳಿಸಿದರು. ಮತ್ತೆ ಅವನತ್ತ ತಿರುಗಿ "ಮುಂದೆ ನೀನೇನ್ಮಾಡ್ತೀಯಾ?" ಗೋಪಿ ಹುಬ್ಬುಗಳು ಸಂಕುಚಿತಗೊಂಡವು. ಅವರು ಯಾಕೆ ಹಾಗೆ ಕೇಳಿದರು ಎಂದು ಅವನಿಗೆ ಅರ್ಥವಾಗಿರಲಿಲ್ಲ.

"ಇಂಗ್ಲೆಂಡಿಗೆ ಹೋಗ್ತಿಯಾ? ಅವ್ರು ಕಳ್ಸಿಕೊಡ್ತೋಕೆ ಸಿದ್ಧರಾಗಿದ್ದಾರೆ."

"ಬಪ್ಪರೇ! ಗೋಪಿ, ಈ ಛಾನ್ಸ್ ಬಿಡ್ಬೇಡ. ಹೋಗ್ಬಿಡು." ಶಂಕರ ಸಂತೋಷದಿಂದ ಹೇಳಿದ.

ಗೋಪಿ ಹಣೆಯುಜ್ಜಿದ. ಅವನ ನಿರ್ಧಾರ ಹೇಳಿದರೆ ಅವರು ನಗಬಹುದು. ಸುಮ್ಮನಾದ.

"ಮೊದ್ಲು ಹುಡ್ಗೀನ ನೋಡು" ಸರಿದು ಹೋದರು. ಶಂಕರ ಗೋಪಿಯ ಬೆನ್ನು ತಟ್ಟಿ ಕೋಣೆಯ ಕಡೆಗೆ ನಡೆದ. ಅಡುಗೆಯ ಮನೆಯಲ್ಲಿ ಇನ್ನೂ ಪಾತ್ರೆಗಳ ಸದ್ದಾಗುತ್ತಿತ್ತು. ನಿಟ್ಟುಸಿರು ಚೆಲ್ಲಿ ಕೋಣೆಗೆ ನಡೆದ. ಎಂದಿನಂತೆ ದಿಂಬಿಗೆ ತಲೆ ಇಟ್ಟ ಕೂಡಲೇ ನಿದ್ದೆ ಬರಲಿಲ್ಲ. ಸೂರನ್ನೇ ದಿಟ್ಟಿಸುತ್ತ ಬಹಳ ಹೊತ್ತು ಯೋಚನಾಮಗ್ನನಾಗಿದ್ದ.

ಎಚ್ಚರವಾಗುವ ವೇಳೆಗೆ ಶಾಸ್ತ್ರಿಗಳ ಕಂಚಿನ ಕಂಠದಿಂದ ಮಂತ್ರಗಳು ನಿರರ್ಗಳವಾಗಿ ಹರಿದುಬರುತ್ತಿದ್ದವು. ಅವರು ಆಗಲೇ ಪೂಜೆಗೆ ಕುಳಿತಿರಬೇಕೆಂದುಕೊಂಡು ಆಕಳಿಸುತ್ತ ಎದ್ದು ಕೂತ. ಬೆಡ್ ಕಾಫೀ ಕುಡಿಯುವ ಅಭ್ಯಾಸವನ್ನ ಇಟ್ಟುಕೊಂಡಿರಲಿಲ್ಲ. ಎದ್ದು ಮುಖ ತೊಳೆದು ಬಂದ.

ಸುಬ್ಬ ಕಾಫಿ ಹಿಡಿದು ಬಂದಿದ್ದ. ಶಿಸ್ತಿನ ಸಿಪಾಯಿಯಂತೆ ಕಂಡ. ಒಗೆದ ಬಟ್ಟೆಗಳನ್ನ ಹಾಕಿಕೊಂಡು ನೀಟಾಗಿ ತಲೆ ಬಾಚಿಕೊಂಡಿದ್ದ. ಅವನ ಮುಖದ ಮೇಲೆ ಎಂದಿನಂತೆ ಸೋಮಾರಿ ಕಳೆ ಇರಲಿಲ್ಲ. ಉತ್ಸಾಹದಿಂದಿದ್ದ.

"ಸ್ಕೂಲಿಗೆ ಹೋಗ್ತೀಯಾ ತಾನೆ!" ತಲೆಯಾಡಿಸಿದ. ಆಮೇಲೆ ಅವನ ಕಣ್ಣುಗಳಲ್ಲಿ ಭಯ ಇಣುಕಿತು.

"ನಾನು ಹೇಳ್ತೀನಿ" ಕಾಫಿಯ ಕಪ್‌ನ ಕೈಗೆ ತೆಗೆದುಕೊಂಡ. ಅವನು ಬೇಗ ಬೇಗ ಕೆಲಸ ಮುಗಿಸಿ ಶಾಲೆಗೆ ಹೋಗಬೇಕಾಗಿತ್ತು. ಬೇಗ ಓಡಿದ. ಪೊರಕೆ ಹಿಡಿದು ಬಂದ. ಬೇಗಬೇಗ ಕಸ ಗುಡಿಸಿದವನೇ ಒದ್ದೆ ಬಟ್ಟೆ, ಬಕೆಟ್ ಹಿಡಿದು ಬಂದು ನೆಲವನ್ನು ಒರೆಸಿದ.

ಸ್ನಾನ ಮಾಡಿ ಮೈಯೊರೆಸುತ್ತ ಬಾತ್‌ರೂಂನಿಂದ ಹೊರಗೆ ಬಂದ ಶಂಕರ ಕಣ್ಣರಳಿಸಿ "ಏನೋ ಸಮಾಚಾರ? ಶಿಸ್ತಿನ ಸಿಪಾಯಿಯಾಗಿಬಿಟ್ಟಿದ್ದೀಯಲ್ಲ!" ಹೇಳಲೋ ಬೇಡವೋ ಎಂದು ಸುಬ್ಬ ಅನುಮಾನಿಸಿದ. ಆಮೇಲೆ ಧೈರ್ಯವಾಗಿಯೇ ಬಾಯಿಬಿಟ್ಟ. "ನಾನು ಸ್ಕೂಲಿಗೆ ಹೋಗ್ತೀನಿ." ಶಂಕರ ಏನಾದರೂ ಹೇಳುವ ಮುನ್ನವೇ ಸುಬ್ಬ ಗೋಪಿಯ ಕೋಣೆಯ ಕಡೆಗೆ ಕೈ ಮಾಡಿ "ಹೋಗೂಂದ್ರೂ" ಗೋಪಿ ಸ್ವಭಾವ ಅರಿತಿದ್ದ ಶಂಕರ ಸುಮ್ಮನಾದ, 'ಏನಾದ್ರೂ ಮಾಡ್ಕೊಳ್ಳಿ! ನಾಳೆ ಮದ್ವೆಯಾಗಿ ಹೆಂಡ್ತಿ ಮನೆಗೆ ಬಂದ್ಮೇಲೆ ಕಾಸಿನ ಬೆಲೆ ತಿಳಿಯುತ್ತೆ' ಅಂದುಕೊಂಡು ಕೋಣೆಯ ಕಡೆ ನಡೆದ.

ಸುಬ್ಬನಿಗೆ ಕುಣಿದಾಡುವಷ್ಟು ಸಂತೋಷವಾಯಿತು. ಇನ್ಯಾರೂ ಅವನು ಶಾಲೆಗೆ

ಹೋಗುವುದನ್ನು ನಿಲ್ಲಿಸುವಷ್ಟು ಸಮರ್ಥರಾಗಿರಲಿಲ್ಲ. ಮನೆಯವರಿಗೆ ಯಾವುದೂ ಬೇಕಾಗಿರಲಿಲ್ಲ.

"ಅಮ್ಮಾವರೇ, ನಾನು ಸ್ಕೂಲಿಗೆ ಹೋಗ್ತೀನಿ" ತರಕಾರಿ ಹೆಚ್ಚುತ್ತಿದ್ದ ಊರ್ಮಿಳಾ ಅವನತ್ತ ತಿರುಗಿದಳು. ಅವನ ಉತ್ಸಾಹ ಕಂಡು ಅವಳ ಮುಖದ ಮೇಲೂ ನಗು ಅರಳಿತು.

"ಇವತ್ತು ಹೋಗ್ತೀಯಾ....?"

"ಒಂದು ವಾರದಿಂದ ಹೋಗ್ತಾ ಇದ್ದೀನಿ. ಡಾಕ್ಟ್ರು ಸೇರಿಸಿದ್ರು." ಗೋಪಿಯ ಕೋಣೆ ಕಡೆ ಕೈ ತೋರಿ ಅಭಿಮಾನದಿಂದ ಹೇಳಿಕೊಂಡ. ಈಗ ಸದ್ಯದಲ್ಲಿ ಗೋಪಿ ಅವನ ಪಾಲಿಗೆ ದೈವವಾಗಿದ್ದ. ಕೈಯಿಂದ ಹಣ ಕೊಟ್ಟು ಒಂದು ಜೊತೆ ಬಟ್ಟೆ ಹೊಲಿಸಿಕೊಟ್ಟಿದ್ದ.

"ಇವತ್ತು ಯಾರೋ ಬರ್ತಾರಂತಲ್ಲ!" ಮೆಲ್ಲನುಸುರಿದಳು ಊರ್ಮಿಳಾ. ಪ್ರತಿಯೊಂದಕ್ಕೂ ಅವರ ಮುಂದೆ ತಾನೊಬ್ಬಳೇ ಓಡಾಡಬೇಕಲ್ಲ! ಅವರು ಕಲಿತ ಜನ, ಹೇಗೆ ಓಡಾಡೋದು?

"ಮಧ್ಯಾಹ್ನ ಬಂದ್ಬಿಡ್ತೀನಿ" ಮತ್ತೆ ಮಾತಾಡಲಿಲ್ಲ ಊರ್ಮಿಳಾ. ಪೂಜೆ ಮುಗಿಸಿದ ಮೇಲೆ ಶಾಸ್ತ್ರಿಗಳು ಸೂಕ್ಷ್ಮವಾಗಿ ವಿಷಯವನ್ನು ಸೊಸೆಯ ಕಿವಿಯ ಮೇಲೆ ಹಾಕಿದ್ದರು. ಈ ಮನೆಗೆ ಇನ್ನೊಂದು ಹೆಣ್ಣು ಬರೋದು ಅವಳಿಗೆ ಬಹಳ ಸಂತೋಷಕರವಾದ ವಿಷಯ.

ಗೋಪಿ ಸ್ನಾನ ತಿಂಡಿ ಮುಗಿಸಿ ಆಸ್ಪತ್ರೆಗೆ ಹೊರಟ. ಅವನ ರಜಾ ಮುಗಿದಿತ್ತು. ಇಂದು ಡ್ಯೂಟಿ ಮೇಲೆ ಹಾಜರಾಗಬೇಕಾಗಿತ್ತು. ಮತ್ತೆ ನೆನೆಸಿಕೊಂಡು ಒಳಗೆ ಬಂದ. ಭಾವನ ಬಗ್ಗೆ ಉದಾಸೀನತೆ ತೋರಲು ಅವನು ಸಿದ್ಧವಿಲ್ಲ.

"ನಾನು ಡ್ಯೂಟಿಗೆ ಹೋಗ್ಬರ್ತೀನಿ." ಪಂಚಾಂಗ ಹಿಡಿದು ಏನೋ ಲೆಕ್ಕ ಹಾಕುತ್ತಿದ್ದ ಶಾಸ್ತ್ರಿಗಳು ತಲೆ ಎತ್ತಿದರು. ಒಂದು ಕ್ಷಣ ಮೌನವಹಿಸಿ "ಎಷ್ಟೊತ್ತಿಗೆ ಬರ್ತಿ" ಎಂದು ಕೇಳಿದರು. ಮೊದಲು ಅನುಮಾನಿಸಿದ ಗೋಪಿ "ಸಂಜೆ ಆರರ ಮೇಲೇನೇ." ಅವನು ಬಸ್ಸು ಹಿಡಿದು ಮನೆ ತಲುಪಬೇಕಾಗಿತ್ತು.

"ಸಾಧ್ಯವಾದ್ರೆ ಸ್ವಲ್ಪ ಬೇಗ್ಬಾ."

ಗೋಪಿ ಹೋದ ಎಷ್ಟೋ ಹೊತ್ತಿನವರೆಗೂ ಅವನ ಬಗ್ಗೆಯೇ ಯೋಚಿಸುತ್ತಿದ್ದರು. ಅವರ ಪ್ರಕಾರ ಅವನು ಗುಣವಂತ, ಭಾವುಕ. ಆದರೆ ಅವನೆಂದೂ ದೇವರಲ್ಲಿ ಭಕ್ತಿ ಪ್ರದರ್ಶಿಸಿದವನೇ ಅಲ್ಲ. ಆ ಬಗ್ಗೆ ವಿಚಾರಿಸಿದರೆ ಮೌನವಾಗಿರುತ್ತಿದ್ದನೇ ವಿನಃ ಉತ್ತರಿಸುತ್ತಿರಲಿಲ್ಲ.

ಇವತ್ತು ಶಂಕರ ತಂದೆನ ಸ್ಕೂಟರ್ ಮೇಲೆ ಕೂಡಿಸಿಕೊಂಡು ಅಂಗಡಿಗೆ ಕರೆದುಕೊಂಡು ಹೋದ. ಇಂದು ಅವರು ಮಗನ ವಿಚಾರದಲ್ಲಿ ಹಸನ್ಮುಖರಾಗಿದ್ದರು.

ಮನೆಗೆಲ್ಲ ಊರ್ಮಿಳಾ ಒಬ್ಬಳೇ. ಮನೆಯನ್ನ ಆದಷ್ಟು ಚೆನ್ನಾಗಿ ಕಾಣುವಂತೆ ಮಾಡಲು ಬಹಳ ಪ್ರಯಾಸಪಟ್ಟಳು. ಹಬ್ಬದ ವಾತಾವರಣವನ್ನು ಮನಸ್ಸಿನಲ್ಲಿ ತುಂಬಿಕೊಂಡಿದ್ದಳು. ದಿನಕ್ಕಿಂತ ಹೆಚ್ಚಿನ ಅಡುಗೇನ ಮಾಡಿದಳು. ಗಸಗಸೆ ಪಾಯಸ, ಚಿತ್ರಾನ್ನ ಮಾಡಿದಳು. ಅವ್ರು ನಮ್ಮನೆಯಲ್ಲಿ ಊಟ ಮಾಡ್ತಾರೋ ಇಲ್ಲವೋ ಎಂದು ಯೋಚಿಸಿದಳು. ಮಾವನವರು ಹೇಳಿದ್ದನ್ನ ನೆನಪಿಸಿಕೊಂಡಳು. "ಏನಂಥ ಸಂಪ್ರದಾಯದಲ್ಲಿ ಹುಡ್ಗಿ ಬೆಳೆದಿಲ್ಲ. ಅವ್ಳೇ ಗೋಪಿ ಜೊತೆ ಮಾತಾಡಿ ಒಂದು ನಿರ್ಧಾರಕ್ಕೆ ಬಂದ್ರೂ ಹೆಚ್ಚಲ್ಲ" ಎಂದಿದ್ದರು.

ಕಾರಿನ ಹಾರನ್ ಕೇಳಿದ ಕೂಡಲೇ ಅವಳೆದೆ ಡಬಡಬನೇ ಹೊಡೆದುಕೊಂಡಿತು. ಅವರುಗಳನ್ನ ಹೇಗೆ ಸ್ವಾಗತಿಸಬೇಕೋ ಭಯವಾಯಿತು. ಸೆರಗನ್ನು ಸರಿಯಾಗಿ ಹೊದ್ದು ಬಾಗಿಲಿಗೆ ಬಂದಳು. ಸರಿತಾ ಅಷ್ಟಿಷ್ಟು ಧೈರ್ಯ ತುಂಬಿಸಿ ಕಳುಹಿಸಿದ್ದಳು.

ನೆನ್ನೆ ಶಾಸ್ತ್ರಿಗಳ ಜೊತೆ ಬಂದವರು ಮುಂದೆ ಬಂದರು. ಅವರ ಹಿಂದೆ ಸುಮಾರು ನಲವತ್ತೈದು ಪ್ರಾಯದ ಗಂಡಸು. ಸೂಟುಬೂಟು ಧರಿಸಿ ಜೋರಾಗಿದ್ದರು. ಒಂದು ನಾಲ್ಕೈದು ವರ್ಷದ ಹೆಣ್ಣು ಮಗು ಮುದ್ದು ಮುದ್ದಾಗಿತ್ತು. ಅವರ ಜೊತೆ ಬರುತ್ತಿದ್ದ ಯುವತಿಯನ್ನು ನೋಡಿ ದಂಗಾಗಿಬಿಟ್ಟಳು. ಉಟ್ಟಿದ್ದ ತೆಳುವಾದ ಅಮೆರಿಕನ್ ಜಾರ್ಜೆಟ್ ಸೀರೆ ಮೈಯಿನ ಏರು ತಗ್ಗುಗಳನ್ನು ಸುಲಭವಾಗಿ ತೋರಿಸುತ್ತಿತ್ತು. ನಾಜೂಕಾಗಿ ಉಟ್ಟ ರೀತಿ ಆಕರ್ಷಕವಾಗಿತ್ತು. ಕಿವಿಗಳಲ್ಲಿ ತೂಗಾಡುವ ಹಸಿರು ಬಣ್ಣದ ಉದ್ದದ ಲೋಲಾಕು, ಕೂದಲನ್ನು ಮೇಲೆತ್ತಿ ಕಿರೀಟದಂತೆ ಕಟ್ಟಿದ ತುರುಬು ಅವಳ ಎತ್ತರಕ್ಕೆ ಹೊಂದಿಕೊಂಡಿತ್ತು. ಥೇಟ್ ಫಿಲಂ ಸ್ಟಾರ್ ಥರಾ ಕಾಣಿಸುತ್ತಿದ್ದಳು.

"ಬನ್ನಿ, ಬನ್ನಿ" ಸ್ವಲ್ಪ ಹಿಂದಕ್ಕೆ ಸರಿದು ಹೇಳಿದಳು. ಈ ಮನೆಯ ಹಿರಿದಾದ ಗೃಹಿಣಿಯ ಪಟ್ಟ ಅವಳದಾಗಿತ್ತು. ಅದನ್ನು ದಕ್ಷತೆಯಿಂದ ನಿರ್ವಹಿಸಲೇಬೇಕಾಗಿತ್ತು.

"ಸುಮನಾ, ಇವ್ರು ಶಾಸ್ತ್ರಿಗಳ ಸೊಸೆ." ಆಕರ್ಷಕವಾಗಿ ನಕ್ಕಳು. 'ಇಷ್ಟು ಚಂದವಾದ ನಗುವನ್ನು ಕಂಡೇ ಇಲ್ಲ' ಎಂದುಕೊಂಡಳು ಊರ್ಮಿಳಾ.

ಎಲ್ಲರೂ ಒಳಗೆ ಬಂದು ಕೂತ ಮೇಲೆ ಧೈರ್ಯವಹಿಸಿ ಅಂಗಡಿಗೆ ಫೋನ್ ಮಾಡಿದಳು. ಗಂಟಲು ನಡುಗುತ್ತಿದ್ದರೂ ವಿಷಯವನ್ನು ಒಂದೇ ಮಾತಿನಲ್ಲಿ ವಿವರಿಸಿದಳು. ಫೋನ್ ಕೆಳಗಿಟ್ಟು ಹಣೆಯ ಮೇಲೆ ಮೂಡಿದ ಬೆವರಿದ ಹನಿಗಳನ್ನೊರೆಸಿಕೊಂಡಳು.

ಸುಬ್ಬನನ್ನು ಮನಸ್ಸಿನಲ್ಲಿ ಬೈದುಕೊಂಡೇ ಷರಬತ್ತನ್ನು ಸರಬರಾಜು ಮಾಡಿದಳು. ನಡುಗುತ್ತಿದ್ದ ಅವಳ ಕೈ ಬೆರಳುಗಳನ್ನು ನೋಡಿದ ಸುಮನಾ 'ಪೂರ್ ಗರ್ಲ್!' ಎಂದುಕೊಂಡು ಮನಸ್ಸಿನಲ್ಲಿಯೇ ನಕ್ಕಳು.

"ಶರ್ಮನ ಮದ್ವೆಯಾಯ್ತು, ನಿಂಗೊತ್ತಾಗಲಿಲ್ವೆ?" ನೆನಪಿಸಿಕೊಂಡು ಅವಳ ಸೋದರಮಾವ ಹೇಳಿದರು.

"ನಂಗೆ ಗೊತ್ತೇ ಇಲ್ಲ, ಯಾವಾಗಾಯ್ತು? ಹೌ ಡಿಡ್ ಐ ಮಿಸ್ ಇಟ್?"

"ಬೇರೆ ಜಾತಿ ಹೆಣ್ಣನ್ನ ಮದ್ವೆಯಾಗಿಬಿಟ್ಟ. ಊರಿನಲ್ಲಿ ದೊಡ್ಡ ಗಲಾಟೆನೇ ಆಯ್ತಂತೆ." ಸುಮನಾ ಹಗುರವಾಗಿ ತೆಗೆದುಕೊಂಡಳು. ಇಪ್ಪತ್ತನೇ ಶತಮಾನದಲ್ಲಿ ಅವೆಲ್ಲ ಆಶ್ಚರ್ಯಕರವಾದ ಸುದ್ದಿಗಳೇ ಅಲ್ಲ.

"ಓ ಈಗ್ಲಾದ್ರೂ.. ಚೆನ್ನಾಗಿರ್ಬೇಕಲ್ಲ!" ಹೌದು ಎನ್ನುವಂತೆ ತಲೆಯಾಡಿಸಿದರು.

ಆಮೇಲೆ ಅರ್ಧ ಗಂಟೆಯೊಳಗೆ ಶಂಕರ, ಶಾಸ್ತ್ರಿಗಳು ಕೂಡಿಯೇ ಬಂದರು. ಅವರ ಪ್ರಕಾರ ಸಂಜೆಯೇ ಬರಬೇಕಾಗಿತ್ತು. 'ಮಧ್ಯಾಹ್ನ ಬರ್ತೀವಿ' ಎಂದವರು ಬಂದೇಬಿಟ್ಟಿದ್ದರು. ಆದ್ದರಿಂದ ಯಾವ ತೊಂದರೇನೂ ಇರಲಿಲ್ಲ. 'ದುಡ್ಡಿದ್ದವರ ರೀತೀನೇ ಒಂದು ತರಹ!' ಎಂದುಕೊಂಡರು.

ತಮ್ಮ ಮಗಳನ್ನು ಪರಿಚಯಿಸಿದಾಗ ಶಾಸ್ತ್ರಿಗಳು ಕಣ್ಣರಳಿಸಿ ನೋಡಿದರು. ತುಟಿಗಳಲ್ಲಿ ಎದ್ದು ಕಾಣುವ ರಂಗು ಅವರನ್ನು ತಬ್ಬಿಬ್ಬು ಮಾಡಿತು. ಸಾವಕಾಶವಾಗಿ ನಗುವನ್ನು ಮುಖದ ಮೇಲೆ ತಂದುಕೊಂಡು ಕ್ಷೇಮ ಸಮಾಚಾರ ವಿಚಾರಿಸಿದರು.

"ಎಲ್ಲಿ ಡಾ॥ ಗೋಪಿ?" ಅವರು ಕೇಳಿದಾಗ ಶಾಸ್ತ್ರಿಗಳು ಇರೋ ವಿಷಯ ಹೇಳಿದರು. ಅವರೇನು ಅದನ್ನು ಹೆಚ್ಚಾಗಿ ಭಾವಿಸಲಿಲ್ಲ. ಆದರೆ ಕೋಪದಿಂದ ಸುಮನಾಳ ಮುಖ ಕೆಂಪಾಯಿತು. ಅವಳೆಂದೂ ತನ್ನ ಬಗ್ಗೆ ಉದಾಸೀನತೆಯನ್ನು ಸಹಿಸಲಾರಳು. ಯೌವನದಲ್ಲಿ ಕಾಲಿಟ್ಟಾಗಿನಿಂದ ಕಂಡ ಗಂಡುಗಳನ್ನು ಅಂಗೈಯಲ್ಲಿ ಕುಣಿಸಿದ್ದಳು. ಅವಳಿಗೆ ಇದೊಂದು ಬಗೆಯ ತಮಾಷೆ.

"ಊಟ ಮಾಡಿ ವಿಶ್ರಾಂತಿ ತಗೊಳ್ಳಿ, ಅಷ್ಟರಲ್ಲಿ ಬರ್ತಾನೆ." ಶಾಸ್ತ್ರಿಗಳು ಬಲವಂತದಿಂದ ಊಟಕ್ಕೆ ಎಬ್ಬಿಸಿದರು. ಊಟ ಆಯಿತು, ವಿಶ್ರಾಂತಿನೂ ಆಯಿತು, ಜೊತೆಗೆ ಒಂದು ನಿದ್ದೇನೂ ಆಯಿತು. ಸುಮನಾ ಮುಖ ತೊಳೆದು ಒಂದು ಗಂಟೆ ಮುಖಾಲಂಕಾರ ಮಾಡಿಕೊಂಡಳು. 'ಮೂರ್ಖ ಗಂಡು ಪ್ರಾಣಿಯನ್ನು ಒಂದೇ ಏಟಿಗೆ ಬಲೆಯಲ್ಲಿ ಬೀಳಿಸಿಕೊಂಡು ಒದ್ದಾಡುವಂತೆ ಮಾಡಬೇಕು.' ಇದಕ್ಕೆ ಸರಿಯಾದ ತಯಾರಿ ಬೇಕಲ್ಲ.

ಸುಮನಾಳನ್ನು ನೋಡಿದಾಗಿನಿಂದ ಶಂಕರ ಕಹಿಗುಳಿಗೆ ನುಂಗಿದವನಂತೆ ಚಡಪಡಿಸುತ್ತಿದ್ದ. ಆಕ್ರೋಶ ಉಕ್ಕೇರುತ್ತಿತ್ತು. ಇದೇ ಚೆಲುವು, ಯೌವನ ಅವನನ್ನು ಹಾಳುಮಾಡಿದ್ದು. ಮಿಲಿಮಿಲಿ ಒದ್ದಾಡಿದ ರಂಗು ರಂಗಿನ ಬದುಕಿನ ಕಡೆ ಜಿಗುಪ್ಸೆಯಿಂದ ನೋಡಿದ.

ಸುಬ್ಬ ತಂದಿತ್ತ ಕಾಫಿಯನ್ನು ಕುಡಿಯುತ್ತ ಕಾಲು ಮೇಲೆ ಕಾಲು ಹಾಕಿ ತನ್ನದೇ ಮನೆಯೆನ್ನುವಂತೆ ಕೂತಿದ್ದಳು. ಈಗ ಡಾಕ್ಟರನ್ನ ಮದುವೆಯಾದರೇ ಅವರಪ್ಪ ಇಬ್ಬರನ್ನು ಒಟ್ಟಿಗೆ ಇಂಗ್ಲೆಂಡಿಗೆ ಕಳುಹಿಸುವವನಿದ್ದ. ಆದ್ದರಿಂದ ಅವಳು ಕೂಡ ಮದುವೆಯಾಗಲು ತುದಿಗಾಲಿನಲ್ಲಿ ನಿಂತಿದ್ದಳು.

ಗೇಟು ಹಿಡಿದುಕೊಂಡು ನಿಂತಿದ್ದ ಸುಬ್ಬ ಸಂಭ್ರಮದಿಂದ "ಡಾಕ್ಟ್ರು ಬಂದ್ರು...." ಎಂದು ಒಳಗೆ ಓಡಿಬಂದ.

ಸರಿಯಾಗಿ ಸೋಫಾಕ್ಕೆ ಒರಗಿ ಕೂತ ಸುಮನಾ ಪೇಪರ್ ಓದುವಂತೆ ನಟಿಸಿದಳು. ಅವನು ಸರಿದು ಹೋದ ಮೇಲೆ ಹೋದತ್ತಲೇ ದುರದುರನೇ ನೋಡಿದಳು.

"ಗೋಪಿ, ಒಂದ್ನಿಮಿಷ ಬಾರಯ್ಯ" ಶಾಸ್ತ್ರಿಗಳು ಕೂಗಿದರು. ಕುಳಿತಲ್ಲಿಂದ ಷೂ ಕಳಚಿಟ್ಟ ಗೋಪಿ ಅವರೆದುರು ಬಂದು ನಿಂತ. ಆ ಶುಭ್ರವಾದ ಹಣೆಯ ಮೇಲೆ ಮುಂಗುರುಳುಗಳು ಲಾಸ್ಯವಾಡುತ್ತಿದ್ದವು. ತೃಪ್ತ ಮನೋಭಾವದ ಶೋಭೆಯಿಂದ ಮುಖ ಬೆಳಗುತ್ತಿತ್ತು.

ಅವರಿಬ್ಬರನ್ನು ಪರಿಚಯಿಸಿದ ಶಾಸ್ತ್ರಿ "ಸ್ವಲ್ಪ ಬಾಮ್ಮ ಮಗು ಸುಮನಾ" ಮೆಲ್ಲಗಿನ ಧ್ವನಿಯಲ್ಲಿ ಕೂಗಿದರು. ಅವರಿಗೆ ಈಗ ಈ ಸಂಬಂಧ ಸಮವಾಗಿ ಕಾಣದಿದ್ದರೂ ಗೋಪಿ ಒಪ್ಪಿದರೆ ಅವರೇನೂ ಚಕಾರವೆತ್ತುತ್ತಿರಲಿಲ್ಲ.

ಅವಳು ಸರಿದು ಬಂದಾಗ, ಸೆರಗು ನೆಲಕ್ಕೆ ಮುತ್ತಿಡುತ್ತಿತ್ತು.

ಅವನೆಡೆಗೆ ಮಿಂಚಿನ ನೋಟ ಹರಿಸಿ "ಹಲೋ" ಎಂದಳು. ಗೋಪಿ ಬೆಚ್ಚದೇ, ಅಲುಗದೆ ಸಹಜವಾಗಿ "ಹಲೋ" ಎಂದ. ಶಾಸ್ತ್ರಿಗಳು ಮುಖ ಮುಖ ನೋಡುತ್ತ ಸುಮ್ಮನೆ ಕುಳಿತರು.

ಕಣ್ಣರಳಿಸಿ ನೋಡಿದಳು. ಬೆಚ್ಚಿದಳು. ಮುಖದಲ್ಲಿ ಎಂತಹ ಶಾಂತಿ! ಆದರೆ ಧೀರೋದಾತ್ತ ವ್ಯಕ್ತಿಯಂತೆ ಕಂಡ. ಈಗಲೇ ಅವನ ಹರವಾದ ಎದೆಯ ಮೇಲೆ ಒರಗಿಬಿಡಬೇಕೆನಿಸಿತು. ತುಟಿಗಳಲ್ಲಿ ಆಕರ್ಷಕ ನಗೆ ಇಣುಕಿತು.

"ನಮ್ಮ ಅವಶ್ಯಕತೆಯೇನು ಇಲ್ಲ." ಸುಮನಾಳ ಸೋದರಮಾವ ನಕ್ಕು ಹೇಳಿದರು. ಮೊದಲ ನೋಟದಲ್ಲಿಯೇ ಅಳೆದು ಸುರಿದು ಗೋಪಿಯನ್ನು ಮೆಚ್ಚಿಕೊಂಡಿದ್ದರು. ತೋಳು ಮಡಿಚಿದ ಬಿಳಿಯ ಷರಟು, ಅದೇ ಬಣ್ಣದ ಪ್ಯಾಂಟ್, ಸೊಂಟಕ್ಕೆ ಅಂಗೈ ಅಗಲದ ಕಪ್ಪು ಬೆಲ್ಟ್, ಸರಳವಾದ ಉಡುಗೆ. ಮನಸ್ಸಿನಲ್ಲಿಯೇ 'ಭೇಷ್! ವೃತ್ತಿಗೆ ತಕ್ಕಂಥ ವ್ಯಕ್ತಿ' ಎಂದುಕೊಂಡರು.

"ಕೂತ್ಕೊಳ್ಳಿ ಬರ್ತೀನಿ" ಕೋಣೆಯೊಳಗೆ ಹೋಗಿಬಿಟ್ಟ.

ಇಷ್ಟು ಹೊತ್ತು ಇದ್ದ ಸುಮನಾಳ ಉತ್ಸಾಹ ಸರ್ರೆಂದು ಇಳಿದುಹೋಯಿತು. ಇವಳನ್ನು ನೋಡಿದ ಕೂಡಲೆ ಎಲ್ಲರ ಹಾಗೆ ಹುಬ್ಬು ಹಾರಿಸಿ, ಕಣ್ಣು ಕುಣಿಸಿ ನಕ್ಕಿರಲಿಲ್ಲ. ಆ ನೋಟದಲ್ಲೂ ಮಾದಕವಾದ ಮೋಡಿ ಇರಲಿಲ್ಲ–ಅವನ ಕಣ್ಣಿನ ಶೀತಲ ಸ್ಪರ್ಶದಲ್ಲಿ ಎಂಥವರಾದರೂ ಕರಗಿಬಿಡಬಹುದು.

ಶಾಸ್ತ್ರಿಗಳು ಬಹಳ ಅಭಿಮಾನದಿಂದ ಗೋಪಿಯ ವಿಷಯ ಹೇಳುತ್ತಿದ್ದರು.

ಕಸಿವಿಸಿಗೊಂಡ ಗೋಪಿ ಬಟ್ಟೆ ಬದಲಾಯಿಸಿದ. ಪೂರ್ತಿ ವಿಚಾರಿಸಿಕೊಳ್ಳದೆಯೇ ಶಾಸ್ತ್ರಿಗಳು ಈ ಏರ್ಪಾಟು ಮಾಡಿಬಿಟ್ಟಿದ್ದರು. ಮನಸ್ಸಿಗೆ ಒಂದು ತರಹ ನೋವು ಆಯಿತು. ಹೊರದೇಶದ ವಿದ್ಯಾಭ್ಯಾಸಕ್ಕಾಗಿ ಗೋಪಿ ಈ ಆಮಿಷಕ್ಕೆ ಗುರಿಯಾಗುತ್ತಾನೆಂದು ಹೇಗೆ ತಿಳಿದರು? ತಾನೆಂದೂ ಸರಿತಾಳನ್ನು ಮದುವೆಯಾಗುವುದಿಲ್ಲವೆಂದು ಹೇಳಿಯೂ

ಇಲ್ಲ. ಆ ದೃಷ್ಟಿಯಲ್ಲಿ ನೋಡಿಯೂ ಇಲ್ಲ. ಇವರೆಲ್ಲಿ ತನ್ನ ಬಗ್ಗೆ ಏನೆಂದು ತಿಳಿದಿರುವರೋ! ಗಂಭೀರನಾದ.

ಮುಖ ತೊಳೆದು ಹೆಗಲ ಮೇಲೆ ಟವಲು ಹಾಕ್ಕೊಂಡು ಹೊರಬಂದ. ಸೋಫಾ ಮೇಲೆ ಕುಳಿತಿದ್ದವಳ ಎರಡು ಕಣ್ಣುಗಳು ಅವನನ್ನೇ ದಿಟ್ಟಿಸಿ ನೋಡುತ್ತಿದ್ದವು. ಅವುಗಳ ಪರಿವೆಯೇ ಇಲ್ಲದವನಂತೆ ಕೋಣೆಗೆ ನಡೆದ.

"ತಿಂಡಿ ತಗೊಂಡು ಬರ್ಲಾ ಸಾರ್?" ಪಕ್ಕಕ್ಕೆ ತಿರುಗಿ ಅವನನ್ನೇ ದಿಟ್ಟಿಸಿದ. ಗೋಡೆಗೆ ಆತು ಕೂತು ನಿದ್ರಿಸುವ ಸುಬ್ಬನಾಗಿರಲಿಲ್ಲ. ಚುರುಕು ಕಣ್ಣಿನ ಚೂಟಿ ಹುಡುಗನಾಗಿದ್ದ. ಈಗ ಕಣ್ಣುಗಳಲ್ಲಿ ಸಂತೃಪ್ತಿ ಮಿನುಗಿತು. ಸಣ್ಣಗೆ ನಕ್ಕ.

ಸುಬ್ಬನ ಮುಖದ ಮೇಲೆ ನಾಚಿಕೆ ಮಿನುಗಿತು. ತಲೆ ತಗ್ಗಿಸಿ ನಿಂತ ಅವನ ವಿಷಯ ತಿಳಿದು ಶಾಸ್ತ್ರಿಗಳು ಕೂಡ ಏನೂ ಅನ್ನಲಿಲ್ಲ. ಅದರ ಬದಲು ಮೆಚ್ಚುಗೆ ಸೂಚಿಸಿ 'ಶಾಲೆಗೆ ತಪ್ಪಿಸ್ಕೋಬೇಡ. ಚೆನ್ನಾಗಿ ಓದು' ಎಂದಿದ್ದರು.

"ಬಂದೆ ನಡೀ" ಸುಬ್ಬು ಸರಿದು ಹೋದ. ಅವನು ಈಗ ಪುರಸತ್ತಾಗಿ ಅಲ್ಲಿ ಇಲ್ಲಿ ನಿಂತು ಕಾಲ ಕಳೆಯುವಂತಿರಲಿಲ್ಲ. ಅಡುಗೆ ಮನೆಗೆ ಬಂದ. ಹಾಲನ್ನು ಸ್ಟೌವ್ ಮೇಲೆ ಇಟ್ಟ ಊರ್ಮಿಳಾ ಅದರ ಉರಿಯನ್ನೇ ನೋಡುತ್ತ ನಿಂತಿದ್ದಳು. ಮುಖದಲ್ಲಿ ದಣಿವಿನ ಚಿಹ್ನೆಗಳಿದ್ದವು.

"ಏನು ಹೇಳಿದ್ರು?" ಆಳದಿಂದ ಬಂದಂತಿತ್ತು ಧ್ವನಿ.

"ಬಂದೆ, ನಡಿ ಅಂದ್ರು..."

"ಹಾಗಾದ್ರೆ ಎಲ್ಲರಿಗೂ ಒಟ್ಟಿಗೆ ಕೊಟ್ಟಿಡೋಣ" ಕೇಸರಿಬಾತ್, ಉಪ್ಪಿಟ್ಟನ್ನು ಪ್ಲೇಟುಗಳಿಗೆ ಹಾಕತೊಡಗಿದಳು. ಆಗ ಬಂದು ಅಡುಗೆಯ ಮನೆಯಲ್ಲಿ ಇಣುಕಿದ ಶಾಸ್ತ್ರಿಗಳು ಸೊಸೆಗೆ ಮೆಲುವಾಗಿ ಹೇಳಿದರು. "ಅವರಿಬ್ರ ತಿಂಡಿನ ಕೋಣೆಗೆ ಕಳ್ಸಿಬಿಡು. ಏನೋ ಮಾತಾಡ್ಬೇಕಂತೆ." ಅವರೇ ಮುಜುಗರಪಟ್ಟುಕೊಂಡ ಹಾಗಿತ್ತು. ಅರ್ಥವಾಗದವಳ ಹಾಗೆ ಊರ್ಮಿಳಾ ಅವರ ಮುಖ ನೋಡಿದಳು.

"ಅದೇನಮ್ಮ, ಗೋಪಿ ಜೊತೆ ಪ್ರೈವೇಟಾಗಿ ಏನೋ ಮಾತಾಡ್ಬೇಕಂತೆ ಆ ಡಾಕ್ಟ್ರಮ್ಮ ಮಾತಾಡ್ಕೊಳ್ಳಿ. ನಮ್ದೇನು ಅಡ್ಡಿ? ನಮ್ಮ ಹುಡ್ಗನ ಯೋಗ್ಯತೆ ತಿಳಿದುಕೊಳ್ಳಿ" ಸ್ವಲ್ಪ ಒರಟಾಗಿಯೇ ಹೇಳಿದರು. ಅವರ ಬೇಸರಕ್ಕೆ ಮತ್ತೇನೋ ಕಾರಣವಿರಬೇಕು.

ಮೌನವಾಗಿ ತಿಂಡಿಯ ತಟ್ಟೆಗಳನ್ನು ಸುಬ್ಬನ ಕೈಯಲ್ಲಿ ಕಳುಹಿಸಿಕೊಟ್ಟಳು. ಅವಳ ಎದೆ ಹಾರುತ್ತಿತ್ತು. ಮದುವೆಗೆ ಮುನ್ನ ಅವಳು ಶಂಕರನನ್ನು ನೋಡಿರಲಿಲ್ಲ. ಇದನ್ನು ಬೇರೆಯವರಿಗೆ ಹೇಳಿದರೆ ಖಂಡಿತ ನಂಬುತ್ತಿರಲಿಲ್ಲ. ಜಾತಕ ಕೂಡಿ ಬಂದಿತ್ತು. ತಿನ್ನೋಕೆ, ಉಡೋಕೆ ಯಥೇಚ್ಛವಾಗಿತ್ತು. ಮದುವೆ ಮಾಡಿಕೊಟ್ಟರು. ಇವಳು ಕೂಡ ಹೊಸ ಪ್ರಪಂಚಕ್ಕೆ ಬಂದವಳಂತೆ ಸಂತೋಷಿಸಿದಳು.

ಶಾಸ್ತ್ರಿಗಳು ಕೋಣೆಗೆ ಬಂದಾಗ ಅವರ ಮನಸ್ಸನ್ನು ಅರಿತವನಂತೆ "ಸದ್ಯದಲ್ಲಿ

ಇನ್ನೂ ಒಂದೆರಡು ವರ್ಷಗಳಾದ್ರು ನಂಗೆ ಮದ್ವೆಯಾಗೋ ಯೋಚ್ನೆ ಇರಲಿಲ್ಲ. ಅವರಿಗೆ ಸುಮ್ನೇ ತೊಂದ್ರೆ ಕೊಟ್ಟ ಹಾಗೆ ಆಯ್ತು." ಅವನ ಮಾತು ತೀರಾ ಸರಿಯೆನಿಸಿತು. ತಾವೇ ಆಮಿಷಕ್ಕೆ ಒಳಗಾಗಿ ದುಡುಕಿದೆವು ಎಂದುಕೊಳ್ಳದೇ ಇರಲಾಗಲಿಲ್ಲ. ಸುಮನಾಳ ತಂದೆ ಭಾರಿ ಕುಳ. ಹಿಂಜರಿಕೆ ಮನುಷ್ಯನಲ್ಲ. ಮಗಳು, ಅಳಿಯನನ್ನು ಸ್ವಂತ ಖರ್ಚಿನಲ್ಲಿ ಫಾರಿನ್‌ಗೆ ಕಳಿಸೋದು ಅಲ್ಲದೇ ಅವರು ಬಂದ ಕೂಡಲೇ ನರ್ಸಿಂಗ್ ಹೋಂಗಾಗಿ ದೊಡ್ಡ ಕಟ್ಟಡ ಷುರು ಮಾಡುವುದು ಅಲ್ಲದೇ ಅದಕ್ಕೆ ಬೇಕಾಗುವ ಎಲ್ಲ ಏರ್ಪಾಟುಗಳನ್ನು ಮಾಡುವುದಾಗಿ ಹೇಳಿದ್ದರು. ಇದರಿಂದ ಗೋಪಿಯ ಬಾಳಿನ ಭಾಗ್ಯೋದಯವಾಗುವುದಂತೂ ನಿಜ. ಆದರೆ...? ಜಾತಕಗಳು ಹೊಂದಿಕೆಯಾಗಿತ್ತು. ನಿಂತ ಗಳಿಗೆಯಲ್ಲೇ ಓಡಿ ಬಂದಿದ್ದರು. ಸುಮನಾಳನ್ನು ನೋಡಿದ ಮೇಲೆ ಅವರ ಉತ್ಸಾಹ ಜರ್ರನೇ ಇಳಿದುಹೋಗಿತ್ತು.

"ದುಡುಕಿಬಿಟ್ಟೆ–ಹೆಂಗೋ ಸಾವರಿಸ್ಕೋ." ಮುಂದೆ ಮಾತಾಡೋಕೆ ಹೋಗಲಿಲ್ಲ. ಸರಸರನೇ ನಡೆದುಬಿಟ್ಟರು.

ವಿದೇಶೀ ಪರಿಮಳದ ವಾಸನೆ ಕೋಣೆಯಲ್ಲೆಲ್ಲ ತುಂಬಿತು. ಗೋಪಿಗೆ ಅರಿವಾಯಿತು. ಕಿಟಕಿಯಲ್ಲಿ ನಿಂತವನು ಹಿಂದಕ್ಕೆ ತಿರುಗಿ "ಕಮಿನ್" ಎಂದ. ಸುಮನಾಳಿಗೆ ಅಷ್ಟು ಸಾಕಾಗಿತ್ತು. ನೇರವಾಗಿ ಬಂದು ಮಂಚದ ಪಕ್ಕದಲ್ಲಿದ್ದ ಕುರ್ಚಿಯ ಮೇಲೆ ಕುಳಿತಳು. ತುಟಿಗೆ ಹಚ್ಚಿದ್ದ ತೀರಾ ಕೆಂಪು ಬಣ್ಣದ ಲಿಪ್‌ಸ್ಟಿಕ್ ಅಸಹ್ಯವಾಗಿ ಕಾಣುತ್ತಿತ್ತು. ಗೋಪಿ ಬಂದು ಮಂಚದ ಮೇಲೆ ಕುಳಿತ. ಅವನಿಗೇನೂ ಅಳುಕಿರಲಿಲ್ಲ. ಸ್ವಭಾವತಃ ಸಂಕೋಚಪಡಬೇಕಾದ ಹೆಣ್ಣು ಸವಾಲು ಎಸೆಯುವಂತೆ ಕೂತಿದ್ದಳು.

ಆ ಗಂಭೀರ ಕಣ್ಣುಗಳನ್ನು ಕ್ಷಣಕಾಲ ನಿಟ್ಟಿಸಿದಳು ಸುಮನಾ. ಮುಖದ ಸ್ನಿಗ್ಧ ಸೌಂದರ್ಯ ಅವಳನ್ನು ಆಕರ್ಷಣೆಯೊಳಕ್ಕೆ ಕೆಡವಿಕೊಂಡಿತು. 'ಹಿಪ್ನಾಟಿಸಂಗೆ' ಒಳಗಾದವಳಂತೆ ಅವನನ್ನೇ ತಲೆ ಎತ್ತಿ ನೋಡಿದಳು. ಯಾವುದೋ ವರ್ತುಲದಲ್ಲಿ ಸಿಕ್ಕಿಕೊಂಡ ಅನುಭವವಾಯಿತು.

"ಏನೋ ಮಾತಾಡ್ಬೇಕೂಂತ..." ಮುಂದಕ್ಕೆ ಅರ್ಥಮಾಡಿಕೊಳ್ಳುತ್ತಾಳೆಂದು ಸುಮ್ಮನಾದ. ತಪ್ಪು ತನ್ನದು ಎಂಬ ಅಳುಕು ಅವನಲ್ಲಿತ್ತು. ಖಂಡಿತ ಅವನು ಸುಮನಾಳನ್ನು ವಿಮರ್ಶಿಸುವುದಕ್ಕೆ ಹೋಗಲಾರ. ಅದರ ಅಗತ್ಯವೂ ಅವನಿಗಿಲ್ಲ.

ಸುಮನಾಳ ತುಟಿಗಳು ಸೆಟೆದವು. ಭಾರಿ ಅವಮಾನವೆನಿಸಿತು. ಅವಳ ಬಾಯ್‌ಫ್ರೆಂಡ್ ಶರ್ಮ ಬಹಳ ನಿಯತ್ತಿನಿಂದ ಅವಳಿಗಾಗಿ ಕಾದು ಪ್ರೇಮಯಾಚಿಸಿದ್ದ. ಇವಳ ದೊಡ್ಡ ನಗುವೇ ಉತ್ತರವಾಗಿತ್ತು. ಅಪಹಾಸ್ಯದಿಂದ "ಪೂರ್ ಬಾಯ್, ನೀನು ತುಂಬ ಸೆಂಟಿಮೆಂಟಲ್! ನಾನು ಖಂಡಿತ ನಿನ್ನ ಮದ್ವೆಯಾಗೊಲ್ಲ–ಬೇರೆ ಹುಡ್ಗೀನ ನೋಡಿ ಮದುವೆಯಾಗು – ನಾನು ಖಂಡಿತ ನಿನ್ನ ಮದ್ವೆಗೆ ಬರ್ತೀನಿ" ಎಂದಳು. ಆಗ ಅವನ ಕಣ್ಣುಗಳಲ್ಲಿ ಕಂಡ ಕಾತರ, ಉದ್ವೇಗ ತಮಾಷೆಯಾಗಿ ಕಂಡಿತ್ತು. ಈಗ ಗೋಪಿಯ ನಿರ್ಮಲ ನೇತ್ರದ್ವಯಗಳ ಮುಂದೆ ಸಿಡಿದೇಳಲಾರರು.

ಅಭಿಮಾನ ಕೆಣಕಿತು. ಅಹಂಕಾರ ತಲೆ ಹಾಕಿತು. ಜಂಬದಿಂದ ಅವನೆಡೆ ನೋಡಿದಳು. ನಗಲಿಲ್ಲ. ತುಸು ಗಂಭೀರವಾಗಿಯೇ ವಿಷಯವನ್ನು ಅಳುಕದೇ ಅವನ ಮುಂದಿಟ್ಟಳು. ನಿರಾಸೆ ಅವಳ ಕಣ್ಣುಗಳಲ್ಲಿ ತೇಲಿತು.

"ಎಕ್ಸ್‌ಕ್ಯೂಜ್ ಮಿ. ಬೇರೆಯವರಿಂದ ಹಣ ಪಡೆದು ವಿದೇಶಕ್ಕೆ ಹೋಗುವ ಹುಚ್ಚು ನನಗಿಲ್ಲ. ಈ ವೃತ್ತಿ ಬಗ್ಗೆ ಯಾವ ಅಹಂಭಾವವೂ ಇಲ್ಲ. ವಾಸಿಯಾಗದ ಕಾಯಿಲೆ ಮುಂದೆ ತೀರಾ ಅಸಹಾಯಕ. ಪಟ್ಟಣಕ್ಕಿಂತ ಹಳ್ಳಿಯಲ್ಲಿ ಕೆಲಸ ಮಾಡಬೇಕೆಂಬ ಆಸೆ ಇದೆ" ಸರಕ್ಕನೇ ಎದ್ದು ನಿಂತಳು. ಸುಮನಾ ತೀರಾ ಹತಾಶಳಾದಳು. ದಢದಢನೇ ಹೊರಗೆ ಹೋಗಿಬಿಟ್ಟಳು. ಅವಳು ಗೊಣಗಿದ್ದು ಕೇಳಿಯೂ ಕೇಳಿಸದಂತೆ ಗೋಪಿಯ ಕಿವಿಗೆ ಬಿತ್ತು. "ಹಿ ವಿಲ್ ನೆವರ್ ಗ್ರೋ ಅಪ್..."

ಟೀಪಾಯಿ ಮೇಲೆ ಸುಬ್ಬ ತಂದಿರಿಸಿ ಹೋಗಿದ್ದ ತಿಂಡಿಯ ತಟ್ಟೆಗಳು ಹಾಗೆಯೇ ಇದ್ದವು. ತುಸು ಬೇಸರವಾದರೂ ತಲೆಯಿಂದ ಹೊರಗೆ ತಳ್ಳಿದ. ತೆಳ್ಳಗೆ ಬೆಳ್ಳಗೆ ನೋಡಲು ಮಿಂಚಿನ ಬಳ್ಳಿಯಂತೆ ಕ್ಷಣಕಾಲ ಬಂದು ಹೋದ ಸುಮನಾ ಅವನ ದೃಷ್ಟಿಪಟಲದ ಮೇಲೆ ನಿಲ್ಲಲೇ ಇಲ್ಲ.

"ಸುಬ್ಬ..." ಕೂಗಿದ. ಇವನ ಕೂಗಿಗಾಗಿ ಕಾಯುತ್ತಿರುವವನಂತೆ ಒಳಗೆ ಬಂದ. ತಾನೊಂದು ತಿಂಡಿಯ ಪ್ಲೇಟನ್ನು ಹತ್ತಿರಕ್ಕೆ ಎಳೆದುಕೊಂಡು ಅವನನ್ನು ತೆಗೆದುಕೊಳ್ಳುವಂತೆ ಸನ್ನೆ ಮಾಡಿದ. ಅವನ ಕಣ್ಣುಗಳಲ್ಲಿ ಭಯ ಮೂಡಿತು. ಅನುಮಾನಿಸುತ್ತ ನಿಂತ. ಮತ್ತೊಮ್ಮೆ ಸನ್ನೆ ಮಾಡಿದಾಗ ತಿಂಡಿಯ ಪ್ಲೇಟನ್ನು ಎತ್ತಿಕೊಂಡು ನಿಂತೇ ಗಬಗಬನೇ ತಿಂದ. ಗೋಪಿ ಇನ್ನೂ ಅರ್ಧ ತಿಂದಿರಲಿಲ್ಲ. ಸುಬ್ಬ ತಿಂದು ಮುಗಿಸಿದ ತಟ್ಟೆ ಎತ್ತಿಕೊಂಡು ಹೊರಗೋದ. ಇವನು ಹೊರಗೆ ಬಂದಾಗ ಶಾಸ್ತ್ರಿಗಳು ಸುಮ್ಮನೆ ಕೂತಿದ್ದರು. ಅವರು ಕೂಡ ತಲೆ ಕೆಡಿಸಿಕೊಂಡ ಹಾಗೆ ಕಾಣಲಿಲ್ಲ.

"ಗೋಪಿ, ಕಡೇ ಬಸ್ಸಿಗೆ ಹೊರಟುಬಿಡ್ತಾ?" ಸಹಜವಾಗಿಯೇ ಕೇಳಿದರು. ಅವನ ಬಗ್ಗೆ ಅವರಿಗೆ ಅಂಥ ಅಭಿಮಾನ.

"ಬೇಸರವಾಯ್ತೆ?" ಇಲ್ಲವೆನ್ನುವಂತೆ ತಲೆಯಾಡಿಸಿದರು. ತಟ್ಟನೇ ನಗುತ್ತ "ಮಹರಾಯ್ತಿ, ಥೇಟ್ ಫಿಲಂ ಸ್ಟಾರ್ ತರಹ ಡ್ರೆಸ್ ಮಾಡ್ತಾಳೆ! ಅಪ್ಪಿತಪ್ಪಿ ಡಾಕ್ಟ್ರು ಆಗಿರಬೇಕು." ಗೋಪಿ ಏನೂ ಹೇಳಲಿಲ್ಲ.

"ಒಂದ್ಸಲ ಊರಿಗೆ ಬಾಪ್ಪ. ನಿಮ್ಮಕ್ಕ ಬರ್ಲಿಲ್ಲಾಂತ ಬೇಜಾರು ಮಾಡ್ಕೋತಾಳೆ." ಬರುತ್ತೀನಿ ಎನ್ನುವಂತೆ ತಲೆಯಾಡಿಸಿದ.

"ಗೋಪಿ...." ಹೇಳಲು ಅನುಮಾನಿಸಿದರು. ನಾಲ್ಕಾರು ಕಡೆ ಸುತ್ತುವವರು. ಅವರ ತಿಳಿವಳಿಕೆ ಬೆಳೆದಿತ್ತು. ಒಂದು ತರಹ ಬೆಳೆದು ಬಂದಿದ್ದು ನಂಬಿಕೆಗಳಲ್ಲಿ ಉದಾಸೀನವಿಲ್ಲದಿದ್ದರೂ ಅವನ್ನೇ ನಂಬಿ ಕೂಡುವುದು ಅವರಿಗೆ ಸರಿಯೆನಿಸುತ್ತಿರಲಿಲ್ಲ.

"ನಿಂಗೆ ಯಾರಾದ್ರೂ ಚೆನ್ನಾಗಿ ತಿಳ್ದ ಲೇಡಿ ಡಾಕ್ಟರ್ ಇದ್ದಾರ?" ಗೋಪಿಯ

ಕಣ್ಣುಗಳಲ್ಲಿ ಅಚ್ಚರಿ ಮೂಡಿತು. ಅಕ್ಕನ ನೆನಪಾದ ಕೂಡಲೇ ಒಂದು ವಿಧವಾದ ಗಾಬರಿಯೂ ಆಯಿತು.

"ನಮ್ಮ ಊರ್ಮಿಳಾನ ಒಂದ್ಸಲ ತೋರಿಸೋಣಾಂತ. ಅವ್ಳ ತವರು ಮನೆಯವ್ರ ಬಗ್ಗೆ ಯೋಚಿಸೋದೇ ಬೇಡ. ಅವರಿಗೆ ಅವರದೇ ಆದ ಸಮಸ್ಯೆಗಳು ಬೇಕಾದಷ್ಟಿವೆ. ಇನ್ನು ಇವ್ಳ ಬಗ್ಗೆ ಏನು ಯೋಚಿಸಿಯಾರು? ಇರೋ ಒಬ್ಬ ಮಗನಿಗೆ ಮಕ್ಳಾಗಲಿಲ್ಲಾಂತ ನಿಮಕ್ಕ ಹಗಲು-ರಾತ್ರಿ ಕೊರಗ್ತಾಳೆ. ಏನು ಮಾಡೋದು? ಈ ಸಲ ನವಗ್ರಹ ಶಾಂತಿ, ನಾಗರಪ್ರತಿಷ್ಠೆ ಕೂಡ ಮಾಡ್ಸಿಬಿಡೋಣಾಂತ... ಒಂದ್ಸಲ ಲೇಡಿ ಡಾಕ್ಟ್ರುಗೂ ತೋರಿಸೋದು ಒಳ್ಳೆಯದಲ್ವಾ?"

ಅವರ ಮಾತು ಗೋಪಿಗೆ ಸರಿಯೆನಿಸಿತು. ಗೈನೋಕಾಲಜಿಸ್ಟ್ ಡಾ. ಪದ್ಮಜಾ ಪರಿಣತೆ. ಅವರಲ್ಲಿ ತೋರಿಸುವುದು ಸರಿಯೆಂದುಕೊಂಡ. ಒಮ್ಮೆ ಶಂಕರನನ್ನು ಚಿಕಿತ್ಸೆಗೆ ಒಳಪಡಿಸುವುದು ಸೂಕ್ತವಾಗಿ ಕಂಡಿತು.

"ಒಬ್ರಿಗಿಂತ ಇಬ್ಬರನ್ನೂ ಟೆಸ್ಟ್ ಮಾಡಿಸೋದು ಒಳ್ಳೇದು." ಈಗ ಶಾಸ್ತ್ರಿಗಳು ಅನುಮಾನಿಸಿದರು. ಮಗ ಒಪ್ಪಿಕೊಳ್ಳುತ್ತಾನೋ ಇಲ್ಲವೋ! ತಾವಂತು ಹೇಳೋಕಾಗೋಲ್ಲ. ಗೋಪಿಗೆ ವಹಿಸಿಬಿಡೋದು. ವಯಸ್ಸು ಚಿಕ್ಕದಾದ್ರೂ ಡಾಕ್ಟ್ರು-ಎಂಥ ಸಂಕೋಚಾನೂ ಇರೋಲ್ಲ.

"ಅದೇನೋ ನಂಗೆಲ್ಲ ಗೊತ್ತಾಗೋಲ್ಲ. ನೀನೇ ಏನು ಮಾಡ್ಬೇಕೋ ಅದ್ನ ಮಾಡ್ಸು. ಅದಕ್ಕೆ ಮೊದ್ಲು ಶಾಂತಿ, ನಾಗರಪ್ರತಿಷ್ಠೆ ಮಾಡಿಸಿಬಿಡ್ತೀನಿ."

ಶಾಸ್ತ್ರಿಗಳು ಊರಿಗೆ ಹೋದ ಮೇಲೆ ಅವರ ಆಣತಿಯಂತೆ ಬೆಳಗಿನ ಜಾವಕ್ಕೆ ಎದ್ದು ಅಶ್ವತ್ಥವೃಕ್ಷಕ್ಕೆ ಪ್ರದಕ್ಷಿಣೆ ಹಾಕುವುದು ಅವಳ ದಿನಚರಿಯಾಯಿತು.

ರಾತ್ರಿಯೆಲ್ಲ ತಲೆ ನೋವೆಂದು ನರಳಿದ ಊರ್ಮಿಳಾ ಬೆಳಗಿನ ಜಾವ ಎಂದಿನಂತೆ ಎದ್ದಳು. ತಲೆ ಭಾರವೆನಿಸಿತು. ಮಲಗಬೇಕೆಂಬ ಬಯಕೆ. ಆದರೂ ಆತುರಾತುರವಾಗಿ ಎದ್ದು ಸ್ನಾನ ಮಾಡಿ ಒದ್ದೆ ಕೂದಲನ್ನು ಗಂಟು ಹಾಕಿಕೊಂಡು ಹಣೆಗಿರಿಸಿಕೊಂಡು ಕೈಯಲ್ಲಿ ಬುಟ್ಟಿ ಹಿಡಿದು ಸರಸರನೇ ಹೆಜ್ಜೆ ಹಾಕಿದಳು. ಮನೆಯಿಂದ ಅರ್ಧ ಫರ್ಲಾಂಗ್ ದೂರ ನಡೆಯಬೇಕಾಗಿತ್ತು. ಸ್ವಲ್ಪ ದೂರ ನಡೆಯುವ ವೇಳೆಗೆ ಸುಸ್ತಾಯಿತು. ಕಾಲೆಳೆದುಕೊಂಡು ನಡೆದಳು. ಅಷ್ಟರಲ್ಲಿ ಒಂದಿಬ್ಬರು ಹೆಂಗಳೆಯರು ಪ್ರದಕ್ಷಿಣೆ ಮಾಡುತ್ತಿದ್ದರು. ಇವಳು ಹೋಗಿ ಅವರಲ್ಲಿ ಸೇರಿದಳು. ಪೂಜೆ, ಪ್ರದಕ್ಷಿಣೆಯಾದ ಮೇಲೆ ಕಲ್ಲಿನ ಹಾಸಿನ ಮೇಲೆ ಕೂತಳು. ಮೈಯೆಲ್ಲ ಬಿಸಿಬಿಸಿ ಎನಿಸಿತು. ಬೇಗ ಮನೆಗೆ ಹೋಗುವುದು ಸರಿಯೆನಿಸಿತು. ಅತಿ ಪ್ರಯಾಸದಿಂದಲೇ ಮನೆಗೆ ಬಂದಳು. ದೇವರಿಗೆ ದೀಪ ಹಚ್ಚಿ ಒಂದು ಕಡೇ ಕೂತುಬಿಟ್ಟಳು. ಅಸಾಧ್ಯ ಚಳಿ, ಗಡಗಡನೇ ನಡುಗಿದಳು.

"ಅಮ್ಮಾವರೇ, ಯಾಕೆ ಹೀಗಿದ್ದೀರಾ?" ಸುಬ್ಬ ಪ್ರಶ್ನಿಸಿದಾಗ ಅವಳಿಗೆ ಅಳು ಬರುವಂತಾಯಿತು. ಯಾರಿಗೆ ಹೇಳಿಕೊಳ್ಳಬೇಕು? ಕಣ್ಣು ಗುಡ್ಡೆಗಳು ನೀರಿನ ಕೊಳದಲ್ಲಿ

ಈಜಾಡಿದವು. ಬಿಗಿ ಹಿಡಿದು "ಸ್ವಲ್ಪ ಚಳಿ... ಚಳಿಯಾಗುತ್ತೆ" ಎಂದಳು.

"ಅಯ್ಯಯ್ಯೋ... ಜ್ವರ ಬಂದಿರ್ಬೇಕು! ಜ್ವರ ಬಂದರೇನೇ ಚಳಿ ಬರೋದು." ತಾನು ದೊಡ್ಡ ತಿಳಿವಳಿಕಸ್ಥನ ಹಾಗೆ ಹೇಳಿದ. ಮೆಲ್ಲಗೆ ಬಗ್ಗಿ "ಡಾಕ್ಟ್ರಿಗೆ ಹೇಳ್ಲಾ!" ಬೇಡವೆನ್ನುವಂತೆ ತಲೆಯಾಡಿಸಿದಳು.

"ಅಂಥದ್ದೇನು ಇಲ್ಲ. ಈರುಳ್ಳಿ ಹೆಚ್ಕೊಡು ತಿಂಡಿ ಮಾಡ್ತೀನಿ" ಒಲ್ಲದ ಮನಸ್ಸಿನಿಂದಲೇ ಸುಬ್ಬ ಅಡುಗೆ ಮನೆಗೆ ಹೋಗಿ ಈರುಳ್ಳಿ ಬುಟ್ಟಿಯನ್ನು ಮುಂದಿಟ್ಟುಕೊಂಡು ಕೂತ. ಕಣ್ಣಲ್ಲಿ ಸುರಿಸೋ ನೀರನ್ನು ಮುಂಗೈಯಿಂದಲೇ ಒರೆಸಿಕೊಳ್ಳುತ್ತ ಹೆಚ್ಚತೊಡಗಿದ.

"ಸುಬ್ಬ..." ಎಂದ ಕೂಡಲೇ ಊರ್ಮಿಳಾ ಎದ್ದು ಹೋದಳು. ಟವಲು, ಸೋಪು, ಒಗೆದ ಬಟ್ಟೆಗಳನ್ನು ಬಾತ್‌ರೂಮಿನಲ್ಲಿರಿಸಿ ಹೊರಗೆ ಬಂದಳು. ತಟ್ಟಾಡುವಂತಾಯಿತು.

ಎದುರು ಬಂದ ಶಂಕರ "ಊರ್ಮಿಳಾ, ಹುಷಾರಿಲ್ವಾ?" ಎಂದ.

"ಏನೂ ಇಲ್ಲ, ಹುಷಾರಾಗೇ ಇದ್ದೀನಿ." ನಿಲ್ಲಲಾರದೇ ಅಡುಗೆ ಮನೆಯೊಳಕ್ಕೆ ಹೋಗಿಬಿಟ್ಟಳು. ಉಪ್ಪಿಟ್ಟನ್ನ ಕೆದಕಿಟ್ಟ ಊರ್ಮಿಳಾ ಕೋಣೆಗೆ ಬಂದಳು. ತಡೆಯಲಾರದೇ ಹಾಸಿಗೆಯ ಮೇಲೆ ಮಲಗಿ ಕತ್ತಿನವರೆಗೂ ರಗ್ಗನ್ನ ಎಳೆದುಕೊಂಡಳು. ಕೂದಲು ಇನ್ನೂ ಒದ್ದೆ ಇತ್ತು.

ಕೋಣೆಯೊಳಕ್ಕೆ ಬಂದ ಶಂಕರ ಗಾಬರಿಯಾದ. ಊರ್ಮಿಳಾ ಆರೋಗ್ಯವಾದ ಹೆಣ್ಣೆ. ಅಂದು ಘಟಿಸಿದ ಆಘಾತ ಬಿಟ್ಟರೇ ಅವಳೆಂದೂ ಮಲಗಿದವಳೇ ಅಲ್ಲ. ಸಮೀಪಕ್ಕೆ ಹೋಗಿ ಅವಳ ತಲೆ ಮುಟ್ಟಿ ನೋಡಿದ. 'ಅಬ್ಬ...' ಎಂದು ಕೈಯನ್ನು ಹಿಂದಕ್ಕೆ ತೆಗೆದುಕೊಂಡ. ರಾತ್ರಿ ಒಂದೆರಡು ಸಲ ನರಳಿದ್ದು ಅವನಿಗೆ ಕೇಳಿಸಿತ್ತು. ಅದನ್ನು ಅವನು ತಲೆಗೆ ಹಚ್ಚಿಕೊಂಡಿರಲಿಲ್ಲ. ಈಗ ಪೇಚಾಡಿದ. ಡ್ರಾಯರ್‌ನಲ್ಲಿದ್ದ ವಿಕ್ಸ್ ಹೊರತೆಗೆದು ತಾನೇ ಅವಳ ಹಣೆಗೆ ಹಚ್ಚಿದ. ಆ ಸ್ಪರ್ಶ ಊರ್ಮಿಳಾಗೆ ಹಾಯೆನಿಸಿತು. ತೃಪ್ತಿ-ಅತೃಪ್ತಿಗಳ ನಡುವೆ ಹೋರಾಟ. ಆ ಕೈಯನ್ನು ಹಿಡಿದು ಬಲವಾಗಿ ಎದೆಗೆ ಒತ್ತಿಕೊಳ್ಳಬೇಕೆನಿಸಿತು. ಅವುಡುಗಚ್ಚಿ ಮಲಗಿದಳು.

"ಇದೊಂದು ಮಾತ್ರೆ ನುಂಗಿ ಮಲ್ಗು." ಲೋಟದಲ್ಲಿ ನೀರು, ಮಾತ್ರೆ ಹಿಡಿದು ಬಂದಾಗ ಅವಳಲ್ಲಿನ ಉದ್ರೇಕ ಉಕ್ಕೇರಿತು. ತುಟಿಗಳು ಏನೋ ಹೇಳಲು ತವಕಿಸಿದವು, ಹೇಳಲಿಲ್ಲ, ತಣ್ಣಗಾದಳು. ಎದ್ದು ಕೂತು ಮಾತ್ರೆ ನುಂಗಿ ಮಲಗಿದಳು. ಶಂಕರನೇ ಸರಿಯಾಗಿ ಹೊದ್ದಿಸಿ ಹೊರಬಂದ. ವಾಚ್ ಕಡೇ ನೋಡಿದ. "ಇಷ್ಟೊತ್ತಾದ್ರೂ ಯಾಕೆ ಬರ್ಲಿಲ್ಲ, ಗೋಪಿ?" ಕಾಯುತ್ತಲೇ ಕೂತ. ಸುಬ್ಬ ತಂದುಕೊಟ್ಟ ಉಪ್ಪಿಟ್ಟಿನಲ್ಲಿ ನಾಲ್ಕಾರು ಸ್ಪೂನ್‌ಗಳು ತಿನ್ನುವುದು ಕೂಡ ಅವನಿಂದಾಗಲಿಲ್ಲ. ಕಾಫೀ ಕೂಡ ಕಹಿಯೆನಿಸಿತು. ಮತ್ತೆ ಕೋಣೆಗೆ ಹೋಗಿ ಅವಳ ಹಣೆ, ಮೈಯನ್ನು ಮುಟ್ಟಿ ನೋಡಿದ. ಮೊದಲಿನಷ್ಟು ಬಿಸಿ ಇಲ್ಲವೆನಿಸಿತು. ಸಮಾಧಾನದಿಂದ ಹೊರಗೆ ಬಂದ. ಗೋಪಿಯ ಕೋಣೆಯಲ್ಲಿ ಸದ್ದು ಕೇಳಿ ಅತ್ತ ನಡೆದ. ನೈಟ್ ಡ್ಯೂಟಿಗೆ ಹೋಗಿದ್ದ ಗೋಪಿ ಬಟ್ಟೆ ಬದಲಾಯಿಸುತ್ತಿದ್ದ.

"ಗೋಪಿ, ಊರ್ಮಿಳಾಗೆ ಯಾಕೋ ಜ್ವರ ಬಂದಿದೆ" ಗಕ್ಕನೆ ಗೋಪಿ ಹಿಂದಕ್ಕೆ ತಿರುಗಿದ. ಜ್ವರಕ್ಕಿಂತ ಹೆಚ್ಚಾಗಿ ಅವನಿಗೆ ಇನ್ನೊಂದು ವಿಧದ ಭಯ. ಮಕ್ಕಳು ಬೇಕು ಅನ್ನೋ ಆಸೆಗೆ ಇನ್ನೇನಾದರೂ ನುಂಗಿದ್ದರೇ...! ಹುಬ್ಬೇರಿಸಿ "ಬರೀ ಜ್ವರಾನಾ!" ಎಂದ.

"ಅಷ್ಟೇಂತ ಕಾಣುತ್ತೆ. ತಲೆ ನೋವಿದೆ. ರಗ್ಗು ಹೊದ್ದುಕೊಂಡ್ರೂ ಚಳಿ ಅನ್ತಾಳೆ" ಗೋಪಿಯ ಮುಖ ವಿವರ್ಣವಾಯಿತು. ಕೆಳತುಟಿ ಕಚ್ಚಿದ. ಸಹಜವಲ್ಲದ ನಡತೆ. ಮನದಲ್ಲಿ ಗೊಂದಲವೆದ್ದಿತು.

ಗೋಪಿ ಮುಖ ನೋಡಿದ ಶಂಕರನ ಕಣ್ಣುಗಳು ಗಲಿಬಿಲಿಗೊಂಡವು. ತಡವರಿಸಿದ. ತುಟಿ ಸವರಿಕೊಂಡ. ಅತ್ತಲಿಂದ ಇತ್ತ ಇತ್ತಲಿಂದ ಅತ್ತ ನೋಟ ಬದಲಾಯಿಸಿದ.

"ನಾನು ಅರ್ಜೆಂಟಾಗಿ ಸ್ವಲ್ಪ ಅಂಗಡಿಗೆ ಹೋಗ್ಬೇಕು" ನಿಲ್ಲಲಾರದೆ ಚಡಪಡಿಸಿದ. ಅಪರಾಧಿ ತಟ್ಟನೇ ಪೋಲೀಸರ ಕೈಗೆ ಸಿಕ್ಕಿಬಿದ್ದಾಗ ಪಡುವ ಅವಸ್ಥೆಯ ತೆರನಾಗಿತ್ತು ಅವನ ಮನ. ಒಂದೇ ಉಸುರಿನಲ್ಲಿ ಹೇಳಿದ "ನಾನು ಬೇಗ ಬಂದ್ಬಿಡ್ತೀನಿ." ಗೋಪಿ ತಲೆಯಾಡಿಸಿದ. ಎಲ್ಲಾ ಒಗಟಿನಂತೆ ಕಂಡಿತು.

ನೇರವಾಗಿ ಗೋಪಿ ಶಂಕರನ ಮಲಗುವ ಕೋಣೆಗೆ ಬಂದ. ಕತ್ತಿನವರೆಗೂ ಹೊದ್ದು ಮಲಗಿದ್ದಳು. ಎಂದೂ ಹಾಗೆ ಮಲಗಿದ ಹೆಣ್ಣಲ್ಲ. ಸಮೀಪಕ್ಕೆ ಹೋಗಿ ಮೃದುವಾಗಿ "ಊರ್ಮಿಳಾ" ಎಂದ. ಜ್ವರದ ತಾಪ ಹೆಚ್ಚಿದೆಯೆಂದು ಅವಳ ಕಂದಿದ ಮುಖವೇ ಸಾರುತ್ತಿತ್ತು. ರಗ್ಗು ಸರಿಸಿ ಅವಳ ಕೈಯನ್ನು ತನ್ನ ಕೈಯೊಳಗೆ ತೆಗೆದುಕೊಂಡು ನಾಡಿಯ ಬಡಿತ ನೋಡಿದ. ಸಣ್ಣಗೆ ಚಳಿಯಿಂದ ನಡುಗಿದಳು.

"ನೋಡಿ..... ಊರ್ಮಿಳಾ, ರಾತ್ರಿ ಏನು ತಗೊಂಡ್ರಿ?" ತುಟಿ ಕಚ್ಚಿ ಕೇಳಿದ. ಆಗ ಬಹಳಷ್ಟು ತಿಳಿವಳಿಕೆ ನೀಡಿದ. ಆದರೂ ಅಪನಂಬಿಕೆ. ಅಕ್ಕ ಅಲ್ಲಿಗೆ ಕರೆದೊಯ್ದ ಕಾರಣವೂ ಇದೆಂದು ಅವನ ಊಹೆ.

"ಅಲ್ಲಿ ಏನೇನು... ತಗೊಂಡ್ರಿ" ಧ್ವನಿ ತುಸು ಕಠಿಣವಾಗಿತ್ತು. ದುರ್ಬಲತೆಗೆ ಒಳಗಾಗಿ ಇಲ್ಲದ್ದನ್ನು ತಂದುಕೊಳ್ಳುವ ಬಗ್ಗೆ ಅವನಿಗೆ ಬೇಸರ.

ಎದ್ದು ಕೂತ ಊರ್ಮಿಳಾ ಸಾವಕಾಶವಾಗಿ ಅವನ ಮಾತು ಅರ್ಥಮಾಡಿಕೊಂಡವಳಂತೆ "ಏನೂ ತಗೊಂಡಿಲ್ಲ. ಯಾಕೋ ಚಳಿ ಅಂದರೆ ಚಳಿ... ಮಲಕ್ಕೋಬೇಕು ಅನ್ನಿಸುತ್ತೆ" ಮಲಗಿಬಿಟ್ಟಳು.

"ಸುಬ್ಬ, ಬಿಸಿನೀರು ಕಾಯಿಸ್ಕೊಂಡ್ಬಾ" ತನ್ನ ಕೋಣೆಯತ್ತ ಹೆಜ್ಜೆ ಹಾಕಿದ. ಉಷ್ಣಮಾಪಕದಿಂದ ಜ್ವರ ಅಳೆದಾಗ ಅವನೆದೆ ಹಾರಿತು. ಇಂಜೆಕ್ಷನ್ ಕೊಟ್ಟು ಅಂಗಡಿಗೆ ಫೋನ್ ಮಾಡಿ ವಿಷಯ ತಿಳಿಸಿದ.

ಶಂಕರ ಫೋನಿನಲ್ಲೇ ತಡವರಿಸುತ್ತ "ಇನ್‌ಕಮ್ ಟ್ಯಾಕ್ಸ್‌ನೋರು ಬಂದಿದ್ದಾರೆ. ನೀನ್ ಮನೆಯಲ್ಲೇ ಇರ್ತೀಯಲ್ಲ!" ಎಂದಿದ್ದ. ಈಗಂತೂ ಅವನು ಬರುವ

ಸೂಚನೆಯಿಲ್ಲ. ಸ್ನಾನ ಮಾಡಿ ಬಂದ. ಉಪ್ಪಿಟ್ಟು ಕೂಡ ದಿನದಂತೆ ರುಚಿಯಾಗಿರಲಿಲ್ಲ. ಬರೀ... ಖಾರ. ನಾಲಿಗೆ ಉರಿಯಿತು. ಕಣ್ಣು ಮೂಗಲ್ಲಿ ನೀರು ಕಿತ್ತುಕೊಂಡಿತು. ಪಕ್ಕಕ್ಕೆ ಸರಿಸಿ ಮೇಲಕ್ಕೆದ್ದ. ಶಂಕರನ ಉದಾಸೀನತೆಯ ಬಗ್ಗೆ ಕೋಪಗೊಂಡ, ಮೊದಲನೇ ಸಲವೆನ್ನುವಂತೆ.

ಈ ಸಲ ಊರ್ಮಿಳಾ ಫ್ಲೂ ಜ್ವರದಲ್ಲಿ ನರಳಿಬಿಟ್ಟಳು. ಗೋಪಿ ತೀರಾ ಆತ್ಮೀಯನಂತೆ ಅವಳ ಬಳಿ ಇದ್ದು ಆರೈಕೆ ಮಾಡಿದ. ಶಂಕರ ಕೆಲವೊಮ್ಮೆ ತಲೆಕೆಟ್ಟವನಂತೆ ವರ್ತಿಸುತ್ತಿದ್ದ. ತಪ್ಪು ಮಾಡಿ ಸಿಕ್ಕಿಹಾಕಿಕೊಂಡ ಅಪರಾಧಿಯಂತೆ ಕೆಲವೊಮ್ಮೆ ಕಾಣುತ್ತಿದ್ದ. ಕೆಟ್ಟ ಅಭಿಮಾನದಿಂದ ತಲೆ ಎತ್ತಿ ಗರ್ವದಿಂದ ನಡೆಯುತ್ತಿದ್ದ. ಕೆಲವೊಮ್ಮೆ ತೀರಾ ಕುಬ್ಜನಾಗಿ ಹೋಗುತ್ತಿದ್ದ. ಗದ್ದದ ಮೇಲೆ ಕೈ ಇರಿಸಿ ಗೋಪಿ ಯೋಚಿಸಿದ. ಊರ್ಮಿಳಾಳ ತಪ್ಪೇನಾದರೂ ಇದೆಯೇ? ಅವನಿಗಾಗಿ ಚಡಪಡಿಸೋ ರೀತಿ ಅವಳ ಕಣ್ಣುಗಳಲ್ಲಿ ನಿರ್ಮಲವಾಗಿ ಹರಿಯುವ ಬತ್ತದ ತೊರೆಯನ್ನು ನೋಡಿದಾಗ ಸಹಾನುಭೂತಿಯಿಂದ ಅವಳೆಡೆ ನೋಡುತ್ತಿದ್ದ.

ಬೆಳಿಗ್ಗೆ ಗೋಪಿ ಕೋಣೆಯಿಂದ ಹೊರಬಂದಾಗ ಅಡುಗೆ ಮನೆಯಲ್ಲಿ ಸದ್ದಿತ್ತು. ಸುಬ್ಬನ ಬಗ್ಗೆ ಮೆಚ್ಚುಗೆಯಾಯಿತು. ಬಾತ್‌ರೂಂ ಕಡೆ ನಡೆಯುತ್ತಿದ್ದವನು ಮೆಲ್ಲಗೆ ಇಣಕಿದ. ಊರ್ಮಿಳಾ ಸೊಂಟಕ್ಕೆ ಸೆರಗು ಸಿಕ್ಕಿಸಿ ಚಪಾತಿ ಹಿಟ್ಟನ್ನು ನಾದುತ್ತಿದ್ದಳು. ಹುಬ್ಬುಗಳು ಮೇಲೇರಿದವು. ಅತೃಪ್ತಿಯಿಂದ "ಊರ್ಮಿಳಾ, ನೀವು ಯಾಕೆ ಎದ್ದು ಬಂದದ್ದು? ಇನ್ನೊಂದು ಮೂರು ದಿನವಾದ್ರೂ ವಿಶ್ರಾಂತಿ ತಗೋಬೇಕು!" ಧ್ವನಿಯಲ್ಲಿ ಅಧಿಕಾರವಾಣಿ ಇದೆಯೆನಿಸಿತು ಊರ್ಮಿಳಾಗೆ. ಪೆಚ್ಚು ನಗೆ ನಕ್ಕಳು. ಮೆಲ್ಲಗೆ ಕೈ ಕೊಡವಿಕೊಂಡು ಮೇಲಕ್ಕೆ ಏಳುತ್ತ "ಏನಿಲ್ಲ, ಸುಬ್ಬನ ಕೈ ಚಪಾತಿ ಸರಿಹೋಗೋಲ್ಲ. ಊಟ ಬೇಸರ ಬಂದೋಗಿದೆಯಂತೆ." 'ಹೌದ' ಎನ್ನುವಂತೆ ನೋಡಿದ. ಜ್ವರದಲ್ಲಿ ಕಂದಿದ ಮುಖದಲ್ಲಿ ಪ್ರಧಾನವಾಗಿ ಕಾಣುತ್ತಿದ್ದ ಬಟ್ಟಲು ಕಂಗಳಲ್ಲಿ ಮೊದಲಿನ ಕಾಂತಿ ಮಿನುಗಿತ್ತು. ಅಚಲನಾಗಿ ನೋಡಿದ. ಅನುಕಂಪದಿಂದ ಎದೆ ಹಿಂಡಿತು. ಸೊಸೆಗೆ ಕಾಯಿಲೆಯೆಂದು ತಿಳಿದುಬಂದ ಮಂಗಳಮ್ಮ ಒಂದೇ ದಿನದಲ್ಲಿ ಹಿಂದಿರುಗಿದ್ದರು. ಜ್ವರದಲ್ಲಿ ಕನವರಿಸಿ ಬಾಯಾರಿದರೂ ಅವಳಿಗೆ ಒಂದು ಲೋಟ ನೀರು ಕುಡಿಸುವವರಿರುತ್ತಿರಲಿಲ್ಲ. ಗೋಪಿ ಇಲ್ಲದ ವೇಳೆಯಲ್ಲಿ ಸುಬ್ಬ ಅವಳ ಮಂಚದ ಬದಿಯಲ್ಲೇ ಇರುತ್ತಿದ್ದ.

ಸಣ್ಣ ಸಣ್ಣ ಉಂಡೆಗಳನ್ನಾಗಿ ಮಾಡಿ ಡಬರಿಗೆ ಹಾಕಿ ಹೊರಗೆ ಬಂದಳು. ಯಾರೂ ಕಾಣಲಿಲ್ಲ. ಕೋಣೆಯಲ್ಲಿ ಶಂಕರ್ ಷೇವ್ ಮಾಡುತ್ತಿದ್ದ. ಅದರ ಪರಿಮಳಕ್ಕೆ ಊರ್ಮಿಳಾ ಮೈ ಬೆಚ್ಚಗಾಯಿತು. ತಲೆ ಎತ್ತಿ ಕಣ್ಣಗಲಿಸಿ ನೋಡಿದಳು. ತನ್ನವರೆಂಬ ಹೊನ್ನಿನ ಮಿಂಚು ಅವಳ ಕಣ್ಣಲ್ಲಿ ಮಿಂಚಿತು. ಆರಾಧನೆ ಬೆರೆತ ಅನುರಾಗದ ದೃಷ್ಟಿಯಲ್ಲಿ ನೋಡಿದಳು. ಮೈಯಲ್ಲಿನ ನರಗಳೆಲ್ಲ ಸೆಟೆದು ನಿಂತವು. ಪುಸ್ತಕಗಳಲ್ಲಿನ ಕೆಲವು ದೃಶ್ಯಗಳು ಅವಳ ಕಣ್ಮುಂದೆ ಬಂದು ನಿಂತವು. ಕಚಗುಳಿಯಿಟ್ಟಂತಾಯಿತು.

"ಸುಬ್ಬ, ಇನ್ನು ಸ್ವಲ್ಪ ಬಿಸ್ನೀರು ತಗೊಂಡ್ಬಾರೋ" ಎಚ್ಚರಗೊಂಡಳು. ಲಗುಬಗನೇ

ಬಾತ್‌ರೂಂಗೆ ಓಡಿದಳು. ಒಳಗಿನಿಂದ ಅಗಣಿ ಹಾಕಿತ್ತು. ಸ್ಟೋವ್‌ನಲ್ಲಿ ನೀರು ಬಿಸಿ ಮಾಡಿ ಕೊಂಡೊಯ್ದು ಇಟ್ಟು ಹಿಂದಿರುಗಿದಳು.

"ಈಗ ಪರವಾಗಿಲ್ವೇ?" ತನ್ನ ಆರೋಗ್ಯ ಕುರಿತು ಕೇಳುತ್ತಿರುವುದು ಎಂದು ತಿಳಿಯಲು ಅವಳಿಗೆ ಒಂದೆರಡು ನಿಮಿಷಗಳೇ ಹಿಡಿಸಿದವು. ತಲೆ ಅಲುಗಿಸಿದಳು. ಅದು ಶಂಕರನಿಗೆ ತಿಳಿಯುವಂತಿರಲಿಲ್ಲ. ಅವನ ಮುಖ ಇತ್ತ ತಿರುಗಿರಲಿಲ್ಲ.

"ಬೇಗ ತಿಂಡಿ ಮಾಡು. ಅಂಗ್ಡಿಗೆ ಹೊತ್ತಾಯ್ತು" ಹೊಸಲು ದಾಟಿ ಹೊರಗೆ ಬಂದಳು. ಗೋಪಿಯ ಮಾತು ಅವಳಿಗೆ ಮರೆತೇಹೋಗಿತ್ತು. ಪಲ್ಯ ಮಾಡಿ ಕೆಳಗಿಳಿಸಿಟ್ಟು ಚಪಾತಿ ಒತ್ತತೊಡಗಿದಳು. ಸುಬ್ಬ ಬಂದು ಸಹಾಯ ಮಾಡಿದಾಗ ಬೇಗ ಮುಗಿಯಿತು. ಸ್ಟೌವ್‌ನ ಮುಂದೆ ಕೂತ ಕಾವಿಗೇನೋ ಹಣೆಯಲ್ಲಿ ಬೆವರಿನ ಸೆಲೆಯೊಡೆಯಿತು. ಕೈ ತೊಳೆದು ಸೆರಗಿನಿಂದಲೇ ಬೆವರನ್ನೊರೆಸಿಕೊಂಡು ಹೊರಗೆ ಬಂದಳು.

ಗೋಪಿ ಕೂಡ ಡ್ಯೂಟಿಗೆ ಹೋಗಬೇಕಾಗಿದ್ದರಿಂದ ಶಂಕರನ ಜೊತೆ ಬಂದು ತಿಂಡಿಗೆ ಕೂತ. ಶಂಕರ ಇಂದು ಆತ್ಮೀಯವಾಗೇ ನಗುನಗುತ್ತ ಮಾತಾಡಿದ. ಮಡದಿಯ ಕೈ ಅಡುಗೆಯನ್ನು ಬಾಯಿ ತುಂಬ ಹೊಗಳಿದ. ಮಲಗಿದಾಗ ತಾನು ಪಟ್ಟ ಅವಸ್ಥೆಯನ್ನು ಹೇಳಿಕೊಂಡು ಹುಬ್ಬು ಕುಣಿಸಿ ಆಕರ್ಷಕವಾಗಿ ನಕ್ಕ. ಇದೇನು ಸುಳ್ಳಲ್ಲ. ಅವಳ ಮಧುರ ಕಂಠದ ಹಿತಮಿತವಾದ ಮಾತು, ಬಳೆಗಳ ಕಿಣಿಕಿಣಿನಾದ, ರುಚಿಕಟ್ಟಾದ ಅಡುಗೆ. ಆತ್ಮೀಯತೆಯನ್ನು ಬಿಂಬಿಸುವ ಕಣ್ಣುಗಳನ್ನ ಕಾಣದೇ ಗೋಪಿ ಕೂಡ ಮುಜುಗರಗೊಂಡಿದ್ದ. ನಿಜ, ಆದರೆ ಆ ಸಂಕಟ...? ಅದರ ಬಗ್ಗೆ ಮಾತಿಲ್ಲ.

"ಊರ್ಮಿಳಾ, ಮಧ್ಯಾಹ್ನ ಊಟಕ್ಕೆ ಮನೆಗೆ ಬರ್ತೀನಿ. ಆಲೂಗೆಡ್ಡೆ ಈರುಳ್ಳಿ ಹುಳಿ ಮಾಡಿ ಹಪ್ಪಳ ಸಂಡಿಗೆ ಕರೆದಿಡು" ಮುಖ ಅಗಲಿಸಿ ಹೇಳಿದ.

ಗೋಪಿಯ ಹುಬ್ಬುಗಳು ಕೂಡಿದವು. ಕೈ ತೊಳೆದ ಪ್ಲೇಟನ್ನೇ ನೋಡುತ್ತ "ಅವ್ರಿಗೆ ಇನ್ನೊಂದು ವಾರಾನಾದ್ರೂ ರೆಸ್ಟ್ ಬೇಕು." ಶಂಕರನ ಮುಖ ಬಿಗಿದುಕೊಂಡಿತು. ಹಗುರವಾಗಿ ನಕ್ಕು ಹೇಳಿದ. "ಮೈ ಗಾಡ್! ಸಾಧ್ಯವೇ ಇಲ್ಲ. ಇನ್ನು ಕಚಡ ಅಡ್ಗೇ ಊಟ ಮಾಡೋಕ್ಕೆ ಸಾಧ್ಯವೇ ಇಲ್ಲ. ಸುಬ್ಬ ಅವ್ಳ ಸಹಾಯಕ್ಕೆ ಇರ್ತಾನೆ. ಪರ್ವಾಗಿಲ್ಲ?" ಅವನೇ ಹೇಳಿದಾಗ ಗೋಪಿ ಸುಮ್ಮನಾದ. ದುಡುಕಿ ಮಾತಾಡುವುದು ಅವನ ಸ್ವಭಾವಕ್ಕೆ ಹೊರತು.

ಮನೆಯಿಂದ ಇಬ್ಬರೂ ಜೊತೆಯಲ್ಲಿಯೇ ಹೊರಟರು. ಸ್ಕೂಟರ್ ಹಿಂಬದಿಯ ಸೀಟು ಮೇಲೆ ಕೂತ ಗೋಪಿ ಮನೆ ಬಾಗಿಲತ್ತ ದೃಷ್ಟಿ ಹರಿಸಿದ. ದಿಟ್ಟಿಸುತ್ತಿದ್ದ ಒಂದು ಜೊತೆ ನೋವು ತುಂಬಿದ ಕಣ್ಣುಗಳನ್ನು ನೋಡಿ ನಿಟ್ಟುಸಿರು ಚೆಲ್ಲಿದ. ಒಳಗೆ ಬಂದ ಊರ್ಮಿಳಾ ಉತ್ಸಾಹದಿಂದಲೇ ಅಂದಿನ ಅಡುಗೆಗೆ ಕೈ ಹಾಕಿದಳು. ಮಧ್ಯಾಹ್ನ ಶಂಕರ ಊಟಕ್ಕೆ ಬರುವುದಾಗಿ ಹೇಳಿದ್ದರಿಂದ ಅವಳಿಗೆ ಕೋಡು ಮೂಡಿತ್ತು. ಅವನಿಗೆ ಇಷ್ಟವಾದ ಅಡುಗೆಯನ್ನೆಲ್ಲ ಜ್ಞಾಪಿಸಿಕೊಂಡಳು. ಅಂಬೊಡೆ ಜೊತೆ ಇಷ್ಟವಾದ ಗಸಗಸೆ ಪಾಯಸವನ್ನೂ ಮಾಡಿಟ್ಟಳು.

ರೇಡಿಯೋದಲ್ಲಿ ಬಂದ ಹಾಡನ್ನು ಗುನುಗುತ್ತ ಸರಿತಾ ಆಯ್ಕೆ ಮಾಡಿದ ಕೆಂಪು ಹೂಗಳಿದ್ದ ಬಿಳಿಯ ಫಾರಿನ್ ನೈಲೆಕ್ಸ್ ಸೀರೆಯುಟ್ಟು ತುಸು ಅಳ್ಳಕವಾಗಿಯೇ ಜಡೆ ಹೆಣೆದುಕೊಂಡಳು. ತೆಳುವಾಗಿ ಪೌಡರ್ ಲೇಪಿಸಿಕೊಂಡು ಹಣೆಯಲ್ಲಿ ದುಂಡಗೆ ಕುಂಕುಮದ ಬೊಟ್ಟನ್ನು ಇಟ್ಟಳು. ತನ್ನ ರೂಪವನ್ನು ಹೆಮ್ಮೆಯಿಂದ ನೋಡುತ್ತ ಕನ್ನಡಿಯಲ್ಲಿಯೇ ಲೀನಳಾದಳು. ತಾನಿಷ್ಟು ಚೆನ್ನಾಗಿದ್ದೀನಿ ಅಂತ ಅವಳಿಗೆ ಇದುವರೆಗೂ ಗೊತ್ತೇ ಇರಲಿಲ್ಲ ಮೈ ಪುಳಕಿತವಾಯಿತು.

ಶಬ್ದವಾಗದಂತೆ ಒಳಗೆ ಬಂದ ಶಂಕರ ಅವಳನ್ನೇ ದುರುಗುಟ್ಟಿಕೊಂಡು ತೀಕ್ಷ್ಣವಾಗಿ ನೋಡಿದ. ಧ್ವನಿ ಗಡುಸಾಯಿತು. ಕೋಪವನ್ನು ತಡೆದು "ಊರ್ಮಿಳಾ, ಇದೇನಿದು? ಮನೆತನದ ಹೆಣ್ಣು ಹೆಚ್ಚು ಹೊತ್ತು ಕನ್ನಡಿಯ ಮುಂದೆ ನಿಲ್ಲೋದು ಒಳ್ಳೆ ಚಿಹ್ನೆಗಳಲ್ಲ" ಅವನತ್ತ ಭಯದಿಂದ ತಿರುಗಿದ ಅವಳ ತುಂಬಿದ ಕಣ್ಣುಗಳು, ಅದುರುತ್ತಿದ್ದ ತುಟಿಗಳು, ಏರಿಳಿಯುತ್ತಿದ್ದ ಎದೆ ಅವನಿಗೆ ಏನನ್ನೋ ಹೇಳಿದವು! ಅಸಹಾಯಕತೆಯಿಂದ ಚಡಪಡಿಸಿದ. ತನಗೊಂದೇ ದಾರಿ. ಅದೊಂದೇ ದಾರಿ. ಸಮಾಜದ ಮುಂದೆ ಅವಹೇಳನಕ್ಕೆ ಗುರಿಯಾಗುವುದು ತಪ್ಪುತ್ತೆ. ಅವಳ ಬದುಕೂ ಹಸನಾಗಬಹುದು!

ಕೋಣೆಯಿಂದ ಹೊರಗೆ ಬಂದ ಊರ್ಮಿಳಾಗೆ ಗಂಡನಾಡಿದ ಮಾತುಗಳು ಸಾವಿರ ಚೇಳುಗಳು ಕುಟುಕಿದ ಅನುಭವ. ಅವರು ಯಾಕೆ ಹೀಗೆ? ಗಳಗಳನೇ ಅತ್ತುಬಿಟ್ಟಳು. ಶಂಕರ ಬಟ್ಟೆ ಬದಲಾಯಿಸಿ ಕೈ ಕಾಲು ತೊಳೆದು ಕ್ರಾಪು ತೀಡಿಕೊಂಡು ಬಂದಾಗ ಮಂಕಾಗಿ ನಿಂತಿದ್ದಳು. ನೆನೆದ ಅವಳ ಕೆನ್ನೆ ಒರೆಸುವ ಗೋಜಿಗೆ ಹೋಗಲಿಲ್ಲ. ಅವನ ಗತಿಸಿದ ಜೀವನ. ನೀರಿನಲ್ಲಿ ಬಿದ್ದ ಚೆಂಡಿನಂತೆ ಸಿಡಿಯಿತು. ಕೈಹಿಡಿದವಳೊಂದಿಗೆ ಹೇಳಿಕೊಳ್ಳುವ ಬಯಕೆ. ಕೆಟ್ಟ ಅಭಿಮಾನ ಹಿಂದೆಗೆಯುವಂತೆ ಮಾಡಿತು.

"ಬಡಿಸ್ತೀಯಾ?" ಮಾತು ಮುತ್ತಿನಂತೆ ಸಿಡಿಯಿತು.

ಒಳಗೆ ನಡೆದಳು. ನೀರಿನಲ್ಲಿ ಕೈ ಅದ್ದಿ ಕಣ್ಣು, ಕೆನ್ನೆಗಳನ್ನೊರೆಸಿಕೊಂಡು ಹೊರಗೆ ಬಂದಳು. ಮೌನವಾಗಿ ತಟ್ಟೆ ಹಾಕಿ ಬಡಿಸಿದಳು. ಎಲ್ಲಾ ಮರೆತು ಪುಷ್ಕಳವಾಗಿ ಊಟ ಮಾಡಿದ. ರುಚಿಗಟ್ಟಾದ ಅಡುಗೆಯನ್ನು ಬಡಿಸಿದ ಕೈ ಬಗ್ಗೆ ಅಭಿಮಾನ ಮೂಡಿತು. ಮಜ್ಜಿಗೆ ಹಿಡಿದು ಬಂದ ಕೈಯನ್ನು ಹತ್ತಿರಕ್ಕೆ ಎಳೆದುಕೊಂಡ. ಅವನ ಎಡಗೈ ಸೊಂಟ ಬಳಸಿತು. ಕಣ್ಣಿನ ಮುಂದಿದ್ದ ಮಂಜು ನೀರಾಗಿ ಕಣ್ಣುಗಳಿಂದ ಫಳ್ಳನೇ ಕೆಳಗೆ ಜಾರಿ ಅವನ ಮುಂಗೈ ಮೇಲೆ ಬಿತ್ತು. ಕೈ ಹಿಂದೆ ಸರಿಯಿತು. ಅವಳು ದೂರ ಸರಿದಳು. ಬೇಗ ಊಟ ಮುಗಿಸಿ ಮೇಲೆದ್ದ. ಅಪ್ಪಿತಪ್ಪಿಯೂ ಕೂಡ ಕೋಣೆಯ ಕಡೆಗೆ ತಲೆ ಹಾಕಲಿಲ್ಲ ಊರ್ಮಿಳಾ.

ಅಂಗಾತನಾಗಿ ಮಲಗಿದ ಶಂಕರ ಒಂದೇ ಸಮನೆ ಯೋಚಿಸುತ್ತಿದ್ದ. ನೆನಪಿನ ಕಹಿಯೆಲ್ಲ ಮೇಲೆ ಸಿಡಿಯಿತು. ಅಂದಿನ ದುಡುಕಿಗಾಗಿ ಪಶ್ಚಾತ್ತಾಪಪಟ್ಟ. ದೃಶ್ಯಗಳೆಲ್ಲ ಮಸುಕು ಮಸುಕಾದವು. ನಿಟ್ಟುಸಿರು ಚೆಲ್ಲಿ ಮಗ್ಗುಲಾದ. ಪಕ್ಕದ ಹಾಸಿಗೆಯ ಮೇಲೆ

ಕೈಯಾಡಿಸಿದ. ತೃಪ್ತಭಾವ ಮಿನುಗಿತು.

ಸಂಜೆಯವರೆಗೂ ಊರ್ಮಿಳಾ ಮಂಕಾಗಿಯೇ ಇದ್ದಳು. ಸುಬ್ಬ ಬಂದ ಮೇಲೆ ಸ್ವಲ್ಪ ಗೆಲುವಾದಳು. ಶಾಲೆಯ ವಿಷಯವನ್ನೆಲ್ಲ ವರದಿ ಒಪ್ಪಿಸುತ್ತಿದ್ದ ಅವಳಿಗೆ. ಅವನ ಮಾತುಗಳನ್ನು ಕೆಲವೊಮ್ಮೆ ಕೇಳುತ್ತಿದ್ದರೇ ಅವಳಿಗೆ ವೇಳೆಯ ಪರಿವೆಯೇ ಇರುತ್ತಿರಲಿಲ್ಲ.

* * *

ಯಾವಾಗಲೂ ಮಲಗದೇ ಇದ್ದ ಶಾಸ್ತ್ರಿಗಳು ಒಂದು ವಾರ ಜ್ವರದಿಂದ ಮಲಗಿ ಎದ್ದ ಮೇಲೆ ಅವರಲ್ಲಿ ಯಾವುದೋ ಭಯ ಕಾಡತೊಡಗಿತು. ಗೋಪಿ ಬಂದಿದ್ದಾಗ ತಾನು ಎಂ.ಡಿ.ಗೆ ಸೇರಿಕೊಳ್ಳುವ ವಿಷಯ ತಿಳಿಸಿ ಹೋಗಿದ್ದ. ಸ್ವಲ್ಪ ಅವನನ್ನು ಅರ್ಥ ಮಾಡಿಕೊಂಡರು. ಖಂಡಿತ ಬಲವಂತ ಮಾಡಲಾರರು. ಅವನ ಎಂ.ಡಿ. ಆಗುವವರೆಗೂ ಮಗಳ ಮದುವೆ ಮುಂದಕ್ಕೆ ಹಾಕಲು ಅವರ ಮನ ಸಮ್ಮತಿಸಲಿಲ್ಲ. ವರಾನ್ವೇಷಣೆಗೆ ತೊಡಗಿದರು.

"ಅಪ್ಪ, ಇಲ್ಲಿ ಒಬ್ಬೇ ಬೇಸರ. ಅಣ್ಣನ ಮನೆಗಾದ್ರೂ ಹೋಗ್ತೀನಿ." ಸರಿತಾ ಮೂತಿ ಉದ್ದ ಮಾಡಿದಳು. ಅವಳಿಗೆ ನಿಜವಾಗಿ ಬೇಸರವಾಗಿ ಹೋಗಿತ್ತು. ಅಲ್ಪಸ್ವಲ್ಪವಾದರೂ ಬದಲಾವಣೆ ಬೇಕೆನಿಸಿತು.

ಶಾಸ್ತ್ರಿಗಳಿಗೆ ಏನನ್ನಿಸಿತೋ "ಹೋಗಿದ್ದು ಬಾ" ಎಂದುಬಿಟ್ಟರು. ಮನೆಯಿಂದ ಹೊರಗೆ ಹೋಗಲು ಸಿದ್ಧಳಾಗಿರೋ ಮಗಳ ಮನಸ್ಸನ್ನು ಏಕೆ ನೋಯಿಸಬೇಕು? ಊರ್ಮಿಳಾಗೂ ಬೇಸರ ಕಳೆಯುತ್ತೆ.

"ಸುಮ್ನೇ ಯಾಕೆ? ಇರೋಷ್ಟು ದಿನ ನಮ್ಮೆದುರಿನಲ್ಲೇ ಇರ್ಲಿ." ಮಂಗಳಮ್ಮ ಒಂದೇ ಮಾತಿನಲ್ಲಿ ಹೇಳಿದರು. ಮಗನ ಮನೆಯ ಆಕರ್ಷಣೆಯೂ ಅವರಲ್ಲಿ ಉಳಿದಿರಲಿಲ್ಲ. ಮೊಮ್ಮಕ್ಕಳಿಗಾಗಿ ಕಾದು ಸೋತುಹೋಗಿದ್ದರು. 'ನಮ್ಮ ಹಣೆಯಲ್ಲಿ ಆ ಯೋಗ ಬರೆದಿಲ್ಲ!' ಎಂದು ಗೊಣಗಾಡಿದರು. ಮರುಕ್ಷಣ ನಾನಾ ಬಗೆಯಲ್ಲಿ ಯೋಚಿಸುತ್ತಿದ್ದರು. ಕಂಡ ಕಂಡ ದೇವರಿಗೆಲ್ಲ ಮುಡುಪು ಕಟ್ಟಿಟ್ಟಿದ್ದರು. ಸೊಸೆ ಕೈಯಲ್ಲಿ ವ್ರತ, ಪೂಜೆಗಳನ್ನು ಮಾಡಿಸಿದರು. ಯಾವುದೂ ಪರಿಣಾಮಕಾರಿಯಾಗಲಿಲ್ಲ.

"ನಾಗರಪ್ರತಿಷ್ಠೆ ಮಾಡ್ಸಿಬಿಡೋಣ. ಅವರಿಗೆ ಒಂದು ಮಗೂಂತ ಆಗ್ಲಿ" ತಮ್ಮ ದುಃಖವನ್ನು ಗಂಡನ ಮುಂದೆ ತೋಡಿಕೊಂಡರು.

ಹೆಂಡತಿಯ ಮಾತನ್ನು ತೆಗೆದುಹಾಕುವುದು ಶಾಸ್ತ್ರಿಗಳಿಗೂ ಕೂಡ ಬೇಡವೆನಿಸಿತು. ಕೊನೆಯದಾಗಿ ಇದೊಂದನ್ನ ಮಾಡೇಬಿಡೋಣ ಎಂಬ ತೀರ್ಮಾನಕ್ಕೆ ಬಂದರು.

"ಆಯ್ತು.... ಆಯ್ತು.... ನಾನು ಲಗ್ನ ನಿಷ್ಕರ್ಷೆ ಮಾಡ್ಕೊಂಡು ಸರಿತಾನ ಕರ್ಕೊಂಡು ಹೋಗ್ಬರ್ತೀನಿ." ಹೆಂಡತಿಯ ಮುಖದ ಮೇಲಿನ ಗೆಲುವನ್ನು ಅವರು ಗಮನಿಸದೇ ಹೋಗಲಿಲ್ಲ.

ಶಾಸ್ತ್ರಿಗಳು ತಡಮಾಡದೇ ಮರುದಿನವೇ ಹೊರಟರು. ವಿಷಯ ತಿಳಿಸಿದಾಗ ಶಂಕರ ಉತ್ಸಾಹ ತೋರಿಸದಿದ್ದರೂ ಒಲ್ಲೆ ಎನ್ನಲಿಲ್ಲ. ಮಗನ ಬಗ್ಗೆ ಶಾಸ್ತ್ರಿಗಳಿಗೆ ಸಮಾಧಾನವಾಯಿತು.

ಒಂದೆರಡು ಸಾವಿರ ಖರ್ಚು ಮಾಡಿ ಅದ್ದೂರಿಯಿಂದಲೇ ನಾಗರಪ್ರತಿಷ್ಠೆ ಮಾಡಿಸಿದರು. ಎಲ್ಲಕ್ಕಿಂತ ಹೆಚ್ಚಿನದಾಗಿ ಊರ್ಮಿಳಾ ತವರುಮನೆಯವರೆಲ್ಲ ಬಂದುಹೋದರು. ಅವರಿಗೆಲ್ಲ ಮಗಳ ಅದೃಷ್ಟದ ಬಗ್ಗೆ ಸಂತಸ.

ಸರಿತಾ ಇಲ್ಲೇ ಉಳಿದಿದ್ದರಿಂದ ಊರ್ಮಿಳಾ ಗೆಲುವಾಗಿದ್ದಳು. ಅಣ್ಣನೊಡನೇ ಜಗಳವಾಡಿ ಕನ್ನಡದ ಎಲ್ಲಾ ಮಾಸಪತ್ರಿಕೆ, ವಾರಪತ್ರಿಕೆಗಳನ್ನು ತರಿಸುತ್ತಿದ್ದಳು. ಓದಿನೊಂದಿಗೆ ಊರ್ಮಿಳಾಳ ತಿಳಿವಳಿಕೆಯೂ ಪೂರ್ಣ ಪ್ರಮಾಣದಲ್ಲಿ ಬೆಳೆಯುತ್ತ ಬಂದಿತು. ಗಲ್ಲಕ್ಕೆ ಕೈ ಹಚ್ಚಿ ಎಷ್ಟೋ ಹೊತ್ತು ಆಲೋಚಿಸುತ್ತ ಕುಳಿತುಬಿಡುತ್ತಿದ್ದಳು.

"ಏನಂಥ ಯೋಚ್ನೇ?" ಸರಿತಾ ಗಲ್ಲ ಹಿಂಡಿದಾಗ ಕೆನ್ನೆಗಳು ಕೆಂಪಾಗುವ ಬದಲು ಬೆಳ್ಳಗೆ ಬಿಳಿಚಿಕೊಂಡವು. ಪೆಚ್ಚಾಗಿ ನಕ್ಕಳು.

"ಥೂ... ಮಕ್ಕಳಾಗದಿದ್ರೆ ಬೇಡ. ಅದಕ್ಯಾಕೆ ರಾತ್ರಿ–ಹಗ್ಲು ಕೊರಗೋದು! ತೀರಾ.... ಸೆಂಟಿಮೆಂಟಲ್!" ಮುಖ ಸಿಂಡರಿಸಿದಳು.

ಅರೆ ನಕ್ಕಳು ಊರ್ಮಿಳಾ. ಸರಿತಾ ಕೂಡ ಅವಳ ಪರಿಸ್ಥಿತಿಯನ್ನು ಅರ್ಥ ಮಾಡಿಕೊಳ್ಳಲಾರಳು. ಎಂಜಲು ನುಂಗಿದಳು. ಮಾತುಗಳು ಬರದಾದವು. ಮೌನವಹಿಸಿದರು.

"ಈ ಸಲ ಗೋಪಿ ಮಾವ ಬರ್ಲಿ. ಯಾವುದಾದ್ರೂ..." ಹೊರಗಡೆ ಜೋರಾಗಿ ಗುಡುಗುವುದು ಕೇಳಿಬಂತು. ತಣ್ಣನೆಯ ಗಾಳಿ ಕಿಟಕಿಯಿಂದ ಒಳಕ್ಕೆ ಬೀಸಿತು. ಸರಿತಾ ಗೊಣಗಾಡುತ್ತಲೇ ಎದ್ದು ಹೋಗಿ ಕಿಟಕಿ ಹಾಕಿ ಬಂದಳು. ತುಂತುರು ತುಂತುರಾಗಿ ಬೀಳತೊಡಗಿದ ಮಳೆ ಜೋರಾಯಿತು.

"ಮಳೆ ಜೋರಾಯ್ತು..." ಎದ್ದು ಹೋಗಿ ಬಾಗಿಲಿನಲ್ಲಿ ನಿಂತು ಚಿಕ್ಕ ಹುಡುಗಿಯಂತೆ ಸುರಿಯುತ್ತಿದ್ದ ಮಳೆಗೆ ಕೈಯೊಡ್ಡಿದಳು. ಮೈಮೇಲೆ ಹಾರಲು ಶುರುವಾದ ಮಳೆಯ ಹನಿಗಳು ಅವಳ ಸೀರೆಯನ್ನೆಲ್ಲ ತೊಯ್ಸಿದವು.

"ಇದೇನಿದು...!?" ಎಂದಾಗಲೇ ಅವಳ ದೃಷ್ಟಿ ಧ್ವನಿ ಬಂದತ್ತ ಹರಿದಿದ್ದು.

ಎದುರಿಗೆ ಗೋಪಿ ಕೈಯಲ್ಲಿ ಕಿಟ್ ಹಿಡಿದು ನಿಂತಿದ್ದ. ಸುರಿದ ಮಳೆಯ ನೀರು ಕೂದಲಿಂದ ಮುಖದ ಮೇಲಕ್ಕೆ ಇಳಿಯುತ್ತಿತ್ತು. ಕರ್ಚೀಫ್ ಅದನ್ನು ತೊಡೆಯಲು ವ್ಯರ್ಥ ಪ್ರಯಾಸಪಡುತ್ತಿತ್ತು. ಮುಖ ಅರಳಿತು. ನಗುತ್ತ ಪಕ್ಕಕ್ಕೆ ಸರಿದಳು. ಗೋಪಿ ಒಳಗೆ ಬಂದ. ಅವನ ಬಟ್ಟೆಯಿಂದ ನೀರು ಇಳಿಯುತ್ತಿತ್ತು.

"ಅಯ್ಯಯ್ಯೋ.... ಪೂರ್ತಿ ನೆನ್ದೇ ಬಿಟ್ಟಿದ್ದೀರಾ" ಉದ್ಗರಿಸಿದಳು. ಗೋಪಿ ಅವಳೆಡೆ ಒಂದು ಮುಗುಳ್ನಗು ಚೆಲ್ಲಿ "ನಾನೇನು ಬೇಕಾಗಿ ನೆನೆಯಲಿಲ್ಲ." ಮತ್ತೆ

ನೀನು....!? ಎಂದು ಪ್ರಶ್ನಿಸುವಂತಿತ್ತು. ಸರಿತಾಳ ಕೆನ್ನೆಗಳು ಕೆಂಪಗಾದವು. ಕಣ್ಣಲ್ಲಿ ಮಿಂಚು ಹೊಡೆಯಿತು.

ಷೂ ಕಳಚಿಟ್ಟು ಕೋಣೆಯೊಳಕ್ಕೆ ನಡೆದ. ಮತ್ತೆ ಅವಳ ಗಮನ ಧಾರಾಕಾರವಾಗಿ ಸುರಿಯುತ್ತಿದ್ದ ಮಳೆಯ ಕಡೆ ಹರಿಯಿತು. ನೆರಿಗೆಗಳನ್ನು ಎತ್ತಿ ಹಿಡಿದು ಬಾಗಿಲಿಗೆ ಬಂದು ನಿಂತಳು. ಹುಚ್ಚೆದ್ದಂತೆ ಮಳೆ ಜೋರಾದಾಗ, ಪ್ರಕೃತಿಯ ವಿಕೋಪಕ್ಕೆ ಬೆದರಿದಳು. ಆದರೂ ಅಲ್ಲಿಂದ ಕದಲಲಿಲ್ಲ.

"ತಗೊಳ್ಳಿ ಟವಲ್. ತುಂಬ ನೆನ್ದುಬಿಟ್ಟಿದ್ದೀರಾ?" ಧ್ವನಿ ಬಂದತ್ತ ತಿರುಗಿದ. ಅವನ ಮುಖ ಅರಳಿತು. ಆಗತಾನೇ ಅರಳಿದ ಶುಭ್ರ ಕಾಂತಿಯ ಅಚ್ಚ ಬಿಳಿಯ ಗುಲಾಬಿಯಂತೆ ಕಂಡಳು. ತುಟಿಗಳ ಮೇಲೆ ನಗು ಅರಳಿಸಿದ. ಕೈ ಚಾಚಿ ಟವಲನ್ನು ತೆಗೆದುಕೊಂಡ. ಶಂಕರನ ಅದೃಷ್ಟಕ್ಕೆ ಸಂತೋಷಗೊಂಡ.

ಬಟ್ಟೆ ಬದಲಾಯಿಸಿ ಟವಲಿನಿಂದ ಮುಖ, ಮೈ, ತಲೆ ಒರೆಸಿಕೊಂಡು ಹೊರಗೆ ಬಂದ. ಕಾಫಿಯ ಘಮಲು ಮೂಗಿಗೆ ಬಂದು ಬಡಿಯಿತು. ಅವನ ನೋಟ ಬಾಗಿಲತ್ತ ಹೊರಳಿತು. ಕಣ್ಣು ಕಿರಿದಾದವು. ಹುಬ್ಬು ಕೂಡಿದವು. ಅಧಿಕಾರವಾಣಿಯಿಂದ "ಸರಿತಾ, ಒಳ್ಗೆ ಬಾ" ಎಂದ. ನೆರಿಗೆಗಳನ್ನು ಕೈಯಲ್ಲಿ ಹಿಡಿದು ಅಂಜುವವಳಂತೆ ನಟಿಸುತ್ತ ಅವನ ಮುಂದೆ ಬಂದು ನಿಂತಳು.

"ಮೊದ್ಲು ಸೀರೆ ಬದಲಾಯಿಸು."

"ಅಯ್ಯೋ, ಏನೂ ನೆಂದಿಲ್ಲ..." ಅಂದರೂ ಹೋಗಿ ಸೀರೆ ಬದಲಾಯಿಸಿ ಬಂದಳು. ಬಿಸಿಬಿಸಿ ಕಾಫೀ ಅವಳಿಗೂ ಬಂತು.

"ಊರ್ಮಿಳಾ, ನೀವು ತಗೊಂಡ್ಬನ್ನಿ" ಕಾಫೀ ಲೋಟ ಕೈಯಲ್ಲಿಡಿದೇ ಕೂಗಿದಳು. ಜೊತೆಯಾಗಿ ಕೂತು ಊಟ ಮಾಡೋದು, ಎದುರು ಬದುರಲ್ಲಿ ಕೂತು ಹರಟುತ್ತ ಕಾಫಿ ಕುಡಿಯುವುದು ಇತ್ತೀಚೆಗೆ ಆದ ಅಭ್ಯಾಸಗಳು.

"ಯಾವಾಗ್ಬಂದಿದ್ದು?" ಕಾಫೀ ಗುಟುಕರಿಸುತ್ತ ಗೋಪಿಯೇ ಪ್ರಶ್ನಿಸಿದ.

"ಆಗ ಬಂದೋಳು ಇನ್ನೂ ಹೋಗೇ ಇಲ್ಲ." ಅವನ ಕನ್ನಡಕದ ಹಿಂದಿನ ಕಣ್ಣುಗಳು ನಕ್ಕವು. ಯಾಕೆಂದು ಅವಳಿಗೆ ಅರ್ಥವಾಗಲಿಲ್ಲ.

ಅಡುಗೆ ಮುಗಿಸಿ ಬಂದ ಊರ್ಮಿಳಾ ಗಡಿಯಾರದತ್ತ ನೋಡಿದಳು. ಒಂಬತ್ತು ಆಗಿತ್ತು. 'ಇಂಥ ಮಳೆ ದಿನಗಳಲ್ಲಿಯಾದ್ರೂ ಬೇಗ ಬರಬಾರ್ದ!' ಮನಸ್ಸು ಚಡಪಡಿಸಿತು. ಈಗ ಗೋಪಿಯ ಬಳಿ ಅಂಥ ಸಂಕೋಚವೇನೂ ಇರಲಿಲ್ಲ.

"ನೀವು, ಸರಿತಾ ಊಟ ಮಾಡ್ಬಿಡಿ," ಕೋಣೆಯ ಬಾಗಿಲಿನಲ್ಲಿ ನಿಂತು ಹೇಳಿದಳು. ಕೈಯಲ್ಲಿದ್ದ ಪತ್ರಿಕೆಯನ್ನು ಅಲ್ಲಿಟ್ಟು ಮೇಲಕ್ಕೆದ್ದ. ಅವನಿಗೂ ಈಗ ಊಟದ ಅವಶ್ಯಕತೆ ಇತ್ತು. ಗೋಪಿ ಬರೋ ವೇಳೆಗೆ ಸರಿತಾ ತಟ್ಟೆಯ ಮುಂದೆ ಕೂತು ಕಾಯುತ್ತಿದ್ದಳು. ಗೋಪಿ ಹೋಗಿ ಅವಳ ಪಕ್ಕದಲ್ಲೇ ಕುಳಿತ. ಆಕ್ಷೇಪಿಸಲು ಮಂಗಳಮ್ಮ ಇರಲಿಲ್ಲ.

ಒಂದು ಮನೆಯಲ್ಲಿ ಬೆಳೆದವರು ಕೆಲವೊಮ್ಮೆ ಒಂದೇ ತಟ್ಟೆಯಲ್ಲಿ ಕೂತು ಊಟ ಮಾಡಿದ್ದರೇನೊ! ವಯಸ್ಸಿಗೆ ಬಂದ ಮೇಲೆ ಮಗಳಿಗೆ ಬೇರೆ ರೀತಿ–ನೀತಿಗಳನ್ನು ಹೇಳಿಕೊಟ್ಟಿದ್ದರು. ಗೋಪಿಗಂತೂ ಅದರ ಕಡೆಗೆ ಗಮನವಿಲ್ಲ.

ಬಿಸಿಯಾದ ತಿಳಿಸಾರು, ಚಟ್ನಿ, ಹುರುಳಿಕಾಯಿ ಪಲ್ಯ, ಅನ್ನ, ಮೊಸರು ಬಾಯಿಗೆ ರುಚಿಕರವಾಗಿತ್ತು. ತೃಪ್ತಿಯಾಗಿ ಊಟ ಮಾಡಿದ. ಮೆಚ್ಚುಗೆ ಅವನ ಕಣ್ಣುಗಳಲ್ಲಿ ತುಳುಕುತ್ತಿತ್ತು.

"ಈ ಲೋಟಕ್ಕೆ ಸ್ವಲ್ಪ ತಿಳಿಸಾರು ಹಾಕಿ." ಸರಿತಾ ಲೋಟ ಮುಂದು ಮಾಡಿದಳು. ಊರ್ಮಿಳಾ ಮಾಡೋ ತಿಳಿಸಾರು ಎಷ್ಟು ಕುಡಿದರೂ ಅವಳಿಗೆ ತೃಪ್ತಿ ಇಲ್ಲ.

ನಗುತ್ತಲೇ ಊರ್ಮಿಳಾ ಒಂದು ಸೌಟು ಸಾರನ್ನು ಲೋಟಕ್ಕೆ ಹಾಕಿದಳು. ಲೋಟ ಹಿಂದಕ್ಕೆ ಸರಿಯಲಿಲ್ಲ ಇನ್ನೊಂದು ಸೌಟು ಹಾಕಿದಳು. ಸರಿತಾ ಸುಮ್ಮನೆ ಕೂತೇ ಇದ್ದಳು.

"ಸರಿಯಾಗಿ ಊಟ ಮಾಡೋಲ್ಲ, ಬರೀ ಸಾರು ಕುಡೀತೀಯಾ!" ಊರ್ಮಿಳಾ ಆಕ್ಷೇಪಿಸಿದಳು. ಆಕ್ಷೇಪಣೆಯಲ್ಲೂ ಪ್ರೀತಿ ತುಳುಕುತ್ತಿತ್ತು.

"ಯಾಕೆ ಸತಾಯಿಸ್ತೀರಿ? ಅದ್ರ ತುಂಬ ಹಾಕಿ" ಮೊಂಡು ಹುಡುಗಿಯಂತೆ ಕೇಳಿದಳು. ಕಡೆಗೆ ಒಂದು ದೊಡ್ಡ ಲೋಟದ ತುಂಬ ಸಾರನ್ನು ಕುಡಿದೇ ಎದ್ದಳು.

"ಇಲ್ನೋಡಿ... ಖಾರ ತಿಂದವರಿಗೆ ಕೋಪ ಜಾಸ್ತೀನಾ?" ಕೋಣೆಯ ಬಳಿ ಹೋಗಿದ್ದ ಗೋಪಿ ಹಿಂದಕ್ಕೆ ಬಂದ. ಕಣ್ಣರಳಿಸಿ ನೋಡಿದ. ಮತ್ತೆ ತುಟಿಗಳ ಮೇಲೆ ನಗು ತುಳುಕಿಸುತ್ತ "ಯಾರು ಹೇಳಿದ್ದು?" ಅಂದ.

"ಅಣ್ಣ ಹಾಗನ್ನುತ್ತಾನೆ. ಅವನಿಗೆ ಭಯ. ಕಟ್ಟಿಕೊಂಡವ್ನ ಜೊತೆ ಸಂಸಾರ ಮಾಡ್ತೀನೊ... ಇಲ್ಲ ಓಡಿಬರ್ತೀನೋಂತ!" ನಾಲಿಗೆ ಕಚ್ಚಿಕೊಂಡಳು. ಗೋಪಿ ಹಗುರವಾಗಿ ನಕ್ಕುಬಿಟ್ಟ.

ಕೋಣೆಗೋಗಿ ಹೊರಗೆ ಬಂದ ಗೋಪಿಯ ಕೈಯಲ್ಲಿ ಎರಡು ಸೀರೆಯ ಪ್ಯಾಕೆಟ್ ಇತ್ತು. ಒಂದೆರಡು ಬಾರಿ ಟೂರ್ ಹೋಗಿದ್ದಾಗ ಅಕ್ಕನನ್ನು ಜ್ಞಾಪಕದಲ್ಲಿರಿಸಿಕೊಂಡು ಅವರಿಗಾಗಿ ಸೀರೆಗಳನ್ನು ತಂದಿದ್ದ. ಸರಿತಾಳ ಕಣ್ಣುಗಳು ಅರಳಿದವು. ಒಂದು ಸೀರೆ ಪ್ಯಾಕೆಟನ್ನು ಅವಳ ಕೈಗಿತ್ತ.

"ತುಂಬಾ ಚೆನ್ನಾಗಿದೆ!" ಅಂಚು, ಸೆರಗು ಎಲ್ಲ ಹರಡಿಯೇ ನೋಡಿಬಿಟ್ಟಳು. ಉಟ್ಟು ನೋಡೇಬಿಡೋಣವೆಂಬ ಮನಸ್ಸಾಯಿತು. ಸೀರೆ ಎತ್ಕೊಂಡು ಕೋಣೆ ಕಡೆಗೆ ಓಡೇಬಿಟ್ಟಳು.

ಅವನ ಕಣ್ಣುಗಳು ಊರ್ಮಿಳಾನ ಅರಸಿದವು. ಕುಳಿತಿದ್ದವಳು ಎದ್ದು ಹೋಗಿದ್ದಳು. ಒಳ್ಳೆಯ ಮನಸ್ಸು ಅವಳ ಬಗ್ಗೆ ಕೆಟ್ಟದಾಗಿ ಯೋಚಿಸಲಿಲ್ಲ. ನೇರವಾಗಿ ಅಡುಗೆ ಮನೆಯೊಳಕ್ಕೆ ನಡೆದ. ಗೋಡೆಗೆ ಒರಗಿ ನಿಂತಿದ್ದಳು.

"ಊರ್ಮಿಳಾ... ತಗೊಳ್ಳಿ" ಸಂಕೋಚದಿಂದ ಇತ್ತ ತಿರುಗಿದಳು. ಕಣ್ಣುಗಳಲ್ಲಿ ಅನಾಥಭಾವ ಪ್ರಕಟವಾಯಿತು. ಸಂತೋಷವೋ? ಸಂಕಟವೋ? ವ್ಯಥೆಯೋ? ಅವಳಿಗೇ ಗೊತ್ತಾಗಲಿಲ್ಲ. ಮುಂದಡಿ ಇಡಲಿಲ್ಲ. ಅವನ ಕಣ್ಣಲ್ಲಿ ಮಿನುಗಿದ ಕಾಂತಿ ಅವಳನ್ನು ಬೆರಗುಗೊಳಿಸಿತು.

"ಯಾಕೆ...?" ಹುಬ್ಬೇರಿಸಿ ಪ್ರಶ್ನಿಸಿದ. ಸಂಕೋಚಕ್ಕೆ ಅರ್ಥ ಕಾಣಲಿಲ್ಲ. ಅವನ ಕಣ್ಣುಗಳು ಹತ್ತಾರು ಬಗೆಯಲ್ಲಿ ಅವಳಿಗೆ ಸಾಂತ್ವನ ನೀಡಿರಬಹುದು ಬಾಯಿಗೆ ಕೈ ಅಡ್ಡ ಹಿಡಿದು ಬಿಕ್ಕಳಿಸಿದಳು. ದುಃಖ ಕಣ್ಣೀರಿನ ರೂಪದಲ್ಲಿ ಪ್ರವಾಹದಂತೆ ನುಗ್ಗಿ ಬಂತು.

ಗೋಪಿ ಅವಳನ್ನು ಸಮೀಪಿಸಿದ. ಅನುಕಂಪದಿಂದ ನೋಡಿದ. ಮುಖದ ಭಾವ ಗಂಭೀರವಾಯಿತು.

"ಸಮಾಧಾನ ಮಾಡ್ಕೊಳ್ಳಿ. ಭಾವ ನಂಗೆ ಕಾಗದ ಬರೆದಿದ್ರು. ನಾಳೆಯಿಂದ ಅದೇ ಕೆಲ್ಸ..." ಅವಳಿಗೆ ಈ ಮಾತುಗಳ ಒಳರ್ಥವೇ ತಿಳಿಯಲಿಲ್ಲ. ಸೀರೆಯನ್ನು ಅವಳ ಕೈಯಲ್ಲಿಟ್ಟು ಹೊರನಡೆದ.

ಸೀರೆಯುಟ್ಟು ಬಂದ ಸರಿತಾ ನಾಚಿದಳು. ಏನೆನಿಸಿತೋ ಬಂದು ಗೋಪಿ ಕಾಲಿಗೆ ನಮಸ್ಕರಿಸಿದಳು. ಗೋಪಿಯ ತುಟಿಗಳ ಮೇಲೆ ಹಾಸ್ಯದ ನಗು ಅರಳಿತು. ಅವಳ ಭುಜ ಹಿಡಿದು ಮೇಲಕ್ಕೆತ್ತಿ "ಛೆ! ಛೆ! ಅಕ್ಕನ ತರಪೇತು... ಚೆನ್ನಾಗಿ ಆಗಿದೆ." ಇಲ್ಲವೆನ್ನುವಂತೆ ತಲೆಯಾಡಿಸಿದಳು. ಭುಜಾನ ಮೃದುವಾಗಿ ತಟ್ಟಿ ಮಲಗಲು ಹೋದ.

ಹೊರಗಡೆ ಗುಡುಗಿನ ಆರ್ಭಟ ಜೋರಾಗಿತ್ತು. ಕರೆಂಟ್ ಹೋಗಿ ಮನೆಯಲ್ಲಿ ಕತ್ತಲಾಯಿತು. ಮಲಗಿ ತನ್ನ ವೃತ್ತಿಗೆ ಸಂಬಂಧಪಟ್ಟ ಪುಸ್ತಕವನ್ನು ಕೈಯಲ್ಲಿ ಹಿಡಿದಿದ್ದ ಗೋಪಿ ಎದ್ದು ಹೊರಬಂದ. ಊರ್ಮಿಳಾ ಮೇಣದ ಬತ್ತಿ ಹಚ್ಚಿಡುತ್ತಿದ್ದಳು. ಅದರ ಬೆಳಕಿನಲ್ಲಿ ಅತ್ತ ಗುರುತು ಸ್ಪಷ್ಟವಾಗಿ ಕಾಣಿಸಿತು.

ಕತ್ತಲೆಯ ವರಾಂಡದಲ್ಲಿ ನಿಂತ ಊರ್ಮಿಳಾ ಬೀದಿ ಕಡೆ ನೋಡುತ್ತಿದ್ದಳು. ಕಾತುರ, ನಿರೀಕ್ಷೆ ತಳಮಳಿಸುವಿಕೆ ಸ್ಪಷ್ಟವಾಗಿತ್ತು.

"ಅತ್ತಿಗೆ, ಸುಮ್ನೇ ಯಾಕೆ ಕಾಯ್ತಿರೀ? ಅಣ್ಣ ಈ ಪಾಟಿ ಮಳೆಯಲ್ಲಿ ಬರೋಕೆ ಸಾಧ್ಯವೇ? ಮಳೆ ನಿಂತ ಹೊರತು ಬರಲಾರ!" ಸರಿತಾ ನೋಡಲಾರದೇ ಹೇಳಿದಳು. ಇಷ್ಟು ದಿನ ಎಲ್ಲಿ ನಿಂತರೂ ಅವರ ಸಂಬಂಧದ ಸಂಪೂರ್ಣ ಚಿತ್ರ ಅವಳಿಗಿನ್ನೂ ಸ್ಪಷ್ಟವಾಗಿರಲಿಲ್ಲ. ಈಗೀಗ ಹೂ, ಸಿಹಿತಿಂಡಿ ಹಿಡಿದು ಮನೆಗೆ ಬರುತ್ತಿದ್ದ. ನಗೆ ಚಾಟಿಕೆಗಳನ್ನು ಹಾರಿಸುತ್ತಿದ್ದ. ಒಮ್ಮೊಮ್ಮೆ ಬಹಳ ಮೌನವಾಗಿರುತ್ತಿದ್ದ. ಅದೇನು ದೊಡ್ಡ ವಿಷಯವಲ್ಲ. ಮನುಷ್ಯ ಯಾವಾಗಲೂ ಒಂದೇ ರೀತಿಯಲ್ಲಿರಲು ಸಾಧ್ಯವಿಲ್ಲ.

ಗೋಪಿ ಎದ್ದು ಹೋಗಿ ಮಲಗಿದ. ಎಷ್ಟೋ ಹೊತ್ತಿನವರೆಗೂ ಇಬ್ಬರೂ ಕಾಯುತ್ತಲೇ ಕೂತಿದ್ದರು. ಮಳೆ "ಧೋ"ಯೆಂದು ಸುರಿಯುತ್ತಲೇ ಇತ್ತು. "ಫೋನಾದ್ರೂ ಮಾಡಿ" ವಿಚಾರಿಸೋಣವೆಂದುಕೊಂಡರೆ ಕರೆಂಟ್ ಇರಲಿಲ್ಲ. ಆಕಳಿಸಿದಳು ಸರಿತಾ. ಅವಳ ಕಣ್ಣುಗಳು ನಿದ್ದೆಗಾಗಿ ಹಂಬಲಿಸುತ್ತಿದ್ದವು. ಇನ್ನು

ಕೂತಿರಲಾರದಾದಳು.

"ಅಣ್ಣ ಅಂಗ್ಡಿಯಲ್ಲೇ ಉಳಕೊಂಡಿದ್ದಾನೆ. ನಡೀರಿ ಮಲಗೋಣ?" ಊರ್ಮಿಳಾ ಕೂತ ಕಡೆಯಿಂದ ಅಲ್ಲಾಡಲಿಲ್ಲ.

ಕೈ ಹಿಡಿದು ಎಬ್ಬಿಸುತ್ತ ಸರಿತಾ "ಒಂದು ತುತ್ತು ಊಟ ಮಾಡಿ ಮಲ್ಗೀ ಅವನೇನು ಉಪವಾಸ ಇರೋಲ್ಲ?" ಅವಳ ಬಲವಂತಕ್ಕೆ ಸೋತು ಊರ್ಮಿಳಾ ಬೇಕೋ... ಬೇಡವೋ ಎನ್ನುವಂತೆ ಒಂದು ತುತ್ತು ಊಟ ಮಾಡಿ ಮಲಗಿದಳು.

ಬೆಳಕು ಹರಿದಾಗಲೇ ಎಚ್ಚರವಾದದ್ದು... ಮಳೆಯ ರಭಸ ಕಡಿಮೆಯಾಗಿದ್ದರೂ ಮಳೆ ಬರುತ್ತಲೇ ಇತ್ತು. ರೋಡು, ಚರಂಡಿಗಳಲ್ಲಿ ನೀರು ತುಂಬಿ ಹರಿಯುತ್ತಿತ್ತು. ಪ್ರಕೃತಿ ಸ್ವಲ್ಪ ಮುನಿದರೂ ಎಲ್ಲ ಅಸ್ತವ್ಯಸ್ತ!

ಬಾಗಿಲು ತೆರೆದುಕೊಂಡು ಕಾಂಪೌಂಡಿಗೆ ಇಳಿದಳು. ಮಲ್ಲಿಗೆ ಬಳ್ಳಿಯ ಎಳೆಯ ರೆಂಬೆಗಳೆಲ್ಲ ಮುರಿದು ನೆಲದಲ್ಲಿ ಬಿದ್ದಿತ್ತು. ಮಳೆಯ ರಭಸಕ್ಕೆ ಹೆಚ್ಚು ಕಡಿಮೆ ಎಲ್ಲ ಗಿಡಗಳೂ ಬಾಗಿದ್ದವು. ಕಾಂಪೌಂಡಿನಲ್ಲೆಲ್ಲ ನೀರು ತುಂಬಿ ಹರಿಯುತ್ತಿತ್ತು. ನೆಲಕ್ಕೆ ಬಗ್ಗಿ ತುಂಡಾಗಿ ಬಿದ್ದಿದ್ದ ಮಲ್ಲಿಗೆಯ ಬಳ್ಳಿಯನ್ನು ಕೈಗೆತ್ತಿಕೊಂಡಳು. ನೆನ್ನೆ ಸಂಜೆ ನಳನಳಿಸುತ್ತಿದ್ದದ್ದು ಇಂದು ಅನಾಥ ಶಿಶುವಂತೆ ನೆಲಕ್ಕೆ ಒರಗಿತ್ತು. 'ಅಯ್ಯೋ' ಎನ್ನಿಸಿತು. ಸುಮ್ಮನೇ ಸುತ್ತಾಡಿ ಒಳಕ್ಕೆ ಬಂದಳು. ಜಾಲರಿಯ ಸಂದಿನಿಂದ ಒಳಕ್ಕೆ ಬಡಿದ ಇರಚಲ ಫಲವಾಗಿ ವರಾಂಡದಲ್ಲಿ ನಾಲ್ಕಾರು ಬಕೇಟ್‌ಗಳಷ್ಟು ನೀರು ನಿಂತಿತ್ತು. ಸೊಂಟಕ್ಕೆ ಸೆರಗು ಬಿಗಿದು ಮೊದಲು ಅದನ್ನೆಲ್ಲ ಎತ್ತಿ ಸ್ವಚ್ಛ ಮಾಡಿದಳು. ಈ ಸಮಯದಲ್ಲಿ ಸುಬ್ಬನನ್ನು ನೆನೆಯದಿರಲಾಗಲಿಲ್ಲ. ನೆಂಟರ ಮದುವೆಯೆಂದು ಮೂರು ದಿನದ ಹಿಂದೆಯೇ ಹೋದವನು ಇನ್ನೂ ಮರಳಿ ಬಂದಿರಲಿಲ್ಲ.

ಬಾತ್‌ರೂಮಿನಲ್ಲಿ ನೀರಿನ ಶಬ್ದ ಕೇಳಿ ಗೋಪಿ ಸ್ನಾನ ಮಾಡುತ್ತಿರಬೇಕೆಂದುಕೊಂಡು ಕಾಫಿಗಿಟ್ಟಳು. ಅವಳ ಮನ ಬೀದಿ ಬಾಗಿಲನ್ನೇ ಕಾಯುತ್ತಿತ್ತು. ಮರಳಿದ ನೀರಲ್ಲಿ ಪುಡಿ ಹಾಕಿ ಫಿಲ್ಟರ್‌ಗೆ ಬಗ್ಗಿಸಿ ಹೊರಬಂದಳು. ಮುಚ್ಚಿದ ಬಾಗಿಲು ಎಂದಿನಂತೇ ಇತ್ತು. ಇನ್ನೂ ಕರೆಂಟ್ ಬಂದಿರಲಿಲ್ಲ. ಕಾಫಿ ಬೆರೆಸಿ ಸರಿತಾ, ಗೋಪಿಗೆ ಕೊಟ್ಟು ತಲೆಬಾಗಿಲಿಗೆ ಬಂದಳು. ಅವಳ ಕಣ್ಣುಗಳು ಮಿಂಚಿದವು. ಸ್ಕೂಟರ್ ನೀರನ್ನು ಸೀಳಿಕೊಂಡು ಬರುತ್ತಿತ್ತು. 'ಅಮ್ಮಯ್ಯ' ಎಂದು ಎದೆಯ ಮೇಲೆ ಕೈ ಇಟ್ಟು ಒಳಗೆ ಓಡಿದಳು. ಗೋಪಿ ಎದುರಾದಾಗ ನಾಚಿ ನೀರಾದಳು.

"ಶಂಕರ್ ಬಂದಿರಬೇಕು!" ಅವನ ತುಟಿಗಳ ಮೇಲೆ ಕೂಡ ಹಾಸ್ಯ ಕುಣಿಯಿತು.

ವರಾಂಡದಲ್ಲಿ ಶಂಕರ, ಗೋಪಿ ಕೂತು ಏನೋ ಮಾತಾಡುತ್ತಿದ್ದರು. ಅವರು ಮಾತಾಡಿದ್ದು ಪೂರ್ಣವಾಗಿ ಅರ್ಥವಾಗದಿದ್ದರೂ ಶಂಕರ್ ಹೇಳಿದ ಮಾತಿನಿಂದ ಅಲ್ಪಸ್ವಲ್ಪ ಅರ್ಥವಾಯಿತು. 'ಊರ್ಮಿಳಾಗೆ ಇನ್ನೂ ಚಿಕ್ಕ ವಯಸ್ಸು. ಇನ್ನೂ ಒಂದೆರಡು ವರ್ಷಗಳು ಕಳೆಯಲಿ ಬಿಡು. ಸದ್ಯಕ್ಕೆ ಮಕ್ಕಳ ಕಾಟವಿಲ್ಲದೇ ಆರಾಮಾಗಿದ್ದೀನಿ' ಆದರೆ 'ಆರಾಮಿ'ನ ಅರ್ಥ ಅವಳಿಗಾಗಲಿಲ್ಲ.

"ಭಾವ ಕಾಗ್ದ ಬರೆದಿದ್ರೂ–ಅಕ್ಕ ಅದೇ ಯೋಚ್ನೆಯಲ್ಲಿ ಕೊರಗ್ತಾ ಇದ್ದಾಳಂತೆ. ಕಳೆದುಕೊಳ್ಳೋದು ಏನಿದೆ? ಒಂದು ಸಲ ಪರೀಕ್ಷೆ ಮಾಡಿಸಿಕೊಂಡ್ಬಿಡಿ!" ವಿಷಯವನ್ನು ಗೋಪಿ ಗಂಭೀರವಾಗಿ ತೆಗೆದುಕೊಂಡು ಹೇಳಿದ. ಶಾಸ್ತ್ರಿಗಳು ಬರೆದ ಪತ್ರ ಅವನ ಕಿಟ್‌ನಲ್ಲಿಯೇ ಇತ್ತು.

"ನಾನಂತು ಆರೋಗ್ಯವಾಗಿದ್ದೀನಿ. ಅವಳಿಷ್ಟಪಟ್ರೆ ಪರೀಕ್ಷಿಸಿಕೊಳ್ಳಲಿ" ಬೇಕಾಬಿಟ್ಟಿ ಹೇಳಿದ. ಖಂಡಿತ ಇಷ್ಟವಿಲ್ಲವೆಂದು ಈ ಮಾತಿನಿಂದಲೇ ವ್ಯಕ್ತವಾಗುತ್ತಿತ್ತು.

ಕೈಕಟ್ಟಿ ಕುರ್ಚಿಗೆ ಪೂರ್ಣವಾಗಿ ಒರಗಿ ಕೂತ ಗೋಪಿ ನೆಟ್ಟ ನೋಟದಿಂದ ಶಂಕರನನ್ನು ನೋಡಿದ. ಅವನು ಖಂಡಿತವಾಗಿ ಆರೋಗ್ಯವಾಗಿಲ್ಲವೆನಿಸಿತು. ದೃಷ್ಟಿ ಬದಲಿಸಲಿಲ್ಲ. ಇವನ ನೋಟದಲ್ಲಿ ಶಂಕರನ ನೋಟ ಬೆರೆತಾಗ ವಿಚಲಿತನಾದ. ನಾಟಕೀಯವಾಗಿ ಬಲವಂತದ ನಗುವನ್ನು ನಕ್ಕ.

"ಸುಮ್ನೇ ಅಪ್ಪನ ಪತ್ರಕ್ಕೆ ತಲೆ ಕೆಡಿಸ್ಕೋಬೇಡ. ಮಕ್ಕಳಾಗದಿದ್ರೆ ಬೇಡ. ವಂಶದ ಬಗ್ಗೆ ಯೋಚಿಸೋಕೆ ನಮ್ದೇನು ರಘುವಂಶವೇ!"

ಪತ್ರದ ಕೊನೆಯಲ್ಲಿ ಬರೆದ ವಾಕ್ಯಗಳು ಗೋಪಿಗೆ ಜ್ಞಾಪಕ ಬಂತು. 'ಈ ವರ್ಷ ನೋಡ್ಕೊಂಡು ಮುಂದಿನ ವರ್ಷ ಮಗನಿಗೆ ಬೇರೆ ಮದ್ವೆ ಮಾಡ್ತಾಳಂತೆ ನಿಮ್ಮ ಅಮ್ಮ ಆದರೆ ಊರ್ಮಿಳಾಗೆ ಅನ್ಯಾಯವಾಗೋದು ನಂಗಿಷ್ಟವಿಲ್ಲ' ತುಟಿ ಬಿಗಿದೇ ಭಾರವಾದ ಉಸಿರನ್ನು ಹೊರಚೆಲ್ಲಿದ.

"ನೀನು ಇರ್ತೀಯೋ? ಹೊರಟುಬಿಡ್ಬೇಕೋ?" ಅಸಹನೆಯಿಂದ ಕೇಳಿದಂತಿತ್ತು.

"ಸಂಜೆ ಊರಿಗೋಗಿ ಅಲ್ಲಿಂದ್ಲೇ ಹೋಗ್ತೀನಿ. ಕಾನ್ಫರೆನ್ಸ್‌ಗಾಗಿ ಹೈದರಾಬಾದ್‌ಗೆ ಹೋಗಿದ್ದೆ. ಅಲ್ಲಿಂದ್ಲೇ ಬಂದದ್ದು" ತೀರಾ ಹತಾಶಭಾವ ಶಂಕರನ ಕಣ್ಣುಗಳಲ್ಲಿ ಗೋಚರಿಸಿತು. ನಿಲ್ಲಲಾರದೇ ಕೋಣೆಗೆ ಹೋದ. ಮಡದಿ ತಂದಿತ್ತ ತಿಂಡಿ ಅವನ ಬಾಯಿಗೆ ರುಚಿಸಲಿಲ್ಲ. ಹಿಡಿಯಲ್ಲಿ ಕೂದಲನ್ನು ಹಿಡಿದು ಬಲವಾಗಿ ಕಿತ್ತುಕೊಂಡು, ನಗು... ನಗು... ಎಲ್ಲೆಡೆ ನಗು.... ತನ್ನನ್ನು ಸಮಾಜ ಪರಿಹಾಸ್ಯಮಾಡಿ ನಗುತ್ತಿದೆ! ಸಹಿಸಲಾರೆ... ಸಹಿಸಲಾರೆ... ಉದ್ವೇಗಗೊಂಡು, ಕೋಣೆಯ ಒಳಗಿನಿಂದ ಬೋಲ್ಟ್ ಹಾಕ್ಕೊಂಡು ಒಳಗೇ ಉಳಿದ.

ಸಂಜೆ ಗೋಪಿ ಹೊರಟಾಗ ಊರ್ಮಿಳಾಳ ಕಣ್ಣಿಂದ ಎರಡು ಹನಿ ಉದುರಿತು. ಮನ ವಿಲಿವಿಲಿ ಒದ್ದಾಡಿತು.

ಇದಕ್ಕೆ ಪರದೆ ಎಳೆದಂತೆ ಸರಿತಾಳಿಗೆ ಗಂಡು ಗೊತ್ತಾಯಿತು. ಸುಮಾರಾಗಿ ಅನುಕೂಲವಂತರೇ. ಹುಡುಗ ಬ್ಯಾಂಕಿನಲ್ಲಿ ಕೆಲಸದಲ್ಲಿದ್ದ. ಜಾತಕ ಕೂಡಿಬಂತು. ಅಷ್ಟಿಷ್ಟು ಮಗಳ ಮದುವೆಗೆ ಇಟ್ಟಿದ್ದರು. ಪುರೋಹಿತರ ಮನೆಯ ಮದುವೆ ಜನ ಅಷ್ಟಿಷ್ಟು ಸಹಾಯ ಮಾಡಿಯಾರು! ಮನೆ ದೊಡ್ಡದಾಗಿದ್ದುದರಿಂದ ಅಲ್ಲೇ ಮುಗಿಸುವ ಯೋಚನೆ ಇತ್ತು.

ಹದಿನೈದು ದಿನಕ್ಕೆ ಮುನ್ನವೇ ಶಾಸ್ತ್ರಿಗಳೇ ಹೋಗಿ ಸೊಸೆಯನ್ನು ಕರೆತಂದರು.

ಮದುವೆ ಮನೆ ಕೆಲಸ, ಪುರಸತ್ತು ಎಲ್ಲಿದೆ? ಲಗ್ನದ ಹಿಂದಿನ ದಿನ ಗೋಪಿ ಬಂದ. ಮೊದಲಿನಂತೆ ಅವನ ಮುಖ ಗಂಭೀರವಾಗಿತ್ತು.

"ಇವತ್ತು ಬಂದ್ಯಾ?" ಸೆರಗನ್ನು ಕಣ್ಣಿಗೊತ್ತಿದರು ಮಂಗಳಮ್ಮ, ಅವರ ಮನದಲ್ಲಿದ್ದ ಆಸೆ ನೆರವೇರಲಿಲ್ಲ. ಸರಿತಾಳನ್ನು ಹೊರಗೆ ಕೊಡಬೇಕಾಯಿತಲ್ಲ ಎನ್ನುವ ದುಃಖ.

"ಬರೋಕೆ ಸಾಧ್ಯವಾಗಿದ್ರೆ ಇನ್ನೂ ಎರಡು ದಿನ ಮುಂಚೆನೇ ಬರ್ತಾ ಇದ್ದೆ." ಸಾಂತ್ವನದ ಧ್ವನಿಯಲ್ಲಿ ನುಡಿದ. ಅವರ ವ್ಯಥೆ ಅವನಿಗೆ ಅರ್ಥವಾಗದೇ ಇರಲಿಲ್ಲ... ಸರಿತಾ ಬಗ್ಗೆ ಅವನೇನು ಕನಸು ಕಂಡಿಲ್ಲದಿದ್ದರೂ ನಿರಾಕರಿಸುವಂತಿರಲಿಲ್ಲ. ಎಂ.ಡಿ. ಮಾಡುವ ಯೋಚನೆಯಲ್ಲಿ ಎಲ್ಲಾ ಒತ್ತರಿಸಿದ್ದ. ಈಗಲೂ ಅವನಿಗೇನೂ ಬೇಸರವಿಲ್ಲ.

"ಮೊದ್ಲು ಬಟ್ಟೆ. ಬದಲಾಯಿಸು-ಬೇಕಾದಷ್ಟು ಕೆಲ್ಸ ಇದೆ." ಮನದಲ್ಲಿಯೇ ನಕ್ಕು ತಾನು ಉಪಯೋಗಿಸುತ್ತಿದ್ದ ಕೋಣೆಗೆ ಬಂದ. ನಗು... ಬಳೆಗಳ ಕಿಣಿಕಿಣಿ ನಾದ... ಮಲ್ಲಿಗೆಯ ಸುವಾಸನೆ. ಮುಂದಕ್ಕೆ ಹೆಜ್ಜೆ ಇಡದೇ ಅಲ್ಲೇ ನಿಂತ. ಸರಿತಾ ಜೊತೆಯಲ್ಲಿ ಹೆಚ್ಚು ಕಡಿಮೆ ಅವಳ ವಯಸ್ಸಿನವರೇ ಆದ ಯುವತಿಯರು.

"ಓಹ್... ಮಾವ... ಬನ್ನಿ, ಬನ್ನಿ" ಸರಿತಾ ಎದ್ದು ಸ್ವಾಗತಿಸಿದಳು. ಅವಳ ಜೊತೆಯಲ್ಲಿದ್ದವರು ಹೊರಗೋಡಿದರು. ಹೆಜ್ಜೆಯನ್ನು ಮುಂದಕ್ಕಿಟ್ಟ. ಇಷ್ಟು ದಿನ ತಾನು ನೋಡಿದ ಸರಿತಾಳೇ! ಬೆರಗುಗಣ್ಣುಗಳಿಂದ ಅವಳನ್ನು ನೋಡಿದ. ಎರೆದ ಕೂದಲನ್ನು ಅಳ್ಳಕವಾಗಿ ಜಡೆ ಹೆಣೆದಿದ್ದರು. ನೆತ್ತಿಯಲ್ಲಿ ಅಂಗೈ ಅಗಲದ ಚಿನ್ನದ ರಾಗುಟೆ, ಉದ್ದನೇ ಜಡೆ ಬಿಲ್ಲೆ, ಕುಚ್ಚಿನಿಂದ ಅಲಂಕಾರಗೊಂಡಿತ್ತು. ಜಡೆಯ ತುಂಬ ಒಂದು ಹೊರೆ ಹೂ ಕೆನ್ನೆಗೆ ಅರಿಶಿನ, ಹಣೆಯಲ್ಲಿ ದುಂಡಗೆ ದೊಡ್ಡ ಕುಂಕುಮದ ಬೊಟ್ಟು, ಕಿವಿಗೆ ಝುಮಕಿ ಓಲೆ, ಕೆನ್ನೆ ಸರಪಣಿಯಿಂದ ಅಲಂಕಾರಗೊಂಡಿತ್ತು. ಉಟ್ಟ ರೇಶಿಮೆಯ ಸೀರೆ, ಕೊರಳಲ್ಲಿದ್ದ ನಾಲ್ಕೆಳೆ ಮೋಪಿನ ಚಿನ್ನದ ಸರ ಅವಳಿಗೆ ಹೊಸ ಶೋಭೆಯನ್ನು ನೀಡಿತ್ತು. ಅರೆ ಬಾಗಿದ ತಲೆ, ನೆಲದತ್ತ ಬಾಗಿದ ರೆಪ್ಪೆಗಳು, ಕೆಂಪಗಾದ ಕೆನ್ನೆಗಳು – ಗೋಪಿಯ ತುಟಿಗಳ ಮೇಲೆ ನಗು ಹರಡಿತು.

"ಸರಿತಾ..." ಎಂದ. ತಲೆ ಮೇಲಕ್ಕೆತ್ತಿದಳು. ಕಣ್ಣಲ್ಲಿ ಜಿನುಗಿದ ನೀರು ಕೆನ್ನೆಯ ಮೇಲೆ ಉರುಳಿತು. ಗಾಬರಿಯಾದ. ಬೆರಳಲ್ಲಿ ಕಣ್ಣೀರನ್ನು ತೊಡೆದು "ಆನಂದಬಾಷ್ಪನಾ!" ಅವನ ಬೊಗಸೆಯಲ್ಲಿ ಮುಖವಿಟ್ಟು ಬಿಕ್ಕಿದಳು.

"ಮಾವ.... ನಾನ್ ನಿಮ್ಮ ಎತ್ತರಕ್ಕೆ ಏರಲಾರೆ-ಅದಕ್ಕೆ ಈ ಮದ್ವೆಗೆ ಒಪ್ಕೊಂಡುಬಿಟ್ಟೆ." ಬಿಕ್ಕುತ್ತಲೇ ಹೇಳಿದಳು.

ಮುಖವನ್ನು ಮೇಲಕ್ಕೆತ್ತಿ ಪ್ಯಾಂಟ್ ಜೇಬಿನಲ್ಲಿದ್ದ ಕರ್ಚೀಫನ್ನು ತೆಗೆದು ಅವಳ ಕಣ್ಣೀರನ್ನು ತೊಡೆದ. ಅವನಿಗೂ ಹೃದಯ ಭಾರವೆನಿಸಿತು. ಕಣ್ಣಲ್ಲಿ ನೋವು ಇಣಕಿತು.

"ಅಳ್ಬಾರ್ದು. ಈಗೇನಾಯ್ತು? ಸ್ವಲ್ಪ ನಕ್ಕುಬಿಡು" ಅವಳನ್ನು ನಗಿಸಿ ತಾನೂ ನಕ್ಕ.

ವರಪೂಜೆ, ಮದುವೆ ಸಾಂಗವಾಗಿ ನೆರವೇರಿತು. ಸ್ವಲ್ಪ ಹೆಚ್ಚು ಕಡಿಮೆ

ಮಂಗಳಮ್ಮ ಅಳುಕುತ್ತಲೇ ಇದ್ದರು. ತಮ್ಮ ಪ್ರೀತಿಯ ತಮ್ಮನಿಗೆ ವಧುವಾಗಬೇಕಾಗಿದ್ದ ಮಗಳು ಬೇರೆಯವರ ವಸ್ತುವಾಗಿ ಹೋಗಿದ್ದಳು. ಅವರ ಸಂಕಟ ಅಷ್ಟಿಷ್ಟಲ್ಲ. ಆದರೂ ಅದುಮಿಡಬೇಕು. ಗೋಪಿ ಎಂದಿನಂತೆಯೇ ಗಂಭೀರವಾಗಿ ಎಲ್ಲದರಲ್ಲೂ ಭಾಗವಹಿಸಿದ. ಬಂದಿದ್ದ ನೆಂಟರಿಷ್ಟರಲ್ಲಿ ಮದುವೆಯಾಗಬೇಕಾದ ಮಗಳನ್ನು ಇಟ್ಟುಕೊಂಡವರು ಅವನ ಬಗ್ಗೆ ಆಸಕ್ತಿ ವಹಿಸದೇ ಹೋಗಲಿಲ್ಲ. ಯುವತಿಯರು ಕೂಡ ಮನಸ್ಸಿನಲ್ಲಿಯೇ ಮಂಡಿಗೆ ತಿಂದರು.

ಕೇಳಿದವರಿಗೆಲ್ಲ ಮಂಗಳಮ್ಮ "ಅವ್ನು ಇನ್ನೂ ಒಂದೆರಡ್ವರ್ಷ ಮದ್ವೆಯಾಗೋಲ್ವಂತೆ. ಈಗ್ಲೆ ಏನ್ಹೇಳಿ!" ಎಂದುಬಿಟ್ಟರು. ಆಗೆಲ್ಲ ತಮ್ಮನ ಬಗ್ಗೆ ಅಭಿಮಾನದಿಂದ ಅವರೆದೆ ಅರಳುತ್ತಿತ್ತು.

ಸರಿತಾ ಗಂಡನ ಜೊತೆ ಹೊರಟು ನಿಂತಾಗ ಎಲ್ಲರ ಹೃದಯಗಳೂ ಭಾರವಾಗಿದ್ದವು. ದೊಡ್ಡ ಮಗಳನ್ನು ಅಷ್ಟು ಹಚ್ಚಿಕೊಳ್ಳದ ಶಾಸ್ತ್ರಿಗಳು ಆಗ ಹಗುರವಾಗಿದ್ದುಬಿಟ್ಟರು. ಈಗಂತೂ ಒಂಟಿಯಾಗಿ ಕೂತು ಕಣ್ಣೀರು ಸುರಿಸಿದರು.

"ಬನ್ನಿ, ಅವರೆಲ್ಲ ಹೊರಟು ನಿಂತಿದ್ದಾರೆ." ಮಂಗಳಮ್ಮ ಕಣ್ಣು, ಮೂಗು ಕೆಂಪಗೆ ಮಾಡಿಕೊಂಡೇ ಗಂಡನನ್ನು ಕರೆಯಲು ಬಂದಿದ್ದರು.

"ನಿನ್ನ ಸೊಸೆ, ಮಗ ರೆಡಿಯಾದ್ರ?" ತಮ್ಮ ಕಣ್ಣೀರು ಹೆಂಡತಿಗೆ ಕಾಣದಿರಲೆಂದು ಕೇಳಿದರು.

ತಲೆ ಅಲುಗಿಸಿದ ಮಂಗಳಮ್ಮ ಜೋರಾಗಿ ಅತ್ತುಬಿಟ್ಟರು. ಶಾಸ್ತ್ರಿಗಳು ಹೆಂಡತಿಯನ್ನು ಬಳಸಿ ತಮ್ಮೆದೆಗೆ ಒರಗಿಸಿಕೊಂಡರು. ಈ ವ್ಯಥೆಯಲ್ಲಿ ಇಬ್ಬರೂ ಸಮಭಾಗಿಗಳು. ಇದೇ ಜೀವಂತ ಪ್ರೀತಿಯ ಲಕ್ಷಣವೇನೋ?

"ಸಮಾಧಾನ ಮಾಡ್ಕೋ ಮಂಗ್ಳು! ಒಂದು ಕಡೆ ಮಗ್ಳು ಒಳ್ಳೆ ಮನೆ ಸೇರಿದಳಲ್ಲ ಅನ್ನೋ ಸಂತೋಷ. ಇನ್ನೊಂದ್ಕಡೆ ಇಷ್ಟು ದಿನ ನಮ್ಮ ಮುಂದೆ ನಳನಳಿಸುತ್ತಿದ್ದ ಹೂ ದೂರವಾಯಿತಲ್ಲ ಅನ್ನೋ ಸಂಕ್ಟ, ಸೈರಿಸ್ಕೋಬೇಕು." ಅವರ ಕೈ ಹೆಂಡತಿಯ ಬೆನ್ನನ್ನು ಮೃದುವಾಗಿ ಸವರಿತು.

"ನಡೀ, ಹೊರ್ಗೆ ಹೋಗೋಣ."

ಇಬ್ಬರೂ ಹೊರಗೆ ಬಂದರು. ಮಂಗಳಮ್ಮನಿಗೆ ಇನ್ನೂ ಆರು ತಿಂಗಳು ಮಗಳನ್ನು ಅತ್ತೆ ಮನೆಗೆ ಕಳಿಸುವ ಮನಸ್ಸಿರಲಿಲ್ಲ. ಸಂಪ್ರದಾಯದ ಪ್ರಕಾರ ಮೂರು ತಿಂಗಳಾದ ಮೇಲೆ ಎರಡನೇ ಶಾಸ್ತ್ರ ಮಾಡಿ ಕಳುಹಿಸಿಕೊಡುವ ಏರ್ಪಾಟಿತ್ತು. ಆದರೆ ಅಳಿಯದೇವರು ಒಪ್ಪಲಿಲ್ಲ. ತೆಪ್ಪಗಾಗಬೇಕಾಯಿತು.

ಗೋಪಿ ಕೋಣೆಯ ಒಳಗೆ ಉಳಿದಿದ್ದ. ಅವನ ಮನಸ್ಥಿತಿಯ ಬಗ್ಗೆ ಏನೂ ಅರಿಯುವಂತಿರಲಿಲ್ಲ. ಗಂಭೀರವದನದಲ್ಲಿ ಏನನ್ನೂ ಊಹಿಸುವಂತಿರಲಿಲ್ಲ.

ಬಳೆಗಳ ಸದ್ದು, ಹೂವಿನ ಪರಿಮಳ ಕೋಣೆಯಲ್ಲಿ ಹರಡಿದಾಗ ಕೈಕಟ್ಟಿ ಕಿಟಕಿಯ

ಕಡೆ ಮುಖ ಮಾಡಿ ನಿಂತಿದ್ದ ಗೋಪಿ ತಟ್ಟನೇ ಹಿಂದಿರುಗಿದ. ವಸ್ತ್ರಾಭರಣಗಳಿಂದ ಶೋಭಿತಳಾದ ಸರಿತಾ ನಿಂತಿದ್ದಳು. ಅವಳ ಕಣ್ಣುಗಳಲ್ಲಿ ಹೊಸ ಹೊಳಪಿತ್ತು. ಸಮಾಧಾನದ ನಗೆ ಅವನ ತುಟಿಗಳ ಮೇಲೆ ಹರಡಿತು.

"ಮಾವ..." ಅವಳ ಸಮೀಪಕ್ಕೆ ಹೋಗಿ ನಿಂತ. ಬಾಗಿದ ಅವಳ ಮುಖವನ್ನು ಬೆರಳಿನಿಂದ ಮೇಲೆತ್ತಿದ. ಕೆನ್ನೆಗಳಲ್ಲಿ ಕೆಂಪು ಪುಟಿಯುತ್ತಿತ್ತು. ಬಾಯಿ ಹೇಳದ ನೂರು ಮಾತುಗಳನ್ನು ಕಣ್ಣುಗಳು ಹೇಳಿದವು. ಫಳ್ಳನೇ ಕಣ್ಣುಗಳಲ್ಲಿ ನೀರು ಚಿಮ್ಮಿತು, ಕಾಲುಗಳ ಬಳಿ ಕುಸಿದಳು.

"ನನ್ನ ಆಶೀರ್ವದಿಸಿ ಮಾವ. ತುಂಬು ಮಾನವೀಯತೆಯುಳ್ಳ ನಿಮ್ಮ ಹೃದಯದಲ್ಲಿ ದೇವರು ವಾಸಿಸುತ್ತ ಇದ್ದಾನೆ. ನಿಮ್ಮ ಆಶೀರ್ವಾದ ಯಾವಾಗ್ಲೂ ಸುಳ್ಳು ಆಗೋಲ್ಲ." ಅವನ ಎರಡು ಕಾಲುಗಳನ್ನೂ ಕಣ್ಣಿಗೊತ್ತಿಕೊಂಡಳು. ಗೋಪಿಯ ಹೃದಯ ಭಾರವಾಯಿತು. ಗಂಟಲು ಗದ್ಗದವಾಯಿತು. ಬಗ್ಗಿ ಭುಜಗಳನ್ನು ಹಿಡಿದು ಮೇಲಕ್ಕೆತ್ತಿದ. ಕಣ್ಣು ತುಂಬ ನೋಡಿದ. ಮನಃಪೂರ್ವಕವಾಗಿ ಆಶೀರ್ವದಿಸಿದ.

"ನೀನು ಸುಖವಾಗಿ ನಗುನಗುತ್ತ ಬಾಳ್ವೆ ನಡ್ಸಬೇಕು ಅನ್ನೋದೇ ನನ್ನ ಹಾರೈಕೆ." ಕಣ್ಣುಗಳಲ್ಲಿ ಮಂಜು ತೇಲಿತು.

"ನಡೀ ಹೊತ್ತಾಗುತ್ತೆ" ಅವನ ಕೈ ಅವಳ ಭುಜವನ್ನು ಸವರಿತು.

ಗೋಪಿ ಕೂಡ ಬಸ್ಸಿನವರೆಗೂ. ಬಂದು ಬೀಗರನ್ನು ಬಸ್ಸು ಹತ್ತಿಸಿದ. ಬರುವಾಗ ನಡಿಗೆ ನಿಧಾನವಾಯಿತು. ಕಾಲುಗಳನ್ನು ಎಳೆದುಕೊಂಡು ಬರುವಂತೆ ಕಂಡಿತು.

"ಯಾವ ಜನಕ್ಕೂ ಹೆಣ್ಣು ಮಕ್ಳು ಬೇಡ" ಹೊಟ್ಟೆಯ ಸಂಕಟ ತಡೆದುಕೊಳ್ಳಲಾರದೇ ಆಡಿದರು ಮಂಗಳಮ್ಮ. ಗೋಪಿ ಸುಮ್ಮನೇ ಮುಗುಳ್ನಕ್ಕ.

ಮನೆಯೆಲ್ಲ ಬಣಗುಟ್ಟಿತು. ನೆಂಟರಿಷ್ಟರೆಲ್ಲ ಹೊರಟುಹೋಗಿದ್ದರು. ಮನೆಗೆಲ್ಲ ಉಳಿದವರು ಇವರು ಮೂವರೆ.

"ಅಕ್ಕ, ಎದ್ದು ಹಾಸಿಗೆ ಮೇಲೆ ಮಲ್ಕೋ." ನೆಲದ ಮೇಲೆ ಕೈಯನ್ನು ದಿಂಬಾಗಿ ಇಟ್ಕೊಂಡು ಮಲಗಿದ್ದ ಮಂಗಳಮ್ಮನಿಗೆ ಹೇಳಿದ ಗೋಪಿ ಮೃದುವಾಗಿ. ಅವರ ಮನಸ್ಸಿನ ನೋವು ಅವನಿಗೂ ಅರ್ಥವಾಗಿತ್ತು. ಸರಿತಾಳನ್ನು ಮದುವೆಯಾಗೆನೆಂದು ನಿರಾಕರಿಸಿರಲಿಲ್ಲ. ಅದರ ಬಗ್ಗೆ ಮಾತ್ರ ಯೋಚಿಸಿರಲಿಲ್ಲವಷ್ಟೆ!

"ಇನ್ನೇನು ಬಿಡಪ್ಪ! ಅವ್ಳ ತಲೆಮೇಲೆ ನಾಲ್ಕು ಅಕ್ಕಿಕಾಳು ಹಾಕಿದ್ದಾಯ್ತು. ಇನ್ನೇನಾಗ್ಬೇಕಾಗಿದೆ?" ತೀರಾ ಸೋತವರಂತೆ ನುಡಿದರು. ಅರ್ಥವಿಲ್ಲದ ಮಾತುಗಳು ಅವರ ಮನಸ್ಸಿನ ಸ್ಥಿತಿ ತೀರಾ ಸಮಾಧಾನಕರವಾಗಿಲ್ಲವೆಂದು ಇದರಿಂದ ತಿಳಿಯಬಹುದು.

ನೇರವಾಗಿ ಕೋಣೆಗೆ ಹೋಗಿಬಿಟ್ಟ, ತನ್ನ ವೃತ್ತಿಗೆ ಸಂಬಂಧಪಟ್ಟ ಪುಸ್ತಕವೊಂದನ್ನು ಹಿಡಿದು ಕುಳಿತ. ಪದೇಪದೇ ಹನಿದುಂಬಿದ ಸರಿತಾಳ ಕಣ್ಣುಗಳೇ ನೆನಪಿಗೆ ಬರುತ್ತಿತ್ತು.

ಆತ್ಮೀಯತೆ, ಪ್ರೀತಿ, ಪ್ರೇಮಗಳ ಸಂಗಮವೇ ಹೆಣ್ಣು ಎನಿಸಿತು.

"ಗೋಪಿ" ಶಾಸ್ತ್ರಿಗಳು ಕರೆದರು ಹೊರಗಿನಿಂದಲೇ.

ಪುಸ್ತಕವನ್ನು ಮಡಿಚಿಟ್ಟು ಹೊರಗೆ ನಡೆದ. ಗಹನವಾದ ವಿಚಾರದಲ್ಲಿ ಮುಳುಗಿದಂತೆ ಕಂಡರು. ವಯಸ್ಸಿಗಿಂತ ಜಾಸ್ತಿಯಾಗಿ ಕಂಡಿತವರ ಹಣೆಯ ಸುಕ್ಕುಗಳು. ಇವರಿಗೆ ಯಾತರ ಯೋಚನೆಯಪ್ಪ? ಎಂದು ಹಲವರು ತಿಳಿಯದವರು ಆಡಿಕೊಂಡದ್ದುಂಟು. ಆರ್ಥಿಕವಾಗಿ ಚೆನ್ನಾಗಿದ್ದರು. ಮಗ ದುಡಿದು ಆಸ್ತಿ–ಪಾಸ್ತೀಂತ ಮಾಡಿಕೊಂಡಿದ್ದ. ಸೊಸೆ ಅರಗಿಳಿ. ಇಬ್ಬರು ಹೆಣ್ಣು ಮಕ್ಕಳನ್ನೂ ಒಳ್ಳೆ ಜಾಗಕ್ಕೆ ಸೇರಿಸಿದ್ರು.

"ಕೂತ್ಕೊ..." ಎಂದರು ವ್ಯಥಿತವಾದ ಧ್ವನಿಯಲ್ಲಿ.

"ಹೇಗೆ ನಡೀತಾ ಇದೆ ನಿನ್ನ ಓದು? ದುಡ್ಡು ಕಾಸು ಬೇಕಾದ್ರೆ ಸಂಕೋಚ ಬೇಡ. ಶಂಕರ ಚೆನ್ನಾಗಿ ದುಡಿದುಕೊಂಡಿದ್ದಾನೆ. ನಮ್ಮಿಬ್ಬರದು ಯಾವ ಮಹಾ ಖರ್ಚು? ಯಾರಿಗಾಗಿ ದುಡೀಬೇಕು?" ಅವರ ಮಾತುಗಳ ಒಟ್ಟಾರೆ ಅರ್ಥ ಗೋಪಿಗೆ ಆಗಲಿಲ್ಲ. ಕಣ್ಣು ಅರಳಿಸಿದ.

"ಏನೋ ಒಂದು ತರಹ ಬೇಸರ ಬಂದೋಗಿದೆ. ಶಂಕರನಿಗೆ ಮಕ್ಕಳಾಗಲಿಲ್ಲಾಂತ ನಿಮಕ್ಕ ಅವನಿಗೆ ಮದ್ವೆ ಮಾಡಲು ತುದಿಗಾಲಿನಲ್ಲಿ ನಿಂತಿದ್ದಾಳೆ." ಹಿಂದೆ ಈ ವಿಷಯವನ್ನು ಬರೆದಿದ್ದರೂ ಇಂದು ಅಚ್ಚರಿಗೊಂಡ.

"ಮದ್ವೆಗೆ ಬಂದಿದ್ರಲ್ಲ ಊರ್ಮಿಳಾ ತಂದೆ. ಅವ್ರೇ ಅಳಿಯನಿಗೆ ತಮ್ಮ ಚಿಕ್ಕ ಮಗ್ಳನ್ನ ಕೊಟ್ಟು ಮದ್ವೆಮಾಡೋಕೆ ತಯಾರಿದ್ದಾರೆ. ನಿಮಕ್ಕನಿಗೆ ಅವ್ರ ಮನೆ ಹೆಣ್ಣು ತರೋಕೆ ಇಷ್ಟವಿಲ್ಲ?" ಗೋಪಿ ನಿಬ್ಬೆರಗಾದ. ಚಲನವಿಲ್ಲದ ಕಲ್ಲಿನಂತೆ ಕುಳಿತ. ಶತಶತಮಾನಗಳಿಂದ ಹೆಣ್ಣು ತುಳಿತಕ್ಕೆ ಒಳಗಾಗಿದ್ದಾಳೆ. ಇಂದೂ ಅದರಿಂದ ಪಾರಾಗಿಲ್ಲ. ಬೆರಳೆಣಿಸುವಷ್ಟು ಮಂದಿ ಮಹಿಳೆಯರು ಉನ್ನತ ಕ್ಷೇತ್ರಗಳಲ್ಲಿ ಮೆರೆಯುತ್ತಿರಬಹುದು. ಅಧಿಕಾರಾರೂಢ ಸ್ಥಾನಗಳಲ್ಲೂ ತಮಗೆ ಸ್ಥಾನಗಳನ್ನು ಗಿಟ್ಟಿಸಿಕೊಂಡಿರಬಹುದು. ಸಾಮಾನ್ಯ ಮಹಿಳೆಯರ ಮತ್ತು ಗ್ರಾಮಾಂತರ ಮಹಿಳೆಯರ ಪರಿಸ್ಥಿತಿ ಮೊದಲಿಗಿಂತ ಭಿನ್ನವಾಗಿಲ್ಲ.

"ಮಕ್ಳು ಆಗ್ದೇ ಇರೋಕೆ ನಿಮ್ಮ ಸೊಸೆ ಮಾತ್ರ ಕಾರಣಳಲ್ಲವಾಗಿರಬಹುದು. ಮೊದ್ಲು ಅವರಿಬ್ಬರ ದೇಹಸ್ಥಿತಿಗಳನ್ನು ಡಾಕ್ಟ್ರ ಪರೀಕ್ಷೆಗೆ ಒಳಪಡಿಸ್ಬೇಕು. ಸಣ್ಣಪುಟ್ಟ ದೋಷಗಳಿದ್ದರೇ ನಿವಾರಣೆ ಸುಲಭವಾಗುತ್ತೆ. ಸುಲಭದಲ್ಲಿ ಸಮಸ್ಯೆ ಪರಿಹಾರವಾಗುತ್ತೆ?" ಹಿಂದಕ್ಕೆ ಒರಗಿ ಕುಳಿತ.

ಶಾಸ್ತ್ರಿಗಳಿಗೆ ಅವನ ಮಾತು ಸರಿಯೆನಿಸಿತು. ಡಾಕ್ಟರ ಪರೀಕ್ಷೆಗೆ ಒಳಪಡಲು ಶಂಕರ ಸಿದ್ಧನಿಲ್ಲ. ಹೆಂಡತಿ ಇದನ್ನು ಯೋಚಿಸೋಲ್ಲ. ತಾವೊಬ್ಬರೇ ಹೆಣಗಬೇಕು. ಏನು ಮಾಡಿದರೆ ಸರಿ?

"ಏನು ಮಾಡ್ಲಿ? ನಿಂಗೆ ಗೊತ್ತೇ ಇದೆ! ಈ ಅಮ್ಮ ಮಗನನ್ನು ಕಟ್ಕೊಂಡು

ನನಗೊಂದೂ ತೋಚದಂತಾಗಿದೆ." ಬಾವಿಯ ಆಳದಿಂದ ಬಂದಂತಾಗಿತ್ತು ಅವರ ಮಾತುಗಳು.

ಬಹಳ ಹೊತ್ತು ಮಾತಾಡಿದರು. ಗೋಪಿ ಆಡಿದ್ದು ಒಂದೆರಡು ಮಾತುಗಳಾದರೂ ಸಾವಿರ ಮಾತುಗಳಿಗೆ ಸಮವಾಗಿದ್ದುದೂ ಅಲ್ಲದೆ ವಿವೇಕ ಪೂರ್ಣವಾಗಿತ್ತು.

ಇವರು ಕೂತಿದ್ದಂತೆ ದೂರದ ನೆಂಟ ಒಳಗೆ ಬಂದ. ಅವನ ಜೊತೆ ವೃದ್ಧ ದಂಪತಿಗಳಲ್ಲದೇ ಮದುವೆಗೆ ಬಂದ ಯುವತಿಯೂ ಇದ್ದಳು. ಹುಡುಗಿ ಬಡತನದಲ್ಲಿ ಬೆಳೆದಿದ್ದರೂ ತನ್ನ ಚುರುಕು ಕಣ್ಣುಗಳಿಂದ ಎಲ್ಲವನ್ನೂ ಅಳೆಯುವಂತೆ ಕಂಡಳು.

"ಬನ್ನಿ, ಬನ್ನಿ" ಎಂದು ಸ್ವಾಗತಿಸಿದ ಶಾಸ್ತ್ರಿಗಳು ಏರು ಸ್ವರದಲ್ಲಿ "ಲೇ ಇವಳೇ; ಸ್ವಲ್ಪ ಬಾ" ಎಂದು ಕೂಗಿದರು.

ಕೂಡಲೆಯಲ್ಲದಿದ್ದರೂ ಸಾವಕಾಶವಾಗಿ ಎದ್ದು ಬಂದರು ಮಂಗಳಮ್ಮ ಮಂಕಾದ ಮುಖದಲ್ಲಿ ಗೆಲುವಿನ ಕಳೆ ತೇಲಿತು. ಬಾಯನ್ನ ಅಷ್ಟಗಲ ಮಾಡಿ ಸಡಗರದಿಂದ "ಬನ್ನಿ–ಬನ್ನಿ, ನೀವುಗಳು ಬರೋದು ಗೊತ್ತೇ ಇರಲಿಲ್ಲ. ಮಗ್ಳನ್ನ ಕರ್ಕೊಂಡು ಈವತ್ತು ಹೋದ್ರು ಬೀಗರು." ಶಾಸ್ತ್ರಿಗಳು ಹೆಂಡತಿಯ ಮುಖ ಮುಖ ನೋಡಿದರು. ಬೇಸರವಾಯಿತು, ಕೋಪವೂ ಬಂತು. ಶಂಕರನ ಮದುವೆಯಾದಾಗ ಅವನಿಗೂ ಊರ್ಮಿಳಾಗೂ ವಯಸ್ಸಿನಲ್ಲಿ ಇಪ್ಪತ್ತು ವರ್ಷಗಳ ಅಂತರ. ಇಪ್ಪತ್ತು ವಸಂತಗಳನ್ನು ಮಾತ್ರ ಕಂಡಿರುವ ಹೆಣ್ಣಿಗೆ ಬಂಜೆಯೆಂಬ ಬಿರುದನ್ನಿತ್ತು ಅವಳ ಗಂಡನಿಗೆ ಬೇರೆ ಮದುವೆ ಮಾಡುವ ಸನ್ನಾಹ ಛೀ... ಛೀ... ಎನ್ನಿಸಿತು.

"ನಡೆಯಿರಿ ಒಳ್ಗೇ" ಶಾಸ್ತ್ರಿಗಳು ಅಲ್ಲೇ ಕುಳಿತರು. ಹೆಂಡತಿಯ ಆತುರಕ್ಕೆ ಎರಡು ತಟ್ಟುವಷ್ಟು ಕೋಪ ಬಂದಿತು. 'ಇವ್ಳು ಎರಡು ಹೆಣ್ಣನ್ನ ಹೆತ್ತಿದ್ದಾಳೆ, ಯಾತಕ್ಕೆ?' ಮನಸ್ಸಿನಲ್ಲಿಯೇ ಸಿಡಿಮಿಡಿಗೊಂಡರು.

ದೂರದ ನೆಂಟ ಶಾಸ್ತ್ರಿಗಳ ಬಳಿ ಬಂದು ನಗೆ ಬೀರುತ್ತಾ "ನನ್ನ ಗುರುತು ಸಿಗ್ಲಿಲ್ಲಾಂತ ಕಾಣುತ್ತೆ." ಪೂರ್ತಿ ಮಾತಾಡಲು ಬಿಡದ ಶಾಸ್ತ್ರಿಗಳು "ಗೊತ್ತಿಲ್ಲದೇ ಉಂಟೇ? ಗೊತ್ತು.... ಗೊತ್ತು..." ಎಂದುಬಿಟ್ಟರು. ಅವರ ಕಣ್ಣುಗಳು ಗೋಪಿಯ ಮೇಲೆ ನೆಟ್ಟವು. ತಮ್ಮ ಉಬ್ಬು ಹಲ್ಲನ್ನ ಸ್ವಲ್ಪ ಮುಂದಕ್ಕೆ ಮಾಡಿ "ನಮ್ಮ ಮಂಗಳಮ್ಮನ ತಮ್ಮನಲ್ವೇ?" ಹೌದೆನ್ನುವಂತೆ ಶಾಸ್ತ್ರಿಗಳು ತಲೆಯಾಡಿಸಿದರು.

ಹೆಂಡತಿ ಕೂಗಿದ್ದರಿಂದ ಶಾಸ್ತ್ರಿಗಳು ಎದ್ದು ಹೊರಗೆ ಹೋದರು. ಗೋಪಿ ಎದ್ದು ಹೊರಬಂದ. ಸುತ್ತಲಿನ ಪರಿಸರವನ್ನು ದಿಟ್ಟಿಸಿದ. ಅಷ್ಟಿಷ್ಟು ಬದಲಾವಣೆಗಳನ್ನು ಬಿಟ್ಟರೆ ಬೇರೇನೂ ವ್ಯತ್ಯಾಸ ಆದಂತೆ ಕಾಣಲಿಲ್ಲ. ತೀರಾ ಹತ್ತಿರ ಬಂದ ವ್ಯಕ್ತಿ "ನಮಸ್ಕಾರ ಬುದ್ಧಿ?" ಎಂದಾಗ ಗೋಪಿಯ ಕಣ್ಣುಗಳು ಕಿರಿದಾದವು. ಹುಟ್ಟಿದ್ದು ಇಲ್ಲಿ ಅಲ್ಲದಿದ್ದರೂ ಅವನ ಬೆಳವಣಿಗೆಯೆಲ್ಲ ಇಲ್ಲೇ. ಕಾಲೇಜು ಮೆಟ್ಟಲು ಹತ್ತಿದ ಮೇಲೆಯೇ ಅವನು ಮನೆಯಿಂದ ಹೊರಗೆ ಉಳಿದಿದ್ದು. ಆ ವ್ಯಕ್ತಿಯ ಮುಖದ ಪರಿಚಯವಿತ್ತು. ಯಾರೆಂಬುದು ಗೊತ್ತಾಗಲೊಲ್ಲದು. ಶಾಸ್ತ್ರಿಗಳಿಗಾಗಿ ಬಂದಿದ್ದರೇನೋ, ಒಳಗೆ ಹೋದ. ಅದನ್ನು ಮರೆತು ಗೋಪಿ ನೇರವಾಗಿ ಬೀದಿಯಲ್ಲಿ ನಡೆದ.

ಹೆಂಡತಿಯ ಮಾತು, ನೆಂಟನಿಂದ ಬಂದ ಗುಣಗಾನದಿಂದ ಶಾಸ್ತ್ರಿಗಳು ಸೌಜನ್ಯಕ್ಕಾಗಿ ಮಾತ್ರ ಸೋತಂತೆ ಕಂಡರು. ಬಾಯಿ ತುಂಬ ಉಪಚರಿಸಿದರು. ಮಾತು ನೇರವಾಗಿ ಬಂದು ತಗುಲಿದಾಗ ಮೌನವಹಿಸಿದರು.

"ಮಂಗಳಮ್ಮನೋರು ಜಾತ್ಕ ಕೊಟ್ಟಿದ್ರು–ಒಂದಕ್ಕೊಂದು ಮಾಡ್ಸಿದಂತಿದೆ. ನೀವು ಒಮ್ಮೆ ನೋಡಿ. ಒಳ್ಳೆ ಸಂಬಂಧ...." ಏನೇನೋ ಒದರುತ್ತಲೇ ಇದ್ದರು. ಶಾಸ್ತ್ರಿಗಳಿಗೆ ಇವರನ್ನು ನಿವಾರಿಸಿಕೊಂಡರೆ ಸಾಕಪ್ಪ ಎನಿಸಿತು. ಹೆಂಡತಿಯ ಕಡೆಗೆ ದುರುಗುಟ್ಟಿಕೊಂಡು ನೋಡಿದರು.

"ನಮ್ಗೇನೋ ಹುಡ್ಗಿ ಒಪ್ಪಿಗೆ. ನಮ್ಮ ಶಂಕರ ನೋಡಿ ಒಪ್ಪಿಕೊಳ್ಳಲಿ. ಮುಂದಿನ ಮಾತು ಆಡೋಣ. ಮದ್ವೆಯಾದ್ರೂ ನನ್ನ ದೊಡ್ಡ ಸೊಸೆ ಮನೆಯಲ್ಲಿರೋಳೆ. ಆ ಹೆಣ್ಣಿಗೆ ಅನ್ಯಾಯ ಮಾಡಿ ಎಲ್ಲಿಗೆ ಕಳಿಸೋಕೆ ಆಗುತ್ತೆ?" ತಮ್ಮ ಉದಾರತೆಯನ್ನು ಮಂಗಳಮ್ಮ ಪ್ರಕಟಿಸಿದರು.

ಕೂತಿದ್ದ ಶಾಸ್ತ್ರಿಗಳು ಕೋಪದಿಂದ ಗುಡುಗಿದರು. "ಬಾಯಿ ಮುಚ್ಕೊಂಡು ಒಳ್ಗೆ ಹೋಗು. ಅಧಿಕಪ್ರಸಂಗಿತನ..." ಇಂಥ ಗುಡಿಗಿಗೆಲ್ಲ ಹೆದರೋ ಅಂತ ಜನವಲ್ಲವೆಂದು ಕಾಣಿಸುತ್ತೆ. ತಾವು ಬಹಳ ಒಳ್ಳೆಯವರಂತೆ "ದಯವಿಟ್ಟು ಈ ಹೆಣ್ಣನ್ನು ನಿಮ್ಮ ಉಡಿಯಲ್ಲಿ ಹಾಕ್ಕೋಬೇಕು. ನಿಮ್ಮ ಸೊಸೆ ಕಾಲು ಕೆಳಗಿನ ತೊತ್ತಾಗಿ ಬಿದ್ದಿರ್ತಾಳೆ" ಎಂದು ಹೇಳೇ ಹೋದರು. ಆಮೇಲೆ ತಮ್ಮ ಕೋಪದ ಬಗ್ಗೆಯೇ ಶಾಸ್ತ್ರಿಗಳಿಗೆ ಬೇಸರವಾಯಿತು.

"ನಿಂಗೇನು ತಲೆ ಕೆಟ್ಟಿಲ್ವೇನು? ಕಂಡೋರ ಮನೆ ಹೆಣ್ಣು ಮಕ್ಳೂಂದ್ರೆ ಕಾಲ್ಕಸವೇನು? ನೀನು ಎರಡು ಹೆಣ್ಣನ್ನ ಹೆತ್ತಿದ್ದೀಯಾ. ನೆನಪಿನಲ್ಲಿ ಇಟ್ಕೋ" ಅವರ ಕಣ್ಣುಗಳಲ್ಲಿ ಕಿಡಿ ಹಾರಿತು.

"ಹಾಳಾಗ್ಲಿ ಬಿಡಿ! ನಂಗೇನಾಗ್ಬೇಕಾಗಿದೆ? ವಂಶ ಬೆಳೆಯೋಕೆ ಒಂದು ಮಗು ಬೇಡ್ವಾ?" ಗಳಗಳನೇ ಅತ್ತುಬಿಟ್ಟರು. ನಿಜವಾಗಲೂ ಒಂದು ಮಗುವಾಗಿದ್ದರೇ ಅವರ ಸ್ವಭಾವವೇ ಮಾರ್ಪಾಡಾಗಿಬಿಡುತ್ತಿತ್ತೇನೋ. ಸಿಕ್ಕಿದವರೆಲ್ಲ 'ಅಯ್ಯೋ ಮಗಂಗೆ ಮಕ್ಳಿಲ್ವಾ!' ಎಂದು ಸಹಾನುಭೂತಿ ಸೂಚಿಸುವವರೇ. ಅದು ಆಕೆಗೆ ಬೇಡ. ಚೆಂಡಿನಂಥ ಮೊಮ್ಮಗನನ್ನು ಸೊಂಟದಲ್ಲಿಸಿಕೊಂಡು ಓಡಾಡಿ ಮೆರೆಸುವಾಸೆ.

"ಮೊದ್ಲು ಎಲ್ಲಾದ್ರೂ ಆಸ್ಪತ್ರೆಯಲ್ಲಿ ತೋರಿಸೋಣ?" ಶಾಸ್ತ್ರಿಗಳು ಸಮಾಧಾನಗೊಂಡವರಂತೆ ನುಡಿದರು. ಈಗ ತಾನೇ ಮಗಳನ್ನು ಅತ್ತೆಯ ಮನೆಗೆ ಕಳುಹಿಸಿ ವ್ಯಥೆಗೊಂಡಿರುವ ಹೆಂಡತಿಯನ್ನು ನೋಯಿಸುವುದು ಬೇಡವೆನಿಸಿತು.

"ಎಷ್ಟು ದೇವರಿಗೆ ಹರಕೆ ಹೊತ್ತಾಯ್ತು. ಬೇಕಾದಷ್ಟು ವ್ರತ, ಪೂಜೆ ಮಾಡ್ಸಿಯಾಯ್ತು. ಮಕ್ಕಳಾಗೋದು ಅವ್ಳ ಹಣೆಯಲ್ಲಿ ಬರೆದಿಲ್ಲ. ಹಣೆಯಲ್ಲಿ ಬರೆದಿದ್ದನ್ನು ಅಳಿಸೋಕೆ ಡಾಕ್ಟರಿಂದ ಆಗುತ್ಯೆ?" ಶಾಸ್ತ್ರಿಗಳು ತಲೆಗೆ ಕೆಲಸ ಕೊಟ್ಟರು. 'ಅವನ ಸಂಕಲ್ಪವಿಲ್ಲದೇ ಹುಲ್ಲುಕಡ್ಡಿಯೂ ಅಲುಗಾಡದು' ಪೂರ್ಣವಾಗಿ ಯೋಚಿಸಿ

ತೀರ್ಮಾನಕ್ಕೆ ಬರಲು ಸಹ ಗಂಡನನ್ನು ಬಿಡಲಿಲ್ಲ.

"ಈಗ ಬಂದಿದ್ರಲ್ಲ ಹೆಣ್ಣಿನೋರು–ಅವರ ವಂಶದಲ್ಲಿ ವಿಪರೀತ ಸಂತಾನ. ಆ ಹುಡ್ಗಿ ತಾಯಿಗೆ ಹನ್ನೊಂದು ಮಕ್ಕಳಂತೆ. ಅವಳ ಚಿಕ್ಕಮ್ಮನಿಗೆ ಒಂಬತ್ತು, ಸೋದರತ್ತೆಗೆ ಹದಿಮೂರಂತೆ. ಅವಳಕ್ಕಂಗೆ ಮದ್ವೆಯಾಗಿ ಏಳು ವರ್ಷ ಆಯಿತಂತೆ. ಈಗ ಐದು ಮಕ್ಳು. ಮತ್ತೆ ಬಸುರಿ" ಈ ಸಂತಾನ ಪುರಾಣ ಎಂಥವರಿಗಾದರೂ ನಗು ಬರುವಂಥದ್ದೇ. ಶಾಸ್ತ್ರಿಗಳು ಜೋರಾಗಿ ನಕ್ಕುಬಿಟ್ಟರು.

"ಕೇಳಿದೆಯೇನಯ್ಯ ಗೋಪಿ? ಈ ಪಾಟಿ ಮಕ್ಳನ್ನು ಹೆರೋ ಮಹಾತಾಯಿಯರು ಇರೋವಾಗ ನಿಮ್ಮ ಕುಟುಂಬ ಯೋಜನೆ ಏನು ಮಾಡೀತು?" ಅವರಿಗೆ ನಗು ಒತ್ತರಿಸಿ ಬರುತ್ತಲೇ ಇತ್ತು.

"ಅದೆಲ್ಲ ಹಾಳಾಗ್ಲಿ! ಇವ್ಳಿಗೆ ಎಷ್ಟು ಮಕ್ಳು ಆಗುತ್ತಂತೆ?"

ಮಂಗಳಮ್ಮ ಮೂತಿ ದಪ್ಪ ಮಾಡಿದರು. ಆಕೆಯ ವಿಚಾರವನ್ನು ಹಾಸ್ಯ ಮಾಡಿ ನಗುತ್ತಿದ್ದವಳು ಸರಿತಾ ಒಬ್ಬಳೇ. ಈಗ ಇವರಿಗೂ ಹಾಸ್ಯವಾಯಿತು! ಮನದಲ್ಲಿಯೇ ಗೊಣಗಿಕೊಂಡರು.

ಓಡಾಟ ಮುಗಿಸಿ ಒಳಗೆ ಬಂದ ಗೋಪಿ ಸುಮ್ಮನೆ ಒಂದೆಡೆ ಕುಳಿತ. ಅವನ ತುಟಿಗಳ ಮೇಲೂ ನಗು ಸುಳಿಯದೇ ಹೋಗಲಿಲ್ಲ.

"ನಿಮಕ್ಕನಿಗೆ ಸ್ವಲ್ಪ ಬುದ್ಧಿ ಹೇಳು."

ಮಂಗಳಮ್ಮ ಕೂತವರು ಮೇಲಕ್ಕೆದ್ದರು. ಈಗೀಗ ಅವರಿಗೂ ಕೈಯಲ್ಲಿ ಆಗುತ್ತಿರಲಿಲ್ಲ. ಮಗನ ಇನ್ನೊಂದು ಮದುವೆಯಲ್ಲಿ ಅವರ ಸ್ವಾರ್ಥವೂ ಇತ್ತು. ಈಗ ಮದುವೆಯಾದವಳು ಅಲ್ಲಿದ್ದರೇ ಊರ್ಮಿಳಾನ ಇಲ್ಲೇ ಉಳಿಸಿಕೊಳ್ಳೋದು. ಚಕಾರವೆತ್ತದೆ ಎಲ್ಲಾ ಮಾಡಿಕೊಂಡು ಹೋಗ್ತಾಳೆ. ಇದು ಅವರ ಎರಡನೆಯ ಉದ್ದೇಶವೂ ಹೌದು. ಆಗ ಗಂಡ ಕೂಡ ಸೊಸೆಯನ್ನು ಮನೆಯಲ್ಲಿರಿಸಿಕೊಂಡೆ ಎಂದು ಕಿರಿಕಿರಿ ಮಾಡೋಲ್ಲ.

* * *

ಇದ್ದಕ್ಕಿದ್ದಂತೆ ಮಂಗಳಮ್ಮನವರಿಗೆ ಕೇರಳ ಕಡೆಯಿಂದ ಬಂದಿದ್ದ ಕುವರನ್ ಸಮಾಚಾರ ಕಿವಿಗೆ ಬಿತ್ತು. ಅವರು ಕೊಡೋ ಭಸ್ಮಾನ ಇಪ್ಪತ್ತೊಂದು ದಿನ ಸೇವಿಸಿದರೆ ಖಂಡಿತ ಮಕ್ಕಳಾಗುತ್ತಂತೆ. ಒಲ್ಲದ ಮನಸ್ಸಿನಿಂದಲೇ ಉತ್ಸಾಹಗೊಂಡರು. ಇದನ್ನ ಗಂಡನ ಮುಂದಿಟ್ಟಾಗ ಅವರಿಗೆ ನಂಬಿಕೆ ಇಲ್ಲದಿದ್ದರೂ ಒಪ್ಪಿಗೆ ಕೊಟ್ಟರು. ಇವಳ ಎರಡನೇ ಮದುವೆಯ ಹುಚ್ಚು ಸದ್ಯಕ್ಕಾದರೂ ಕಡಿಮೆಯಾಗಲಿ ಎಂಬುದು ಅವರ ಉದ್ದೇಶ.

ಇದ್ದಕ್ಕಿದ್ದಂತೆ ಬಂದು ಇಳಿದ ಅತ್ತೆಯನ್ನ ನೋಡಿ ಊರ್ಮಿಳಾ ಆಶ್ಚರ್ಯಗೊಳ್ಳಲಿಲ್ಲ, ಉತ್ಸಾಹವನ್ನು ವ್ಯಕ್ತಪಡಿಸಲಿಲ್ಲ, ವಿರಕ್ತೆಯಂತೆ ಇದ್ದಳು.

"ನಿನ್ನ ಅದೃಷ್ಟ ಚೆನ್ನಾಗಿತ್ತು. ಕುವರನ್ ಸ್ವಾಮಿಗಳು ಬಂದಿದ್ದಾರೆ. ಇಪ್ಪತ್ತೊಂದು ದಿನ ಭಸ್ಮ ತಿಂದರೇ ಮಕ್ಳು ಆಗುತ್ತಂತೆ." ಜೋರಾಗಿ ನಕ್ಕು ಬಿಡಬೇಕೆನಿಸಿತು. ಫಕ್ಕನೇ ಕಣ್ಣಲ್ಲಿ ನೀರು ಮಿಂಚಿತು. ಹೆಣ್ಣಿನ ತಾಯಿತನದ ಬಯಕೆ ಹೆಣ್ಣಿಗೆ ತಾನೇ ಅರ್ಥವಾದೀತು!

"ಹಗಲೆಲ್ಲ ಕಣ್ಣಲ್ಲಿ ನೀರಾಕೋದು ಒಳ್ಳೇದಲ್ಲ. ನಾನು ಕೆಲ್ಸ ಬಿಟ್ಟು ಓಡ್ಬಂದೆ. ಅಡ್ರೆಸ್ ಕೊಟ್ಟು ಬಂದಿದ್ದೀನಿ. ಅವ್ರಿಗೆ ಗೊತ್ತಾಗುತ್ತಂತೆ."

ಖಂಡಿತ ಊರ್ಮಿಳಾಳಲ್ಲಿ ಹೊಸ ಉತ್ಸಾಹ ಸಂಚಾರವಾಗಲಿಲ್ಲ. ಮುಖದಲ್ಲಿ ಗೆಲುವು ಮೂಡಲಿಲ್ಲ. ಮಂಕಾದ ಕಣ್ಣುಗಳು ಮಿಂಚಲಿಲ್ಲ.

ಸುಮ್ಮನೆ ತಲೆತಗ್ಗಿಸಿ ಕೂತಳು. ಮೊದಲಿನಷ್ಟು ಮುಗ್ಧಳಲ್ಲ. ಹೆಣ್ಣು, ಗಂಡಿನ ಬಗ್ಗೆಯ ಸಂಬಂಧದ ಅರಿವು ಅವಳಲ್ಲಿ ಉಂಟಾಗಿತ್ತು. ಅವಳನ್ನು ತೀರಾ ಮುಗ್ದಳನ್ನಾಗಿ ಉಳಿಸಬೇಕೆಂಬ ಶಂಕರನ ಸಂಕಲ್ಪ ಗಾಳಿಗೆ ತೂರಿಹೋಗಿತ್ತು.

"ಏನೂ ಒಡವೆ ಮಾಡ್ಸಿಕೊಡಲಿಲ್ವ, ಶಂಕರ?" ಅದನ್ನೇ ಅಲ್ಲವೆ ಹಿರಿಯರಾದವರು ವಿಚಾರಿಸಬೇಕಾದ್ದು.

"ಎರಡೆಳೆ ಸರ ಮಾಡ್ಸಿ ತಂದು ಕೊಟ್ರು" ಸುಮ್ಮನೆ ಕೂಡದೇ ತಂದುಕೊಟ್ಟ ದಿನದಿಂದ ಪೆಟ್ಟಿಗೆ ತಳ ಸೇರಿದ ನವುರು ಕಾಗದದಲ್ಲಿ ಸುತ್ತಿದ್ದ ಸರವನ್ನ ತಂದು ಅವರ ಮುಂದಿಟ್ಟಳು. ಒಡವೆಯ ಮೇಲಿನ ಆಸೆಯನ್ನು ತೊರೆದುಕೊಂಡ ಹಾಗೆ ಕಂಡಳು.

ಬಿಡಿಸಿ ಅಂಗೈನಲ್ಲಿರಿಸಿಕೊಂಡು ನೋಡಿ ಕೈಯಲ್ಲಿಡದೇ ತೂಕದ ಅಂದಾಜು ಮಾಡಿದರು. ಅವರ ಊಹೆ ಪ್ರಕಾರ ಆರು ತೊಲವಾದರೂ ಇತ್ತು. 'ಚಿನ್ನದ ತುಟ್ಟಿ ಕಾಲದಲ್ಲಿ ಇದೇನು ಸಾಮಾನ್ಯವೇ? ಸಂತೋಷದಿಂದ ಕುತ್ತಿಗೆಗೆ ಹಾಕ್ಕೊಳ್ಳೋದ್ಬಿಟ್ಟು ಪೆಟ್ಟಿಗೆಯಲ್ಲಿ ಎತ್ತಿಟ್ಟುಕೊಂಡಿದೆ. ಅವರಪ್ಪನ ಮನೆಯಲ್ಲಿ ಕಂಡಿದ್ರೆ ತಾನೇ ಚೆನ್ನಾನ? ಅದಕ್ಕೆ ಅಪರೂಪವಾಗಿ ಎತ್ತಿಟ್ಟುಕೊಂಡಿದೆ.' ಮನಸ್ಸಿನಲ್ಲೇ ಅಂದುಕೊಂಡರು.

"ಲಕ್ಷಣವಾಗಿ ಶುಕ್ರವಾರ, ಮಂಗಳವಾರ ಲಕ್ಷ್ಮಿ ಪೂಜೆ, ಗೌರಿಪೂಜೆ ಮಾಡೋವಾಗ ಒಂದು ಗಳಿಗೆ ಕತ್ತಿನಲ್ಲಿ ಹಾಕ್ಕೊಂಡಿದ್ದು ಎತ್ತಿಡು. ನಿನ್ನ ಅದೃಷ್ಟ ಚೆಂದ ಇತ್ತು. ನಿನ್ನ ಅಕ್ಕಂದಿರು ಇಂಥದನ್ನ ಕನಸಿನಲ್ಲೂ ಕಾಣೋಕೆ ಸಾಧ್ಯವಿಲ್ಲ"

ಅತ್ತೆಯ ಮಾತುಗಳಿಗೆ 'ಆ, ಹೂ' ಎನ್ನಲಿಲ್ಲ. ಮೌನವಾಗಿದ್ದಳು. ತಂದ ದಿನದಿಂದ ಒಮ್ಮೆಯಾದರೂ ಅವಳು ಹಾಕ್ಕೊಂಡು ಸಂತೋಷಿಸಿರಲಿಲ್ಲ ಶಂಕರ ಕೂಡ ಎರಡು ಸಾರಿ ಹೇಳಿದ್ದ. ಒತ್ತಾಯವೇನು ಇರಲಿಲ್ಲ. ಊರ್ಮಿಳಾ ಆ ಸರನ ನೋಡಿ ಕುಣಿದಾಡುವಳೆಂದು ಭಾವಿಸಿದ್ದ. ಅವನ ಎಣಿಕೆ ಸುಳ್ಳಾಗಿತ್ತು. ಕಣ್ಣರಳಿಸಿ ಕೂಡ ಆ ಸರದತ್ತ ನೋಡಿರಲಿಲ್ಲ. ಎಲ್ಲಿಯೋ ತಪ್ಪಿದೆ ಎಂದು ಚಿಂತಿಸಿದ.

"ಅಕ್ಕಿ, ಉದ್ದು ನೆನೆಸಿದ್ದೆ ರುಬ್ಬಬೇಕು" ಎದ್ದು ಹೋದಳು. ಸರ ಇವರ ಕೈಯಲ್ಲೇ ಉಳಿಯಿತು. ವಯಸ್ಸೇನು ಮಾಡೀತು? ಚಿನ್ನವೆಂದರೆ ಹೆಣ್ಣಿಗೆ ಪ್ರಿಯವಲ್ಲವೇ! ಕತ್ತು ತುಂಬ ನಾಲ್ಕಾರು-ಸರಗಳಿದ್ದರೂ ಇದನ್ನೂ ಕುತ್ತಿಗೆಗೆ ಹಾಕಿಕೊಂಡು ಕನ್ನಡಿ ಹಿಡಿದು

ತಮ್ಮ ಚೆಲುವನ್ನು ನೋಡಿಕೊಂಡರು. ಯೌವನದ ದಿನಗಳು ನೆನಪಿಗೆ ಬಂದವು. ಮುಖದ ಮೇಲಿನ ಸುಕ್ಕುಗಳ ಮೇಲೆ ಕೈಯಾಡಿಸಿದರು. ಅಳುವಂತಾಯಿತು. ಮನುಷ್ಯ ಯೌವನವನ್ನು ಪ್ರೀತಿಸುವಂತೆ ಮುಪ್ಪನ್ನು ಪ್ರೀತಿಸಲಾರ. ಬಿಸಿರಕ್ತ, ಉತ್ಸಾಹ, ಉಲ್ಲಾಸ. ಆಗ ಜಗತ್ತೇ ಬಹು ಸುಂದರ. ಕಣ್ಣಿಗೆ ಯೌವನದ ಮಬ್ಬು. ಮುನ್ನುಗ್ಗುವ ಛಲ, ಹಟ. ದಾರಿಗೆ ಅಡ್ಡ ಬಂದವರನ್ನ ಮುಲಾಜಿಲ್ಲದೇ ಬದಿಗೊತ್ತಿಸುವಂಥ ನಿರ್ದಾಕ್ಷಿಣ್ಯ. ಕೈಯಲ್ಲಾಗದ ವೃದ್ಧರನ್ನು ಕಂಡು ಅಪಹಾಸ್ಯ ಮಾಡಿ ಸಂತೋಷಿಸುವ ಮನಸ್ಸು. ಆಗ ತನ್ನ ಸರಿದು ಹೋಗುವ ಯೌವನವನ್ನು ನೆನಪಿಸಿಕೊಳ್ಳಲಾರ. ಮುಪ್ಪನ್ನಂತೂ ನೆನೆಸಲಾರ.

"ಅಂದಿನ ದುಂಡಗಿನ ಕೆಂಪು ಕೆನ್ನೆಗಳು ಇದೆಯಾ?" ನೋವಿನಿಂದ ಮನ ಚೀತ್ಕರಿಸಿತು.

"ಕಾಫಿ ಮಾಡ್ಲಾ..!" ಸೊಸೆಯ ಧ್ವನಿ ಎಚ್ಚರಿಸಿತು. ಮುಖ ಚಿಕ್ಕದಾಯಿತು. ಕನ್ನಡಿಯನ್ನೇನೋ ಬದಿಗಿಟ್ಟರು. ಆದರೆ ಕುತ್ತಿಗೆಯಲ್ಲಿನ ಸರ, 'ಥೂ ತಮಗ್ಯಾಕೆ ಇಂಥ ಬುದ್ಧಿ ಬಂತು?' ತನ್ನ ಕತ್ತಿನಲ್ಲಿ ಇಷ್ಟೊಂದು ಸರಗಳಿದ್ದಾಗ್ಯೂ ಅವಳು ಒಮ್ಮೆಯಾದ್ರು ಆಸೆಯ ಕಣ್ಣುಗಳಿಂದ ನೋಡಿದವಳಲ್ಲ ಆ ಚಿಕ್ಕ ವಯಸ್ಸಿನ ಹುಡ್ಗಿ ಮುಂದೆ... ನಾಚಿಕೆಗೇಡು!

"ಮಾಡು, ಶಂಕರ ಬರ್ತಾನೇನು?" ಇಲ್ಲವೆನ್ನುವಂತೆ ತಲೆಯಾಡಿಸಿ ಅಕ್ಕಿಹಿಟ್ಟು ಮೆತ್ತಿದ ಕೈನೊಂದಿಗೆ ಒಳಗೆ ಹೋದಳು. ಕಾಫಿಯೇನು ಮಡಿಯಲ್ಲಿ ಆಗಬೇಕಾಗಿರಲಿಲ್ಲ. ಕೈ ತೊಳೆದು ಸ್ಟೌವ್ ಮೇಲೆ ಒಂದು ಲೋಟ ನೀರನ್ನಿಟ್ಟು ಅದನ್ನೇ ನೋಡುತ್ತ ನಿಂತಳು. ಒಂದು ಲೋಟ ನೀರು ಮರಳುವುದು ಎಷ್ಟು ಹೊತ್ತು? ಕುದಿ ಹತ್ತಿದ ಕೂಡಲೇ ಪುಡಿ ಹಾಕಿ ಬಗ್ಗಿಸಿ ಹಾಲನ್ನು ಸ್ಟೌವ್ ಮೇಲಿಟ್ಟಳು. ಅವೆರಡು ಬೆರೆತ ಮೇಲೆಯೇ ಕಾಫಿಯ ರುಚಿ. ಹಾಲನ್ನು ಸೇರಿಸದೆ ಬರೀ ಕಾಫಿ, ಕಷಾಯ ಕುಡಿಯಲು ರುಚಿಸದು ಜೀವನವೂ ಹಾಗೆಯೇ ಏನೂ ಬೆರೆಯದೇ ಸವಿ ಸಿಗದು.

ಅತ್ತೆಯ ಮುಂದೆ ಒಂದು ಲೋಟ ಕಾಫೀ ಇರಿಸಿ ತಾನು ಅಡುಗೆಯ ಮನೆಯಲ್ಲೇ ಕೂತು ಕುಡಿಯತೊಡಗಿದಳು. ಚಿಕ್ಕಂದಿನ ದಿನಗಳು ನೆನಪಿಗೆ ಬರತೊಡಗಿದವು. ತಾಯಿ, ತಂದೆಯರ ದಾಂಪತ್ಯ ಜೀವನ ರಸಪೂರ್ಣವಲ್ಲದಿದ್ದರೂ ಅರ್ಥವತ್ತಾಗಿತ್ತು. ಆಗಿನ ಸನ್ನಿವೇಶಗಳಿಗೆಲ್ಲ ಈಗ ಬಣ್ಣ ಬಂದಿತ್ತು. ಬಸುರಿ, ಬಾಣಂತನ ಆ ಮನೆಯಲ್ಲಿ ತಪ್ಪಿದ ದಿನಗಳೇ ಇರಲಿಲ್ಲ. ಮೂರು ಕೋಣೆ, ಒಂದು ಹಜಾರದಲ್ಲಿ ಮನೆಯಲ್ಲಿನ ಜೋಡಿಗಳಲ್ಲದೇ, ಬಂದು ಇಳಿದ ಎಲ್ಲರ ರಾತ್ರಿಗಳು ಕಳೆದು ಹೋಗುತ್ತಿದ್ದವು. ಸದ್ದು ಗದ್ದಲವಿರಲಿಲ್ಲ. ಮಕ್ಕಳ ಸಂತತಿ ಮಾತ್ರ ವೃದ್ಧಿಯಾಗುತ್ತ ಹೋಗುತ್ತಿತ್ತು. ಯಾರೂ ಅದರ ಬಗ್ಗೆ ತಲೆ ಕೆಡಿಸಿಕೊಂಡ ಹಾಗೆ ಕಂಡಿರಲಿಲ್ಲ.

ಸುಬ್ಬನ ಸಣ್ಣ ಧ್ವನಿ ಕೇಳಿದಾಗ ಊರ್ಮಿಳಾ ಕೈಯಲ್ಲಿದ್ದ ಲೋಟವನ್ನು ಬಚ್ಚಲಿಗಿರಿಸಿ ರುಬ್ಬು ಕಲ್ಲಿನ ಮುಂದೆ ಬಂದು ಕುಳಿತಳು. ಕೈಯಾಡಿಸಿದಂತೆಲ್ಲ ಹಿಟ್ಟು ನುಣ್ಣಗಾಗುತ್ತಿತ್ತು. ಹೆಣ್ಣಿನ ಜೀವನವೂ ಅಷ್ಟೆಯೋ ಏನೋ?

"ನಾನು ರುಬ್ಬಿಕೊಡ್ಲಾ, ಊರ್ಮಿಳಾಕ್ಕ?" ಹಿಂದಿನ ಅಮ್ಮಾವರು ಈಗ 'ಊರ್ಮಿಳಾಕ್ಕ' ಆಗಿದ್ದಳು. ಅಂದು ಯಜಮಾನಿಯೆಂಬ ಭಯವಿದ್ದರೆ ಇಂದು ಅದಕ್ಕೂ ಮೀರಿದ ಆತ್ಮೀಯತೆ ಇತ್ತು.

"ನಿಂಗೆ ಕಾಫೀ ಇಡೋದು ಮರ್ತೇಬಿಟ್ಟೆ!" ತನ್ನ ತಪ್ಪಿಗಾಗಿ ಬೇಸರಿಸಿದಳು. ಆ ಹುಡುಗನ ಮೇಲೆ ಅವರ ಅಂತಃಕರಣ ಅಪಾರ.

"ಸುಬ್ಬು, ಒಂದು ಲೋಟ ಹಾಲು ಬಗ್ಗಿಸ್ಕೊಂಡು ಕುಡ್ಕೋ." ಅತ್ತಿತ್ತ ನೋಡಿ ತಗ್ಗಿದ ಧ್ವನಿಯಲ್ಲಿ ಹೇಳಿದಳು.

"ಬೇಡ, ಬಿಡಕ್ಕಾ..."

"ಸುಮ್ನೆ ಕುಡ್ದು ಕೆಲ್ಸ ನೋಡ್ಹೋಗು." ಸ್ವಲ್ಪ ಜೋರಿನಿಂದಲೇ ಹೇಳಿದಳು. ಇಲ್ಲದಿದ್ದರೇ ಅವನು ಕುಡಿಯುವಂಥ ಆಸಾಮಿನೇ ಅಲ್ಲ. ಹೇಗಾದರೂ ದಣಿಯ ಮನೆ. ಹಸಿವು, ನೀರಡಿಕೆಗಳನ್ನು ಹತ್ತಿಕ್ಕಲೇಬೇಕಲ್ಲ!

"ಸುಬ್ಬು, ಇಲ್ಬಾ" ಹಾಲಿನ ಲೋಟ ಹಿಡಿದ ಕೈ ನಡುಗಿತು. ಲೋಟ ಅಲ್ಲೇ ಇಟ್ಟು ಹೊರಗೋಡಿದ. ಮೊದಲಿನಿಂದಲೂ ಮಂಗಳಮ್ಮನಿಗೆ ಬಹಳ ಹೆದರುತ್ತಿದ್ದ.

"ಸ್ಕೂಲಿಗೆ ಹಚ್ಚಿದ್ಮೇಲೆ ಮನೆ ಕೆಲಸ ಸರ್ಯಾಗಿ ಮಾಡ್ತಾ ಇಲ್ಲಾಂತ ಕಾಣುತ್ತೆ!" ಅವರು ಯಾಕೆ ಹಾಗಂದರೂ ಎಂಬುದು ಸುಬ್ಬನಿಗೆ ತಿಳಿಯಲಿಲ್ಲ. ಇತ್ತೀಚೆಗಂತೂ ಅವನು ಮಾಡೋ ಕೆಲಸ ಕಡಿಮೆಯೇ. ಅವನು ಶಾಲೆಯಿಂದ ಬರುವ ವೇಳೆಗೆ ಎಲ್ಲಾ ಕೆಲಸ ಮಾಡಿ ಮುಗಿಸಿರುತ್ತಿದ್ದಳು. ಕಣ್ಣುಗಳಲ್ಲಿ ಹೆದರಿಕೆ ತಲೆಹಾಕಿತು.

"ಕಾಂಪೌಂಡ್‌ನಲ್ಲಿರೋ ಅರ್ಧಬರ್ಧ ಗಿಡಗಳು ನೀರೇ ಇಲ್ದೆ ಸೊರಗಿ ಹೋಗಿದೆ" ಇದು ಖಂಡಿತ ಸುಳ್ಳೆನಿಸಿತು. ಕಾಂಪೌಂಡಿನಲ್ಲಿರೋ ಪ್ರತಿಯೊಂದು ಗಿಡವೂ ನಳನಳಿಸುತ್ತಿತ್ತು. ಒಂದೊಂದು ದಿನ ಊರ್ಮಿಳಾನೆ ನೀರು ಹೊತ್ತು ಹಾಕುತ್ತಿದ್ದಳು. 'ಯಾಕೆ, ಹೀಗೆ ಕೇಳ್ತಾರೆ?' ಯೋಚಿಸಿದ.

ಒಬ್ಬ ಕೆಲಸದ ಹುಡುಗನಿಗೆ ಇಷ್ಟೆಲ್ಲ ಸೌಲಭ್ಯ ಒದಗಿಸಿಕೊಟ್ಟು ಓದಿಸುವುದು ತೀರಾ ಮೂರ್ಖತನವೆನಿಸಿತು. ಮೊದಲು ಅವರ ಕೋಪ ಹರಿದಿದ್ದು ಊರ್ಮಿಳಾ ಕಡೆಗೇನೆ. ಅವನನ್ನು ಶಾಲೆಗೆ ಸೇರಿಸಿ ಅವನ ಖರ್ಚು-ವೆಚ್ಚಗಳನ್ನು ಭರಿಸುತ್ತಿರುವವನು ಅವನೆಂದು ಗೊತ್ತು. ಆದರೂ ಸೊಸೆಯ ಮೇಲೆ ಕೋಪ. ಇದಕ್ಕೆ ಏನನ್ನಬೇಕೋ ತಿಳಿಯದು.

"ಹೋಗು, ಹೋಗಿ ಕೆಲ್ಸ ನೋಡು" ಯಜಮಾನಿಯೆಂಬ 'ಅಹಂ'ನಿಂದ ಗದರಿದರು.

ಹಾಲನ್ನು ಮರೆತು ಪೊರಕೆ ತಗೊಂಡು ಎಲ್ಲ ಕಡೆಯೂ ಕಸ ಹೊಡೆದು ನಲ್ಲಿಯಿಂದ ಪ್ರತಿಯೊಂದು ಗಿಡಕ್ಕೂ ನೀರು ಹೊತ್ತು ಹಾಕಿದ. ಶಾಲೆಯಿಂದ ಬಂದ ಹುಡುಗನ ಹೊಟ್ಟೆ ಚುರುಗುಟ್ಟುತ್ತಿತ್ತು. ಪ್ರತಿದಿನ ಮಧ್ಯಾಹ್ನ ಮಿಕ್ಕ ಅನ್ನವನ್ನು

ಊರ್ಮಿಳಾ ಕಲೆಸಿಕೊಟ್ಟು ಕಾಫಿ ಕೊಡುತ್ತಿದ್ದಳು. ಇಂದು ಯಾವುದೂ ಇಲ್ಲ.

ಸರಿತಾಳ ಅತ್ತೆಯ ಮನೆಯವರ ಬಗ್ಗೆ ಮಂಗಳಮ್ಮ ಹೇಳುತ್ತಿದ್ದರೆ ಹೂಗುಟ್ಟುತ್ತ ಕೂತಿದ್ದಳು. ಹಾಲ್‌ನ ದೊಡ್ಡ ಗಡಿಯಾರ ಒಂಬತ್ತು ಬಾರಿಸಿದಾಗ ಮಂಗಳಮ್ಮ ಸೋತವಳಂತೆ ಆಕಳಿಸಿ ತಲೆಬಾಗಿಲು ಕಡೆ ನೋಡಿದರು. ಬೇಸರವಾಯಿತು. 'ಸಾಕಾಯ್ತು' ಎನ್ನುವ ನೆಪವೊಡ್ಡಿ ಊಟಮಾಡಿ ಮಲಗಿಬಿಟ್ಟರು.

"ಸುಬ್ಬು, ಊಟ ಮಾಡೇಳು" ಕನಿಕರದಿಂದ ಅವನತ್ತ ನೋಡುತ್ತ ಹೇಳಿದಳು. ಪದೇ ಪದೇ ಅತ್ತೆಯ ಕಡೆ ಭಯದ ನೋಟ ಬೀರುತ್ತ ಹೋಂವರ್ಕ್ ಮಾಡುತ್ತಿದ್ದುದನ್ನು ಗಮನಿಸಿದ್ದಳು. ಅತ್ತಿತ್ತ ನೋಡಿ ಪುಸ್ತಕ ಮುಚ್ಚಿಟ್ಟವನೇ ಮೇಲಕ್ಕೆದ್ದ. ಅವನಿಗೆ ಬಡಿಸಿ ವರಾಂಡದಲ್ಲಿ ಬಂದು ಕೂತಳು. ಕಾಯುವುದು ವ್ಯರ್ಥವೆಂದು ಅರ್ಥವಾಗಿತ್ತು. ಆದರೂ ಮನಸ್ಸು ಒಡಂಬಡದು. ನಿಯಮಭಂಗ ಮಾಡುವುದು ಅವಳಿಗಿಷ್ಟವಿಲ್ಲ. ಅದು ಸರಿಯಲ್ಲವೆಂದು ತಿಳಿದರೂ ಅದನ್ನೇ ಅನುಸರಿಸುವುದು ಮೂರ್ಖತನದ ಪರಮಾವಧಿಯೇನೋ?

ಸಣ್ಣಗೆ ಮಂಗಳಮ್ಮನ ಗೊರಕೆ ಕೇಳುತ್ತಿತ್ತು. ಸರಿತಾ ಬಂದಾಗ ಕೊಂಡು ಹಾಕಿದ ಎಲ್ಲಾ ಪುಸ್ತಕಗಳು ಇಲ್ಲಿಯೇ ಬಿದ್ದಿತ್ತು. ಅವುಗಳ ಮೇಲೆ ಶಂಕರನ ಕಣ್ಣುಗಳು ಹೊರಳಿರಲಿಲ್ಲ. ಇಲ್ಲ ತಂಗಿಯ ಮೊನಚು ನಾಲಿಗೆಗೆ ಬಲಿಯಾಗಬೇಕೆಂಬ ಭಯವೋ? ಅಂತೂ ಅವು ಊರ್ಮಿಳೆಯ ಅದೃಷ್ಟದಿಂದ ಮನೆಯಲ್ಲಿ ಉಳಿದಿತ್ತು.

ಎಂದಿನ ವೇಳೆಗೆ ಮನೆಗೆ ಬಂದ. ಸ್ಕೂಟರನ್ನು ಒಳಗೆ ನಿಲ್ಲಿಸಿದವನೇ ಬಟ್ಟೆ ಬದಲಾಯಿಸಿ ಊಟದ ತಟ್ಟೆಯ ಮುಂದೆ ಕುಳಿತ. ಉಪ್ಪು, ಉಪ್ಪಿನಕಾಯಿ ಬಡಿಸಿದ ಊರ್ಮಿಳಾ ಮೆಲ್ಲಗೆ "ಅತ್ತೆ ಬಂದಿದ್ದಾರೆ" ಎಂದಳು. ತಲೆಯನ್ನು ಮೇಲಕ್ಕೆತ್ತಿ ಹುಬ್ಬೇರಿಸಿ ಅವಳತ್ತ ನೋಡಿದ, ಎಂದಿನಂತೆ ಇತ್ತು ಅವಳ ಮುಖಭಾವ. 'ಯಾಕೆ ಬಂದ್ರು?' ಎಂದು ವಿಚಾರಿಸುವುದು ಸಮಂಜಸವಾಗಿ ಕಾಣಲಿಲ್ಲ.

"ಏನಂತೆ ವಿಷ್ಯ?" ಬಡಿಸಿದ ಅನ್ನವನ್ನು ಕೈಯಲ್ಲಿ ಆಡಿಸುತ್ತ ಕೇಳಿದ.

"ಗೊತ್ತಿಲ್ಲ" ಎಂದವಳೇ ತುಪ್ಪ ಬಡಿಸಿ ಹುಳಿಯನ್ನು ಹಾಕಿದಳು. ಅನ್ನ ಕಲೆಸುತ್ತಿದ್ದ ಗಂಡನನ್ನು ದಿಟ್ಟಿಸಿದಳು. ವಯಸ್ಸಿಗೆ ಮೀರಿ ಮುದುಕರಾಗುತ್ತಿದ್ದಾರೆನಿಸಿತು. ತಲೆಯಲ್ಲಿ ಅಲ್ಲಲ್ಲಿ ನರೆಗೂದಲು, ಮುಖದ ಚರ್ಮ ಮೂಳೆಗೆ ಅಂಟಿಕೊಂಡಿತ್ತು. ತುಟಿಗಳು ಒಣಗಿ ಸಿಪ್ಪೆ ಸುಲಿದು ನೋಡಲು ಅಸಹ್ಯವಾಗಿ ಕಾಣುತ್ತಿತ್ತು. ಕಣ್ಣುಗಳಲ್ಲಿ ಪ್ರೇತಕಳೆ, ಮೊದಲಿನ ಅರ್ಧದಷ್ಟಿರಲಿಲ್ಲ. ಖಂಡಿತ ಆರೋಗ್ಯವಾಗಿಲ್ಲ! ಅವಳೆದೆ ಢವಗುಟ್ಟಿತು.

"ಸಾರು ಹಾಕು" ಎಂದಾಗ ಎಚ್ಚರಗೊಂಡಳು. ಸಾರು ಬಡಿಸಿ ಅಲ್ಲಿ ನಿಲ್ಲಲಾರದೆ ಒಳಗೆ ಹೋಗಿಬಿಟ್ಟಳು. ಹೃದಯ ಕಿತ್ತು ಬಾಯಿಗೆ ಬಂತು. ಕೈಯನ್ನು ಬಾಯಿಗೆ ಅಡ್ಡವಾಗಿ ಹಿಡಿದಳು. ಕುತ್ತಿಗೆಯಲ್ಲಿದ್ದ ತಾಳಿಯ ಸರವನ್ನು ಭದ್ರವಾಗಿ ಹಿಡಿದಳು. ಕಣ್ಣಲ್ಲಿ ಮಂಜುಗಟ್ಟಿದ ನೀರು ಕೆನ್ನೆಯ ಮೇಲೆ ಉರುಳಿತು.

"ಊರ್ಮಿಳಾ.... ಅನ್ನ ತಗೊಂಡ್ಬಾ" ಕಣ್ಣೊರೆಸಿಕೊಂಡು ಲಗುಬಗನೆ ಅನ್ನದ

ಡಬರಿಯನ್ನು ತಂದಳು. ಶಂಕರ ಹುಳಿಯನ್ನವನ್ನು ಒಂದು ಕಡೆ ಒತ್ತರಿಸಿದ್ದ, ಸಾರನ್ನವನ್ನು ಒಂದು ಕಡೆ ಸರಿಸಿದ್ದ. ಅವನು ಸರಿಯಾಗಿ ಊಟ ಮಾಡಿಲ್ಲವೆಂದು ಇದರಿಂದಲೇ ಗೊತ್ತಾಗುತ್ತಿತ್ತು. ಎಂದೂ ಇದನ್ನೆಲ್ಲ ಗಮನಿಸದ ಊರ್ಮಿಳಾ ಇಂದು ಭಯಗೊಂಡಳು, ಎರಡು ತುತ್ತು ಮಜ್ಜಿಗೆ ಅನ್ನ ತಿಂದು ಮೇಲಕ್ಕೆದ್ದ.

ಲೋಟದ ಶಬ್ದವಾದಾಗ ಕೋಣೆಯಲ್ಲಿ ಇಣುಕಿದಳು. ಬೀರು ಬಾಗಿಲು ತೆರೆದ ಶಂಕರ ಎಂಥದ್ದೋ ಮಾತ್ರೆಯನ್ನು ನುಂಗುತ್ತಿದ್ದ. ಆಗ ಅವನ ಮುಖದಲ್ಲಿ ಸಹಿಸಲಸಾಧ್ಯವಾದ ನೋವಿತ್ತು. ಬೀರು ಬೀಗ ಹಾಕಿ ಬೀಗದ ಗೊಂಚಲನ್ನು ತನ್ನ ಪ್ಯಾಂಟಿನ ಜೇಬಿಗೆ ಹಾಕಿ ಮಂಚದ ಮೇಲೆ ಉರುಳಿಕೊಂಡ. ಹೊರಳಾಡಿ ಮೊದಲಿನ ಸ್ಥಿತಿಯಲ್ಲೇ ಮಲಗಿದ. ಊರ್ಮಿಳಾ ಬಲವಂತದಿಂದ ಎಂಜಲು ನುಂಗಿ ಅಡುಗೆಯ ಮನೆಗೆ ಓಡಿದಳು. ಒಂದು ಕಡೆ ಕೂತು ಮನಃಪೂರ್ವಕವಾಗಿ ಅತ್ತಳು. ಕಣ್ಣೀರು ಹೆಣ್ಣಿಗೆ ತೀರಾ ಹತ್ತಿರದ ನೆಂಟನೇನೋ! ಊಟ ಮಾಡುವುದನ್ನೇ ಮರೆತು ಕೋಣೆಗೆ ಬಂದಳು. ಗಂಡನ ಮುಖ ನೋಡಲು ಭಯವಾಯಿತು. ಮುದುರಿ ಮಲಗಿದಳು.

ಬೆಳಿಗ್ಗೆ ಎದ್ದ ಕೂಡಲೇ ಮಂಗಳಮ್ಮ ಮಗನಿಗೆ ವರದಿ ಒಪ್ಪಿಸಿದಳು. ಕೇರಳದ ಕುವರನ್ ಬಗ್ಗೆ. ಅವನು ಬರೀ ಹ್ಞೂಗುಟ್ಟುತ್ತಿದ್ದ.

"ಇದೊಂದು ನೋಡಿಬಿಡೋಣ. ಅವ್ರು ಭಸ್ಮಕೊಟ್ಟವರಿಗೆಲ್ಲ ಖಂಡಿತ ಮಕ್ಳು ಆಗುತ್ವಂತೆ."

ಬೇಸರದ ಮುಖ ಮಾಡಿದ ಶಂಕರ "ನಂಗೆ ಅದರಲ್ಲೆಲ್ಲ ನಂಬಿಕೆ ಇಲ್ಲ. ನಿನ್ನ ಇಷ್ಟಕ್ಕೆ ವಿರೋಧ ಹೇಳೋಲ್ಲ. ಕೇಳಿದಷ್ಟು ದುಡ್ಡು ಮಾತ್ರ ಕೊಡ್ತೀನಿ. ನಾನು ಆ ಮನುಷ್ಯನ ಕೂಡ ಮಾತು ಸಹ ಆಡೋಲ್ಲ."

ಮಗನ ಮಾತಿಗೆ ಮಂಗಳಮ್ಮ ಬೇಜಾರು ಮಾಡಿಕೊಂಡರೂ ಆಮೇಲೆ 'ಸದ್ಯ ಇಷ್ಟಕ್ಕಾದ್ರೂ ಒಪ್ಪಿಕೊಂಡನಲ್ಲ ಮಹರಾಯ!' ಎಂದು ಸಮಾಧಾನದ ಉಸಿರುಬಿಟ್ಟರು.

"ಸರಿ ಬಿಡು. ನೀನು ತೆಪ್ಪಗಿರು. ಇವ್ಳಿಗೆ ಮಕ್ಳು ಆಗದಿದ್ರೆ ಇನ್ನೊಂದು ಮದ್ವೆ ಮಾಡೋದೇ ಸೈ. ಇವ್ಳ ಬಂಜೆತನಕ್ಕೆ ನಮ್ಮ ವಂಶ ಬಲಿಯಾಗಬೇಕಾ? ಇವ್ಳಿಗೆ ಅನ್ಯಾಯ ಮಾಡೋದ್ಬೇಡ. ಇಲ್ಲೇ ಇರ್ಲಿ. ಇಲ್ಲದಿದ್ರೆ ಅಲ್ಲಿ ಬೇಕಾದ್ರೂ ಬಂದಿರ್ಲಿ. ಊಟ, ತಿಂಡಿಗೆ ಯೋಚಿಸೋ ಹಾಗಿಲ್ಲ."

ಮುಖ ಮುದುರಿತು. ಸಿಪ್ಪೆ ಸುಲಿದು ಕರ್ರಗಾದ ಕೆಳತುಟಿಯನ್ನು ಕಚ್ಚಿ ಹಿಡಿದ. ಒಳಗಿನ ಉದ್ವೇಗವನ್ನು ಹತ್ತಿಕ್ಕುವುದೇ ಅವನ ಉದ್ದೇಶವೇನೋ?

"ಒಪ್ಕೋ, ಎಷ್ಟು ದುಡಿದ್ರೇನು! ಮಕ್ಳು ಮರಿ ಇಲ್ಲದ ಮನೆ ಮನೆಯೇನು? ಮನೆಯೆಲ್ಲ ಬಣಬಣ ಅನ್ನುತ್ತೆ. ಕತ್ತಿಡಿದು ಹೊರ್ಗೆ ದಬ್ಬಿದ ಹಾಗಾಗುತ್ತೆ!" ಮುಖ ಸಿಂಡರಿಸಿದರು. ಹಿರಿಯರಾದವರು ಮೊಮ್ಮಕ್ಕಳನ್ನು ಬಯಸುವುದು ತಪ್ಪೇನು? ಮಡದಿ ಬಂದ ಮೇಲೆ ಮಗನ ಕಳೆದುಕೊಂಡ ಪ್ರೀತಿಯನ್ನು ಮೊಮ್ಮಕ್ಕಳಲ್ಲಿ ಸಂಪಾದನೆ ಮಾಡಿಕೊಳ್ಳಬೇಕು. ಆಗಲೇ ಅವರಿಗೆ ತಂಪು. ಮಗುವಿನ ಮುಗ್ಧ

ನಗುವಿನಲ್ಲಿ ಕೋಪ, ಅಸೂಯೆ, ಅತೃಪ್ತಿ ಅಳಿಸಿಹೋದಾವು.

"ನನ್ನನ್ನೇನು ಮಾಡೂಂತೀಯಮ್ಮ ಒಟ್ಟಿನಲ್ಲಿ ನಾನು ದುರದೃಷ್ಟವಂತ!" ಕೈಯಿಂದ ಹಣೆಯನ್ನು ಒತ್ತಿ ಹಿಡಿದು ತಟ್ಟನೇ ಭಯಪಟ್ಟ. ಬಾರದ ನಗುವನ್ನು ತುಟಿಗಳ ಮೇಲೆ ಎಳೆದು ತಂದ. ಹಗುರವಾಗಿ ನಕ್ಕಂತೆ ನಟಿಸಿದ. ಅತ್ತಿತ್ತ ನೋಡಿದ. ಊರ್ಮಿಳಾ ಕಣ್ಣಿಗೆ ಬೀಳಲಿಲ್ಲ.

"ನೀನೇನು ಮಾಡ್ತೀಯಾ? ಒಟ್ಟಿನಲ್ಲಿ ಅವಳ ಹಣೆಬರಹ ಚೆನ್ನಾಗಿಲ್ಲ. ಈ ಭಸ್ಮ ಪ್ರಯೋಜನಕ್ಕೆ ಬರಲಿಲ್ಲವೋ ಮದ್ವೆಗೆ ಒಪ್ಪಿಕೋ." ಅವನು ಸುಮ್ಮನಿದ್ದುದನ್ನು ನೋಡಿ. ಮದುವೆಯಾಗಿ ಹೋಯಿತೆನ್ನುವಂತೆ ಸಂತೋಷಿಸಿದರು.

ಕುವರನ್‌ಗೆ ಐದುನೂರೊಂದು ರೂಪಾಯಿ ಜೊತೆ ಮಲ್ಲಿನ ಪಂಚೆತೆತ್ತು ಭಸ್ಮಪಡೆದಿದ್ದಾಯಿತು. ನಾಡಿ ಹಿಡಿದು ನೋಡಿದ ಕುವರನ್ ಖಂಡಿತ ಮಕ್ಕಳ ಫಲವಿದೆಯೆಂದು ಭರವಸೆ ಕೊಟ್ಟ. ಮಂಗಳಮ್ಮನ ಮುಖ ಅರಳಿತೇ ವಿನಃ ಊರ್ಮಿಳಾಳ ಮುಖ ಅರಳಲಿಲ್ಲ.

"ಭಯ ಭಕ್ತಿಯಿಂದ ದೇವಿ ಪೂಜೆ ಮಾಡಿ ಭಸ್ಮ ತಗೋ" ಕಟ್ಟಪ್ಪಣೆ ಮಾಡಿದರು ಮಂಗಳಮ್ಮ ಸೊಸೆಗೆ. ಮಗನ ಮುಂದೆ ಕುವರನ್ ಸ್ವಾಮಿಯವರನ್ನು ಬಾಯಿ ತುಂಬ ಹೊಗಳಿದರು.

ಕರಕಾದ ಭಸ್ಮವನ್ನು ಅಂಗೈನಲ್ಲಿ ಹಾಕಿಕೊಂಡ ಕೂಡಲೇ ಊರ್ಮಿಳಾಗೆ ಉಮ್ಮಳಿಕೆ ಪ್ರಾರಂಭವಾಗುತ್ತಿತ್ತು. ಮಂಗಳಮ್ಮ ಎದುರಿಗಿದ್ದರೆ ಬಲವಂತದಿಂದ ಕುಡಿದುಬಿಡುತ್ತಿದ್ದಳು. ಇಲ್ಲದ ವೇಳೆಯಲ್ಲಿ ಬಹಳ ಹಿಂಸೆಪಡುತ್ತಿದ್ದಳು.

ದಿನದಿನಕ್ಕೂ ಶಂಕರ ಬಡಕಲಾದ. ಅವನ ಕಣ್ಣಿನ ಹೊಳಪೇ ಕಂದಿಹೋಯಿತು. ಚರ್ಮ ಮೂಳೆಗಂಟಿ ಹೋಯಿತು. ಊರ್ಮಿಳಾ ಭಯ ವಿಹ್ವಲವಾದಳು. ಅಂದು ಧೈರ್ಯ ಕೂಡಿಸಿ "ನಿಮ್ಮ ಆರೋಗ್ಯ ಸರಿಯಿಲ್ಲಾಂತ ಕಾಣಿಸುತ್ತೆ. ಎಲ್ಲಾದ್ರೂ ತೋರಿಸಬೇಕಾಗಿತ್ತು." ಕಣ್ಣಿಂದ ಉದುರಿದ ಹನಿ ಮುಂಗೈ ಮೇಲೆ ಬಿತ್ತು. ಕುರ್ಚಿಯ ಹಿಂಬದಿಯ ಫ್ರೇಮನ್ನು ಹಿಡಿದು ನಿಂತಿದ್ದಳು. ಹಿಡಿತ ಬಲವಾಯಿತು. ತನ್ನ ಜೀವನ ಕುಸಿತಕ್ಕೆ ಈಡಾಗುವುದೇನೋ? ಗಡಗಡ ನಡುಗಿದಳು.

ತುಟಿಯನ್ನು ಸವರಿಕೊಂಡ. ಬಲವಂತವಾಗಿ ಉಗುಳು ನುಂಗಿದ. ಕೈಕಾಲುಗಳು ತತ್ತರಿಸಿದವು. ಅವನ ಪ್ರಯಾಸವೆಲ್ಲ ಮಣ್ಣುಪಾಲಾದ ಹಾಗೆ ಕಾಣಿಸಿತು. ಕಣ್ಣು ಕುಣಿಸಿದ. ಪೆಚ್ಚು ನಗೆ ನಕ್ಕ.

"ನಂಗೇನಾಗಿದೆ? ವ್ಯಾಪಾರದಲ್ಲಿ ಸ್ವಲ್ಪ ನಷ್ಟ ಅಷ್ಟೆ. ಅದ್ನೇ ಮನಸ್ಸಿಗೆ ಹಚ್ಕೊಂಡೆ. ಸ್ವಲ್ಪ ಬಡವಾದಂಗೆ ಕಾಣಿಸಬಹುದ್ದು!" ಮಡದಿಯ ಸಮೀಪಕ್ಕೆ ಹೋಗಿ ಕೆನ್ನೆ ಸವರಿದ. ಶೀತಲ ಕೊರಡನಂತೆ ನಿಂತಿದ್ದಳು. ಅವನ ಬೆಚ್ಚಗಿದ್ದ ಕೈ ಸೋಕಿದೊಡನೇ ಬೆಚ್ಚಿಬಿದ್ದಳು. ಅವಳ ಹೃದಯದಲ್ಲಿ ಮಧುರ ತರಂಗಗಳು ಏಳಲಿಲ್ಲ. ಎದ್ದಿದ್ದು ಭಯೋತ್ಪಾದಕ ಅಲೆಗಳು, ಲಘುವಾಗಿ ಕಂಪಿಸಿದಳು.

"ನಿಮ್ಮ ಕೈ ಬಹಳ ಬಿಸಿಯಿದೆ-ಜ್ವರ...?" ತಡವರಿಸಿದಳು. ಶಂಕರ ಜೋರಾಗಿ ನಕ್ಕುಬಿಟ್ಟ. ಮಡದಿಯ ಪೆದ್ದುತನವನ್ನು ಹಾಸ್ಯ ಮಾಡಿದ.

ಅಂದಿನಿಂದ ಊರ್ಮಿಳಾ ಮನದಲ್ಲಿಯೇ ಕೊರಗತೊಡಗಿದಳು. ನಿಂತರೆ ಕೂತರೆ ಬೆಚ್ಚಿ ಬೀಳುವಳು. ಪ್ರತಿದಿನವೂ ಯಾರಾದರೂ ಬರುವರೇನೋ ಎಂದು ಎದುರು ನೋಡುವಳು. ಗೋಪಿಯ ಬರುವಿಗಾಗಿ ಕಾತರಿಸುವಳು. ಸರಿತಾಳ ಕಾಗದ ಬಂದಾಗ ಅವಳಿಗೆ ಕುಣಿದಾಡುವಷ್ಟು ಸಂತೋಷವಾಯಿತು. ಇನ್ನೆರಡು ದಿನಗಳಲ್ಲಿ ಅವಳು ಬರುವವಳಿದ್ದಳು. ಅವಳಿಗಾಗಿ ಕರಿದ ತಿಂಡಿಗಳನ್ನು ಮಾಡಿ ಡಬ್ಬಕ್ಕೆ ತುಂಬಿಸಿಟ್ಟಳು. ಅಂಗಡಿ ಹುಡುಗನ ಕೈಯಲ್ಲಿ ಹೇಳಿ ಕಳಿಸಿ ತರಕಾರಿ, ಹಣ್ಣುಗಳನ್ನು ತರಿಸಿಕೊಂಡಳು. ಅವಳ ಮಂಕಾದ ಮುಖದಲ್ಲಿ ಗೆಲುವು ನರ್ತನ ಮಾಡಿತು.

ಶಂಕರ ತಂಗಿ, ಭಾವನನ್ನು ಕರೆತರಲು ಬಸ್‌ಸ್ಟಾಂಡ್‌ಗೆ ಹೋದ ಮೇಲಂತೂ ತಲೆಬಾಗಿಲು ಬಿಟ್ಟು ಅಲ್ಲಾಡಲಿಲ್ಲ. ಸರಿತಾಳ ಬಗ್ಗೆ ನೂರೆಂಟು ಕಲ್ಪನೆಗಳು. ನಿಲ್ಲಲಾರದೇ ಬೇಸತ್ತು ಬಂದು ಸೋಫಾದಲ್ಲಿ ಕುಸಿದಳು. ತೂಕಡಿಕೆ ಬಂತು. ಕಣ್ಣು ಮುಚ್ಚಿ ಒರಗಿದಳು.

"ಕನ್ಸು ಕಾಣ್ತಾ ಇದ್ದೀರಾ" ಆತ್ಮೀಯತೆಯ ಧ್ವನಿ ಕೇಳಿದಾಗ ತಟ್ಟನೆ ಕಣ್ಣು ತೆರೆದಳು. ಎದುರಿಗೆ ಸರಿತಾ. ಹಿಡಿಸಲಾರದಷ್ಟು ಸಂತೋಷ. ಮಾತಾಡಲು ನಾಲಿಗೆಯೇ ಹೊರಳಲಿಲ್ಲ. ಮೊದಲಿಗಿಂತ ಮೈ ತುಂಬಿಕೊಂಡಿದ್ದ ಸರಿತಾ, ನೋಡಿದರೆ ಮತ್ತೊಮ್ಮೆ ನೋಡಬೇಕೆನ್ನುವಂತಿದ್ದಳು.

"ಸರಿತಾ..." ನಾಲಿಗೆ ಹೊರಳಿ ಬಂತು. ಸರಿತಾಳ ಬಾಹುಗಳಲ್ಲಿ ಬಂಧಿಯಾದಳು. ಆತ್ಮೀಯತೆಯ ಅಪರೂಪ ಬಂಧನ. ಇಬ್ಬರ ಕಣ್ಣುಗಳಲ್ಲೂ ಧಾರಾಕಾರವಾಗಿ ಕಣ್ಣೀರು ಹರಿಯಿತು.

"ಸ್ವಲ್ಪ ಗಮನಿಸ್ತೀಯಾ?" ಸಿಡಿದು ನುಡಿದ ಶಂಕರ. ತೀರಾ-ಹೆಚ್ಚೆನ್ನುವಷ್ಟು ಬಾಂಧವ್ಯ ಅವರಿಬ್ಬರಲ್ಲಿ ಬೆಳೆಯುವುದು ಅವನಿಗೆ ಬೇಕಾಗಿರಲಿಲ್ಲ. ತಡೆಯೊಡ್ಡಲು ಸಮರ್ಥನಾಗಲಿಲ್ಲ. ಕಣ್ಣುಗಳು ಕೆಂಪಗಾದವು.

ಸೆರಗಿನಲ್ಲಿ ಕಣ್ಣೊರೆಸಿಕೊಂಡು ಊರ್ಮಿಳಾ ಒಳಗೆ ಹೋದಳು. ಸರಿತಾ ಅಣ್ಣನ ಕಡೆ ಒಂದು ತರಹ ದೃಷ್ಟಿ ಬೀರಿ ಅವಳನ್ನು ಹಿಂಬಾಲಿಸಿದಳು.

ಈ ತಂಗಿ ಬಂದಿದ್ದು ಅವನಿಗೆ ಸಮಾಧಾನವಿಲ್ಲ. ಅಂಗಡಿಯ ನೆಪವೊಡ್ಡಿ ಹೊರಗೇ ಉಳಿಯುತ್ತಿದ್ದ. ಇವನು ರಾತ್ರಿ ಮನೆಗೆ ಬಂದಾಗ ಊರ್ಮಿಳಾ ಜೊತೆ ಸರಿತಾ ಕೂಡ ಎದ್ದಿದ್ದಳು. ವಿಸ್ಮಯ ನೋಟ ಬೀರಿ ಬಟ್ಟೆ ಬದಲಿಸಲು ಕೋಣೆಗೆ ನಡೆದ.

"ಬೇಗ ಬಾರಪ್ಪ ಮಹರಾಯ. ನಿನ್ನೊಜೆತೆ ಊಟ ಮಾಡ್ಬೇಕೆಂದು ಕಾದು ಕೂತಿದ್ದೀನಿ." ನವಿರಾಗಿ ನಕ್ಕು ಕೋಣೆಯ ಬಾಗಿಲಿನಲ್ಲೇ ನಿಂತು ಹೇಳಿದಳು.

ಕತ್ತು ಹಿಸುಕಿಕೊಂಡಂತಾಯಿತು ಶಂಕರನಿಗೆ. ನೋವನ್ನು ಒಳಗೇ ನುಂಗಿಕೊಂಡ.

ಸರಿತಾ ಅವನ ಪಾಲಿಗೆ ಅಪಾಯದ ವ್ಯಕ್ತಿ. ತುಟಿಗಳ ಮೇಲೆ ನಗುವನ್ನು ತುಳುಕಿಸುತ್ತ.

"ಥೂ... ಥೂ... ಯಾವ್ಹೋನೋ ಹಳೇ ಸ್ನೇಹಿತ ಬಂದು ಕೂತುಬಿಟ್ಟಿದ್ದ... ಬೋರಾಗೋಯ್ತು. ಊಟ ಮಾಡ್ಸಿ ಕೊನೆಗೆ ಸಾಗಾಕಬೇಕಾಯ್ತು!"

"ಇದೇನಣ್ಣ ಮೈಯಲ್ಲಿ?" ಅವಳ ಧ್ವನಿಯಲ್ಲಿ ಆತಂಕ ಇಣುಕಿತು. ತಟ್ಟನೇ ಅವನನ್ನು ಸಮೀಪಿಸಿದಳು.

ಟವಲನ್ನು ಹೆಗಲ ಮೇಲೆ ಹಾಕಿಕೊಳ್ಳುತ್ತ "ಏನಿಲ್ಲ... ಅಲರ್ಜಿ, ಮೊನ್ನೆ ತಲೆನೋವಾಗ್ತಾ ಇತ್ತು. ಬೇರೆ ಯಾವ್ದೋ ಮಾತ್ರೆ ತಗೊಂಡ್ಬಿಟ್ಟಿದ್ದೀನಿ ಅಷ್ಟೆ. ಈಗೆಷ್ಟೋ ವಾಸಿ" ನಗುತ್ತಲೇ ಹೇಳಿದ. ಅವಳ ಕಣ್ಣುಗಳಲ್ಲಿನ ಆತಂಕ ಮಾಯವಾಗಲಿಲ್ಲ! ನಮ್ಮಿಂದ ಅಣ್ಣ ಏನೋ ಮುಚ್ಚಿಡುತ್ತಿದ್ದಾನೆನಿಸಿತು.

"ಬಾ, ಊಟ ಮಾಡೋಣ?" ಅವಳಿಗಿಂತ ಮೊದಲು ಹೆಜ್ಜೆ ಹಾಕಿದ ಎದೆಯ ಬಡಿತ ಎರಡರಷ್ಟು ಹೆಚ್ಚಾಯಿತು. ಸೋತವನಂತೆ ಹೆಜ್ಜೆ ಹಾಕಿದ. ಜೀವನ ತೀರಾ ದೀರ್ಘವಾಗಿ ಕಂಡಿತು.

ಊಟಕ್ಕೆ ಕೂತವರು ಅಣ್ಣ–ತಂಗಿಯಾದರೂ ಸರಿತಾ ಬಲವಂತದಿಂದ "ನಾವೇ ಬಡ್ಸಿಕೊಂಡರಾಯ್ತು, ಕೂತ್ಕೊಳ್ಳಿ" ಎಂದು ಕೂಡಿಸಿಕೊಂಡಳು. ವಿಪರೀತ ಮಾತಾಡಿದ ಶಂಕರ. ಪ್ರತಿಯೊಂದು ಮಾತಿಗೂ ಅವನೇ ನಗುತ್ತಿದ್ದ. ಇದೆಲ್ಲ ಬರಿ ನಟನೆಯಾಗಿ ಕಂಡಿತು. ಸರಿತಾಳ ಎದೆ ಹಾರಿತು. ಸಹಾನುಭೂತಿಯಿಂದ ಊರ್ಮಿಳಾಳ ಕಡೆ ನೋಡಿದಳು. ಅವಳ ನೋಟ ನೆಲದಲ್ಲಿ ನೆಟ್ಟಿತ್ತು.

ಮೊದಲ ಸಲ ಬಡಿಸಿಕೊಂಡಿದ್ದು ಪೂರ್ಣವಾಗಿ ಯಾರ ತಟ್ಟೆಯಲ್ಲಿಯೂ ಖಾಲಿಯಾಗಲಿಲ್ಲ. ಮತ್ತೆ ಬಡಿಸಿಕೊಳ್ಳುವ ಪ್ರಮೇಯವೇ ಬರಲಿಲ್ಲ. ಅಡುಗೆ ರುಚಿಕಟ್ಟಾಗಿದ್ದರೂ ಯಾರ ನಾಲಿಗೆಗೂ ರುಚಿ ಕಾಣಲಿಲ್ಲ.

"ಕಣ್ಣು ಎಳೆದ್ಕೊಂಡು ಹೋಗ್ತಾ ಇದೆ. ನೀನು ಮಲ್ಕೋ" ತಂಗಿಗೆ ಹೇಳಿ ಕೈಯೊರೆಸುತ್ತ ಕೋಣೆಯ ಕಡೆ ನಡೆದ. ಇಬ್ಬರ ದೃಷ್ಟಿಗಳೂ ಅತ್ತಲೇ ಇದ್ದವು.

ಊರ್ಮಿಳಾ, ಸರಿತಾ ಇಬ್ಬರೂ ಒಂದೇ ಕಡೆ ಮಲಗಿದರು. ಸರಿತಾಳ ಹೃದಯ ಭಾರವಾಗಿತ್ತು. ಅಣ್ಣ ಒಬ್ಬ ವಿಲಕ್ಷಣ ವ್ಯಕ್ತಿಯಾಗಿ ಕಂಡ. ಆರೋಗ್ಯ ಸರಿಯಿಲ್ಲದಿದ್ದರೂ ಚೆನ್ನಾಗಿರುವೆನೆಂದು ತೋರಿಸಿಕೊಳ್ಳುವ ಹಟವೇಕೆ? ಊರ್ಮಿಳಾ ಅಂತೂ ಏನೂ ಬಾಯಿಬಿಡಳು. ಛೇ, ಛೇ, ಇದೊಂದು ದುರಂತದ ಪರಮಾವಧಿ!

ಮಗ್ಗುಲು ಬದಲಾಯಿಸಿ ಊರ್ಮಿಳಾ ಕಡೆ ಮುಖ ಮಾಡಿ ಮಲಗಿದಳು. ಅವಳ ಕಣ್ಣು ರೆಪ್ಪೆಗಳು ತೆರೆದೇ ಇದ್ದವು. ನೋಟ ಛಾವಣಿಯತ್ತ. ಅವಳೆದೆಯಲ್ಲಿ ಎಷ್ಟು ನೋವಿದೆಯೋ? ಎಂದಾದರೂ ಒಡೆದುಹೋಗುವುದು ಸುಳ್ಳಲ್ಲ! ನಿದ್ದೆಮಾಡಲು ಪ್ರಯತ್ನಿಸಿದಳು.

ಸವಿ ನೆನಪು, ಮದುವೆಯಾದ ಮೇಲೆ ಪ್ರತಿ ರಾತ್ರಿಯ ನೆನಪು ಸಿಹಿಯೆ.

ಪರದೆಯ ಮೇಲಿನ ಬೊಂಬೆಗಳಂತೆ ಕಾಣಿಸಿಕೊಂಡವು. ಮೈ ಬಿಸಿಯಾಯಿತು. ದೇಹ ಭಾರವೆನಿಸಿತು. ರೆಕ್ಕೆಗಳನ್ನು ಕಟ್ಟಿಕೊಂಡು ಹಾರಿ ಹೋಗಿ ಸೇರುವ ಬಯಕೆ? ನಕ್ಕು ನಿದ್ದೆಯ ಲೋಕಕ್ಕೆ ಜಾರಿ ಏಳುವ ವೇಳೆಗೆ ಗಂಡ ಹಾಜರಾಗಿದ್ದ ಆಗಲೇ ಹೊರಡಬೇಕೆಂಬ ಒತ್ತಾಯ. ಅವಳಂತೂ ರೆಡಿಯಾಗಿಯೇ ಇದ್ದಳು. ಊರ್ಮಿಳಾ ಬಗ್ಗೆ ಸಹಾನುಭೂತಿಯ ಜೊತೆ ಭಯವೂ ಆವರಿಸಿತು. ಹೋಗುವ ಮುನ್ನ ಅಣ್ಣನ ಜೊತೆ ಏಕಾಂತವಾಗಿ ಮಾತಾಡಿ ವಿಷಯವನ್ನು ಹೊರಡಿಸಬೇಕೆಂದು ಎಷ್ಟೋ ಪ್ರಯತ್ನಪಟ್ಟಳು. ಕಡೆಗೂ ಸಾಧ್ಯವಾಗಲಿಲ್ಲ.

* * *

ಈ ಸಲ ಹೆಣ್ಣಿನ ಮನೆಯವರ ಜೊತೆಯಲ್ಲಿಯೇ ಮಂಗಳಮ್ಮ ಬಂದರು. ಇದೆಲ್ಲ ಕಂಡೂ ಕಾಣದಂತೆ ನಿರ್ಲಿಪ್ತಳಾಗಿದ್ದಳು ಊರ್ಮಿಳಾ. ಸ್ವಂತ ಮನೆ, ಅಂಗಡಿ, ಮನೆಯಲ್ಲಿದ್ದ ಫರ್ನೀಚರ್‌ಗಳನ್ನು ನೋಡಿ ದಂಗಾಗಿಬಿಟ್ಟರು. ಮಗಳನ್ನು ಕೊಡಲು ಇನ್ನೇನುಬೇಕು? ಶಂಕರನ ತೀರಾ ತೆಳುವಾದ ಮೈಕಟ್ಟು ವಯಸ್ಸನ್ನು ಮರೆಸಿದರೂ ಅವನ ಬಾಡಿ ಬತ್ತಿಹೋದ ಮುಖ ಇನ್ನು ಐದು ವರ್ಷಗಳಷ್ಟು ಹೆಚ್ಚಾಗಿಯೇ ತೋರಿಸುತ್ತಿತ್ತು. ಕೆಲವು ವೇಳೆ ನಡೆಯುವಾಗಲೇ ತಡವರಿಸುತ್ತಿದ್ದ.

“ಮಕ್ಳು ಆಗಲಿಲ್ಲಾಂತ ಕೊರಗು ಹಚ್ಚಿಕೊಂಡು ಅರ್ಧವಾಗಿಬಿಟ್ಟಿದ್ದಾನೆ. ಒಂದು ಮಗುವಾದ್ರೆ–ಅದರ ಮುಖ ಕಂಡಕೂಡಲೇ ಗೆಲುವಾಗಿಬಿಡ್ತಾನೆ” ಗಂಡಿನ ತಾಯಿಯ ಸಮಜಾಯಿಷಿ! ಹೆತ್ತ ಕರುಳಿನ ಕಣ್ಣುಗಳಿಗೆ ಪರದೆ ಎಳೆದಿದೆಯೇ?

“ಪರ್ವಾಗಿಲ್ಲ ಬಿಡಿ. ಮಕ್ಳು ಆಗಲಿಲ್ಲಾಂದ್ರೆ ಬದುಕಿಗೆ ಏನಾದ್ರೂ ಅರ್ಥವಿದ್ಯಾ? ಮಕ್ಳು ಇದ್ರೆನೇ ಮನೆಗೆ ಚಂದ!” ಹೆಣ್ಣಿನ ತಂದೆ ಬಾಯಿ ತುಂಬ ಆಡಿದರು. ಹೇಗಾದರೂ ಸರಿ ಕನ್ಯಾಸೆರೆ ಬಿಡಿಸಿಕೊಳ್ಳಬೇಕು.

ಹೆಣ್ಣನ್ನು ನೋಡೋ ಶಾಸ್ತ್ರವಾಯಿತು. ಶಂಕರನ ಒಪ್ಪಿಗೆ ಕೇಳಲಿಲ್ಲ. ಮಂಗಳಮ್ಮನವರೇ ಮಾತುಕತೆಯಾಡಿದರು. ಬಂದ ಶಾಸ್ತ್ರಿಗಳು ಗಂಭೀರವಾಗಿದ್ದರು. ಒಳಗೊಳಗೆ ಏನೋ ನೋವನ್ನು ಅನುಭವಿಸುವಂತೆ ಕಂಡರು. ತೊಳಲಾಟಕ್ಕೆ ಸಿಕ್ಕಿ ಬಳಲಿದ್ದರು. ಯಾವ ನಿರ್ಧಾರಕ್ಕೆ ಬರುವುದೂ ಅವರಿಂದ ಸಾಧ್ಯವಾಗುತ್ತಿರಲಿಲ್ಲ. ರಾತ್ರಿ ಹಗಲು ಹೆಂಡತಿಯ ಕೈಯಲ್ಲಿ ಕೊರೆಸಿಕೊಂಡು ಸಾಕಾಗಿತ್ತು. ತೆಪ್ಪಗಿದ್ದರು.

ಎಂದಿನಂತೆ ಊರ್ಮಿಳಾ ಅಡುಗೆ ಕೆಲಸ ಮಾಡುತ್ತಿದ್ದಳು. ಬಂದವರಿಗೆ ಉಪಚಾರ ಮಾಡಿಯೇ ಬಡಿಸಿದಳು. ಪದೇ ಪದೇ ನಿಟ್ಟುಸಿರುಬಿಡುತ್ತಿದ್ದಳು. ಬಂದ ಹೆಣ್ಣಿನ ಕಡೆಗೆ ಸಹಾನುಭೂತಿಯ ನೋಟ ಕೂಡ ಬೀರಲು ಹೆದರುತ್ತಿದ್ದಳು.

ಲಗ್ನದ ದಿನವೂ ನಿಷ್ಕರ್ಷೆಯಾಯಿತು. ಎಲೆ, ಅಡಿಕೆ ಜೊತೆ ಕಣಗಳನ್ನು ಇಟ್ಟು ತಾಂಬೂಲ ಕೊಟ್ಟರು. ಶಂಕರ, ಊರ್ಮಿಳಾಗೆ ಮಾಡಿಸಿಕೊಟ್ಟಿದ್ದ ಹೊಸ ಸರ ಹೆಣ್ಣಿನ ಕತ್ತಿಗೆ ಅಲಂಕರಿಸಿತು. ಮಂಗಳಮ್ಮ ಧಾರಾಳ ಮನಸ್ಸಿನಿಂದ “ಶಂಕರ, ಇನ್ನಷ್ಟು ಚಿನ್ನ ಹಾಕಿ ಗಡದ್ದಾಗಿ ಅವಳಿಗೆ ಸರ ಮಾಡ್ಸಿಕೊಡು, ಅವ್ಳು, ‘ಅಯ್ಯೋ’

ಅನ್ನೋದು ಬೇಡ" ಮಗನಿಗೆ ಹೇಳಿದರು. ಶಂಕರ ಕತ್ತು ಅಲುಗಿಸಿದ. ಎಲ್ಲರಿಗೂ ಒಳ್ಳೆಯವರೆನಿಸಿಕೊಳ್ಳುವ ಚಪಲ! ಮನೆಯಲ್ಲಿ ಒಂದು ವಿಧವಾದ ಸಂಭ್ರಮದ ವಾತಾವರಣ ತುಂಬಿತು.

ಗೋಪಿ ಎಂ.ಡಿ. ಪರೀಕ್ಷೇನ ಮುಗಿಸಿಕೊಂಡು ನೇರವಾಗಿ ಇಲ್ಲಿಗೆ ಬಂದ. ಮನೆಯಲ್ಲಿ ಒಂದು ವಿಧವಾದ ಗೆಲುವು ತುಂಬಿದ ಅನುಭವವಾಯಿತು. ವಿಷಯ ತಿಳಿದ ಕೂಡಲೇ ನಿಬ್ಬೆರಗಾದ.

"ಡಾಕ್ಟ್ರ ಹತ್ರ ಅವರಿಬ್ಬರನ್ನೂ ಕರ್ಕೊಂಡು ಹೋಗಿದ್ರ?" ಹುಬ್ಬುಗಳು ಸಂಕುಚಿಸಿದವು. ಮುಖದಲ್ಲಿ ಬೇಸರ ಕಾಣಿಸಿಕೊಂಡಿತು.

"ತಲೆಯಲ್ಲಿ ಬರೆದಿದ್ನ ಡಾಕ್ಟರಿಂದ ಅಳ್ಸೋಕೆ ಆಗುತ್ತಾ? ಮದ್ವೆಯಾದ ಮಾತ್ರಕ್ಕೆ ಅವಳ್ನ ಮನೆಯಿಂದ ಹೊರ್ಗೆ ಹಾಕೋಲ್ಲ" ಬೇಸರದ ನುಡಿಗಳನ್ನು ಆಡಿದರು.

ಅಕ್ಕನ ಸ್ವಭಾವ ಬಲ್ಲ. ಆದರೆ ಶಂಕರ ಯೋಚಿಸಬೇಕಾಗಿತ್ತು. ಅಷ್ಟು ವರ್ಷ ಮದುವೆ ಬೇಡವೆಂದು ಪಟ್ಟು ಹಿಡಿದವನು ಈಗಲೂ ಬಿಚ್ಚು ಮನಸ್ಸಿನಿಂದ 'ಇನ್ನೊಂದು ಮದ್ವೆಗೆ ಅರ್ಥವಿಲ್ಲ'ವೆಂದು ಹೇಳಬಹುದಾಗಿತ್ತು. ಅವನ ಸಮ್ಮತಿಯಿಂದಲೇ ನಿಶ್ಚಯವಾಗಿದೆ. ಗೋಪಿಯ ಗಂಭೀರ ಮುಖದಲ್ಲೂ ಜಿಗುಪ್ಸೆ ಮಿನುಗಿತು. ಊರ್ಮಿಳಾ ಬಗ್ಗೆ ಯೋಚಿಸುವವರಾರೂ ಇರಲಿಲ್ಲ. ನಿಟ್ಟುಸಿರು ಚೆಲ್ಲಿದ.

ಶಂಕರನ ಜೊತೆ ಮಾತಾಡಲು ಎರಡು ಮೂರು ಸಲ ಪ್ರಯತ್ನಿಸಿದ. ಇವನಿಗೆ ಮುಖ ತೋರಿಸಲೇ ಅಳುಕುತ್ತಿದ್ದ. ಇವನು ಡ್ಯೂಟಿಗೆ ಹೊರಡಲು ರೆಡಿಯಾಗುವ ಮುನ್ನವೇ ಮನೆ ಬಿಡುತ್ತಿದ್ದ. ಅವನ ಕೆಲಸ ಇದೇ ಆಸ್ಪತ್ರೆಯಲ್ಲಿ ಮುಂದುವರೆದಿತ್ತು.

ಕಾದು ಕೂತಿದ್ದ ಗೋಪಿ, ಶಂಕರ್ ಹೊರಟಾಗ "ನಾನೂ ಬರ್ತೀನಿ" ಅಂದ. ಶಂಕರ ಇವನತ್ತ ಮುಖ ತಿರುಗಿಸಲೇ ಇಲ್ಲ. ಬಹಳ ಅರ್ಜೆಂಟಿನಲ್ಲಿರುವವನಂತೆ "ಒಂದ್ನಿಮಿಷ ಬಂದ್ಬಿಟ್ಟೆ" ಸ್ಕೂಟರ್ ಕ್ಷಣದಲ್ಲಿ ಮರೆಯಾಯಿತು.

"ಅಕ್ಕ, ಊರ್ಮಿಳಾನ ಕರ್ಕೊ ಆಸ್ಪತ್ರೆಗೆ ಹೋಗ್ಬರೋಣ" ಫಳಫಳನೇ ಮಿಂಚುತ್ತಿದ್ದ ಷೂಗಳತ್ತ ನೋಡುತ್ತ ಹೇಳಿದ.

ಗಳುವಿನ ಮೇಲೆ ಸೀರೆ ಹರವುತ್ತಿದ್ದ ಮಂಗಳಮ್ಮ ಕೂಡಲೇ ತಮ್ಮನತ್ತ ತಿರುಗಿದರು. ಅವರಲ್ಲಿ ಉತ್ಸಾಹ ಮೂಡಲಿಲ್ಲ. 'ಹೇಗೂ ಮದ್ವೆ ಗೊತ್ತಾಗಿದೆ? ಇನ್ಯಾಕೆ ಇವೆಲ್ಲ?' ಅನ್ನೋದು ಅವರ ಅಭಿಪ್ರಾಯ.

"ಬೇಗ ಹೊರಡು" ನಿಶ್ಚಲವಾಗಿ ನಿಂತು ಹೇಳಿದ. ತಮ್ಮನ ಮಾತನ್ನ ನಿರಾಕರಿಸಲು ಮಂಗಳಮ್ಮನಿಗೆ ಧೈರ್ಯ ಬರಲಿಲ್ಲ. ವಿರಕ್ತೆಯಂತಿದ್ದ ಸೊಸೆಯನ್ನು ಹೊರಡಿಸಿಕೊಂಡು ಹೊರಟರು.

ಗೈನಕಾಲಜಿಸ್ಟ್ ಡಾ. ಪದ್ಮಾವತಿ ಮೊದಲ ಪರೀಕ್ಷೆಯಲ್ಲಿಯೇ ಬೆರಗಾದರು. ಆದರೂ ಮೂರು, ನಾಲ್ಕು ಪರೀಕ್ಷೆಗಳಿಗೆ ಒಳಪಡಿಸಿದರು. ಅವರ ಸರ್ವೀಸ್‌ನಲ್ಲಿ ಇಂಥದೊಂದು ಕೇಸ್ ಬಂದಿದ್ದು ಇಂದೇ. ಅವಳ ಮದುವೆಯಾಗಿ ವರ್ಷಗಳು

ಉರುಳಿಹೋಗಿದ್ದರೂ ಅವಳಿನ್ನೂ ಕನ್ಯೆಯಾಗಿಯೇ ಉಳಿದಿದ್ದಳು. ಮೂಗಿನ ಮೇಲೆ ಬೆರಳಿಟ್ಟರು. ತಟ್ಟನೇ ಅವರ ಚುರುಕಾದ ಮಿದುಳು ಒಂದು ನಿರ್ಧಾರಕ್ಕೆ ಬಂತು.

ಅವರಿಬ್ಬರನ್ನು ಮನೆಗೆ ಕಳುಹಿಸಿಕೊಟ್ಟು ಗೋಪಿ ಮಾತ್ರ ಅಲ್ಲೇ ಉಳಿದ. ಸಂದೇಹಗಳು ನಾಲ್ಕಾರು, ದೃಢಪಡುವವರೆಗೂ ತಿಳಿಯೋದು ಕಷ್ಟ.

ವಿಷಯವನ್ನು ಅವನ ಮುಂದಿಟ್ಟಾಗ ಹಿಂದಕ್ಕೆ ಒರಗಿ ಕುಳಿತ ಗೋಪಿ. ಅನುಮಾನವಿದ್ದರೂ ಈ ದಿಶೆಯಲ್ಲಿ ಯೋಚಿಸಿರಲಿಲ್ಲ. ಕೆಳತುಟಿ ಕಚ್ಚಿದ. ಕುರ್ಚಿಯ ಹಿಡಿಯ ಮೇಲೆ ಕೈಯೂರಿ. ಗದ್ದಕ್ಕೆ ಕೈ ಹಚ್ಚಿದ. ಚಿಂತನೆಯ ಎಳೆಗಳು ಚೆಲ್ಲಾಪಿಲ್ಲಿಯಾದವು.

"ಥ್ಯಾಂಕ್ಯೂ ಮೇಡಮ್. ಸೀ ಯು ಟುಮಾರೊ?" ಮೇಲಕ್ಕೆದ್ದ. ಊರ್ಮಿಳಾ ಬಗ್ಗೆ ತೀರಾ ಸಹಾನುಭೂತಿಗೊಂಡ.

ಮನೆಯೊಳಗೆ ಬಂದಾಗ ಎಲ್ಲ ಕಡೆಯಿಂದ ಕತ್ತಲು ಬಂದು ಮುತ್ತಿದ ಅನುಭವವಾಯಿತು. ಆಸ್ಪತ್ರೆಗೆ ಇವರುಗಳು ಬಂದ ವಿಷಯ ಶಂಕರನಿಗೆ ಗೊತ್ತಿರಲಿಲ್ಲವೇನೋ? ಫಳಫಳನೇ ಮಿಂಚುತ್ತಿದ್ದ ಹೊಸ ಹೊಸ ಹರಳಿನ ಓಲೆಗಳನ್ನು ಅಂಗೈಯಲ್ಲಿ ಹಿಡಿದು ನೋಡುತ್ತಿದ್ದ. ಅವನ ಕಣ್ಣಿನ ದೃಷ್ಟಿಯು ಮಂದವಾಗಿದೆಯೆನಿಸಿತು ಗೋಪಿಗೆ. ಮುಖ ತಿರುಗಿಸಬೇಕೆನ್ನುವಷ್ಟು ಅಸಹನೀಯವಾಯಿತು. ಇಂಥ ಪರಿಸ್ಥಿತಿ ಇದ್ದಾಗ್ಯೂ ಇನ್ನೊಂದು ಮದ್ವೆಯಾಗುವ ಗಂಡು! ತಿರಸ್ಕಾರದಿಂದ ಅವನತ್ತ ನೋಟದಲ್ಲೇ ಇರಿದ. ನಿಲ್ಲಲಾರದೇ ಕೋಣೆಯೊಳಗೋಗಿ ಕುಸಿದು ಕುಳಿತ.

"ಊಟಕ್ಕೆ...." ಸುಬ್ಬ ಕೋಣೆಯೊಳಕ್ಕೆ ಬಂದ. ಇತ್ತೀಚಿಗೆ ಅವನನ್ನು ಕೆಲಸದ ಹುಡುಗನೆಂದು ಯಾರೂ ಹೇಳುವಂತಿರಲಿಲ್ಲ. ಆರೋಗ್ಯವಾಗಿ ಮೈ ಕೈ ತುಂಬಿಕೊಂಡಿದ್ದ. ಒಗೆದ ಬಟ್ಟೆಗಳನ್ನು ಧರಿಸಿ ಸ್ಕೂಲಿಗೆ ಹೋಗುತ್ತಿದ್ದರಿಂದ ಅವನ ಕಳೆಯೇ ಬೇರೆಯಾಗಿತ್ತು...

"ಬೇಡ..." ಕೈಯನ್ನು ಕುರ್ಚಿಯ ಮೇಲಿಟ್ಟು ಅರ್ಧ ಭಾರವೂರಿ ಪಕ್ಕಕ್ಕೆ ವಾಲಿದ. ಸುಬ್ಬ ಅಲ್ಲಿಂದ ಕದಲಲಿಲ್ಲ. ಸನ್ನೆ ಮಾಡಿದ ಹೋಗು ಎನ್ನುವಂತೆ. ಅವನು ಕಾಲುಗಳನ್ನು ಎಳೆಯುತ್ತಲೇ ಹೊರಗೆ ಹೋದ. ಅಂದೆಲ್ಲ ಕೋಣೆ ಬಿಟ್ಟು ಹೊರಗೆ ಬರಲಿಲ್ಲ. ಮಂಗಳಮ್ಮ ಎರಡು ಸಲ ಬಂದು ಸುಮ್ಮನೇ ಹೋದರು. ಒಂದು ಕಡೇ ಧಾವಂತವಾದರೇ ಒಂದು ಕಡೇ ಉತ್ಸಾಹ ತುಂಬಿ ಬರುತ್ತಿತ್ತು. ಅವರ ಊಹೆ ಪ್ರಕಾರ ಇನ್ನು ಊರ್ಮಿಳಾಗೆ ಮಕ್ಕಳಾಗುವ ಸಾಧ್ಯತೆ ಇಲ್ಲವೆಂದು ಹೇಳಿರಬೇಕು. 'ಎಲ್ಲಾದ್ರೂ ಹಾಳಾಗ್ಲಿ ಮಾತು ಕೊಟ್ಟಾಗಿದೆ, ಮದ್ವೆ ನಿರ್ವಿಘ್ನವಾಗಿ ನಡೆದ್ರೆ ಸಾಕು!'

ಗೋಪಿ ಎದ್ದು ಹೊರಗೆ ಬಂದಾಗ ಏಳು ಗಂಟೆ, ಟವಲನ್ನು ಭುಜದ ಮೇಲೆ ಹಾಕ್ಕೊಂಡು ಬಾತ್‌ರೂಂ ಕಡೆಗೆ ನಡೆದ. ಶಂಕರ ತಾನು ಉಪಯೋಗಿಸುವ ಸೋಪನ್ನ ಕೂಡ ಯಾರೂ ಉಪಯೋಗಿಸಲು ಬಿಡುತ್ತಿರಲಿಲ್ಲ. ಅದಕ್ಕೆ ಇಂದಿನವರೆಗೂ ವಿಶೇಷ ಅರ್ಥ ಹೊಳೆದಿರಲಿಲ್ಲ. ಮೆಚ್ಚುಗೆಯ ನಗೆ ಅವನ ತುಟಿಗಳ ಮೇಲೆ ತುಳುಕಿತು.

ಮುಖ ತೊಳೆದು ಕೋಣೆಗೆ ಬಂದ. ಕೂದಲಲ್ಲಿ ಬಾಚಣಿಗೆ ಆಡಿಸಿ ಹೊರಗೆ ಬಂದ. ಕತ್ತರಿಯಿಂದ ಅಡಿಕೆ ಕಟ್ ಮಾಡುತ್ತಿದ್ದಳು ಊರ್ಮಿಳಾ. ಅವಳ ಮುಖದ ಮೇಲೆ ನೂರು ವರ್ಷದವಳಷ್ಟು ವೈರಾಗ್ಯ. ಸರ್ರನೇ ಮೇಲಕ್ಕೆದ್ದು ಒಳಗೆ ಹೋದಳು. ಮಂಗಳಮ್ಮ ಕಣ್ಣಿಗೆ ಕನ್ನಡಕವೇರಿಸಿ ಕೈಯಲ್ಲಿ ಭಾಗವತ ಹಿಡಿದಿದ್ದರು. ಅವರ ತಲೆದೂಗುವಿಕೆ, ಭಕ್ತಿಪರವಶತೆ ಕಂಡು, ಎಂಥವರಾದರೂ ಬೆರಗಾಗಬೇಕಾದ್ದೆ. ವರಾಂಡದಲ್ಲಿ ಹೋಗಿ ನಿಂತ. ಕಾಂಪೌಂಡಿನಿಂದ ಬೀಸಿ ಬರುತ್ತಿದ್ದ ತಣ್ಣನೆಯ ಗಾಳಿ ಆಹ್ಲಾದಕರವಾಗಿತ್ತು. ಹೂವಿನ ಪರಿಮಳ ಮೂಗಿಗೆ ಸೋಕಿದಾಗ ಹಾಯೆನಿಸಿತು.

"ತಗೊಳ್ಳಿ" ಹಿಂದಕ್ಕೆ ತಿರುಗಿದ. ಅವಳ ನೋಟ ನೆಲವನ್ನು ಸವರುತ್ತಿತ್ತು. ಸುಮ್ಮನೇ ನಿಂತ. ತಲೆ ಎತ್ತಿದಾಗ ಇಬ್ಬರ ನೋಟ ಒಂದು ಗಳಿಗೆ ಸೇರಿತು. 'ನಿನ್ನ ನೋವನ್ನು ಬಲ್ಲೆ!' ಎಂದು ಹೇಳಿದ ಹಾಗಾಯಿತು ಅವನ ಕಣ್ಣುಗಳು. ಊರ್ಮಿಳಾ ಕಣ್ಣುಗಳಲ್ಲಿ ಭಯದ ಜೊತೆ ಸಂಕೋಚ, ಅವಮಾನ ಮಿನುಗಿ ಮರೆಯಾಯಿತು. ಲೋಟ ಗೋಪಿಯ ಕೈ ಸೇರಿತು. ಊರ್ಮಿಳಾ ಸರಿದುಹೋದಳು.

ಮೆತ್ತಗೆ ಮನಸ್ಸಿನಲ್ಲೇ ಓದಿಕೊಳ್ಳುತ್ತಿದ್ದ ಮಂಗಳಮ್ಮ ಈಗ ಜೋರಾಗಿ ಒಂದು ವಿಧದ ರಾಗದಲ್ಲಿ ಓದಲು ಶುರು ಮಾಡಿದರು. ಲೋಟ ಅಲ್ಲೇ ಇಟ್ಟು ಗೋಪಿ ಹೋಗಿ ಕಾಂಪೌಂಡಿನಲ್ಲಿ ನಿಂತ. ತಟ್ಟನೇ ಎದುರು ಮನೆಯ ಕಡೆಗೆ ಅವನ ದೃಷ್ಟಿ ಹೊರಳಿದಾಗ ಮುಖದಲ್ಲಿ ವಿಷಾದ ಮಿನುಗಿತು. ಚೆಲ್ಲುಚೆಲ್ಲಾದ ಮಾತಿನ ಮಲ್ಲಿ ಡಾ. ನಳಿನಿ ಆತ್ಮಹತ್ಯೆ ಮಾಡಿಕೊಂಡಿದ್ದಳು. ಇಂದಿಗೂ ಅವಳ ಸಾವು ಗೋಪ್ಯವೇ! ಮುಂದೆ ಹೋಗಿ ಕುಂಡಗಳಲ್ಲಿ ಒಣಗಿ ಬಿದ್ದಿದ್ದ ಎಲೆಗಳನ್ನೆಲ್ಲ ತೆಗೆದು ಹಾಕಿದ.

ಮಂಗಳಮ್ಮನವರ ಭಾಗವತ ಪಠನ ಮುಗಿಯಿತೇನೋ ಹೊರಗೆ ಬಂದರು. ಸದಾ ಅವರ ನಾಲಿಗೆಯಲ್ಲಿ ದೇವರ ಹೆಸರು ಅವ್ಯಾಹತವಾಗಿ ಸಾಗಿಬರುತ್ತಿತ್ತು. ಒಬ್ಬರೇ ಇದ್ದಾಗ ಮರವೇ ಇದ್ದರೂ ಜನವಿದ್ದಾಗಲಂತೂ ತಡೆಯೇ ಇಲ್ಲ. ಹೇಳಿಕೇಳಿ ಪುರೋಹಿತರ ಹೆಂಡತಿ. ಹಳ್ಳಿಯ ಹೆಂಗಳೆಯರಿಗೆ ಭಕ್ತಿ ಉಕ್ಕಲು ಇನ್ನೇನು ಬೇಕು? ಹತ್ತು ಅಚ್ಚು ಬೆಲ್ಲ ಕೊಡಬೇಕೆಂದುಕೊಂಡವರು ಮಂಗಳಮ್ಮನ ಭಕ್ತಿಭಾವ ನೆನೆಸಿಕೊಂಡು ಇನ್ನೂ ಹತ್ತು ಅಚ್ಚು ಜಾಸ್ತಿಯಾಗಿಯೇ ಕೊಡುತ್ತಿದ್ದರು.

ತಮ್ಮನ ಪಕ್ಕ ಬಂದು ನಿಂತರು. ಗಾಳಿಗೆ ಜೊಂಪೆಯಾದ ಗುಂಗುರು ಕೂದಲು ಹಣೆಯ ಮೇಲೆ ಹರಡುತ್ತಿತ್ತು. ಶುಭ್ರಕಾಂತಿಯ ಹಣೆಯ ಮೇಲೆ ಅವುಗಳ ನಾಟ್ಯ ನಡೆದೇ ಇತ್ತು. ಎರಡು ಕೈಗಳಿಂದಲೂ ಹಿಂದಕ್ಕೆ ಸರಿಸಿ ಸುಮ್ಮನಾದ.

"ಏನಂದ್ರು ಡಾಕ್ಟ್ರು? ನಾನು ಹೇಳ್ದಂಗೆ ಹೇಳಿರ್ಬೇಕು!" ವಿಷಾದದ ನಗೆ ಹರಡಿತು. ಗೋಪಿಯ ತುಟಿಗಳ ಮೇಲೆ ಹತಾಶಭಾವ ಮಿನುಗಿತು. ನೆಟ್ಟ ನೋಟದಿಂದ ಅವರನ್ನೇ ನೋಡಿದ.

"ಮಕ್ಳನ್ನು ಹೆರೋಕೆ ನಿನ್‌ಮಗ ಅವಕಾಶಾನೇ ಕೊಟ್ಟಿಲ್ಲ." ತುಟಿ ಬಿಗಿದುಕೊಂಡಿತು. 'ಇದೇನಪ್ಪ ಹೊಸ ಸುದ್ದಿ!' ಎನ್ನುವಂತೆ ಮಂಗಳಮ್ಮ ಕಣ್ಣರಳಿಸಿ ನೋಡಿದರು. ಸರಿಯಾಗಿ ಅರ್ಥವಾಗಲಿಲ್ಲ. ಬಿಡಿಸಿ ಹೇಳದಿದ್ದರೂ ಅರ್ಥವಾಗುವಂತೆ ಹೇಳಿದ.

ತಮ್ಮನ ಬಾಯಿಂದ ಆ ಮಾತುಗಳನ್ನು ಕೇಳೋಕೆ ಮಂಗಳಮ್ಮನಿಗೆ ಸಂಕೋಚವಾಯಿತು. ಕಣ್ಣನ್ನು ಮೇಲಕ್ಕೂ ಕೆಳಕ್ಕೂ ಮಾಡಿದರು. ಅವನ ಉದ್ದವನ್ನು ಅಳೆದು ನೋಡಿದರು. ವಿಷಯ ಬೇರೆಯವರು ತಿಳಿಸಿದ್ದರೇ ಅವರು ಖಂಡಿತ ನಂಬುತ್ತಿರಲಿಲ್ಲ. ಉಪ್ಪು, ಹುಳಿ, ಖಾರ ತಿನ್ನೋ ದೇಹ. ವಯಸ್ಸಿದ್ದವನು ಹೇಗಿರಲು ಸಾಧ್ಯ? ಸೊಸೆಯನ್ನು ಜ್ಞಾಪಿಸಿಕೊಂಡರು. ಹಾಗೇ ನೋಡಿದರೇ ತಮ್ಮಿಬ್ಬರು ಹೆಣ್ಣು ಮಕ್ಕಳಿಗಿಂತ ಲಕ್ಷಣವಾಗಿದ್ದಾಳೆ. ಆರೋಗ್ಯವಾಗಿಯೂ ಇದ್ದಾಳೆ. ಅವನೇ ಮೆಚ್ಚಿ ಮದುವೆಯಾದದ್ದು. 'ಹೀಗಿದ್ರೂ... ಇವರಿಬ್ಬರ ಸಂಬಂಧ ಹೀಗೇಕೆ?' ಹೆತ್ತ ಕರುಳು ಮಗನನ್ನು ಅಪರಾಧಿಯೆಂದು ಒಪ್ಪಲು ಸಾಧ್ಯವೇ?

"ಮದ್ವೆಗೆ ಹೋಗಿದ್ದಾಗ ಮಂಕುಬೂದಿ ಎರಚಿಬಿಟ್ರು, ಮದ್ವೆಯಾದ್ಮೇಲೆ ಗೊತ್ತಾಗಿದ್ದು ಇವ್ಳು ಮೊದ್ದೂಂತ. ಜಿಗುಪ್ಸೆಗೊಂಡು ಅವಳ್ನ ಅವಳ ಪಾಡಿಗೆ ಬಿಟ್ಬಿಬೇಕೂ–ಈ ಮದ್ವೆಯಾದ್ರೆ ಸರಿಹೋಗುತ್ತೆ" ನೇರವಾಗಿ ಅವರನ್ನೇ ನೋಡಿದ. ತಪ್ಪು ಮಗನದಾಗಿದ್ರೂ ಸೊಸೆಯ ಮೇಲೆ ದೋಷಾರೋಪಣೆ! ಇದೆಲ್ಲಿಯ ನ್ಯಾಯ? ಹೆಣ್ಣಿಗೆ ಹೆಣ್ಣಿನ ಬಗ್ಗೆ ಸಹಾನುಭೂತಿ ಬೇಡವೇ? ಹೆಣ್ಣೇ ಹೆಣ್ಣಿಗೆ ಮಾರಕ! ದೂಷಣೆ ಗಂಡಿಗೆ! ಇದೇ ಸಮಾಜದ ನೀತಿಯೇನೋ?

"ದುಡುಕ್ಬೇಡ, ಮೊದ್ಲು ಶಂಕರ್‌ನ ಡಾಕ್ಟ್ರ ಹತ್ರ ಬರೋಕೆ ಒಪ್ಪಿಸು. ಆರೋಗ್ಯ ಪೂರ್ತಿಯಾಗಿ ಕೆಟ್ಟಿದೆ."

ಭಯವಾಯಿತು ಅವರಿಗೆ. ಆತಂಕದಿಂದ ಬಿಟ್ಟ ಬಾಯಿ ಬಿಟ್ಟಂತೆ ನಿಂತರು ಕೈಕಾಲುಗಳು ಸಣ್ಣಗೆ ನಡುಗುತ್ತಿದ್ದವು.

"ಮೈಯಲ್ಲಿನ ರೋಗ ಮುಚ್ಚಿಹಾಕೋಕೆ ಸಾಧ್ಯವಿಲ್ಲ. ಊರ್ಮಿಳಾ ಮೇಲೆ ತಪ್ಪು ಹೊರಿಸ್ಬೇಡ. ತಪ್ಪೆಲ್ಲ ಶಂಕರ್‌ದೇ" ಮಾತುಗಳು ದೃಢವಾಗಿತ್ತು. ಅವನ ಊಹೆ ನೂರಕ್ಕೆ ನೂರರಷ್ಟು ಸತ್ಯವೆನಿಸುತ್ತಿತ್ತು. ಆದರೂ ಅವನ ಮನ ಖಂಡಿತ ಇದು ನಿಜವಾಗದಿರಲೆಂದೇ ಹಾರೈಸುತ್ತಿತ್ತು.

ಮೆಟ್ಟಿಲು ಮೇಲೆ ಮಂಗಳಮ್ಮನವರು ಮಂಕಾಗಿ ಕೂತುಬಿಟ್ಟರು. ಹಿಂದೆ ಒಮ್ಮೆ ಸೊಸೆ ಮಗನ ಆರೋಗ್ಯದ ಬಗ್ಗೆ ಕೇಳಿದಾಗ ಅತ್ತ ಗಮನಹರಿಸಿರಲಿಲ್ಲ. ಮೊದಲಿನ ಶಂಕರ್‌ಗೂ ಈಗಿನ ಶಂಕರ್‌ಗೂ ಮನಸ್ಸಿನಲ್ಲಿಯೇ ವ್ಯತ್ಯಾಸ ಕಲ್ಪಿಸಿಕೊಂಡರು. ಅವರ ಕಣ್ಣುಗಳಲ್ಲಿ ನೀರೂರಿದವು. ಅಳೋದೊಂದು ಬಾಕಿ ಇತ್ತು. ಸೊಸೆ ಬಂದು ಊಟಕ್ಕೆ ಕರೆದಾಗಲೂ ಎದ್ದು ಹೋಗಲಿಲ್ಲ. ಕೂತೇ ಇದ್ದರು.

ಗೋಪಿ ಬಂದವನೇ ಅವರ ಮುಂದೆ ಕೈಕಟ್ಟಿ ನಿಂತ. "ಅಂಥದ್ದೇನೂ ಇಲ್ಲ. ಒಂದು ತಿಂಗ್ಳು ಚಿಕಿತ್ಸೆಗೆ ಒಳಪಡ್ಸಿದ್ರೆ ವಾಸಿಯಾಗುತ್ತೆ. ಚಿಂತೆ ಬೇಡ. ಯಾರ್ಗೂ ಗಾಬ್ರಿ ಮಾಡ್ಬೇಡ. ಊಟ ಮಾಡು ನಡಿ."

ತಮ್ಮನ ಕರೆಗೆ ಎದ್ದರು. ಮಡಿಯನ್ನು ಹೂಡಲಿಲ್ಲ. ಬೇಕೋ ಬೇಡವೋ ಎನ್ನುವಂತೆ ಊಟ ಮಾಡಿದರು. ಮಗನ ಮುಖ ನೋಡುವವರೆಗೂ ಸಮಾಧಾನವಿಲ್ಲ.

ಎಚ್ಚರವಾಗಿಯೇ ಕಾದು ಕೂತರು.

"ಇದೇನಮ್ಮ ಇನ್ನೂ ನಿದ್ದೆ ಬರಲಿಲ್ವಾ?" ಸ್ಕೂಟರನ್ನು ಬಿಟ್ಟು ಒಳಗೆ ಬಂದ. ಒಂದೇ ಸಮನೆ ನೋಡಿದರು. ಅವನ ಉದ್ದಗಲಗಳನ್ನು ಅಳೆದರು. ಸೋತ ಮುಖ, ಬಿರಿದ ತುಟಿಗಳು, ಪ್ರೇತಕಳೆ ತುಂಬಿದ ಕಣ್ಣುಗಳು ಅಸಹ್ಯವಾಗಿ ಕಂಡವು. ಎದ್ದು ಅವನ ಹತ್ತಿರ ಹೋಗಿ ನಿಂತರು. ತೀರಾ ಮುಪ್ಪಡರಿಹೋದಂತೆ ಕಂಡಿತು ಮುಖ. ಮಂಜು ಕಟ್ಟಿತು. ಪ್ರತಿಬಿಂಬ ಮಸುಕು, ಮಸುಕಾಯಿತು. ಮಂಜು ಒಡೆದು ಕಣ್ಣೀರಾಗಿ ಕೆನ್ನೆಯ ಮೇಲೆ ಉರುಳಿತು.

"ಯಾಕಮ್ಮ ಯಾಕೆ?" ಭುಜ ಹಿಡಿದು ಅಲ್ಲಾಡಿಸಿದ.

"ಯಾಕೋ, ಹೀಗಾಗಿ ಹೋಗಿದ್ದೀಯಾ?" ಮುಖ ಬಿಳಿಚಿಕೊಂಡು ವಿಕಾರವಾಗಿ ಕಂಡಿತು. ಮುಖದಲ್ಲಿ ಒಂದು ತೊಟ್ಟೂ ರಕ್ತವಿರಲಿಲ್ಲ.

"ಏ... ಏನೋ.... ಏನಾಗಿದೆ? ಚೆನ್ನಾಗೇ ಇದ್ದೀನಿ" ತಡಬಡಿಸಿದ.

"ಇನ್ನೂ ಯಾಕೋ ಸುಳ್ಳು ಹೇಳ್ತೀಯಾ? ನಿನ್ನ ಮುಖನ ಕನ್ನಡಿಯಲ್ಲಿ ನೋಡ್ಕೋ ಹೋಗು. ಯಾವ ಸಂಪತ್ತು ಸುರಿದುಕೊಳ್ಳಲಪ್ಪ!" ಸೆರಗನ್ನು ಬಾಯಿಗಿಡಿದು ಬಿಕ್ಕಳಿಸಿದರು. ಇದು ಹೀಗೆಯೇ ನಡೆಯುತ್ತದೆಯೆಂದು ಗೋಪಿಗೆ ಗೊತ್ತುಂಟು. ಎಷ್ಟೇ ಪ್ರಯತ್ನಪಟ್ಟರೂ ಶಂಕರ್, ಡಾಕ್ಟರ್ ಬಳಿ ಬರಲಾರನೆಂಬ ಸಂಗತಿ ಎಂದೋ ಮನದಟ್ಟಾಗಿತ್ತು. ಇತ್ತೀಚೆಗಂತೂ ಸರಿಯಾಗಿ ಅವನ ಮುಖ ನೋಡುವ ಅವಕಾಶವೇ ಅವನಿಗಾಗಿರಲಿಲ್ಲ. ಪರಿಸ್ಥಿತಿ ತೀರಾ ಹದಗೆಡುವ ಮುನ್ನ ಚಿಕಿತ್ಸೆ ಮಾಡಿಸುವ ಉದ್ದೇಶ. ಇದುವರೆಗೆ ಲೈಂಗಿಕ ವ್ಯಾಧಿಗಳಲ್ಲಿ ವಿಶೇಷ ಪರಿಣತಿ ಪಡೆದ ಸೀನಿಯರ್ ಡಾಕ್ಟರ್‌ಗಳ ಬಗ್ಗೆ ಗಂಭೀರವಾಗಿ ಚರ್ಚಿಸಿದ.

"ನಿಂಗೆಲ್ಲೋ ಹುಚ್ಚು! ನಿನ್ಮಗ ಹದಿನಾರುವರ್ಷದ ಹುಡುಗನೇನು? ವಯಸ್ಸಾಗ್ತ ಶರೀರವೂ ಬಲಹೀನವಾಗುತ್ತೆ." ಎಷ್ಟೇ ಪ್ರಯತ್ನಪಟ್ಟರೂ ಅವನ ಧ್ವನಿ ಕ್ಷೀಣಿಸದೇ ಹೋಗಲಿಲ್ಲ.

"ನಂಗದೆಲ್ಲ ಬೇಡ. ನಾಳೆ ನೀನು ಗೋಪಿ ಜೊತೆ ಡಾಕ್ಟರಲ್ಲಿ ಹೋಗ್ಬಾ." ಹಗುರವಾಗಿ ನಗಲು ಪ್ರಯತ್ನಿಸಿದ.

"ನಾನೇನು ಮಗುನೇ? ನಾಳೆ ನಾನೇ ನಿನ್ನ ಮನಸ್ಸಿನ ಸಮಾಧಾನಕ್ಕಾದ್ರೂ ಹೋಗ್ಬರ್ತೀನಿ!"

"ಇಲ್ಲ, ನನ್ನೊತೆ ಬರ್ಬೇಕೂ."

ಗೋಪಿಯ ಕಡೆ ನೋಡಿದವನೇ ಸುಮ್ಮನೇ ನಿಂತುಬಿಟ್ಟ. ಬಾಯಿಂದ ಮಾತುಗಳು ಹೊರಡಲಿಲ್ಲ. ಅವನ ದೃಷ್ಟಿಯನ್ನು ಎದುರಿಸಲಾರದೇ ತತ್ತರಿಸಿದ. ಆ ಕಣ್ಣುಗಳ ಕಾಂತಿ ಅವನೆದೆಯನ್ನು ಬಗೆಯುತ್ತಿತ್ತು. ಸರಸರನೇ ಕೋಣೆಯ ಕಡೆಗೆ ಹೊರಟುಬಿಟ್ಟ.

ಮಗನಿಗೆ ಬಲವಂತ ಮಾಡಿ ಮಂಗಳಮ್ಮ ಕೋಣೆಗೆ ಅನ್ನ ಕಲೆಸಿಕೊಂಡು ಹೋಗಿ ಕೊಟ್ಟು ಊಟ ಮಾಡಿಸಿದರು. ಊರ್ಮಿಳಾನ ಕೇಳುವವರಿಲ್ಲ. ಭಯ, ವೇದನೆ, ಆತಂಕದಲ್ಲಿ ಬೆಂದುಹೋದಳು. ಗಂಡನ ಆರೋಗ್ಯಕ್ಕಾಗಿ ದೇವರ ಮುಂದೆ ತುಪ್ಪದ ದೀಪ ಹಚ್ಚಿಟ್ಟು ಪ್ರಾರ್ಥಿಸಿದಳು. ಶಬ್ದವಾಗದಂತೆ ರಾತ್ರಿಯೆಲ್ಲ ಅಡುಗೆಯ ಮನೆಯಲ್ಲಿ ಕೂತೇ ಇದ್ದಳು. ಸುಬ್ಬ ಅವಳಿಗೆ ಸ್ವಲ್ಪ ದೂರದಲ್ಲಿ ಕೂತಂತೆಯೇ ನೆಲದ ಮೇಲೆ ನಿದ್ದೆ ಮಾಡಿದ.

ಒಂದು ಬೆಡ್ ಷೀಟ್ ತಂದು ಹೊದ್ದಿಸಿ 'ಹುಚ್ಚು ಹುಡ್ಗ!' ಎಂದುಕೊಳ್ಳುತ್ತ ಬೆಳಗಿನ ಕೆಲಸ ನೋಡಲು ಹೋದಳು. ಸ್ನಾನ ಮಾಡಿ ಬಂದು ಕಾಫಿಗಿಟ್ಟಳು. ರಾತ್ರಿ ಊಟವಿರಲಿಲ್ಲ. ವ್ಯಥೆ, ತಳಮಳಗಳ ನಡುವೆ ದೇಹ ಸೋತಿತ್ತು. ಒಂದು ಗಳಿಗೆ ಮೈ ಚಾಚಿ ಮಲಗುವಂತಿರಲಿಲ್ಲ. ಸುಬ್ಬನ ಕೈಯಲ್ಲಿ ಗೋಪಿಗೆ ಕಾಫಿ ಕಳಿಸಿ ಗಂಡನ ಕೋಣೆಯ ಬಳಿಗೆ ಬಂದಳು. ಕಾಲುಗಳು ಸಣ್ಣಗೆ ನಡುಗುತ್ತಿದ್ದವು. ಹೆಜ್ಜೆಗಳು ಭಾರವಾದವು. ಎಳೆದು ಹಾಕಿದಳು.

ಕೋಣೆಯ ಬಾಗಿಲು 'ಕಿರ್' ಎನ್ನುವ ಶಬ್ದದೊಂದಿಗೆ ತೆರೆದುಕೊಂಡಿತು. ಕಾಲನ್ನು ಎತ್ತಿ ಒಳಗಿರಿಸಿದಳು. ಎಂಜಲು ನುಂಗಿ, ಅತ್ತ ತಿರುಗಿದಳು. ಶಂಕರ ಇನ್ನೂ ಎದ್ದಿರಲಿಲ್ಲ. ಸ್ವಲ್ಪ ಮುಂದೆ ಹೋದಳು. ತೆರೆದ ಎದೆಯ ಮೇಲೆಲ್ಲ ಒಂದು ತರಹ ಬಿಳಿಯ ಮಚ್ಚೆಗಳು. ಜನ್ಮಕ್ಕಂಟಿದ ಗಂಟು ಎನ್ನುವಂತೆ ಅಚಲವಾಗಿ ಆವರಿಸಿದ್ದವು. ಕಣ್ಣುಗಳಲ್ಲಿ ಭಯದ ನೆರಳು ಇಣಕಿತು. ಮೊದಲೇ ಇದನ್ನು ನೋಡಿದ್ದರೇ 'ನಾಗರು ಆಗಿರಬಹುದೆಂದು' ಸುಮ್ಮನಾಗಿ ಬಿಡುತ್ತಿದ್ದಳು. ರಾತ್ರಿಯ ಮಾತುಗಳಿಂದ ಭಯಗೊಂಡಿದ್ದಳು. ಎಂದಿನಿಂದಲೋ ಗಂಡನ ಆರೋಗ್ಯದ ಬಗ್ಗೆ ಅವಳಿಗೆ ಭಯವಿದ್ದೇ ಇತ್ತು. ತೀವ್ರತೆರನಾದುದೆಂದು ಭಾವಿಸಿರಲಿಲ್ಲ.

ಶಂಕರ ಮಿಸುಕಾಡಿದ. ಮೆಲ್ಲಗೆ "ಕಾಫಿ" ಎಂದಳು. ಕಣ್ಣು ತೆರೆದು ಮೈಮುರಿದು ಎದ್ದು ಕೂತ ಶಂಕರ್ ಹೊದ್ದಿಕೆಯನ್ನು ಕುತ್ತಿಗೆಯವರೆಗೂ ಎಳೆದುಕೊಂಡು ಕೈ ಚಾಚಿದ. ಅವನ ಕಣ್ಣುಗಳಲ್ಲಿ ವಿಚಿತ್ರವಾದ ಕ್ರೋಧವಿತ್ತು. ಅವಳ ಕೈಹಿಡಿದು ಹತ್ತಿರಕ್ಕೆ ಎಳೆದುಕೊಂಡು ನೋಡಿದ. ಭಯದಿಂದ ಚೀರುವಂತಾಯಿತು. ಸೋತವನಂತೆ ಕೈಬಿಟ್ಟ.

ಬಿರಬಿರನೆ ಅಡುಗೆ ಮನೆಯತ್ತ ನಡೆದಳು. ಬಾಯಲ್ಲಿ ತೇವ ಆರಿಹೋಗಿತ್ತು. ಆಯಾಸದಿಂದಲೇ ತಿಂಡಿ ಮಾಡಿಟ್ಟಳು.

"ಊರ್ಮಿಳಾ, ಶಂಕರ ಎಲ್ಲೋದ?" ಅತ್ತೆಯ ಧ್ವನಿ ಕೇಳಿ ಗಾಬರಿಯಿಂದ ಹೊರಬಂದಳು. ಗೊತ್ತಿಲ್ಲವೆನ್ನುವಂತೆ ತಲೆಯಾಡಿಸಿದಳು.

ಎದೆ ಭಯದಿಂದ ಢವಗುಟ್ಟುತ್ತಿದ್ದರೂ "ಅಂಗಡಿಗೆ ಹೋಗಿರಬೇಕು" ಮೇಲೆ ಸಮಾಧಾನಕರವಾಗಿಯೇ ಹೇಳಿದರು.

ಗೋಪಿ ತಿಂಡಿ ತಿಂದು ಆಸ್ಪತ್ರೆಗೆ ಹೋದಾಗ ಮಂಗಳಮ್ಮನ ಉಮ್ಮಳ

ತಡೆಯದಾಯಿತು. ಸುಬ್ಬ ಕೂಡ ಶಾಲೆಯ ಹಾದಿ ಹಿಡಿದಿದ್ದ. ಹೊಟ್ಟೆ ಸಂಕಟ ತಡೆಯದಾಯಿತು.

'ಅಂಗಡಿಗೆ ಹೋಗಿದ್ದಾನೋ ಇಲ್ಲವೋ?' ಪೇಚಾಡಿಕೊಂಡರು.

ಕೈಕಾಲು ಆಡದ ಊರ್ಮಿಳಾ ಫೋನ್ ಮಾಡಿ ಶಂಕರ ಬಂದಿಲ್ಲವೆಂದು ತಿಳಿದಾಗ ಕುಸಿದು ಕುಳಿತಳು.

"ಹಾಳಾದೋಳು! ನಿನ್ನ ಕೈ ಹಿಡ್ದ ಗಳಿಗೆನೇ ಸರಿಯಿಲ್ಲ. ಆನೆಯಾಗಿದ್ದವನು ಆಡಿನಂತಾಗಿಬಿಟ್ಟ! ಅವನಿಗೆ ಏನು ಬಡೀತೋ?" ಮೆಲ್ಲಗೆ ಅನ್ನತೊಡಗಿದರು. ಇಂಥವರಿಗೆ ಯಾವಾಗಲೂ ವಿವೇಚನೆಯ ಕೊರತೆ; ಇಂಥ ವೇಳೆಗಳಲ್ಲಂತೂ ಪ್ರತಿಯೊಂದಕ್ಕೂ ಬೇರೆಯವರ ಮನೆಯಿಂದ ಬಂದ ಹೆಣ್ಣೇ ಕಾರಣವೆನ್ನುವಷ್ಟು ಮೂಢತನ!

ಏಳರ ಸಮಯಕ್ಕೆ ಗೋಪಿ ಮನೆಗೆ ಬಂದಾಗ ಮನೆಯಲ್ಲಿ ಭೀತಿಯ ಭೂತವಾಡುತ್ತಿತ್ತು. ಮಂಗಳಮ್ಮ ಒಂದೇ ಕಣ್ಣಿನಲ್ಲಿ ಅಳುಕುತ್ತಿದ್ದರು. ಸೊಸೆ ಕಣ್ಣಲ್ಲಿ ನೀರು ಹಾಕಿದ್ದು ಕಂಡವರೇ 'ಈಗಾಗಿರೋದೇ ಸಾಕು. ಇನ್ನು ಕಣ್ಣಲ್ಲಿ ನೀರಾಕಿ ನನ್ನನೆ ಯಾಕೆ ತೋಳಿತೀಯಾ!' ಅಳಲು ಕೂಡ ಅವಳು ಸ್ವತಂತ್ರಳಲ್ಲ... ತವರುಮನೆಯ ಬೆಂಬಲವಿದ್ದಿದ್ದರೇ ಈ ಪರಿಸ್ಥಿತಿ ಎದುರಿಸಬೇಕಾಗಿರಲಿಲ್ಲವೇನೋ! ಸ್ವಲ್ಪ ಸುಧಾರಣೆ ಇದ್ದರೂ ಪರಿಸ್ಥಿತಿಯೇನು ಭಿನ್ನವಾಗುತ್ತಿರಲಿಲ್ಲ.

"ಶಂಕರ ಎಲ್ಹೋದ್ನೋ! ಇನ್ನೂ ಮನೆಗೆ ಬಂದಿಲ್ಲ. ನಿನ್ನ ಮಾತು ಕೇಳಿ ನಾನು ಹಾಗೆ ಕೇಳಬಾರದಿತ್ತೇನೋ?" ಅನುಮಾನಿಸುತ್ತಲೇ ಅಂದರು. ತಮ್ಮನ ಬಗ್ಗೆ, ಅವನ ಬುದ್ಧಿವಂತಿಕೆಯ ಬಗ್ಗೆ ಅಪಾರ ನಂಬಿಕೆ, ಅಭಿಮಾನಗಳು.

ಇದೇನು ಗೋಪಿಗೆ ದೊಡ್ಡ ವಿಷಯವಲ್ಲ. ಶಂಕರ ಬೆಳಿಗ್ಗೆ ಹೋದರೆ ಹಿಂದಿರುಗುತ್ತಿದ್ದುದು ಮಧ್ಯರಾತ್ರಿಗೇನೇ! ವಿಸ್ಮಯದಿಂದ ಅವರತ್ತ ನೋಡಿದ. ರಾತ್ರಿಯ ಮಾತುಗಳಿಂದ ಇದಕ್ಕೆ ಬಣ್ಣ ಬಂದಿರಬೇಕಷ್ಟೆ!

"ಬರ್ತಾರೆ..." ಹಗುರವಾಗಿಯೇ ಅಂದ. ಅವನ ವಿಲಕ್ಷಣ ಸ್ವಭಾವದಿಂದ ಬೇಸರಗೊಂಡಿದ್ದ.

"ಬೆಳಿಗ್ಗೆಯಿಂದ ಅಂಗಡಿಗೆ ಕೂಡ ಹೋಗಿಲ್ಲವಂತೆ!" ಅವನ ಹುಬ್ಬುಗಳು ಸಂಕುಚಿಸಿದವು. ನೇರವಾಗಿ ಫೋನಿನೆಡೆಗೆ ನಡೆದ. ಅಂಗಡಿಯ ನಂಬರಿಗೆ ಫೋನಿನ ಡಯಲ್‌ನ ತಿರುಗಿಸಿದ. ಅತ್ತಲಿಂದಲೂ ನಿರಾಶಾದಾಯಕ ಉತ್ತರವೇ. ಶಂಕರ್ 'ಮೆಡಿಕಲ್ ಸ್ಟೋರ್'ನತ್ತ ಸುಳಿದಿರಲಿಲ್ಲ. ಫೋನನ್ನು ಇಟ್ಟು ಯೋಚಿಸುತ್ತ ಕೋಣೆಯ ಕಡೆಗೆ ಹೆಜ್ಜೆ ಹಾಕಿದ. ಅವನ ಸ್ನೇಹಿತರ ಬಗ್ಗೆ ಇವನಿಗೆ ಗೊತ್ತಿಲ್ಲ. ಬಟ್ಟೆ ಬದಲಾಯಿಸದೆಯೇ ಒಂದೆಡೆ ಕುಳಿತ.

ಕೋಣೆಯೊಳಕ್ಕೆ ಬಂದ ಊರ್ಮಿಳಾ ಬಾಯಿಗೆ ಸೆರಗನ್ನು ಅಡ್ಡಲಾಗಿ ಹಿಡಿದು ಬಿಕ್ಕಳಿಸಿದಳು. ಗೋಪಿಯ ಬಳಿಯಾದರೂ ತನ್ನ ಎದೆಯ ಉಮ್ಮಳ

ತೋಡಿಕೊಳ್ಳಬೇಕೆನ್ನಿಸಿರಬೇಕು.

"ಅಳೋಕೆ.... ಏನಾಯ್ತು? ಶಂಕರ್ ಎಲ್ಲೋ ಹೋಗಿದ್ದಾರೆ, ಬರ್ತಾರೆ" ಎಂದ ಎಂದಿನ ಧಾಟಿಯಲ್ಲೇ.

"ನಂಗೆ ಭಯವಾಗುತ್ತೆ. ನೀವ್...." ಮಾತುಗಳು ಹೊರಡದಾಯಿತು. ಹೆಣ್ಣಿನ ಕಣ್ಣೀರು ಎಷ್ಟು ಭಯಂಕರ ಎನ್ನಿಸಿತು ಗೋಪಿಗೆ. 'ಪೂರ್ಣ ಕತ್ತಲು ಮುಸುಕಿರುವಾಗ ದೀಪ ತೋರುವವರಾರು?'

"ಸಮಾಧಾನ ಮಾಡ್ಕೊಳ್ಳಿ ಊರ್ಮಿಳಾ, ಶಂಕರ್‌ನ ಕರ್ಕೊಂಡ್ಬರ್ತೀನಿ" ಇದೇನು ಪೊಳ್ಳು ಭರವಸೆಯೆನಿಸಿರಲಿಲ್ಲ. ತೀರಾ ಕೆಟ್ಟ ಅಭಿಮಾನವಂತ ಶಂಕರ ತನ್ನ ವ್ಯಾಧಿಯನ್ನು ಬಯಲುಪಡಿಸಲು ಇಷ್ಟವಿಲ್ಲದವನಾಗಿದ್ದಾನೆ. ಅದಕ್ಕೆ ಈ ಪಲಾಯನ. ತುಟಿಗಳ ಮೇಲೆ ವೇದನೆಯ ನಗು ಸುಳಿಯಿತು.

ಇನ್ನು ಮನೆಯಲ್ಲಿ ಉಳಿಯಲು ಇಷ್ಟವಾಗಲಿಲ್ಲ. ನೇರವಾಗಿ ಬಟ್ಟೆ ಸಹ ಬದಲಾಯಿಸದೇ ಸೈಕಲ್ ಹತ್ತಿ 'ಮೆಡಿಕಲ್ ಸ್ಟೋರ್' ಕಡೆಗೆ ನಡೆದ. ಫಾರ್ಮಾಸಿಸ್ಟ್ ಅಂದಿನ ಲೆಕ್ಕದಲ್ಲಿ ತಲ್ಲೀನನಾಗಿದ್ದ. ವಿಷ್ ಮಾಡಿ ನಗುಮುಖದಿಂದಲೇ ಬರಮಾಡಿಕೊಂಡ. ಅವನ ಮುಖದಲ್ಲೇನು ಅಂಥ ಗಾಬರಿ ಇರಲಿಲ್ಲ. ಗೋಪಿ ಕೂತು ಹೇಗೆ ಕೇಳುವುದೆಂದು ಯೋಚಿಸಿದ. ಈಗ ಶಂಕರನ ಪ್ರೆಸ್ಟೀಜ್ ಬಗ್ಗೆ ಯೋಚಿಸಬೇಕಾಗಿತ್ತು. ಕೆಟ್ಟ ಅಭಿಮಾನದಿಂದ ವ್ಯಾಧಿಯನ್ನು ಬಚ್ಚಿಟ್ಟು ದುರಂತದ ಸರಪಣಿಯನ್ನೇ ಹೆಣೆದಿದ್ದ.

"ಏನ್ಸಾರ್ ಸಮಾಚಾರ?" ಸಾಮಾನ್ಯ ವಿಷಯವೆಂಬಂತೆ ಕೇಳಿದ. ತೀರಾ ಗಂಭೀರನಾದ ಗೋಪಿ ಮತ್ತಷ್ಟು ಯೋಚಿಸುತ್ತ ಮೌನವಾಗಿ ಕೂತ.

"ಯಜಮಾನ್ರು ಎಲ್ಲೂ ಹೋಗಿಲ್ಲ, ಬರ್ತಾರೆ ಬಿಡಿ" ಹಗುರವಾಗಿ ನಕ್ಕು ನುಡಿದ. ಅವನನ್ನ ಬಹಳವಾಗಿ ಬಲ್ಲವನಂತೆ ನುಡಿದಿದ್ದ. ಗೋಪಿಯ ಕಣ್ಣುಗಳು ಕಿರಿದಾದವು.

"ಸ್ವಲ್ಪ ಅರ್ಜೆಂಟಾಗಿ ಶಂಕರ್‌ನ ನೋಡ್ಬೇಕಾಗಿತ್ತು" ಅವನು ಹಿಂದುಮುಂದು ನೋಡಿದ. ಹೇಳಲೇ ಬೇಡವೇ ಎಂದು ಯೋಚಿಸಿದ. ಗೋಪಿಯ ಮುಖ ನೋಡಿದಾಗ ಹೇಳಿಬಿಡುವುದೇ ಸರಿಯೆನಿಸಿತು.

"ಅವ್ರು ಔಷ್ಧಿ ತಗೋತಾ ಇದ್ದಾರೆ– ಈಗ ಮದ್ವೆ ಆಗ್ತಾರಂತಲ್ಲ" ಕಿಸಕ್ಕನೇ ನಕ್ಕ. ಇವನ ಮದುವೆ ನಗೆಪಾಟಲಿನ ವಿಷಯವಾಗಿತ್ತು.

ಹೇಗೋ.... ಎಂತೋ.... ಒಂದೊಂದೇ ವಿಷಯವನ್ನೆಲ್ಲ ಬಿಡಿಸಿ ಗೋಪಿಯ ಮುಂದಿಟ್ಟ. ಬೆಚ್ಚಿದ. ಶಂಕರನ ಕುಟಿಲ ಕಣ್ಣುಗಳ ಹಿಂದೆ ಇಷ್ಟೊಂದು ರಹಸ್ಯ. ಮನೆಗೆ ಬಂದಾಗ ಗಡಿಯಾರದ ಮುಳ್ಳು ಹನ್ನೊಂದರ ಸಮೀಪ ಬಂದಿತ್ತು.

"ಶಂಕರ್ ಕೂಡ ಚೆಕ್‌ಅಪ್‌ಗೋಸ್ಕರನೇ ಹೋಗಿದ್ದಾನೆ." ಅಷ್ಟು ಹೇಳಿ ಕೋಣೆಗೆ

ನಡೆದ. ಅವನು ಸಹಜವಾಗಿ ಬಂದು ಊಟದ ತಟ್ಟೆಯ ಮುಂದೆ ಕೂತಾಗ ಅತ್ತೆ ಸೊಸೆ ಸ್ವಲ್ಪ ಧೈರ್ಯಗೊಂಡರು. ಮಂಗಳಮ್ಮನ ಎಲ್ಲ ಪ್ರಶ್ನೆಗಳಿಗೂ ನಿರುತ್ತರವೇ.

ಆಮೇಲೆ ಶಂಕರ್ ಬಂದಿದ್ದು ನಾಲ್ಕೈದು ದಿನಗಳ ನಂತರವೇ. ತೂರಾಡುತ್ತಲೇ ಬಂದ. ಅವನ ಆರೋಗ್ಯಪೂರ್ಣವಾಗಿ ಕೆಟ್ಟುಹೋಗಿತ್ತು. ಕಣ್ಣುಗಳು ಒಳಸೇರಿದ್ದವು. ಮೊದಲು ಹೋಗಿ ತಮ್ಮ ಸೀನಿಯರ್ ಡಾಕ್ಟರನ್ನ ಕರೆತಂದ ಗೋಪಿ. ಅವರ ಮಾತಿನ ಮೇರೆಗೆ ಆಸ್ಪತ್ರೆಗೆ ಸೇರಿಸಿದ್ದೂ ಆಯಿತು. ಭಯಂಕರ ರೋಗ ಅವನನ್ನು ಬಾಧಿಸುತ್ತಿತ್ತು. ಒಂದು ದಿನದ ರಾತ್ರಿಯ ಸುಖಕ್ಕಾಗಿ ತನ್ನ ಆರೋಗ್ಯವನ್ನ ಮಾತ್ರವಲ್ಲ, ಪುರುಷತ್ವವನ್ನು ಕಳೆದುಕೊಂಡಿದ್ದ. ನರ್ಸ್ ಮೇರಿ ಒಂದೇ ರಾತ್ರಿಯಲ್ಲಿ ತನ್ನ ಭಯಂಕರ ರೋಗವನ್ನು ಇವನಿಗೆ ಪಸರಿಸಿದ್ದಳು. ಇದುವರೆಗೂ ಅದರಿಂದ ಅವನು ಮುಕ್ತನಾಗಲೇ ಇಲ್ಲ.

ತಿಂಗಳು ಉರುಳಿದರೂ ರೋಗ ಹತೋಟಿಗೆ ಬರಲಿಲ್ಲ. ನರಳಿಕೆ ರೋಧನ ನೋಡಿದರೇ ಎಂಥವರಿಗಾದರೂ ಕರುಳು ಕತ್ತರಿಸಿ ಬರುತ್ತಿತ್ತು. ತೊಡೆಗಳ ಸಂದಿಯಲ್ಲೆಲ್ಲ ಕೀವು, ಹುಣ್ಣುಗಳಿಂದ ಆವೃತವಾಯಿತು. ಕಟ್ಟಿಕೊಂಡವಳು ತಾನೇ ಇದನ್ನೆಲ್ಲ ಸಹಿಸಬೇಕು. ಸರಿಯಾಗಿ ಸ್ನಾನ, ನಿದ್ದೆ-ಊಟ ಇಲ್ಲದೆ ಊರ್ಮಿಳಾ ಆಸ್ಪತ್ರೆಯಲ್ಲಿ ನಿಂತಳು. ಮಂಗಳಮ್ಮನವರು ಕೂಡ ಮೂಗು ಮುಚ್ಚಿ ನಿಲ್ಲುತ್ತಿದ್ದರು.

ಅಲ್ಲಿಗೆ ಬಂದ ಗೋಪಿಯ ದೃಷ್ಟಿ ಊರ್ಮಿಳಾ ಕಡೆ ಹರಿಯಿತು. ಹೆಣ್ಣು ಆ ಸ್ಥಿತಿಯಲ್ಲಿದ್ದರೆ ಖಂಡಿತ ಗಂಡು ಇಷ್ಟು ಸಹನೆಯಿಂದ ಅವಳ ಕೆಲಸಗಳನ್ನು ಮಾಡುತ್ತಿದ್ದನೆ? ಸಾಧ್ಯವಿಲ್ಲವೆನಿಸಿತು.

ಪ್ಯಾಂಟಿನ ಜೇಬಿನಲ್ಲಿ ಕೈತೂರಿಸಿ ಒಂದು ಕ್ಷಣ ಯೋಚಿಸಿದ. ಭರವಸೆ ಇಲ್ಲದ ಪ್ರಯತ್ನವೆಂದು ಅವನಿಗೂ ಗೊತ್ತು. ಊರ್ಮಿಳಾ ಕಡೆ ನೋಡಿದ. ಉಟ್ಟಿದ್ದ ಸೀರೆ ಸುಕ್ಕು ಸುಕ್ಕಾಗಿತ್ತು. ತಲೆಯ ಕೂದಲು ಕೆದರಿತ್ತು. ಅದನ್ನು ಇಂದು ಬಾಚಿ ಜಡೆ ಹಾಕುವ ಪ್ರಯತ್ನವಂತೂ ಮಾಡಿರಲಿಲ್ಲ. ನೆನ್ನೆಯೋ ಮೊನ್ನೆಯೋ ಕೂದಲನ್ನು ತಿರುಚಿ ಗಂಟು ಹಾಕಿದ್ದಳು. ಹಣೆಯ ಮೇಲಿದ್ದುದು ಪುಡಿ ಕುಂಕುಮ, ದುಃಖ, ವೇದನೆಗಳೇ ಮೂರ್ತರೂಪ ಧರಿಸಿ ನಿಂತಂತೆ ಕಾಣುತ್ತಿದ್ದಳು. ಕಾಟಿಗೆ ತೂಗುಹಾಕಿದ್ದ ಚಾರ್ಟನ್ನ ತೆಗೆದು ಚಿಕಿತ್ಸೆಯ ವಿವರಗಳನ್ನು ಓದಿಕೊಂಡ ಮುಖದಲ್ಲಿ ವಿಷಾದಭಾವ ಹರಡಿತು.

"ಅಕ್ಕ, ಇವತ್ತು ನೀನಿಲ್ಲೇ ಇರು. ಊರ್ಮಿಳಾ ಮನೆಗ್ಹೋಗಿ ಸ್ನಾನ ಊಟ ಮುಗ್ಸಿ ಇವತ್ತು ವಿಶ್ರಾಂತಿ ತಗೊಳ್ಳಲಿ" ಮಂಗಳಮ್ಮನ ಮುಖದ ಮೇಲೆ ಗಾಬರಿ ಕಾಣಿಸಿಕೊಂಡಿತು. ಈ ಔಷಧಿಗಳ ವಾಸನೆಯ ನಡುವೆ ಅವರಂತೂ ಇರಲಾರರು. 'ಇವನು ಯಾಕಪ್ಪ ಹೀಗ್ಹೇಳ್ತಾನೆ?'

"ನನ್ಕೈಲಿ ಆಗೋಲ್ಲಪ್ಪ. ಹೆಚ್ಚು ಹೊತ್ತು ಇಲ್ಲಿ ನಿಂತರೇ ಹೊಟ್ಟೆ ತೊಳೆಸಿಕೊಂಡು ಬರುತ್ತೆ." ಸೆರಗಿನಿಂದ ಮೂಗು ಮುಚ್ಚಿಕೊಂಡರು. ಶಂಕರ ತಾಯಿಯ ಕಡೆ ನೋಡಿ ಮುಖವನ್ನು ಅತ್ತ ತಿರುಗಿಸಿದ. ಈ ನೋವು, ಅವಮಾನಗಳಿಗಿಂತ ಸಾವೇ

ಮೇಲೆನಿಸಿತು.

"ಗೋಪಿ, ನಾನು ಇಲ್ಲಿರೋಲ್ಲ." ಶಂಕರ ಹಾಗೆಂದಾಗ ಗೋಪಿಯ ಕಂಗಳು ಕಿರಿದಾದವು. ಪರಿಣತ ವೈದ್ಯ, ಡಾ. ರಾಮರಾವ್ 'ದಿಸ್ ಈಸ್ ಎ ವೆರಿ ಡೇಂಜರಸ್ ಕೇಸ್, ವಾಸಿಯಾಗೋಲ್ಲ' ಎಂದಿದ್ದರು.

ಹೆಚ್ಚು ಹಟ ಮಾಡಿದಾಗ ಸೀನಿಯರ್ ಡಾಕ್ಟರ್ ಕೂಡ ಕರೆದೊಯ್ಯುವಂತೆ ಹೇಳಿದರು. ಮನೆಗೆ ಬಂದ ಮೇಲೆ ಅವನ ರೀತಿಯೇ ವಿಚಿತ್ರವಾಯಿತು. ಹುಚ್ಚುಹುಚ್ಚಾಗಿ ಕೂಗಾಡುತ್ತಿದ್ದ. ಕೋಣೆಯಲ್ಲಿ ಯಾರೂ ಬರಕೂಡದೆಂದು ನಿಷೇಧಿಸಿದ. ಈ ತೊಳಲಾಟದಲ್ಲಿ ಊರ್ಮಿಳಾ ಪೂರ್ತಿ ಬಳಲಿಬಿಟ್ಟಳು. ಗೋಪಿ ಕೂಡ ಕೋಣೆಯೊಳಗೆ ಬರಕೂಡದೆಂದು ನಿಬಂಧನೆ ಹಾಕುತ್ತಿದ್ದ. ಯಾರೂ ಅವನ ಕಾಯಿಲೆ ಬಗ್ಗೆ ಉಸಿರೆತ್ತಬಾರದು. ಈ ತೊಳಲಾಟದಲ್ಲಿ ನಾಲ್ಕೇ ದಿನದಲ್ಲಿ ಕಣ್ಣು ಮುಚ್ಚಿದ. ಊರ್ಮಿಳಾ ಬಾಳು ಪೂರ್ಣವಾಗಿ ಬರಿದಾಯಿತು. ಕತ್ತಲೆಯ ಮನೆಗೆ ಕಾಲಿಟ್ಟಳು. ಇನ್ನು ಜೀವನ ಪೂರ್ತಿ ಕತ್ತಲೆಯಲ್ಲೇ ಕೈ ತೊಳೆಯಬೇಕು. ಸರಿತಾ ಮಾತ್ರ ಅವಳನ್ನು ಅಪ್ಪಿಕೊಂಡು ಬಿಕ್ಕಿಬಿಕ್ಕಿ ಅತ್ತಳು.

ಬಂದವರ ಎದುರಿಗೆಲ್ಲ ಮಂಗಳಮ್ಮ "ಇವ್ಳು ಬಂದ ಗಳಿಗೆ ಸರಿಯಿಲ್ಲ. ಇವ್ಳ ಹಣೆಬರಹ ಸರಿಯಾಗಿದ್ರೆ ಅವ್ನು ಯಾಕೆ ಸಾಯುತ್ತಿದ್ದ" ಎಂದು ಹೇಳಿಕೊಂಡು ಗೋಳಾಡುತ್ತಿದ್ದರು. ಹೆತ್ತ ಕರುಳಿಗೆ ಸಂಕಟವಿರುತ್ತೆ. ಅದಕ್ಕೆ ನಿರಪರಾಧಿಯನ್ನು ಹೊಣೆ ಮಾಡುವುದೆ?

ಊರ್ಮಿಳಾಳ ತಾಯಿ ತಂದೆಗಳೂ ಬಂದರು. ಮಗಳ ದೌರ್ಭಾಗ್ಯ ನೋಡಿ ಕಣ್ಣೀರು ಸುರಿಸಿದರು. ಅವಳ ಹಣೆಬರಹಕ್ಕೆ ಅವಳನ್ನೇ ದೂಷಿಸಿದರು. ಕರ್ಮಾಂತರಗಳು ಮುಗಿದವು. ಊರ್ಮಿಳಾ ಕತ್ತು, ಹಣೆ ಬರಿದಾಯಿತು. ಯಾತಕ್ಕೂ ಬಾರದ ವಸ್ತುವಿನಂತೆ ಕೋಣೆಯ ಮೂಲೆ ಸೇರಿದಳು.

ಎಲ್ಲಾ ಮುಗಿದ ಮೇಲೆ ಸುಮ್ಮನೆ ಕುಳಿತ ಗಂಡನ ಕಡೆ ನೋಡಿದರು ಮಂಗಳಮ್ಮ. ತೀರಾ ಸೋತುಹೋಗಿದ್ದರು. ಮುಖದ ಸುಕ್ಕುಗಳು ಅಧಿಕವಾಗಿದ್ದವು. ನಾಲ್ಕಾರು ಹಳ್ಳಿಗಳನ್ನು ಲೀಲಾಜಾಲವಾಗಿ ತಿರುಗಿಕೊಂಡು ಬರುತ್ತಿದ್ದವರು ಈಗ ನಡೆದಾಡಲು ಕೂಡ ಒಬ್ಬರ ಸಹಾಯ ಬೇಕೆನ್ನುವಂತೆ ಕೂತಿದ್ದರು.

"ಏನು ಮಾಡೋದು?" ಶಾಸ್ತ್ರಿಗಳು ವಿಷಾದ ನಗೆ ನಕ್ಕರು.

"ಏನಾದ್ರೂ ಮಾಡೋಕೆ ನಾವ್ಯಾರು? ಅವನ ಆಜ್ಞೆಯಂತೆ ಎಲ್ಲಾ ನಡೆಯುತ್ತೆ."

ಮಗನ ನೆನಪು ಮಂಗಳಮ್ಮನವರ ಕಣ್ಣಲ್ಲಿ ನೀರನ್ನು ತರಿಸಿತು. 'ಪುತ್ರಶೋಕ ನಿರಂತರ' ಎಂಬಂತೆ ಸಾಯುವವರೆಗೆ ಅದರಿಂದ ಅವರು ಮುಕ್ತರಾಗಲು ಸಾಧ್ಯವೇ ಇಲ್ಲ.

"ಈ ಮನೆ, ಅಂಗ್ಡಿ....." ಮೆಲ್ಲನೆ ಪೀಠಿಕೆ ಹಾಕಿದರು.

"ಮಾಡೋಣ... ಮಾಡೋಣ... ಸ್ವಲ್ಪ ತಡಿ! ಗೋಪಿ ಇಲ್ಲೇ ಇರುವುದರಿಂದ ಮನೆ ಯೋಚ್ನೇನೂ ಇಲ್ಲ. ಅಂಗಡಿ ಬಗ್ಗೆ ಯೋಚಿಸ್ಬೇಕು ನಮ್ಗೆ ಅದರಲ್ಲಿ ತಿಳಿವಳಿಕೆ ಇಲ್ಲ. ಗೋಪೀನ ಕೇಳೋಣ."

ಆದರೂ ಮಂಗಳಮ್ಮನಿಗೆ ಸಮಾಧಾನವಿಲ್ಲ. ಈಗ ಊರ್ಮಿಳಾನ ಏನು ಮಾಡೋದು? ಅವರಪ್ಪನ ಮನೆಗೆ ಕಳ್ಸಿಬಿಡೋದಾ? ಇಲ್ಲ ತಮಲ್ಲಿ ಇರಿಸಿಕೊಳ್ಳೋದಾ? ಕೆಲಸ–ಬೊಗಸೆ ಮಾಡ್ಕೊಂಡು ಮನೆಯಲ್ಲಿ ಬಿದ್ದಿರುತ್ತಾಳೆ. ಅವಲಕ್ಷಣ... ಮಡಿ ಮಾಡದೆ ಅವಳು ಮಾಡಿದ ಏನನ್ನೂ ತಾವು ತಿನ್ನುವ ಹಾಗಿಲ್ಲ. ಹಳ್ಳಿ ಜನ, ಸಂಪ್ರದಾಯ ಕುಟುಂಬಗಳ ವಿಷಯ ತೀರಾ ಸರಳವಾಗಿ ಕಾಣಲಿಲ್ಲ.

"ಊರ್ಮಿಳಾನ ಏನು ಮಾಡೋದು?" ಶಾಸ್ತ್ರಿಗಳ ಕಣ್ಣು ಮೊದಲು ಕೆಂಪಗಾದರೂ ಆಮೇಲೆ ಹನಿಗೂಡಿತು. ತಮ್ಮ ಚಿಕ್ಕ ಮಗಳು ಸರಿತಾಗಿಂತ ಚಿಕ್ಕವಳು. ನಾಲ್ಕಾರು ಕಡೆಗೆ ತಿರುಗಿದವರು, ಇದೆಲ್ಲ ಅವರು ಕಂಡವರೇ. ಅವರ ಚಿಕ್ಕಮ್ಮ ಹದಿಮೂರನೇ ವಯಸ್ಸಿಗೆ ಗಂಡನನ್ನು ಕಳೆದುಕೊಂಡು ತಲೆಯ ಮೇಲೆ ಕೆಂಪು ಸೆರಗು ಹೊದ್ದು ಅಡುಗೆ ಮನೆ ಸೇರಿದವರು. ಕೊನೆಗೆ ಅವರಿಗೆ ಅಲ್ಲೇ ದೊರೆತದ್ದು ಮುಕ್ತಿ. ಹೆಗಲು ಮೇಲಿದ್ದ ಚೌಕದಿಂದ ಕಣ್ಣುಗಳನ್ನೊರೆಸಿಕೊಂಡರು. ಮಗ ಸತ್ತ ಸಂಕಟಕ್ಕಿಂತ ನಾಲ್ಕರಷ್ಟು ಸೊಸೆಯನ್ನು ನೋಡಿದರೆ ಅವರ ಹೃದಯ ಕಿತ್ತು ಬಾಯಿಗೆ ಬರುತ್ತಿತ್ತು.

"ಇರ್ತಾಳೆ, ಪಾಪಿ ನಿಜಾನ ಬಾಯಿ ಬಿಡದೇ ಆ ಹುಡ್ಗಿಗೆ ಅನ್ಯಾಯ ಮಾಡ್ಬಿಟ್ಟ!" ಸತ್ತ ಮಗನನ್ನು ಮುಲಾಜ್ ನೋಡದೇ ಬೈಯ್ದರು.

"ಅವ್ಳ ಹಣೆ ಬರಹಕ್ಕೆ ಅವನೇನು ಮಾಡ್ತಾನೆ. ಇವ್ಳ ಅರಿಶಿನ ಕುಂಕುಮ ಗಟ್ಟಿಯಾಗಿದ್ರೆ ಬದುಕಿ ಉಳಿಯುತ್ತಿದ್ದ. ನಮ್ಮ ಭಟ್ಟರ ಮಗ ಕ್ಷಯರೋಗ ಬಂದ್ರೂ ಉಳಿದುಕೊಳ್ಳಲಿಲ್ವಾ. ಮರದ ಮೇಲಿಂದ ಬಿದ್ದು ಕೈಕಾಲು ಮುರಿದುಕೊಂಡವ್ರು ಕೂಡ ಉಳಿದುಕೊಂಡಿದ್ದಾರೆ. ಒಟ್ಟಿನಲ್ಲಿ ಇವ್ಳ ಹಣೆಬರಹ ಸರಿಯಿಲ್ಲ."

ಶಾಸ್ತ್ರಿಗಳಿಗೆ ರೇಗಿತು. 'ಹೆಣ್ಣಾದ ಇವಳಿಗೆ ಸ್ವಲ್ಪವಾದರೂ ಸಹಾನುಭೂತಿ ಬೇಡವಾ? ಆ ಹುಡ್ಗಿನ ಅಂದು ಅಂದು ಮುಗ್ಸಿಬಿಡ್ತಾ ಇದ್ದಾಳಲ್ಲ!'

"ಪದೇ ಪದೇ ಏನು ಮಾತೂಂತ ಆಡ್ತೀ!? ನಿನ್ನ ಹೊಟ್ಟೆಯಲ್ಲಿ ಹುಟ್ಟಿದ ಗಂಡು ಗಟ್ಟಿ ಪಿಂಡವಲ್ಲಾಂತ ಬೊಗ್ಳು. ಥೂ... ಥೂ... ಎಂಥ ಸುಡುಗಾಡ ಬುದ್ಧಿನೋ!"

ಗಂಡ ಹಾಗಂದಿದ್ದಕ್ಕೆ ಮಂಗಳಮ್ಮನಿಗೆ ಅಳುವೇ ಬಂದುಬಿಟ್ಟಿತು. 'ಅಯ್ಯೋ.... ಅಯ್ಯೋ... ಇವ್ರಿಗೆ ಹೆಂಡ್ತಿಗಿಂತ ಅವ್ಳೇ ಹೆಚ್ಚಾದಳಲ್ಲ!' ಇನ್ನು ಇವರು ಅವಳಿಗೆ ಸಪೋರ್ಟ್ ಮಾಡಿ ಮಾಡಿ ನನ್ನ ಮೂಲೆಗೆ ಸೇರಿಸಿದ್ರೂ ಹೆಚ್ಚಿಲ್ಲ.

"ಮಗು ಊರ್ಮಿಳಾ, ನೀರು ತಗೊಂಡ್ಬಾಮ್ಮ" ಕೂತಲ್ಲಿಂದಲೇ ಕೂಗಿದರು.

ಸರಸರನೇ ಕಣ್ಣೊರೆಸಿಕೊಂಡ ಮಂಗಳಮ್ಮ ಎದ್ದು ಹೋಗಿ ತಾವೇ ನೀರು ತಂದರು. ಹೊರಗೆ ಮುಖ ತೋರದೇ ಕೋಣೆಯ ಬಾಗಿಲ ಹಿಂದೆಯೇ ನಿಂತಳು.

ಕಣ್ಣೀರು ಸುರಿದು ಸುರಿದು ಕಣ್ಣುಗಳು ಬತ್ತಿಹೋಗಿತ್ತು.

"ನಿಂಗಲ್ಲ ನಾನ್ಹೇಳಿದ್ದು, ನೀನ್ಯಾಕೆ ತಂದಿದ್ದು?"

"ಅವ್ಳು ಮುಟ್ಟಿದ ನೀರು ನೀವು ಕುಡಿಯೋದ?"

"ಬಾಯಿ ಮುಚ್ಕೊಂಡ್ಹೋಗು. ಅವ್ಳು ನನ್ನ ಸೊಸೆ. ಅವ್ಳ ಕೈಯಲ್ಲಿ ನೀರು ಕುಡಿದ್ರೆ ನಾನು ಸಾಯೋಲ್ಲ?" ಎಂದ ಶಾಸ್ತ್ರಿಗಳು, "ಊರ್ಮಿಳಾ, ನೀರು ತಗೊಂಡ್ಬಾಮ್ಮ" ಎಂದರು.

ಕೈಯಲ್ಲಿ ನೀರಿನ ಚೊಂಬು ಹಿಡಿದು ಬಂದ ಸೊಸೆಯನ್ನು ನೋಡಿದರು. ಅವರ ಹೃದಯ ಕಿತ್ತು ಬಂತು, 'ಜೀವನ ಪೂರ್ತಿ ಈ ಕತ್ತಲೆಯಲ್ಲೇ ಜೀವನ ಸಾಗಿಸ್ಬೇಕೇ? ಅವ್ಳ ಯಾವ ತಪ್ಪಿಗೆ ಶಿಕ್ಷೆ?' ಚೊಂಬನ್ನ ಮೇಲಕ್ಕೆತ್ತಿ ಗಟಗಟನೇ ನೀರು ಕುಡಿದರು.

"ಊರಿಗೆ ಬರ್ತೀಯಾಮ್ಮ?" 'ಹೂ' ಎನ್ನುವಂತೆ ತಲೆಯಾಡಿಸಿದಳು. ಫಳಫಳನೆ ಅವಳ ಕೆನ್ನೆಯ ಮೇಲೆ ಕಂಬನಿ ಉದುರಿತು.

ಹೆಂಡತಿಯಲ್ಲಿ ಅವರಿಗೆ ನಂಬಿಕೆ ಇರಲಿಲ್ಲ. ಮೊದಲೇ ನೊಂದ ಹೆಣ್ಣು. ಅಂದು ಆಡಿ ಅವಳನ್ನು ಕೆರೆಗೋ ಬಾವಿಗೋ ಬೀಳುವಂತೆ ಮಾಡುವುದರಲ್ಲಿ ಸಂಶಯವಿಲ್ಲ. ಅಂಗಡಿ, ಮನೆಯಲ್ಲದೇ ತಮ್ಮೆಲ್ಲ ಆಸ್ತಿಯನ್ನು ಅವಳ ಹೆಸರಿಗೆ ಬರೆದು ತವರುಮನೆಗೆ ಕಳುಹಿಸಿಬಿಡೋದಾ? ಅಲ್ಲಿ ಈ ಹುಡ್ಗಿ ಪಾಡು ನಾಯಿಪಾಡಾಗುತ್ತೆ. ಇರೋದೆಲ್ಲ ಅವರ ತಾಪತ್ರಯಗಳಿಗೆ ಸರಿಹೋಗುತ್ತಷ್ಟೆ. ಗಾಬರಿಯಿಂದ ಅವರ ಹೃದಯ ಬಡಿದುಕೊಂಡಿತು. ಅನಾಥಳಾಗಿ ಬಿದ್ದು ಹೊರಳಾಡಿ ಅಳುವ ಸೊಸೆಯ ದೃಶ್ಯ ಅವರ ಕಣ್ಮುಂದೆ ಸುಳಿಯಿತು. ಹೃದಯ ನರಳಿ ನರಳಿ ಅತ್ತಿತ್ತು.

"ರಾತ್ರಿಗೆ ಸ್ವಲ್ಪ ಮೆಣಸಿನ ಸಾರು ಮಾಡಮ್ಮ" ಸುಮ್ಮನೆ ಅವಳು ಮೂಲೆಯಲ್ಲಿ ಕೂರುವುದು ಬೇಕಾಗಿರಲಿಲ್ಲ. ಜನರ ಮುಖ ನೋಡಿಕೊಂಡು ಓಡಾಡುತ್ತಿದ್ದರೆ ಸ್ವಲ್ಪ ಗೆಲುವಾದಾಳು ಎಂಬುದು ಅವರ ಅನಿಸಿಕೆ.

ದುರದುರನೇ ಗಂಡನ ಕಡೆ ನೋಡಿ ಮಂಗಳಮ್ಮ ಎದ್ದು ಹೋದರು. ಪುರೋಹಿತರಾಗಿ ವರ್ಷ ತುಂಬದ ಮುನ್ನವೇ ಗಂಡ ಸತ್ತವಳ ಕೈಯಲ್ಲಿ ಊಟ ಮಾಡೋದು ದೊಡ್ಡ ಅಪರಾಧವೇ. ಕೂಡಲೇ ಮುಡಿ ಮಾಡಿಸಿಬಿಡಿರೆಂದು ಹಟ ಹಿಡಿಯುವವರೇ. ಆದರೆ ಆಪಾಟಿ ಕೂದಲು, ಮನಸ್ಸು ಬರಲಿಲ್ಲ, ಜೊತೆಗೆ ಗೋಪಿಯ ಭಯವೂ ಇತ್ತು. ಅವನು ಒಂದೇ ಮಾತಿನಲ್ಲಿ ಇವರೆಲ್ಲರ ಕಂದಾಚಾರವನ್ನೂ ಕಿತ್ತೊಗೆದಿದ್ದ.

"ನಾನು ಇವತ್ತೇ ಊರಿಗೆ ಹೊರಟೆ. ಈ ಅನಾಚಾರವೆಲ್ಲ ಸಹಿಸ್ಲಾರೆ." ತಮ್ಮ ಸೀರೇನ ಕೊಡವುತ್ತಲೇ ಬಂದು ಕೂಗಾಡಿದರು. ಶಾಸ್ತ್ರಿಗಳು ಹಗುರವಾಗಿ ನಕ್ಕುಬಿಟ್ಟರು.

ಸಂಜೆ ಗೋಪಿಯ ಮುಂದೆ ಈ ವಿಚಾರಗಳನ್ನೆಲ್ಲ ಇಟ್ಟಾಗ ಅವನು ಕೈಕಟ್ಟಿ ಯೋಚಿಸುತ್ತ ಕೂತ. ಪದೇ ಪದೇ ಊರ್ಮಿಳಾಳ ಅಸಹಾಯಕ ಮುಖ ಅವನ

ಕಣ್ಮುಂದೆ ಬಂದು ನಿಲ್ಲುತ್ತಿತ್ತು. ಅಲ್ಲಿಯದೆಲ್ಲವನ್ನು ಬಲ್ಲವನೇ, ನಿಟ್ಟುಸಿರುಬಿಟ್ಟ.

"ಊರ್ಮಿಳಾ ಇಲ್ಲೇ ಇರ್ಲಿ. ಮನೆಯಲ್ಲಿ ಸುಬ್ಬ ಇರ್ತಾನೆ. ದಿಢೀರೆಂದು ಅಂಗಡಿಯ ಬಗ್ಗೆ ಯಾವ ತೀರ್ಮಾನಕ್ಕೂ ಬರೋದ್ಬೇಡ. ಫಾರ್ಮಾಸಿಸ್ಟ್ ದಕ್ಷ, ಪ್ರಾಮಾಣಿಕ. ನಾನು ಆಗಾಗ ಹೋಗಿ ಬರ್ತಾ ಇರ್ತೀನಿ." ಇದರಿಂದ ಶಾಸ್ತ್ರಿಗಳಿಗೆಷ್ಟೋ ಸಮಾಧಾನವಾಯಿತು.

"ಸ್ವಲ್ಪ ದಿನ ಇರಲೀಂತ ಅಲ್ಲಿಗೆ ಕರ್ಕೊಂಡೋದರೇ ಹಾಳು ಜನ ಕೆಲಸವಿಲ್ದೆ ಸಹಾನುಭೂತಿ ಸೂಚಿಸೋ ಹಾಗೆ ಬರ್ತಾ ಇರ್ತಾರೆ. ಹೆತ್ತ ಒಡಲ ಸಂಕಟ ಸೊಸೆಯ ಮೇಲೆ ದೋಷಾರೋಪಣ ಮಾಡುತ್ತೆ. ಈ ಹುಡ್ಗಿ ನೋಯತ್ತೆ."

"ಇಲ್ಲೇನು ತೊಂದ್ರೆ ಇಲ್ವಲ್ಲ, ಇಲ್ಲೇ ಇರ್ಲಿ."

ಇದು ಸರಿಹೋಗಲಿಲ್ಲ ಮಂಗಳಮ್ಮನಿಗೆ. ವಯಸ್ಸಿಗೆ ಬಂದ ಯುವಕ. ಇನ್ನೂ ಮದುವೆ ಇಲ್ಲ. ಒಂದೇ ಮನೆಯಲ್ಲಿದ್ದರೆ ಜನ ಏನಂದುಕೋತಾರೆ. ಎಲ್ಲ ಯೋಚಿಸಬೇಕಾದ್ದೆ. ಅದನ್ನು ಆಡಲು ಮಾತ್ರ ಅವರ ನಾಲಿಗೆ ಮುಂದಾಗಲಿಲ್ಲ. ಸೊಸೆಯ ಬಗ್ಗೆ ಅವರಿಗೆ ಪೂರ್ಣ ನಂಬಿಕೆ. ತಮ್ಮನ ಬಗ್ಗೆ ಅವರೆಂದೂ ಅಪನಂಬಿಕೆ ತಳೆಯಲಾರರು. ಜನರದ್ದೇ ಅವರಿಗೆ ಭಯ.

ಶಾಸ್ತ್ರಿಗಳು, ಮಂಗಳಮ್ಮ ಊರಿಗೆ ಹೊರಟು ನಿಂತರು. ಗಂಟಲು ಕಟ್ಟಿತ್ತು. ಹೃದಯಗಳು ಭಾರವಾಗಿತ್ತು. ಏಕೈಕ ಪುತ್ರ ಸಂತಾನ ತೀರಿಕೊಂಡದ್ದು ಸಾಮಾನ್ಯ ದುಃಖವೇ?

"ಊರ್ಮಿಳಾ... ಮಗು..." ಶಾಸ್ತ್ರಿಗಳ ಕಂಠ ಗದ್ಗದವಾಯಿತು. ಕೋಣೆಯ ಬಾಗಿಲಿನಲ್ಲಿ ಊರ್ಮಿಳಾ ನೆರಳು ಕಂಡಿತೇ ವಿನಹ ಹೊರಗೆ ತಲೆ ಹಾಕಲಿಲ್ಲ. ಮನ ನೊಂದಿತು. ಅಂತಃಕರಣದ ಮುಂದೆ ಯಾವುದೂ ಹೆಚ್ಚಲ್ಲ.

"ಬಾ ಮಗು" ಶಾಸ್ತ್ರಿಗಳೇ ನಾಲ್ಕು ಹೆಜ್ಜೆ ಮುಂದೆ ಹೋದರು. ಅವರ ಕಾಲುಗಳ ಬಳಿ ಕುಸಿದ ಊರ್ಮಿಳಾ ಮುಖ ಮುಚ್ಚಿ ಬಿಕ್ಕಿಬಿಕ್ಕಿ ಅತ್ತಳು. ಅವರ ಎದೆಯೇ ಒಡೆದುಹೋದಂತಾಯಿತು.

ಅವಳನ್ನು ಎಬ್ಬಿಸಿ ತಮ್ಮೆದೆಗೆ ಒರಗಿಸಿಕೊಂಡರು. ಅವರ ಕಣ್ಣೀರು ಅವಳ ಬೆನ್ನನ್ನು ತೋಯಿಸಿತು. ಅವಳ ಕಣ್ಣೀರು ಅವರೆದೆಯನ್ನು ಮೀಯಿಸಿತು. ಕೈಯಿಂದಲೇ ಕಣ್ಣೊರಸಿಕೊಂಡ ಶಾಸ್ತ್ರಿಗಳು "ಸಮಾಧಾನ ಮಾಡ್ಕೊ... ಮಗು. ಏನೂ ಮಾಡೋಕಾಗೋಲ್ಲ. ಎಷ್ಟು ಅತ್ತರೂ ಸತ್ತವ್ರು ಜೀವ ತಳ್ದು ಬರೋಲ್ಲ. ನಾವೆಲ್ಲ ಇದ್ದೀವಿ. ನೀನು ಸೊಸೆ ಮಾತ್ರವಲ್ಲ, ನಮ್ಮ ಮಗ್ಳು ಕೂಡ. ನೀನು ಅಲ್ಲಿಗೆ ಬೇಕಾದ್ರೂ ಬಂದಿರು. ಇಲ್ಲೇನು ಸಂಕೋಚ ಬೇಡ. ದೇವರಂಥ ಹುಡ್ಗ ಗೋಪಿ. ಏನು ಬೇಕಾದ್ರೂ ಸಂಕೋಚವಿಲ್ದೆ ಕೇಳು."

ಅವರುಗಳು ಹೊರಟ ಮೇಲೆ ಊರ್ಮಿಳಾ ತಲೆ ತಲೆ ಚಚ್ಚಿಕೊಂಡು ಅತ್ತಳು. ಇಲ್ಲಿ ಇರುವುದೇ ಅವಳಿಗೆ ಬೇಡವಾಗಿತ್ತು. ಜ್ಞಾಪಿಸಿಕೊಳ್ಳಲು ಅವಳ ಜೀವನದಲ್ಲಿ

ಒಂದಾದರೂ ಮಧುರ ಕ್ಷಣ ಒದಗಿ ಬಂದಿರಲಿಲ್ಲ. ಕತ್ತಲು... ಕತ್ತಲು ಎಲ್ಲೆಡೆ ಕತ್ತಲು. ಬೆಳಕೇ ಇಲ್ಲದ ಜೀವನ. ವಿಲಿವಿಲಿ ಒದ್ದಾಡಿದಳು.

"ಊರ್ಮಿಳಾಕ್ಕ" ಕಣ್ಣೊರೆಸಿಕೊಂಡು ಅವನೆಡೆ ನೋಡಿದಳು. ಅವನು ಬಹಳ ಹೊತ್ತಿನಿಂದ ಅಲ್ಲಿ ನಿಂತಿರಬೇಕು. ಅವನ ಕೆನ್ನೆಗಳ ಮೇಲೆ ಹರಿದ ಕಂಬನಿ ಕರೆಗಟ್ಟಿತ್ತು! ಸಂಕಟವಾಯಿತು.

"ನೀನು ಅಳ್ಬೇಡ ಅಕ್ಕ. ನೀನು ಅತ್ತರೇ ನಂಗೂ ಅಳು ಬರುತ್ತೆ" ವಯಸ್ಸು ಚಿಕ್ಕದಾದರೂ ಎಂತಹ ಸಾಂತ್ವನದ ನುಡಿ! ಊರ್ಮಿಳಾ ನೋಟ ನೆಲವನ್ನು ನೋಡಿತು.

ಸುಬ್ಬ ಅವಳ ಹತ್ರ ಹೋಗಿ ಕೂತು ತನ್ನ ಕೈಯಿಂದ ಅವಳ ಕಂಬನಿ ತೊಡೆದು "ಅಳ್ಬೇಡಕ್ಕಾ.... ನಾನು ಓದಿ ಕೆಲ್ಸಕ್ಕೆ ಸೇರಿ ನಿನ್ನ ಸಾಕ್ತೀನಿ" ಧಾರೆಧಾರೆಯಾಗಿ ಕಂಬನಿಯನ್ನು ಹರಿಸಿದ್ದಳು. ಯಾವ ಕೈಯೂ ಅವಳ ಕಂಬನಿಯನ್ನು ತೊಡೆದಿರಲಿಲ್ಲ. ಮಮತೆ ಉಕ್ಕಿ ಬಂತು. ಅವನ ಕೈ ಹಿಡಿದು ಅತ್ತಳು.

ರಾತ್ರಿ ತಟ್ಟೆಯ ಮುಂದೆ ಗೋಪಿ ಊಟಕ್ಕೆ ಕೂತಾಗ ಸುಬ್ಬ ಬಡಿಸಿದ. ಅವನಿಗೆ ಕಸಿವಿಸಿಯಾಯಿತು. ಕಾಲವೇ ಅವಳ ದುಃಖವನ್ನು ಕಡಿಮೆ ಮಾಡಬೇಕೆಂದುಕೊಂಡು ಬಲವಂತದಿಂದ ತುತ್ತನ್ನು ನುಂಗಿ ನೀರು ಕುಡಿದ.

ಎಂಟ್ಹತ್ತು ದಿನಗಳು ಕಳೆದರೂ ಗೋಪಿಗೆ ಊರ್ಮಿಳಾ ಮುಖ ಕಾಣಲಿಲ್ಲ. ಅವನಿದ್ದಾಗ ಅವಳು ಹೊರಗೆ ಬರುತ್ತಲೇ ಇರಲಿಲ್ಲ. ಅವನಿಗೆ ತಿಂಡಿ, ಕಾಫಿಯನ್ನು ಸುಬ್ಬನೇ ತಂದುಕೊಡುವನು. ಅವನಿಲ್ಲದಾಗ ತಟ್ಟೆಯ ಸುತ್ತಲೂ ಅಡುಗೆಯ ಪಾತ್ರೆಗಳು ರೆಡಿಯಾಗಿರುತ್ತಿದ್ದವು. ಅವನಿಗೆ ಸೇರಿದಷ್ಟು ಬಡಿಸಿಕೊಂಡು ಊಟ ಮಾಡುವುದು. ಅವಳು ಮಲಗುತ್ತಿದ್ದುದು ಅಡುಗೆಯ ಮನೆಯ ನೆಲದ ಮೇಲೆಯೇ. ಇವೆಲ್ಲ ನೋಡಿಯೂ ನೋಡದೆ ಇರುವಂಥ ಪರಿಸ್ಥಿತಿ ಗೋಪಿಗೆ ಬಂತು.

ಅಂದು ಗೋಪಿ ನೈಟ್ ಡ್ಯೂಟಿಯಾದ್ದರಿಂದ ಮಧ್ಯಾಹ್ನ ಮನೆಯಲ್ಲೇ ಇದ್ದ. ಊಟದ ತಟ್ಟೆ, ಅದರ ಸುತ್ತಲೂ ಮುಚ್ಚಿಟ್ಟಿದ್ದ ಪಾತ್ರೆಗಳು ಹಾಗೆಯೇ ಇದ್ದವು. ಗೋಪಿ ಮಾತ್ರ ಊಟಕ್ಕೆ ಬರಲಿಲ್ಲ.

ಅಡುಗೆ ಮನೆಯಲ್ಲಿ ಕೂತಿದ್ದ ಊರ್ಮಿಳಾಗೆ ಬಾಧೆಯಾಯಿತು. ತಡೆಯಲಾರದೇ ಗೋಪಿಯ ಕೋಣೆಯ ಬಾಗಿಲ ಬಳಿ ಗೋಡೆಗೆ ಒರಗಿ ನಿಂತಳು. ಮಾತು ಹೊರಳಿ ಹೊರಳಿ ಬಂದವು– "ಅಡ್ಗೆಯೆಲ್ಲ ಆರೋಗಿದೆ. ಊಟ ಮಾಡ್ಬನ್ನಿ" ಗೋಪಿ ಮಾತಾಡಲಿಲ್ಲ.

"ದಯವಿಟ್ಟು ಊಟ ಮಾಡ್ಬನ್ನಿ." ತಟ್ಟನೆ ಬಾಗಿಲು ತೆರೆದ ಸದ್ದಾದ ಕೂಡಲೇ ಓಡಿದಳು.

"ಊರ್ಮಿಳಾ ನಿಂತ್ಕೊಳ್ಳಿ.... ನೀವು ಹೆದರ್ಕೊಂಡು ಓಡೋಕೆ ನಾನೇನು ಕ್ರೂರ ಪ್ರಾಣಿಯಲ್ಲ–ಸಾಮಾನ್ಯ ಮನುಷ್ಯ." ನಿಂತ ಊರ್ಮಿಳಾ ಅವನ ಕಡೆ ಮುಖ

ತಿರುಗಿಸದೇ ಎರಡು ಕೈಯಲ್ಲೂ ಮುಖ ಮುಚ್ಚಿಕೊಂಡಳು.

ಅವಳ ವೇದನೆ ಅವನಿಗರ್ಥವಾಯಿತು. ಗಂಭೀರ ಮುಖದಲ್ಲೂ ಕೋಪ ಮಿನುಗಿತ್ತು.

"ನಿಮ್ಮ ಮುಖ ನೋಡಬಾರದಷ್ಟು ಕೆಟ್ಟವನಲ್ಲ. ಮನುಷ್ಯ ತನ್ನ ಸ್ವಾರ್ಥಸಾಧನೆಗಾಗಿ ಕೆಲವು ರೂಢಿ ಸಂಪ್ರದಾಯಗಳನ್ನು ಬೆಳೆಸಿಕೊಂಡಿದ್ದಾನಷ್ಟೆ."

ಹೆಜ್ಜೆಯನ್ನು ಮುಂದಕ್ಕೆ ಇಡಲಾರಳು. ಬಲವಂತವಾಗಿ ಕಾಲೆಳೆದುಕೊಂಡು ಹೋದಳು. ಗೋಪಿ ಕೈ ತೊಳೆದು ತಟ್ಟೆಯ ಮುಂದೆ ಕೂತ. ಮೆಲ್ಲಗೆ ಹೊರಗೆ ಬಂದ ಊರ್ಮಿಳಾ ಉಪ್ಪು, ಉಪ್ಪಿನಕಾಯಿ ಬಡಿಸಿದಳು. ಬಳೆಗಳ ಕಿಣಿಕಿಣಿ ನಾದವಿಲ್ಲ. ಬಿಳಿಯ ಕೈಗಳಲ್ಲಿ ಒಂದೊಂದೇ ಸವೆದ ಚಿನ್ನದ ಬಳೆಗಳು ಪಿಚ್ಚೆನಿಸಿತು. ಮೆಲ್ಲಗೆ ಗೋಪಿ ತಲೆಯನ್ನು ಮೇಲಕ್ಕೆತ್ತಿದ ತಟ್ಟನೇ ಕಂಬನಿ ಅವನ ಮುಂಗೈ ಮೇಲೆ ಒಸರಿತು. ಕೈಯನ್ನು ಬಾಯಿಗೆ ಅಡ್ಡವಾಗಿಟ್ಟುಕೊಂಡು ಓಡಿಬಿಟ್ಟಳು. ಕಂದಿದ ಆ ಬಿಳಿಯ ಮುಖದಲ್ಲಿ ಮೂಗೇ ಪ್ರಧಾನವಾಗಿತ್ತು. ಬೋಳು ಹಣೆ. 'ಅಯ್ಯೋ' ಎನಿಸಿತು. ತಟ್ಟೆಯಲ್ಲೇ ಕೈ ತೊಳೆದು ಎದ್ದುಬಿಟ್ಟ. ಹಿಂದಕ್ಕೆ ತಿರುಗಿ ಅನ್ನವನ್ನು ನೋಡಿದಾಗ ತಪ್ಪು ಮಾಡಿದ ಅನುಭವವಾಯಿತು. ತಟ್ಟನೇ ಅವನಿಗೆ ಜ್ಞಾಪಕ ಬಂದದ್ದು ಬೆನ್ನಿಗೆ ಹತ್ತಿಕೊಂಡ ಹೊಟ್ಟೆಯ ಭಿಕ್ಷುಕ ಹುಡುಗರು! ಸುಮ್ಮನೇ ಕೋಣೆಗೋಗಿ ಕೂತುಬಿಟ್ಟ. ತನ್ನ ವೃತ್ತಿಗೆ ಸಂಬಂಧಿಸಿದ ಪುಸ್ತಕಗಳನ್ನು ಮುಂದೆ ಹಾಕಿಕೊಂಡು ಕೂತ.

ಅಳುಕುತ್ತಲೇ ಸುಬ್ಬ ಕೋಣೆಯೊಳಕ್ಕೆ ಹೆಜ್ಜೆಯಿಟ್ಟ. ಅವನ ಕೈಯಲ್ಲಿ ಮಾರ್ಕ್ಸ್ ಕಾರ್ಡ್ ಇತ್ತು. ಅವನ ಮುಂದಿಟ್ಟು ತಲೆ ಕೆರೆದುಕೊಳ್ಳುತ್ತ ನಿಂತ. ತುಟಿ ಅರಳಿಸಿ ಕೈಗೆತ್ತಿಕೊಂಡು ಗೋಪಿ ಅವನತ್ತ ನೋಡಿ ಮಾರ್ಕ್ಸ್ ಕಾರ್ಡ್‌ನತ್ತ ಗಮನಹರಿಸಿದ.

"ಇನ್ನೂ ಚೆನ್ನಾಗಿ ಓದು" ಎಂದವನೇ ಟೇಬಲ್ಲಿನ ಮೇಲೆ ಬಿದ್ದಿದ್ದ ಪೆನ್ನನ್ನು ಅವನ ಕೈಯಲ್ಲಿಟ್ಟ. ಬಾಯಲ್ಲಿ ಹೇಳಲಾಗದ ಎಷ್ಟೋ ಕೃತಜ್ಞತೆಯ ಮಾತುಗಳನ್ನು ಸುಬ್ಬನ ಕಣ್ಣುಗಳು ಹೇಳಿದವು. ಗೋಪಿಯ ತುಟಿಗಳ ಮೇಲೆ ತೃಪ್ತಿಯ ಭಾವ ಮಿನುಗಿತು.

ಈಗೀಗ ಮುಖ ಮರೆಸಿಕೊಂಡು ಊರ್ಮಿಳಾ ಓಡಾಡಿದಳು. ಕಾರಣವಿಲ್ಲದೇ ಹೊರಗೆ ಬರುತ್ತಿರಲಿಲ್ಲ. ರಾತ್ರಿ ಗೋಪಿ, ಸುಬ್ಬನಿಗೆ ಬಡಿಸಲು ಊರ್ಮಿಳಾ ಬಂದಾಗ "ನೀವು ರಾತ್ರಿ ಊಟ ಮಾಡೋಲ್ವಂತೆ ನಿಜವಾ?" ಆ ಮಾತುಗಳಲ್ಲಿ. ರಾಜಗಾಂಭೀರ್ಯವಿತ್ತು. 'ಹೌದು' ಎನ್ನುವಂತೆ ತಲೆಯಾಡಿಸಿದಳು. ಪ್ರಶ್ನಾರ್ಥಕವಾಗಿ ನೋಡಿದ.

"ನಮ್ಮಂಥವ್ರು ರಾತ್ರಿ ಊಟ ಮಾಡಬಾರದಂತೆ!" ಆ ಮಾತಿಗೆ ಸಮಜಾಯಿಷಿ ಎನ್ನುವಂತೆ "ಅಲ್ಲಿ ನಮ್ಮಜ್ಜಿ ಅವರೆಲ್ಲ ಹಾಗೇ ಮಾಡ್ತಾ ಇದ್ರು!" ಜಿಗುಪ್ಸೆಗೊಂಡ.

"ವಯಸ್ಸಾದವ್ರು ರಾತ್ರಿ ಊಟ ಅರಗ್ಸಿಕೊಳ್ಳಲಾರದೇ ಬಿಟ್ಟಿರಬಹ್ದು. ನಿಮ್ಮಂಥವರಿಗಲ್ಲ" ಗಾಬರಿಯಿಂದ ಗೋಪಿಯ ಮುಖ ನೋಡಿದಳು. ಅತ್ತೆ

ಕೂಡ ಈ ಮಾತನ್ನ ಒತ್ತಿ ಹೇಳಿ ಹೋಗಿದ್ರು! ಸುಮ್ಮನೇ ಊಟ ಮಾಡಿ ಎದ್ದು ಹೋದ ಗೋಪಿ. ಕೆಲವು ವಿವೇಚನೆಯಿಲ್ಲದ ಮೂಢನಂಬಿಕೆಗಳು ಹೆಣ್ಣನ್ನು ಎಷ್ಟು ಘಾಸಿಗೊಳಿಸುತ್ತವೆ!

ಸುಬ್ಬ ದಿನಕ್ಕಿಂತ ಮೊದಲೇ ನಿದ್ದೆಹೋಗಿದ್ದ. ಓದು ಸಾಕಾದ ಗೋಪಿ ಪುಸ್ತಕ ಎತ್ತಿಟ್ಟು ಮಲಗಿದ. ಬಾಯಾರಿಕೆಯಾಯಿತು. ಲೈಟು ಆರಿಸಿ ದಿನವೂ ನಿರೀಕ್ಷಿಸುತ್ತಿದ್ದ ಜಾಗ ನೋಡಿದ ಬರಿದಾಗಿತ್ತು. ಮರೆತಿರಬೇಕೆಂದುಕೊಂಡು ಹೊರಗೆ ಬಂದ.

ಅಡುಗೆ ಮನೆಯ ಬಾಗಿಲ ಬಳಿ ಹೋದವನೇ ಗಕ್ಕನೇ ನಿಂತುಬಿಟ್ಟ. ದೇವರ ಕೋಣೆಯ ನಂದಾ ದೀಪದ ಮಂದವಾದ ಬೆಳಕು ಅಡುಗೆ ಮನೆಯಲ್ಲಿ ಪ್ರಸರಿಸಿತ್ತು. ಅದರ ಬೆಳಕಲ್ಲಿ ಕಂಡ ದೃಶ್ಯ ಎಂಥ ಕಲ್ಲು ಹೃದಯವನ್ನಾದರೂ ಕರಗಿಸುತ್ತಿತ್ತು. ಬರೀ ಸಿಮೆಂಟ್ ನೆಲದ ಮೇಲೆ ಕೈಯನ್ನೇ ದಿಂಬಾಗಿಸಿಕೊಂಡು ಊರ್ಮಿಳಾ ಮಲಗಿದ್ದಳು. 'ಛೆ! ಛೆ' ಎಂದುಕೊಂಡ.

"ಊರ್ಮಿಳಾ..." ಎಂದ ಹೆಜ್ಜೆಯನ್ನು ಹಿಂದಕ್ಕೆ ಹಾಕಿ, ಅವಳಿನ್ನೂ ನಿದ್ರಿಸಿರಲಿಲ್ಲ. ತಟ್ಟನೇ ಎದ್ದು ಕೂತಳು. ಅವಳ ಮುಖದಲ್ಲಿ ಗಾಬರಿ, ಎದೆಯಲ್ಲಿ ನಡುಕವೆದ್ದಿತು.

"ಒಂದ್ಲೋಟ ನೀರು ಕೊಡಿ." ತಟ್ಟನೇ ಲೈಟ್ ಹಾಕಿ ನೀರಿನ ಪಾತ್ರೆ ಕಡೆ ನಡೆದಳು. ಗೋಪಿಯ ಕೋಣೆಯ ನೀರಿನ ಪುಟ್ಟ ಜಗ್ ಅಲ್ಲೇ ಅಣಕಿಸಿತು. ಸುಬ್ಬನನ್ನು ಮನಸ್ಸಿನಲ್ಲಿಯೇ ಬೈದುಕೊಂಡು, ಜಗ್, ಲೋಟ ತಂದು ಅವನ ಮುಂದಿಡಿದಳು.

"ಯಾಕೆ ಇಲ್ಲಿ ಮಲ್ಗಿದ್ದೀರಿ?" ದನಿಯಲ್ಲಿ ಕಠಿಣತೆ ಮಿನುಗಿತು. ಎಂಜಲು ನುಂಗಿದಳು, ಮಾತಾಡಲು ಅವಳಿಂದಾಗಲಿಲ್ಲ.

"ಮುಂದಿನ ಕೋಣೆಯಲ್ಲಿರೋ ಮಂಚದ್ಮೇಲೆ ನಿಮ್ಮ ಹಾಸ್ಗೆ ಹಾಕಿಕೊಂಡು ಮಲ್ಗೀ" ಇದರಿಂದ ಏನೂ ಸಾಧಿಸಿದಂತಾಗೋಲ್ಲ ಅವನ ಕಣ್ಣಿನ ಕರುಣೆಯ ಹೊಳಪಿನಲ್ಲಿ ಕರಗಿಹೋದಳು. ಎದುರಾಡಲು ಮನಸ್ಸಾಗಲಿಲ್ಲ. ತಾಯಿ, ಅತ್ತೆಯ ಉಪದೇಶಕ್ಕಿಂತ ಗೋಪಿಯ ಮಾತೇ ಸರಿಯೇನೋ ಎಂದುಕೊಂಡಳು.

"ಹೋಗಿ ಮಲ್ಗೀ" ಗೋಪಿ ಹೊರಟುಹೋದ. ಅವನು ಹೋದ ದಿಕ್ಕನ್ನೇ ನೋಡಿದಳು. ಕಣ್ಣುಗಳು ತುಂಬಿ ಬಂದವು. ತನ್ನ ಬರಡಾದ ಬಾಳಿನಲ್ಲಿ ಕನಿಕರವಿರಿಸಿರುವ ಒಬ್ಬ ವ್ಯಕ್ತಿಯಾದರೂ ಉಳಿದಿರುವರಲ್ಲ ಎಂದು ಸಂತೋಷಗೊಂಡಳು.

ಅಂದಿನಿಂದ ಚಳಿಯಲ್ಲಿ ನಡುಗುತ್ತ ಬರೀ ನೆಲದ ಮೇಲೆ ಮಲಗುವುದನ್ನು ಭಯದಿಂದಲೇ ಬಿಟ್ಟಳು. 'ಅತ್ತೆ ಸುಮ್ಮನಿರುವರೇ!' ಅವಳನ್ನು ಭೀತಿ ಕಾಡದೇ ಹೋಗಲಿಲ್ಲ.

ಒಳ್ಳೆಯ ಕನ್ನಡ ಪುಸ್ತಕಗಳು, ಪತ್ರಿಕೆಗಳನ್ನು ಮನೆಗೆ ತಂದು ಹಾಕುತ್ತಿದ್ದ. ಕೊರಗಿ ಕೃಷಿಸಿ ನಶಿಸಿ ಹೋಗುವುದು ಅವನಿಗೆ ಬೇಕಾಗಿರಲಿಲ್ಲ. ಶಂಕರ ಸತ್ತಾಗಿನಿಂದ ಅವಳು ಹೊರಗೆ ತಲೆ ಹಾಕಿರಲಿಲ್ಲ.

ಹಿಂದೆಯಾದರೂ ಗಿಡಗಳಿಗೆ ನೀರು ಹಾಕುವ ಕಾರಣದಿಂದಲೋ ಹೂಬಿಡಿಸುವ ಕಾರಣದಿಂದಲೋ ಕಾಂಪೌಂಡಿನಲ್ಲಿ ಸ್ವಲ್ಪ ಸಮಯ ಕಳೆಯುವ ಅವಕಾಶ ಅವಳದಾಗುತ್ತಿತ್ತು. ಭಯಪಡುತ್ತಲೇ ವರಾಂಡದಲ್ಲಿ ಕಾಲಿಡುತ್ತಿದ್ದಳು. ಮೂರ್ಹೊತ್ತೂ ಮಡಿ ಮಡಿಯೆನ್ನುತ್ತ ಅಡುಗೆ ಮನೆಯಲ್ಲಿ ಕೂಡುತ್ತಿದ್ದ ಅಜ್ಜಿಯೋ, ಜಪ ಮಣಿ ಸರವಿಡಿದು ಕೂಡುವ ದೂರದ ಸಂಬಂಧದ ಮುದುಕಿಯ ಚಿತ್ರ ಅವಳ ಕಣ್ಮುಂದೆ ಸುಳಿಯುತ್ತಿತ್ತು. ಆಗ ಹೃದಯ ಹೊರಳಿ ಹೊರಳಿ ಅಳುವುದು–ಇದೆಂಥ ಭಯಂಕರ ಶಾಪ ಹೆಣ್ಣಿಗೆ!

ರಜೆಯಲ್ಲಿದ್ದ ಗೋಪಿ ಅಂಗಡಿಗೆ ಹೋದವನು ಮಧ್ಯಾಹ್ನ ಎರಡರ ಸುಮಾರಿಗೆ ಮನೆಗೆ ಬಂದ. ಅತ್ತೆ ಅವಳಿಗೆ ಬರೆದ ಪತ್ರವನ್ನು ಕೈಯಲ್ಲಿಡಿದೇ ಕೂತಿದ್ದಳು. ಅತ್ತು ಅತ್ತು ಅವಳ ಕಣ್ಣುಗಳು ಕೆಂಡದುಂಡೆಗಳಾಗಿದ್ದವು. ಮಗನನ್ನು ಕಳೆದುಕೊಂಡ ದುಃಖವಿನ್ನೂ ಅವರೆದೆಯಲ್ಲಿ ಮಾಸಿರಲಿಲ್ಲವೇನೋ! ಎಲ್ಲದಕ್ಕೂ ಸೊಸೆಯೇ ಕಾರಣವೆನ್ನುವಂತೆ ಮೂದಲಿಸಿ ಬರೆದಿದ್ದರು. ಅವರ ಪ್ರಕಾರ ತಾನು ಇಲ್ಲಿ ಉಳಿದಿರುವುದು ತಪ್ಪೆಂಬ ಭಾವನೆ ವ್ಯಕ್ತವಾಗುತ್ತಿತ್ತು. ಎಲ್ಲಿಗೆ... ಹೋಗೋದು? ಕೆಟ್ಟ ಹೆಣ್ಣಿಗೆ ತವರುಮನೆಯೇ ಆಸರೆ!

"ಯಾಕೆ ಅತ್ತಿದ್ದೀರಾ?" ಕಣ್ಣುಗಳು ಕಿರಿದಾದವು. ಅಳು... ಅಳು... ಇಂದಿಗೂ ಹೆಣ್ಣು ಅಳುವಿನಿಂದ ಮುಕ್ತಗೊಂಡಿಲ್ಲ.

"ಏನಿಲ್ಲ..." ದಢಾರನೇ ಮೇಲಕ್ಕೆದ್ದಳು. ಬೇಗ ಹೋಗಿ ಮುಖವನ್ನು ತಣ್ಣೀರಿನಿಂದ ತೊಳೆದಳು.

ಸರಿತಾಳ ಗಂಡ ಕೂಡ ತನಗೆ ಈಗ ಸ್ಕೂಟರಿನ ಅವಶ್ಯಕತೆಯಿದೆಯೆಂದು ಮಾವನವರಿಗೆ ಪತ್ರ ಬರೆದಿದ್ದ. ಆ ಪತ್ರವನ್ನು ಶಾಸ್ತ್ರಿಗಳು ಗೋಪಿಗೆ ಕಳುಹಿಸಿಕೊಟ್ಟಿದ್ದರು. ಶಂಕರನ ಸ್ಕೂಟರನ್ನು ಎಂದೂ ಗೋಪಿ ಉಪಯೋಗಿಸುತ್ತಿರಲಿಲ್ಲ. ಯಾವ ಅಭ್ಯಂತರವೂ ಅವನಿಗಿಲ್ಲ. ಏನೋ ಒಂದು ವಿಧವಾದ ನೋವು. ಮಾನವೀಯವಾಗಿ ಊರ್ಮಿಳಾ ಬಗ್ಗೆ ಯಾರಾದರೂ ಯೋಚಿಸಬಹುದಾಗಿತ್ತು. ಯಾರಿಗೂ ಬೇಡ!

ಊಟ ಮಾಡಿ ಕೋಣೆಗೆ ಹೋಗಿ ಕುಳಿತ. ಮನಸ್ಸು ಬೇಸರಗೊಂಡಿತ್ತು. ಬೇಕಾದಾಗ ಮಾತ್ರ ಅಂತಃಕರಣಕ್ಕೆ ಬೆಲೆ ಬರುತ್ತದೆಯೇ ವಿನಃ ಬೇಡದ ಸಮಯದಲ್ಲಿ ಅದರ ನೆನಪೇ ಮಾಸಿ ಹೋಗುತ್ತೆ. ಇದೇ ಜೀವಂತ ಸಮಾಜದ ಲಕ್ಷಣವೇ?

ಕಾಲಿಂಗ್ ಬೆಲ್ ಸದ್ದಾದಾಗ ಕೂಡ ಅವನು ಅದರತ್ತ ಗಮನಹರಿಸಲಿಲ್ಲ. ಸುಮ್ಮನೆ ಕೂತೇ ಇದ್ದ.

"ಗೋಪಿ ಇಲ್ವಾ, ಮನೆಯಲ್ಲಿ?" ಶಾಸ್ತ್ರಿಗಳ ಧ್ವನಿ.

"ಇದ್ದಾರೆ" ಕ್ಷೀಣಿಸಿ ನುಡಿದ ಧ್ವನಿ ಊರ್ಮಿಳಾದು. ಟೀಪಾಯಿ ಮೇಲಿದ್ದ ಪುಸ್ತಕವನ್ನು ಕೈಗೆತ್ತಿಕೊಂಡ.

ವಾಡಿಕೆಯಂತೆ ಶಾಸ್ತ್ರಿಗಳು ಹೂ, ಹಣ್ಣು ಹಿಡಿದು ಬಂದಿದ್ದರು. ಅವರ ಕೈ

ನಡುಗಿತು. ಚೀಲವನ್ನು ಅಲ್ಲಿಟ್ಟು ಮಂಕಾಗಿ ಕೂತುಬಿಟ್ಟರು. ಹೊಟ್ಟೆಯಲ್ಲಿ ಗರಗಸದಿಂದ ಕೊಯ್ದು ಅನುಭವವಾಯಿತು. ವೇದನೆ ಉಮ್ಮಳಿಸಿ ಉಮ್ಮಳಿಸಿ ಮೇಲಕ್ಕೆ ಬಂತು.

"ಚೆನ್ನಾಗಿದ್ದೀಯಾಮ್ಮ?" ತಲೆ ತಗ್ಗಿಸಿಯೇ ತಲೆಯಾಡಿಸಿದಳು. ಅವರೊಬ್ಬರೇ ಬಂದಿರಲಿಲ್ಲ. ಅವರ ಜೊತೆ ಚಿಕ್ಕ ಅಳಿಯ ಅಂದ್ರೆ ಸರಿತಾಳ ಗಂಡ ಕೂಡ ಬಂದಿದ್ದ.

"ಅಡುಗೆ ಇದ್ರೆ ಬಡ್ಸು ಮಗು" ಸಹಜವಾಗಿಯೇ ಹೇಳಿದರು. ಸೊಸೆಗೆ ವಿಧವೆಯ ಪಟ್ಟ ಕಟ್ಟಿದಾಗಿನಿಂದ ಮಡಿ, ಸಂಪ್ರದಾಯಗಳ ಬಗ್ಗೆ ನಿರಾಸಕ್ತಿ ಮೂಡಿತ್ತು. ಮೊದಲಿನ ಹಾಗೆ ತಳುಕಿನ ಮಾತಾಡಿ ಸಂಪಾದನೆ ಮಾಡುತ್ತಿರಲಿಲ್ಲ. ಕರೆದ ಕಡೆಯಲ್ಲೆಲ್ಲ ಪೌರೋಹಿತ್ಯಕ್ಕಾಗಿ ಅಲೆಯುತ್ತಿರಲಿಲ್ಲ. ತೀರಾ ಹೋಗಬೇಕಾದ ಕಡೆಗಳಲ್ಲಿ ಮಾತ್ರ ಹೋಗುತ್ತಿದ್ದರು. ಅದಾಗಲೇಬೇಕು... ಇದಾಗಲೇಬೇಕು ಎಂದು ಪೀಡಿಸುತ್ತಿರಲಿಲ್ಲ. ಎಷ್ಟು ಇದ್ದರೆ ಅಷ್ಟಕ್ಕೇ 'ಕೃಷ್ಣಾರ್ಪಣಮಸ್ತು' ಈಗ ನಿಜವಾಗಿ ತಾವು ಓದಿದ ಪುರಾಣ ಗ್ರಂಥಗಳನ್ನು ಪೂರ್ಣವಾಗಿ ಮನನ ಮಾಡಿಕೊಂಡು ವಿವೇಚಿಸುತ್ತಿದ್ದರು.

"ಹೋಗು... ಬಟ್ಟೆ ಬದಲಾಯ್ಸಿ–ಕೈಕಾಲು ತೊಳ್ಕೊ?" ಅಳಿಯನಿಗೆ ಹೇಳಿದರು.

ಬಿಸಿ ಅನ್ನ ಮಾಡಿ ಆದರದಿಂದ ಬಡಿಸಿದಳು. ಹಿಂದೆ ಪುರೋಹಿತರು ಗಡದ್ದಾಗಿ ಉಣ್ಣುತ್ತಿದ್ದರು. ಈಗ ಅದರ ಮೂರನೇ ಒಂದು ಭಾಗದಷ್ಟು ಊಟ ಮಾಡಲಿಲ್ಲ. ವೃದ್ಧಾಪ್ಯಕ್ಕಿಂತ ವ್ಯಥೆ ಮನುಷ್ಯನನ್ನು ಬಹಳ ಬೇಗ ಹಣ್ಣು ಮಾಡುತ್ತೆ.

"ಗೋಪಿ..." ಕೋಣೆಯ ಬಾಗಿಲನ್ನು ದೂಡಿ ಬಗ್ಗಿ ನೋಡಿದರು. ಕುರ್ಚಿಯಲ್ಲಿ ಕೂತು ಕೈಯನ್ನು ಹಣೆಗೊತ್ತಿಕೊಂಡು ಹಾಗೆಯೇ ಕಣ್ಣು ಮುಚ್ಚಿದ್ದ. ನಿದ್ದೆ ಮಾಡುತ್ತಿರುವನೆಂದು ಅರಿತರು. ಬಾಗಿಲನ್ನು ಮುಂದಕ್ಕೆ ಎಳೆದುಕೊಂಡು ಹೋಗಿ ಸೋಫಾ ಮೇಲೆ ಕೂತರು. ಅವರ ದೃಷ್ಟಿ ವರಾಂಡದ ಕಡೆಗೆ ಹರಿಯಿತು. ಅಳಿಯ ಆಗಲೇ ಸ್ಕೂಟರನ್ನು ಪರೀಕ್ಷಿಸುತ್ತಿದ್ದ. ನಿಟ್ಟುಸಿರುಬಿಟ್ಟರು.

ಬರುವ ಮುನ್ನ ಹೆಂಡತಿಯ ಬಳಿ ಬಡಕೊಂಡರು. "ಇದೆಲ್ಲಿಯ ನ್ಯಾಯ? ಶಂಕರನ ವಸ್ತುಗಳೆಲ್ಲ ಅವ್ಳಿಗೆ ಸೇರ್ಬೇಕು. ಇವತ್ತು ಈ ಅಳಿಯ ಸ್ಕೂಟರ್ ಕೇಳ್ದಾ–ನಾಳೆ ಇನ್ನೊಬ್ಬಳಿಯ ಮನೆ ಕೇಳ್ತಾನೆ–ಕೊಟ್ಬಿಡು. ನಾಳೆ ಆ ಹೆಣ್ಣು ಹೋಗಿ ಬಾವಿಗೆ ಬೀಳ್ಬೇಕಾ?!"

ಮೊದಲು ಶಾಸ್ತ್ರಿಗಳ ಮಾತಿಗೆ ಮಂಗಳಮ್ಮ ಹೆದರಿದರೂ ಆಮೇಲೆ 'ಅವಳೊಬ್ಳೇ ಇದೆಲ್ಲ ಇಟ್ಕೊಂಡು ಏನ್ಮಾಡ್ತಾಳೆ? ಈಗ ಕೊಡೋಲ್ಲಾಂದ್ರೆ ಅಳಿಯ ಮುನಿಸಿಕೊಳ್ತಾನೆ–ಅದ್ನ ಆ ಹುಡ್ಗಿ ಅನುಭವಿಸ್ಬೇಕಾಗುತ್ತೆ. ಬೆಟ್ಟದಂಥ ಮಗನೇ ಹೋದ. ಅದನ್ನೆಲ್ಲ ಇಟ್ಕೊಂಡು ನಾವೇನು ಮಾಡ್ಬೇಕು...? ಇಲ್ಲಿ ತಾನೇ ಯಾರಿದ್ದಾರೆ? ಊರ್ಮಿಳಾ ಬಂದು ಇಲ್ಲೇ ಇದ್ದುಕೊಳ್ಳಲಿ' ಬಹಳಷ್ಟು ಸಮಾಧಾನಪಡಿಸಿಯೇ ಅಳಿಯನ ಜೊತೆ ಗಂಡನನ್ನು ಕಳುಹಿಸಿದ್ದರು.

ಕೂತೇ ಕಣ್ಮುಚ್ಚಿ ನಿದ್ದೆ ಮಾಡಲು ಪ್ರಯತ್ನಪಟ್ಟರು. ನಿದ್ದೆಯಂತೂ ಅಲ್ಲ, ಹೊಟ್ಟೆಯ ಭಾರದಿಂದ ಬರುವ ತೂಕಡಿಕೆ.

"ಮಲಗ್ತೀರಾ?" ಆಳದಿಂದ ಬಂದಂತಿತ್ತು ಧ್ವನಿ.

"ಬೇಡಮ್ಮ ಅಳಿಯಂದ್ರು ಮಲಗಿದ್ರ?" ಜುಟ್ಟನ್ನು ಸವರಿಕೊಂಡರು. ಶಂಕರನ ಪ್ರತಿಬಿಂಬ ಮಸುಕು ಮಸುಕಾಗಿ ಜ್ಞಾಪಿಸಿಕೊಂಡರು. ಮಗನ ಜೊತೆ ಒಂದು ದಿನವಾದರೂ ಸೊಸೆ ನಗುನಗುತ್ತಾ ಇದ್ದುದನ್ನು ಅವರು ನೋಡಲಿಲ್ಲ. ನಿಟ್ಟುಸಿರುಬಿಟ್ಟರು.

"ಕೂತ್ಕೋ ಬಾ ಮಗು" ಮಾತಿನಲ್ಲಿ ಅಕ್ಕರೆ ಮಿಡಿಯಿತು.

ಮೈ ತುಂಬಾ ಸೆರಗೊದ್ದು ತಲೆ ಬಗ್ಗಿಸಿ ಕೆಳಗೆ ಕೂಡಲು ನೋಡಿದಳು. ಅವರಿಗೆ ಕೆಡುಕೆನಿಸಿತು.

"ಮೇಲೆ ಕೂತ್ಕೋಮ್ಮ ನಂಗೆ ಸರಿತಾ ಬೇರೆಯಲ್ಲ ನೀನು ಬೇರೆಯಲ್ಲ" ಅಳುಕುತ್ತಲೇ ಊರ್ಮಿಳಾ ಸೋಫಾದ ಅಂಚಿಗೆ ಆತುಕೊಂಡು ಕುಳಿತಳು.

ಸೋಫಾದ ಮೇಲೆ ಪ್ರಯಾಸದಿಂದ ಪದ್ಮಾಸನ ಹಾಕಿಕೊಂಡು ಕೂತ ಶಾಸ್ತ್ರಿಗಳು ಸೊಸೆ ಕಡೆ ನೋಡಿದರು. ಅಯ್ಯೋ ಎನಿಸಿತು. 'ಹೆಣ್ಣಿಗೆ ಇದೆಂತಹ ಅನ್ಯಾಯ!'

ಮೆಲ್ಲಗೆ ಅಳಿಯನ ಬಯಕೆಯನ್ನು ಸೊಸೆಯ ಮುಂದೆ ಪ್ರಸ್ತಾಪಿಸಿದರು. ಅವಳ ಮುಖದಲ್ಲಿ ಯಾವ ಏರುಪೇರುಗಳೂ ಆಗಲಿಲ್ಲ. ಜೀವನದ ಬಗ್ಗೆ ಆಸಕ್ತಿಯನ್ನು ಕಳೆದುಕೊಂಡವಳಂತೆ ಕಂಡಳು. ಬತ್ತಿ ಹೋದ ಮಡುವಿನಂತೆ ಅವಳ ಕಣ್ಣುಗಳಲ್ಲಿ ನೀರು ಕೂಡ ಇಣುಕಲಿಲ್ಲ.

"ಈಗೇನು ಮಾಡೋಣಮ್ಮ?" ಸೊಸೆ ಪ್ರತಿ ಹೇಳಲಾರಳೆಂದು ತಿಳಿದರೂ ತಮ್ಮ ಕರ್ತವ್ಯ ನೆನೆದು ಪ್ರಯಾಸದಿಂದಲೇ ಕೇಳಿದರು.

"ತಗೊಂಡ್ಹೋಗ್ಲಿ–ಇಲ್ಲಿ ಪ್ರಯೋಜನವಿಲ್ದೇ ಮೂಲೆಯಲ್ಲಿ ಬಿದ್ದಿದೆ." ಅನಾಯಾಸವಾಗಿ ಅವಳ ಬಾಯಿಂದ ಮಾತುಗಳು ಬಂದವು. ಅದರ ಬಗ್ಗೆ ಅವಳಿಗೆ ಆಸಕ್ತಿಯಿಲ್ಲವೆನ್ನುವುದನ್ನು ಒತ್ತಿ ಹೇಳಿದಂತಾಯಿತು. ಕರುಳು ಕತ್ತರಿಸಿ ಬಂತು ಶಾಸ್ತ್ರಿಗಳಿಗೆ.

"ಈ ಮನೇನ ನಿನ್ಹೆಸರಿಗೆ ಮಾಡಿಸೋಣಾಂತ!" ಊರ್ಮಿಳಾ ಎದ್ದು ಹೋಗಿಬಿಟ್ಟಳು. ಅವಳಿಗೆ ಇದು ಖಂಡಿತ ಇಷ್ಟವಿಲ್ಲದ ವಿಷಯ. ಜೀವನದ ಬಗ್ಗೆ ಆಸಕ್ತಿಯನ್ನೇ ಕಳೆದುಕೊಂಡಿದ್ದಳು. ಅವಳ ತಂದೆಯ ಕಡೆಯ ಸಂಬಂಧಿಯಾದ ಹೆಣ್ಣೊಂದು ಬಾವಿಯಲ್ಲಿ ಬಿದ್ದು ಆತ್ಮಹತ್ಯೆ ಮಾಡಿಕೊಂಡಿದ್ದಳು. ಚಿಕ್ಕ ವಯಸ್ಸಿನಲ್ಲಿಯೇ ಗಂಡನನ್ನು ಕಳೆದುಕೊಂಡ ಅವಳು ಪ್ರತಿ ನಿಮಿಷವೂ ಎಲ್ಲರಿಂದ ಚುಚ್ಚು ಮಾತುಗಳನ್ನು ಕೇಳಬೇಕಾಗಿತ್ತು. ಅವಮಾನವನ್ನು ಸಹಿಸಬೇಕಾಗಿತ್ತು. ಒಮ್ಮೆ ರೋಸಿ ಬಾವಿಗೆ ಬಿದ್ದು ಆತ್ಮಹತ್ಯೆ ಮಾಡಿಕೊಂಡಿದ್ದಳು. ಪದೇಪದೇ ಊರ್ಮಿಳಾಗೆ ಆ ನೆನಪು ಮರುಕಳಿಸುವಂತಿತ್ತು. ಒಂದೆರಡು ಸಲ ಬೇಸರವಾದಾಗ ಅದರ ಬಗ್ಗೆಯೂ ಯೋಚಿಸಿದ್ದಳು. ಧೈರ್ಯ ಸಾಲದೆ ಸುಮ್ಮನಾಗಿದ್ದಳು.

ಶಾಸ್ತ್ರಿಗಳು ಬೇರೆ ಊಹಿಸಿಕೊಂಡು ನೊಂದರು. ಬಹಳ ಹೊತ್ತಿನ ಮೇಲೆ ಗೋಪಿ ಹೊರಗೆ ಬಂದ. ತಪ್ಪು ಮಾಡಿದವರಂತೆ ಕಸಿವಿಸಿಗೊಂಡರು. ಕಹಿಯನ್ನು ಬಲವಂತದಿಂದ ನುಂಗಿದರು.

ಅವರ ಧ್ವನಿಯಿಂದಲೇ ಅವರು ಬಂದ ವಿಷಯವನ್ನು ಅರಿತಿದ್ದ. ಆದರೆ ಗೊತ್ತಿಲ್ಲದವನಂತೆ ನಟಿಸುವುದು ಅವನ ಸ್ವಭಾವಕ್ಕೆ ಹೊರತು.

"ಬಾ-ಬಾ" ಗೋಪಿ ಬಂದು ಅವರ ಎದುರಿನಲ್ಲಿ ಕೂತ. ಅವನ ಕಣ್ಣುಗಳಲ್ಲಿ ವಿಚಿತ್ರ ಹೊಳಪಿತ್ತು. ಅದು ಯಾವುದೆಂದು ಯೋಚಿಸಿದರು. ಕುಟಿಲತೆ, ಮೋಸಗಳನ್ನೇ ಅರಿಯದ ಭಾವನೆಗಳ ಪ್ರತೀಕವೇನೋ!

"ಮಲಗಿದ್ದೆ-ಮಾತಾಡಿಸಲಿಲ್ಲ. ಅಪ್ಪಿಗೆ ನಿನ್ದೇ ಯೋಚನೆಯಾಗಿ ಬಿಟ್ಟಿದೆ." ಧ್ವನಿ ಭಾರವಾಯಿತು. ಇದ್ದೊಬ್ಬ ಮಗನನ್ನು ಕಳೆದುಕೊಂಡ ತಂದೆಯ ಹೃದಯದ ನೋವನ್ನು ಬಣ್ಣಿಸಲು ಸಾಧ್ಯವೇ!

"ನಿನ್ದೊಂದು ಮದ್ವೆಯಾಗ್ಬಿಟ್ರೆ ನಿಶ್ಚಿಂತೆ!"

ಗೋಪಿ ಏನೂ ಹೇಳಲಿಲ್ಲ. ಅವನ ಗಂಭೀರ ಮುಖದಲ್ಲಿ ಭಾವನೆಗಳನ್ನು ಅರಿಯಲು ಯಾವಾಗಲೂ ಕಷ್ಟವೇ!

"ಹುಚ್ಚಿಯಂತೆ ಆಡ್ತಾಳೆ ನಿನ್ನಕ್ಕ. ಅಳ್ತಾ ಇರ್ತಾಳೆ. ಇಲ್ಲ ಗೊಣಗಾಡ್ತ ಇರ್ತಾಳೆ!" ಹೆಂಡತಿಯ ಬಗ್ಗೆ ಹೇಳಿದರು. ಇತ್ತೀಚಿನ ಜೀವನ ಅವರಿಗೆ ಭಾರವಾಗಿ ಕಂಡಿತ್ತು.

"ಇಲ್ಲಿಗೆ ಕಳ್ಸಿಕೊಟ್ಬಿಡಿ. ನೀವಿಬ್ರೂ ಇಲ್ಲೇ ಬಂದಿದ್ಬಿಡಿ. ಶಂಕರ್‌ಗಿಂತ ಅತಿಶಯವಾಗಿ ನನ್ನನ್ನು ಬೆಳೆಸಿದ್ದೀರಿ." ಕೃತಜ್ಞತೆಯಿಂದ ಧ್ವನಿ ಭಾರವಾಯಿತು. ಅವನ ಪಾಲಿಗೆ ಅವರು ಅಕ್ಕ-ಭಾವನಲ್ಲ, ತಾಯಿ ತಂದೆಯರಿಗಿಂತ ಹೆಚ್ಚು.

ಶಾಸ್ತ್ರಿಗಳ ಕಣ್ಣಲ್ಲಿ ನೀರಾಡಿತು. ಮಗ ಎಂದೂ ಮನಃಪೂರ್ವಕವಾಗಿ ಅವರನ್ನು ಆಹ್ವಾನಿಸಿರಲಿಲ್ಲ. ಬಾಂಧವ್ಯವು ಬಿಗಿಯಾಗಿಯೇ ಇತ್ತು. ಮಂಜು ಮುಸುಕಿದಂತಾಯಿತು. ಗೋಪಿಯ ಕೈಯನ್ನು ತಮ್ಮ ಕೈಯೊಳಗೆ ತೆಗೆದುಕೊಂಡರು. ಮಾತಾಡುವುದು ಕಷ್ಟವಾಯಿತು.

ಹೆಜ್ಜೆಗಳ ಸಪ್ಪಳ ಶಾಸ್ತ್ರಿಗಳನ್ನು ಎಚ್ಚರಿಸಿತು. ಕೈಬಿಟ್ಟು ಭುಜದ ಮೇಲಿದ್ದ ವಸ್ತ್ರದಿಂದ ಕಣ್ಣೊರೆಸಿಕೊಂಡರು.

"ಹಲೋ..." ಎನ್ನುತ್ತ ಸರಿತಾಳ ಗಂಡ ಬಂದು ಗೋಪಿಯ ಪಕ್ಕ ಕುಳಿತ. ಯಾಕೋ ಅವನ ಕಣ್ಣುಗಳಲ್ಲಿ ಅಸಹನೆ ಕುಣಿಯುತ್ತಿತ್ತು. ಗಂಡು ಮಕ್ಕಳಿಲ್ಲದ ಶಾಸ್ತ್ರಿಗಳ ಆಸ್ತಿಯೆಲ್ಲ ತಮ್ಮಿಬ್ಬರು ಅಳಿಯಂದಿರಿಗೆ ಸೇರಬೇಕು. ಗೋಪಿ ಅವನ ಪಾಲಿಗೆ ದೊಡ್ಡ ಕಂದಕವಾಗಿ ಕಂಡ. ಸರಿತಾಳಿಂದ ಅವನ ಬಗ್ಗೆ ತಿಳಿದ ಅವನು ಗೋಪಿಯನ್ನು ಉಚ್ಚಸ್ಥಾನದಲ್ಲಿಟ್ಟು ಗೌರವಿಸುತ್ತಿದ್ದ. ಈಗೀಗ ಬದಲಾಗಿದ್ದ.

"ಹಲೋ..." ಗೋಪಿಯ ಮುಖದಲ್ಲಿ ನಗೆ ಚೆಲ್ಲಿತು. ಕಣ್ಣುಗಳಲ್ಲಿ ಆತ್ಮೀಯತೆ

ತುಳುಕಾಡಿತು.

"ಹೇಗಿದ್ದೀರಿ? ಸರಿತಾ ಹೇಗಿದ್ದಾಳೆ?"

"ಓ.ಕೆ. ಚೆನ್ನಾಗಿದ್ದಾಳೆ." ಬಲವಂತದ ನಗೆ ನಕ್ಕ. ಕೂತಿರಲಾರದೇ ಚಡಪಡಿಸಿದ. ಈ ಮನೆ ಸರಿತಾಳ ಹೆಸರಿಗೆ ಬರೆದುಕೊಟ್ಟರೆ ಅವನಿಲ್ಲೇ ಕೆಲಸ ಬಿಟ್ಟು ಬಂದು ಉಳಿಯಲು ಸಿದ್ದನಿದ್ದ. ಅವನಿಗೆ ಕೆಲಸದಲ್ಲಿ ಯಾವ ಆಕರ್ಷಣೆಯೂ ಉಳಿದಿರಲಿಲ್ಲ. ಶಂಕರನ ಮೆಡಿಕಲ್ ಸ್ಟೋರ್ ತನ್ನದಾದಂತೆ ಕನಸು ಕಾಣುತ್ತಿದ್ದ.

ಗೋಪಿಯ ಮನಸ್ಸು ಸರಿತಾಳನ್ನು ನೋಡಲು ಬಯಸಿತು. ಅಂದಿಗೂ ಸ್ವಾರ್ಥರಹಿತವಾಗಿ ಪ್ರೀತಿಸುತ್ತಿದ್ದ ಆ ಪ್ರೀತಿ ಬದಲಾಗಲು ಸಾಧ್ಯವಿಲ್ಲ.

"ಸ್ಕೂಟರನ್ನು ಅಳಿಯಂದ್ರು ತಗೊಂಡ್ಹೋಗ್ತಾರಂತೆ" ಮೆಲ್ಲಗೆ ಅಂದರು ಶಾಸ್ತ್ರಿಗಳು. ಗೋಪಿಯಂತೂ ಇದರಿಂದ ಅಸಮಾಧಾನಗೊಳ್ಳುವುದಿಲ್ಲವೆಂದು ಅವರಿಗೆ ಗೊತ್ತು. ಶಂಕರ ಸತ್ತಾಗಿನಿಂದ ಅಪ್ಪಿತಪ್ಪಿ ಕೂಡ ಗೋಪಿ ಆ ಸ್ಕೂಟರನ್ನು ಬಳಸಿರಲಿಲ್ಲ. ಅನಿವಾರ್ಯ ಸಂದರ್ಭಗಳಲ್ಲೂ ಸಹ ಅದರತ್ತ ನೋಡುತ್ತಿರಲಿಲ್ಲ.

ಇದೆಲ್ಲ ಅವನ ಊಹೆಯಲ್ಲಿದ್ದ ವಿಷಯಗಳೇ, ನಾಲಿಗೆಯಿಂದ ತುಟಿಗಳನ್ನು ಸವರಿಕೊಂಡ. ಮೆಲ್ಲಗೆ ಕೆಳತುಟಿಯನ್ನು ಕಚ್ಚಿದ, ಮತ್ತೇನೂ ಹೇಳಲು ಹೋಗಲಿಲ್ಲ.

ಬರೀ ಸ್ಕೂಟರ್‌ನಲ್ಲಿ ಸರಿತಾಳ ಗಂಡ ತೃಪ್ತಿಗೊಳ್ಳಲಿಲ್ಲ. ಮನೆಯಲ್ಲಿನ ನಾಲ್ಕಾರು ಬೆಲೆ ಬಾಳುವ ಸಾಮಾನುಗಳನ್ನು ತಾನೊಬ್ಬನೇ ಬಂದು ಸಾಗಿಸಿಕೊಂಡು ಹೋದ. ಅವನು ಬಂದಾಗಲೆಲ್ಲ ಗೋಪಿಯನ್ನು ಭೇಟಿಯಾಗುತ್ತಲೇ ಇರಲಿಲ್ಲ. ಊರ್ಮಿಳಾ ಮೂಕಿಯಾಗಿದ್ದಳು.

* * *

ಒಂದು ಮಧ್ಯಾಹ್ನ ಊರ್ಮಿಳಾ ಒಂದೆರಡು ವಾರಪತ್ರಿಕೆಗಳನ್ನು ಮುಂದೆ ಹಾಕಿಕೊಂಡು ಕೂತಿದ್ದಳು. ಕರೆಗಂಟೆಯ ಬದಲು ಬಾಗಿಲಿನ ಚಿಲಕದ ಸದ್ದಾದಾಗ ಊರ್ಮಿಳಾ ಬಂದು ಬಾಗಿಲು ತೆರೆದಳು. ಎದುರಿಗೆ ಸರಿತಾ ನಿಂತಿದ್ದಳು. ಊರ್ಮಿಳಾಳ ಕಣ್ಣುಗಳಲ್ಲಿ ಸಂತೋಷ, ಆಶ್ಚರ್ಯ ಒಟ್ಟಿಗೆ ಮಿನುಗಿತು.

"ಸರಿತಾ..." ಒಂದೇ ಏಟಿಗೆ ಸರಿತಾ, ಊರ್ಮಿಳಾಳನ್ನು ಬಂದು ಅಪ್ಪಿಕೊಂಡಳು. ಅವಳ ಕಣ್ಣೀರು ಊರ್ಮಿಳಾಳ ಭುಜವನ್ನು ತೋಯಿಸಿತು. ಅಣ್ಣನ ಸಾವನ್ನು ಮರೆತುಬಿಡಬಲ್ಲಳು. ಸಾಯುವಂತೆ ಬದುಕಿದ್ದ ಊರ್ಮಿಳಾನ ಮಾತ್ರ ನೋಡಲಾರಳು.

ಇಬ್ಬರೂ ಬೇರ್ಪಡಲು ಒಂದೆರಡು ನಿಮಿಷಗಳೇ ಬೇಕಾದವು. ಸೆರಗಿನಿಂದಲೇ ಸರಿತಾ ಕಣ್ಣೊರೆಸಿಕೊಳ್ಳುತ್ತ ಊರ್ಮಿಳಾಳತ್ತ ನೋಡಿದಳು. ಕಣ್ಣುಗಳಲ್ಲಿ ಹಿಂದಿದ್ದ ಅಲ್ಪಸ್ವಲ್ಪ ಕಾಂತಿಯೂ ಇಂದು ಉಳಿದಿರಲಿಲ್ಲ.

"ಚೆನ್ನಾಗಿದ್ದೀಯಾ ಸರಿತಾ?" ಊರ್ಮಿಳಾ ಧ್ವನಿ ಗದ್ಗದವಾಯಿತು.

ಸಪ್ಪಗೆ ನಕ್ಕಳು ಸರಿತಾ. ದುಂಡಗಿನ ಕೆನ್ನೆಗಳು ಆಳಕ್ಕೆ ಸೇರಿಹೋಗಿದ್ದವು. ಮುಖದಲ್ಲಿನ ಗೆಲುವಿರಲಿಲ್ಲ.

"ಒಬ್ಬೇ ಬಂದ್ಯಾ!" ಆತಂಕದಿಂದ ಅವಳ ಹಿಂದೆ ನೋಟವರಿಸಿದಳು.

"ಏನು ಭಯನಾ?" ಜೋರಾಗೇ ನಕ್ಕಳು.

ಉಳಿದ ಸಾರು, ಅನ್ನವನ್ನೇ ಸರಿತಾಗೆ ಬಡಿಸಿದಳು. ಊಟ ಮಾಡಿದಾಗ ಆಡಿದ್ದು ನಾಲ್ಕಾರು ಮಾತುಗಳಷ್ಟೇ. ಅದು ಸರಿತಾಳ ತಾಯಿ ತಂದೆಗೆ ಸಂಬಂಧಿಸಿದ್ದು. ಅಪ್ಪಿತಪ್ಪಿ ಕೂಡ ಗಂಡನ ಮನೆಯ ಸುದ್ದಿ ಎತ್ತಲಿಲ್ಲ.

"ಗೋಪಿ ಮಾವ ಹೇಗಿದ್ದಾರೆ?" ಧ್ವನಿ ಮೃದುವಾಗಿ ನಡುಗಿತು. ಕಣ್ಣುಗಳು ಫಳ್ಳನೇ ಮಿಂಚಿದವು.

"ಚೆನ್ನಾಗಿದ್ದಾರೆ" ಅಷ್ಟು ಮಾತ್ರ ಊರ್ಮಿಳಾ ಹೇಳಬಲ್ಲಳು.

ಸರಿತಾಳ ದೃಷ್ಟಿ ಊರ್ಮಿಳಾಳ ಕುತ್ತಿಗೆಯ ಕಡೇ ಹರಿಯಿತು. ಕಣ್ಣುಗಳು ಕಿರಿದಾದವು. ಹುಬ್ಬುಗಳು ಗಂಟಿಕ್ಕಿದವು. ಕೋಪದಿಂದ ಮೂಗು ಕೆಂಪಗಾಯಿತು. ವಯಸ್ಸಾದ ತಾಯಿಯೇ ಕುತ್ತಿಗೆಯ ತುಂಬ ಬಂಗಾರದ ಸರಗಳನ್ನ ಜೋತುಹಾಕಿಕೊಂಡು ಇರ್ತಾಳೆ. ಅಂಥದ್ದರಲ್ಲಿ ಈ ಹುಡುಗಿಗೇಕೆ ಇಂಥ ಶಿಕ್ಷೆ?

"ಅದ್ಯಾಕೆ ಬೋಳು ಕತ್ತಿನಲ್ಲಿದ್ದೀರಿ?" ಸ್ವಲ್ಪ ಗಡುಸಾಗಿಯೇ ಕೇಳಿದಳು. ಊರ್ಮಿಳಾಳ ಒಳ್ಳೆಯತನದ ಬಗ್ಗೆ ಅವಳಿಗೆ ಅತಿಯಾದ ಬೇಸರ. ಪ್ರತಿಭಟನೆಯೇ ಇಲ್ಲದ ಜಡವಸ್ತುವೇನೋ!?

ಊರ್ಮಿಳಾ ನೋಟ ನೆಲವನ್ನು ನೋಡಿತು. ಕಣ್ಣಲ್ಲಿ ಕಂಬನಿ ಇಣಕಿತು. ಅವಳಿಗೆ ಕಾಣದಿರಲೆಂದು ಪಕ್ಕಕ್ಕೆ ತಿರುಗಿಸಿದಳು ಮುಖವನ್ನು. ಪಟಪಟನೇ ಉದುರಿದವು.

ಸರಿತಾ ಹಣೆ ಗಟ್ಟಿಸಿಕೊಂಡಳು. ಅಣ್ಣನ ಬಗ್ಗೆ ರೋಷ ಉಕ್ಕಿತು. ಸತ್ತವರ ಮೇಲೆ ಕೋಪ ಮಾಡಿಕೊಳ್ಳದಿರುವುದು ರೂಢಿಯಲ್ಲಿನ ಪದ್ಧತಿ. ಆದರೂ ಸರಿತಾ ಮೂಗು ಕೆಂಪಾಯಿತು. ಪ್ರಯೋಜನವಿಲ್ಲವೆಂದರಿತು ಸಮಾಧಾನಗೊಂಡಳು.

"ನನ್ನ ತುಂಬ ಕೆಟ್ಟೋಳೂಂತ ತಿಳ್ಕೊಂಡಿರ್ಬೇಕಲ್ಲ?" ಮಾತಿನಲ್ಲಿ ವೇದನೆ ಮಿನುಗಿತು. ತಟ್ಟನೇ ಊರ್ಮಿಳಾ ಅವಳ ಎರಡು ಕೈಗಳನ್ನೂ ಹಿಡಿದುಕೊಂಡಳು.

"ಮೊದ್ಲು ಸ್ಕೂಟರ್ ಬಗ್ಗೆ ಹೇಳಿದ್ರು–ನಾನು ಖಡಾಖಂಡಿತವಾಗಿ ಬೇಡವೆಂದಾಗ ಮನೆಯವರೆಲ್ಲ ವಿರೋಧಾನೂ ಕಟ್ಕೋಬೇಕಾಯ್ತು. ಆದರೂ ಏನು ಪ್ರಯೋಜನ? ಅವ್ರು ಸಾಧಿಸ್ಕೊಂಡ್ರು. ನೀವು ಯಾಕೆ ಕೊಟ್ರಿ? ಇದೆಲ್ಲ ನಿಮ್ಮ ಗಂಡ ದುಡಿದಿದ್ದು!"

'ನಿನ್ನ ಗಂಡ ದುಡಿದಿದ್ದು' ಆಹಾಹಾ.... ಆಹಾಹಾ.... ಅವಳಿಗೆ ಜೋರಾಗಿ ನಗಬೇಕೆನಿಸಿತು. ದೈಹಿಕವಾಗಿಯಲ್ಲದಿದ್ದರೂ ಮಾನಸಿಕವಾಗಿಯಾದರೂ ಅವಳ ಗಂಡನಾಗಿರಲಿಲ್ಲ. ಒಂದೇ... ಒಂದು ದಿನ...! ಜೋರಾಗಿ ತಲೆ ಚಚ್ಚಿಕೊಂಡು ಅಳಬೇಕೆನಿಸಿತು. ಅತ್ತು ಅತ್ತು ಕಣ್ಣೀರೆಲ್ಲ ಬತ್ತಿಹೋಗಿತ್ತು. ಬತ್ತಿಲ್ಲ... ಬತ್ತೋಲ್ಲ... ಹಣ್ಣಿಗೆ

ದೇವರು ನೀಡಿದ ಕೊಡುಗೆಯೇನೋ? ಎರಡು ಕೈಯಲ್ಲೂ ಮುಖ ಮುಚ್ಚಿಕೊಂಡು ಬಿಕ್ಕಿದಳು.

"ಸಮಾಧಾನ ಮಾಡ್ಕೊಳ್ಳಿ... ಸಮಾಧಾನ ಮಾಡ್ಕೊಳ್ಳಿ. ನನ್ಮುಖ ನೋಡಿ ತಾನೇ ಇವೆಲ್ಲ ಕೊಟ್ಟಿದ್ದು? ಇನ್ಮೇಲೆ ಮನೆಗೆ ಬಂದ್ರೆ ಒಂದ್ಲೋಟ ನೀರು ಕೂಡ ಕೊಡ್ಬೇಡ. ಹಾಳಾದ ಜನ!" ರೋಸಿ ನುಡಿದಳು. ಇತ್ತೀಚೆಗೆ ಅವಳಿಗೆ ಗಂಡನ ಮತ್ತು ಅವರ ಮನೆಯವರ ಬಗ್ಗೆ ಇದ್ದ ಗೌರವ, ಅಭಿಮಾನ ಬತ್ತಿಹೋಗಿತ್ತು. ಶಂಕರನ ಸಾವಿನ ನಿರೀಕ್ಷಣೆಯಲ್ಲೇ ಇದ್ದವರಂತೆ ಮುಗಿಬಿದ್ದಿದ್ದರು. ಅಸಹ್ಯದಿಂದ ಮುಖ ತಿರುವಿದಳು.

ಮೊದಲು ಊರ್ಮಿಳಾ ಅಳುವನ್ನು ಹತೋಟಿಗೆ ತಂದಳು. 'ಸರಿತಾ ತಪ್ಪು ತಿಳಿದುಕೊಂಡಳೇನೋ' ಎಂದು ಭಯಗೊಂಡಳು. ಸುತ್ತಲೂ ಗಾಢವಾದ ಕತ್ತಲು ಕವಿದಿರುವಾಗ ಇವೆಲ್ಲದರ ಮೇಲೆ ಎಂಥ ಆಸಕ್ತಿ! ಅವಳು ಕೂಡ ಜೀವವಿರುವ ಮನುಷ್ಯಳೆಂದು ಗುರ್ತಿಸುತ್ತಿದ್ದವನು ಗೋಪಿ ಮಾತ್ರ.

"ಇರ್ಲಿ ಬಿಡು. ಅಲ್ಲಿದ್ರೇನು?"

"ಅಯ್ಯೋ, ನಿಂಗೆ ಸ್ವಲ್ಪವಾದ್ರೂ ಅರ್ಥವಾಗೋಲ್ಲ! ನಿನ್ನ ವಯಸ್ಸೆಷ್ಟು? ನಿನ್ನ ಬಾಳ ಹಾದಿ ದೂರವಿದೆ. ಸ್ವಲ್ಪವಾದ್ರೂ ಬುದ್ಧಿವಂತಳಾಗ್ಬೇಕು..." ಊರ್ಮಿಳಾ ನೋವಿನ ನಗೆ ನಕ್ಕಳು.

ಒಂದು ಗಂಟೆ ಸರಿತಾ ಉಪದೇಶ ಮಾಡಿದಳು. ಸುಮ್ಮನೇ ಕೇಳುತ್ತ ಕೂತಿದ್ದಳೇ ವಿನಃ ಊರ್ಮಿಳಾಗೆ ಸ್ವಲ್ಪವೂ ಆಸಕ್ತಿ ಇರಲಿಲ್ಲ. ಭವಿಷ್ಯದ ಬಗ್ಗೆ ಸ್ಪಷ್ಟ ಕಲ್ಪನೆ ಇರಲಿಲ್ಲ. ಸವೆಸಬೇಕಾದ ಹಾದಿಯನ್ನ ನೆನೆದರೇ ಅವಳೆದೆ ಒಡೆದಂತಾಗುವುದು. ಮಡಿಯಾಗಿ ಜೀವನ ಪೂರ್ತಾ ಅಡುಗೆಯ ಮನೆಯಲ್ಲಿ ಕೊಳೆಯುವುದು.

"ಊರ್ಮಿಳಾಕ್ಕ" ಎಂದು ಕೂಗುತ್ತಲೇ ಸುಬ್ಬ ಒಳಗೆ ಬಂದ. ಈಗ ಆ ಮನೆ ಅವರ ಪಾಲಿಗೆ ದಣಿಯ ಮನೆಯಾಗಿರಲಿಲ್ಲ; ಸ್ವಂತ ಮನೆಯಾಗಿತ್ತು. ಇಲ್ಲಿ ಅವನು ಸರ್ವ ಸ್ವತಂತ್ರ. ಆಸೆಯಾದಾಗ 'ಊರ್ಮಿಳಾಕ್ಕ, ನಂಗೆ ಇಂಥ ತಿಂಡಿ ಮಾಡ್ಕೊಡು' ಎಂದು ಬಾಯಿಬಿಟ್ಟು ಕೇಳುತ್ತಿದ್ದ. ಸರಿತಾನ ನೋಡಿದ ಕೂಡಲೇ ಗಕ್ಕನೇ ನಿಂತ. ಅವನಿಗೆ ಭಯಕ್ಕೆ ಬದಲಾಗಿ ಉತ್ಸಾಹ ಮೂಡಿತು.

"ಯಾವಾಗ್ಬಂದ್ರಿ ಸರಿತಾಕ್ಕ?" ಎಂದಾಗ 'ಪರ್ವಾಗಿಲ್ಲ ಹುಡ್ಗ, ಮುಂದುವರಿದಿದ್ದಾನೇ' ಎಂದುಕೊಂಡಳು. ಅಂದಿನ ಪೆಚ್ಚುಮುಖದ ಸಿಂಬಳ ಸುರುಕ ಸುಬ್ಬ ಇವನೇ ಎಂದು ಹೇಳಿದರೂ ಒಂದೆರಡು ಗಳಿಗೆ ಅನುಮಾನಿಸಬೇಕಾಗುತ್ತಿತ್ತು. ಕಣ್ಣರಳಿಸಿ ನೋಡಿದಳು. ಗೋಪಿಯ ಬಗ್ಗೆ ಅಭಿಮಾನವೆನಿಸಿತು. ಬೆಳಿಗ್ಗೆ ಗಂಟೆ ಹೊತ್ತು ಮಣಮಣ ಮಂತ್ರ ಹೇಳುತ್ತ ದೇವರ ಮುಂದೆ ಕೂಡುತ್ತಿದ್ದ ಗಂಡನ ಜ್ಞಾಪಕ ಬಂತು–'ಛಿ' ಎಂದುಕೊಂಡಳು.

"ಸುಬ್ಬ, ನೋಡ್ತಾ ನೋಡ್ತಾ ದೊಡ್ಡವ್ನು ಆಗ್ಬಿಟ್ಟೆ" ನಗುತ್ತಲೆ ಊರ್ಮಿಳಾ ಮುಖ ನೋಡುತ್ತ "ಊರ್ಮಿಳಾಕ್ಕನ ಕೈಯೂಟ ತಂಪಾಗಿದೆ" ಸುಬ್ಬ ನಾಚಿದಂತೆ ಮುಖ

ಕೆಳಗೆ ಹಾಕಿದ. ವಾರೆಗಣ್ಣಿಂದ ಊರ್ಮಿಳಾಕ್ಕನನ್ನ ನೋಡಿದ.

"ಏನೂ ತಿಂಡಿ ಮಾಡಿಲ್ಲ ಅನ್ನನೂ ಉಳಿದಿಲ್ಲ" ಊರ್ಮಿಳಾ ಪೇಚಾಡಿದಳು. ಮಾತಿನಲ್ಲಿ ಎಲ್ಲಾ ಮರೆತುಬಿಟ್ಟಿದ್ದಳು. ಸರಿತಾ ಕೂಡ ಸಾಕು ಸಾಲದಂತೆ ಊಟ ಮಾಡಿದ್ದಳು.

"ತಿಂಡಿ ಮಾಡ್ತೀನಿ" ಮೇಲಕ್ಕೆದ್ದಳು. ಗೋಪಿಯ ಬರವನ್ನು ಜ್ಞಾಪಿಸಿಕೊಂಡ ಕೂಡಲೆ ಅವಳೆದೆ ನಗಾರಿಯಂತೆ ಹೊಡೆದುಕೊಳ್ಳತೊಡಗಿತು. ಸರಸರನೆ ಅಡುಗೆ ಮನೆ ಕಡೆ ಹೆಜ್ಜೆ ಹಾಕಿದಳು. ಬೇಗ ಬೇಗ ಒಂದಿಷ್ಟು ಉಪ್ಪಿಟ್ಟು ಮಾಡಿಟ್ಟು ಹೊರಗೆ ಬಂದಳು. ಮುಖವೆಲ್ಲ ಜಿಗುಟು ಜಿಗುಟಾಗಿತ್ತು. ಒಂದೊಂದು ದಿನ ಸಂಜೆ ಮುಖ ತೊಳೆದರೆ ತೊಳೆಯುತ್ತಿದ್ದಳು. ಇಲ್ಲದಿದ್ದರೆ ಸುಮ್ಮನಿದ್ದುಬಿಡುತ್ತಿದ್ದಳು. ಬಹಳ ದಿನ ನೋಡಿ ಸಾಕಾದ ಗೋಪಿ "ನೀವು ಬದುಕಿದ್ದೀರಿ ಅನ್ನೋದನ್ನ ತಿಳ್ಕೊಳ್ಳಿ–ಜೀವನದಲ್ಲಿ ಉತ್ಸಾಹ ಮೂಡಿಸ್ಕೊಳ್ಳೋ ಪ್ರಯತ್ನ ಮಾಡಿ?" ತಟ್ಟನೆ ಅರ್ಥಮಾಡಿಕೊಂಡಿದ್ದಳು. ಸಂಜೆ ಮುಖ ತೊಳೆಯದ ದಿನ ಅವನ ಮುಂದೆ ಸುಳಿದಾಡುತ್ತಿರಲೇ ಇಲ್ಲ.

"ಸರಿತಾ, ಮುಖ ತೊಳ್ಕೋ... ತಿಂಡಿ ಕೊಡ್ತೀನಿ."

"ಗೋಪಿ ಮಾವ ಬಂದ್ಮೇಲೆ ತಗೋತೀನಿ." ಕೂತ ಸ್ಥಳದಿಂದ ಅಲ್ಲಾಡದೆ ಹೇಳಿದಳು.

ಅವರದು ಅನ್ಯೋನ್ಯ ದಾಂಪತ್ಯವೇ. ಅವಳನ್ನು ಒಂದು ನಿಮಿಷ ನೋಡದಿದ್ದರೂ ಅವಳ ಗಂಡ ಚಡಪಡಿಸಿಬಿಡುತ್ತಿದ್ದ. ರಸಿಕತೆ, ಸಿನಿಮಾ, ಪಿಕ್ನಿಕ್ ಯಾವುದಕ್ಕೂ ಕೊರತೆ ಇರಲಿಲ್ಲ. ಅವನ ಅತಿಯಾಸೆ ಅವಳನ್ನು ತಬ್ಬಿಬ್ಬು ಮಾಡಿತ್ತು. ಶಂಕರ ಸತ್ತ ಮೇಲಂತೂ ಪೀಡಿಸತೊಡಗಿದ. "ಈ ತುಟ್ಟಿ ಕಾಲದಲ್ಲಿ ನೆಮ್ಮದಿಯಿಂದ ಬದುಕೋದೇ ಕಷ್ಟ. ನೌಕರಿಗಿಂತ ವ್ಯಾಪಾರ ಸಾವಿರ ಪಾಲು ಮೇಲು. ಆದರೆ ಕೈಯಲ್ಲಿ ಬಂಡವಾಳ ಇಲ್ಲ. ಹೇಗೂ ಅಂಗಡಿ ಇದೆ. ಬಂಡವಾಳಕ್ಕೆ ಪರದಾಡಬೇಕಾಗಿಲ್ಲ. ಮನೆನೂ ಇದೆ. ಅಲ್ಲೇ ಹೋಗಿದ್ಬಿಡೋಣ. ನಿಮ್ಮತ್ತಿಗೆಗೆ ಇನ್ನೇನು ಬೇಕು. ಒಂದೊತ್ತು ಊಟವಾದ್ರೆ ಮುಗ್ದುಹೋಯ್ತು. ಎಷ್ಟೇ ಆಗ್ಲಿ ಗೋಪಿ ವಯಸ್ಸಿಗೆ ಬಂದವ. ಉಪ್ಪು, ಹುಳಿ, ಖಾರ ತಿನ್ನೋ ಶರೀರ. ಅವನಿಗೂ ಹೆಣ್ಣಿನ ಅಗತ್ಯವಿದೆ." ಎಂದಾಗ ಹುಬ್ಬು ಗಂಟಾಕಿ ಅವನೆಡೆ ನೋಡಿದ್ದಳು. ಯೋಚಿಸಿದಾಗ ಸಿಡಿಲು ಹೊಡೆದಂತಾಗಿತ್ತು. ಗೋಪಿಯ ಬಗ್ಗೆಯೆಂತೂ ಹಾಗೆಲ್ಲ ಯೋಚಿಸಲಾರಳು. ಅಮ್ಮ ಅಪ್ಪನ ಮನದಲ್ಲಿಯೂ ಇಂತಹ ಯೋಚನೆಯ ಸುಳಿವಿಲ್ಲ. ಅಂಥದ್ದರಲ್ಲಿ... ಕೆಕ್ಕರಿಸಿಕೊಂಡು ಗಂಡನೆಡೆ ನೋಡಿದ್ದಳು.

ಗೋಪಿ ಬಂದಿದ್ದು ಏಳರ ಮೇಲೆನೆ, ಸುಬ್ಬ ಚುರುಕಾದ. ದೊಡ್ಡ ಧ್ವನಿಯಲ್ಲಿ ಓದುತ್ತಿದ್ದವನು ತಗ್ಗಿಸಿದ. ಹೊಡೆತ, ಬೈಗುಳ ಗೋಪಿಗೆ ಗೊತ್ತೇ ಇಲ್ಲ. ಆದರೂ ಅವನನ್ನು ಕಂಡರೆ ಭಯ. ಅವನ ಮಾನಸಿಕ ಸೌಂದರ್ಯಕ್ಕೆ ಹೆದರುವುದು ಸಹಜವೇನೋ!

ಕೋಣೆಯ ಕಡೆ ಹೊರಟವನು ಗಕ್ಕನೆ ನಿಂತ. ಮುಖದಲ್ಲಿ ಆಶ್ಚರ್ಯ

ಮಿನುಗಿತು. ತುಟಿಗಳ ಮೇಲೆ ಆತ್ಮೀಯತೆಯ ನಗು ಮಿನುಗಿತು.

"ಓಹ್... ಸರಿತಾ ಯಾವಾಗ್ಬಂದದ್ದು?" ನಾಲ್ಕು ಹೆಜ್ಜೆ ಮುಂದೆ ಬಂದು ಕೇಳಿದ. ಅದೇ ಗಂಭೀರ ನಿಲುವು. ಅಂದಿಗೂ ಇಂದಿಗೂ ಯಾವ ವ್ಯತ್ಯಾಸವೂ ಇಲ್ಲ.

"ಮಧ್ಯಾಹ್ನ" ಉಗುಳು ನುಂಗಿದಳು. ಗಂಟಲಲ್ಲಿ ಏನೋ ಸಿಕ್ಕಿಹಾಕಿಕೊಂಡ ಅನುಭವವಾಯಿತು.

ಕೂತ ಸೊಫಾಕ್ಕೆ ಒರಗಿ ಅವಳೆಡೆ ನೋಡಿದ. ತೀರಾ ತೆಳ್ಳಗಾದಂತೆ ಕಂಡಳು. ಯಾಕಿರಬಹುದು? ಅವನ ತುಟಿಗಳ ಮೇಲೆ ಕಾಣುವಂತೆ ನಗು ಅರಳಿತು.

"ಏನು ವಿಶೇಷ?" ಮೈಯ ಪೂರ್ಣ ಭಾರವನ್ನು ಸೋಫಾ ಮೇಲೆ ಹಾಕುತ್ತಾ ಕೇಳಿದ.

"ಏನಿಲ್ಲ?" ಧ್ವನಿ ಆಳದಿಂದ ಬಂದಂತಿತ್ತು. ಕಣ್ಣುಗಳಲ್ಲಿ ತೆಳುವಾದ ಪೊರೆ ಹರಡಿತು. ದೃಷ್ಟಿ ಮಸುಕಾಯಿತು. 'ಸದ್ಯಕ್ಕೆ ಇನ್ನೊಂದೆರಡು ವರ್ಷ ಮಕ್ಕಳು ಬೇಡ'ವೆಂದು ಗಂಡನ ಕರಾರು. ಅದಕ್ಕೆ ಅವಳ ಸಮ್ಮತಿಯೂ ಇತ್ತು.

"ದಿಢೀರ್ ಅಂತ ಬಂದ್ಬಿಟ್ಟಿದ್ದೀಯಾ!" ತುಟಿಯಂಚಿನಲ್ಲಿ ಹಾಸ್ಯ ಮಿನುಗಿತು. 'ಯಾವುದೋ ಹಂಚಿಕೆ ಹಾಕಿಯೇ ಅವಳನ್ನು ಇಲ್ಲಿಗೆ ಅಟ್ಟಿದ್ದಾನೆ ಕೈ ಹಿಡಿದ ಭೂಪ!' ಎಂದನ್ನಿಸದಿರಲಿಲ್ಲ. ಆದರೆ ಅವನು ಅಚಲವಾಗಿದ್ದ.

"ಊರ್ಮಿಳಾನ ನೋಡ್ಬೇಕು ಅನ್ನಿಸ್ತು, ಬಂದೆ."

ಸುಬ್ಬ ವಿಧೇಯನಾಗಿ ಬಂದು ನಿಂತ. ಇಬ್ಬರ ದೃಷ್ಟಿ ಅವನತ್ತ ಹೊರಳಿತು. ಏನು ಎನ್ನುವಂತೆ ಕಣ್ಣುಗಳಲ್ಲಿಯೇ ಕೇಳಿದ.

"ತಿಂಡಿ ತಣ್ಣಗಾಗುತ್ತಂತೆ" ಗೋಪಿ ಮೇಲಕ್ಕೆದ್ದ. ಯಾವ ಕಾರಣಕ್ಕೂ ಊರ್ಮಿಳಾ ನೋಯುವುದು ಅವನಿಗಿಷ್ಟವಿಲ್ಲ. ನೇರವಾಗಿ ಕೋಣೆಗೆ ಹೋಗಿ ಬಟ್ಟೆ ಬದಲಾಯಿಸಿ ಟವಲಿಡಿದು ಬಾತ್‌ರೂಂ ಕಡೆಗೆ ನಡೆದ.

ಅವನು ಬರುವ ವೇಳೆಗೆ ಹೊಗೆಯಾಡುವ ಉಪ್ಪಿಟ್ಟು ರೆಡಿಯಾಗಿತ್ತು. ತಟ್ಟೆಯನ್ನು ಕೈಯಲ್ಲಿ ಹಿಡಿದ ಸರಿತಾ ಆಗಲೇ ರುಚಿ ನೋಡಿದ್ದಳು. ಊಟ ತಿಂಡಿಯಲ್ಲಿ ಯಾವಾಗಲೂ ಊರ್ಮಿಳಾ ಅಚ್ಚುಕಟ್ಟೆ! ಮದುವೆಯಾಗಿ ಈ ಮನೆಗೆ ಬಂದಾಗ ಏನೂ ಬಾರದ ಮೊದ್ದು ಹೆಣ್ಣು ಎಲ್ಲಾ ಕಲಿತಳು. ಆದರೇನು ಪ್ರಯೋಜನ?

"ಸುಬ್ಬ" ಒಂದೇ ಉಸುರಿಗೆ ಓಡಿಬಂದ. ಈಗಾಗಲೇ ಅವನು ತಿಂದು ಮುಗಿಸಿದ್ದ. "ಆಯ್ತು" ಎಂದು ತಲೆಯಾಡಿಸಿದ. ಗೋಪಿ ದೀರ್ಘವಾಗಿ ಶ್ವಾಸ ಎಳೆದು ತಟ್ಟೆಯ ಕಡೆಗೆ ನೋಡುತ್ತ "ಊರ್ಮಿಳಾ, ನೀವ್ ತಗೊಂಡ್ಬನ್ನಿ" ಧ್ವನಿಯಲ್ಲಿ ಸಹಜತೆ ಇತ್ತು. ತಟ್ಟನೇ ತಲೆ ಎತ್ತಿ ಅವನೆಡೆ ನೋಡಿದಳು. ಆಮೇಲೆ ತನ್ನ ಅವಿವೇಕಕ್ಕೆ ನಾಚಿ ತಲೆ ತಗ್ಗಿಸಿದಳು. ಗೋಪಿ ಎಂದೂ ತಪ್ಪು ಮಾಡುವುದಿಲ್ಲವೆಂದು ಅವಳ ಮನ ಒತ್ತಿ ಹೇಳಿತು.

ಊರ್ಮಿಳಾ ಮಾತ್ರ ಹೊರಗೆ ಬರಲಿಲ್ಲ. ಎರಡು, ಮೂರು ಸಾರಿ ಗೋಪಿ ಅಡುಗೆ ಮನೆ ಕಡೆಗೆ ದೃಷ್ಟಿ ಹೊರಳಿಸಿದ. ತಿಂಡಿಯ ತಟ್ಟೆಗೆ ಕೈ ಹಾಕಲಿಲ್ಲ. ಯಾವ ಶಾಪಕ್ಕೋ ಗುರಿಯಾಗಿ ಹೆಣ್ಣು ದೇಹ ದಂಡಿಸುವುದು ನ್ಯಾಯವಲ್ಲ. ದೈವವೂ ಇದನ್ನು ಒಪ್ಪಲಾರದು!

"ಊರ್ಮಿಳಾ" ಧ್ವನಿ ಎತ್ತರಿಸಿದ, ದೃಷ್ಟಿ ಅಲ್ಲಿಂದ ಕದಲಲಿಲ್ಲ. ಬಲವಂತದಿಂದ ಎಂಜಲು ನುಂಗಿದ. ಕಹಿ... ಕಹಿ... ವೃತ್ತಿಯ ಬದುಕಿನಲ್ಲಿ ಅವನು ಕಾಣುತ್ತಿದ್ದ ಸಾವು, ನೋವುಗಳು ಅಪಾರ. ಕೆಲವೊಮ್ಮೆ ಅಪ್ಸೆಟ್ ಆಗುವ ಪರಿಸ್ಥಿತಿಯೂ ಬರುತ್ತಿತ್ತು. ಆಗೆಲ್ಲ ಧೈರ್ಯದಿಂದ ಮುಂದುವರಿಯಬೇಕಾಗಿತ್ತು. ಇದು ಅಭ್ಯಾಸವಾಗಿಯೂ ಹೋಗಿತ್ತು.

ನೆಲವನ್ನು ನೋಡುತ್ತಲೇ ಊರ್ಮಿಳಾ ತಟ್ಟೆ ಹಿಡಿದು ಬಂದಳು. ಮುದುರಿಕೊಂಡು ಸರಿತಾಳ ಪಕ್ಕ ಕೂತಳು.

"ಅದ್ಯಾಕಿಷ್ಟು ಸಂಕೋಚಪಡ್ತಿ? ಗೋಪಿ ಮಾವ ಈ ಮನೆಗೆ ಹೊಸಬನೇ!" ಕನಿಕರದಿಂದ ಅವಳತ್ತ ನೋಡಿದಳು ಸರಿತಾ. ಅವಳ ಮಾತನ್ನು ಕೇಳದವಳ ಹಾಗೆ ಊರ್ಮಿಳಾ ತಿಂಡಿ ತಿನ್ನುತ್ತಿದ್ದಳು. ಭಯ, ಸಂಕೋಚದಿಂದ ವಿಮುಕ್ತಿಯೇ ಇಲ್ಲವೇನೋ?

ಮೂವರೂ ಬಂದು ಕಾಂಪೌಂಡಿನಲ್ಲಿ ನಿಂತರು. ಒಲ್ಲೆನೆಂದರೂ ಸರಿತಾಳ ಬಲವಂತದಿಂದ ಹೊರಗೆ ಬಂದಳು. ತಣ್ಣನೆಯ ಗಾಳಿ ಹಾಯೆನಿಸಿತು. ಆಹ್ಲಾದವನ್ನುಂಟುಮಾಡಿತು. ಮೈಯಲ್ಲಿ ಚೇತನ ತುಂಬಿ ಹರಿದಾಡಿತು. ದುರದೃಷ್ಟಕ್ಕೆ ನೊಂದುಕೊಂಡಳು.

"ಎಷ್ಟು ಚೆನ್ನಾಗಿದೆ. ಈ ಗುಲಾಬಿ!" ಉದ್ಗರಿಸಿದಳು ಸರಿತಾ, ಅವಳ ಮುಖವೂ ಅರಳಿದ ಗುಲಾಬಿಯಾಯಿತು. ತಟ್ಟನೇ ಕಿತ್ತು ಮುಡಿಗೇರಿಸಿದಳು. ಆಮೇಲೆ ಅವಳಿಗೆ ತನ್ನ ತಪ್ಪಿನ ಅರಿವಾಗಿದ್ದು. ಗಿಡದಿಂದ ಬೇರ್ಪಟ್ಟ ಗುಲಾಬಿ ಅವಳ ಜಡೆಯಲ್ಲಿ ನಗುತ್ತಿತ್ತು. ಊರ್ಮಿಳಾ ದೃಷ್ಟಿ ಅವಳ ಮುಡಿಯಲ್ಲಿ ನಗುತ್ತಿದ್ದ ಗುಲಾಬಿಯ ಕಡೆಗಿತ್ತು. ಆ ಕಣ್ಣುಗಳಲ್ಲಿದ್ದ ಆಸೆಯನ್ನ ಗೋಪಿ ಗಮನಿಸದೇ ಹೋಗಲಿಲ್ಲ. ವಯಸ್ಸಿನಲ್ಲಿ ಸರಿತಾಗಿಂತ ಚಿಕ್ಕವಳು ಪರಿಸ್ಥಿತಿ ಅವಳನ್ನು ಸಂಧ್ಯೆಯ ಅಂಚಿಗೆ ಅಟ್ಟಿತ್ತು.

ಗೋಪಿಯ ದೃಷ್ಟಿ ಆಕಾಶದ ಕಡೆಗೆ ಹರಿಯಿತು. ಮಿನುಗುತ್ತಿರುವ ನಕ್ಷತ್ರಗಳಿಂದ ಶೋಭಾಯಮಾನವಾಗಿದ್ದ ಗಗನ ಸೌಂದರ್ಯ ಪ್ರಜ್ಞೆಯನ್ನು ತುಂಬಿಕೊಡುತ್ತಿತ್ತು.

"ಮಾವ" ಕಂಠದಲ್ಲಿನ ಮಧುರತೆಗೆ ಬೆಚ್ಚಿದ. ಕೈಕಟ್ಟಿ ನಿಂತು ಅವಳೆಡೆಗೆ ನೋಡಿದ. ಅವಳು ಏನೋ ಹೇಳಬೇಕೆಂದಿರುವುದನ್ನು ಅರಿತ. ಹುಬ್ಬುಗಳು ಸಂಕುಚಿಸಿದವು, ಕಣ್ಣುಗಳು ಕಿರಿದಾದವು.

"ನೀವ್ ನನ್ನ ಬಗ್ಗೆ ತಪ್ಪು ತಿಳ್ಕೊಂಡಿರ್ಬೇಕು!" ಅವಳ ಕಣ್ಣಂಚಿನಲ್ಲಿ ನೀರು ಕಂಡಿತು. ತಕ್ಷಣ ಅರ್ಥವಾಗದೇ ಗೋಪಿ ಆತಂಕಗೊಂಡ. ಆದರೂ ಅಲ್ಲಾಡದೇ ನಿಂತ. ಚಂದ್ರನ ನಸುಬೆಳಕಿನಲ್ಲಿ ಕೆನ್ನೆಗಳ ಮೇಲೆ ಉದ್ದುದ್ದ ನೀರಿನ ಗೆರೆಗಳನ್ನು

ಕಂಡಾಗ ದಿಙ್ಮೂಢನಾದ.

"ನಿನ್ನ ಮಾತು. ನಂಗೆ ಅರ್ಥವಾಗಲಿಲ್ಲ?" ಭಂಗಿಯನ್ನು ಬದಲಾಯಿಸಲಿಲ್ಲ.

"ಅವ್ರು ಅಣ್ಣನ ಸಾಮಾನನ್ನು ಕಟುಕನ ಹಾಗೆ ಒಯ್ದರು." ಗೋಪಿ ಗಂಭೀರವಾಗಿ ಅವಳ ಮುಖವನ್ನು ನೋಡಿದ. ಬಟ್ಟಲು ಕಂಗಳಲ್ಲಿದ್ದ ಸ್ವಚ್ಛತೇ ಕ್ಷಣಕಾಲ ಅವನನ್ನು ಮೈಮರೆಯುವಂತೆ ಮಾಡಿತು.

"ನನ್ಮಾತನ್ನು ಅವ್ರು ಕಿವಿ ಮೇಲೆ ಹಾಕ್ಕೊಳ್ಳಿಲ್ಲ. ನಾವೆಲ್ಲರೂ ಸೇರ್ಕೊಂಡು ಊರ್ಮಿಳಾಗೆ ಅನ್ಯಾಯ ಮಾಡ್ತಾ ಇದ್ದೀವಿ. ನಾಳಿನ ಅವ್ಳ ಭವಿಷ್ಯದ ಬಗ್ಗೆ ಯಾರಿಗೂ ಯೋಚನೆ ಇಲ್ಲ!" ಗೋಪಿ ಕಾಂಪೌಂಡಿನ ಗೋಡೆಗೊರಗಿ ಬೆಳೆದು ನಿಂತ ಗಿಡಗಳ ಸಣ್ಣನೆಯ ಕಾಂಡಗಳ ಕಡೆ ಕಣ್ಣಾಡಿಸಿದ.

ಅವಳೆಲ್ಲ ಹೇಳಿ ಮುಗಿಸಿದ ಮೇಲೆಯೇ ಅವನು ಅಲ್ಲಿಂದ ಕದಲಿದ್ದು. ಅಷ್ಟು ಮಾತಿಗೂ ಬದಲಾಡಿರಲಿಲ್ಲ. ಆಡುವುದು ಬೇಕಾಗಿಯೂ ಇರಲಿಲ್ಲ. ಪ್ರಯೋಜನ ಕಾಣದು.

ಕೋಣೆಯಲ್ಲಿದ್ದವನನ್ನು ಗಡಸು ಧ್ವನಿ ಎಚ್ಚರಿಸಿತು. ಅದು ಸರಿತಾಳ ಗಂಡನ ಧ್ವನಿಯೇ ಮಲಗಿ ಕಣ್ಮುಚ್ಚಿದ ಅವನ ಮನ ಭವಿಷ್ಯದ ಕಾಲವನ್ನು ಕುರಿತು ಚಿಂತಿಸುತ್ತಿತ್ತು. ಅಲ್ಲಿ ಏನನ್ನೋ ಹುಡುಕುತ್ತಿತ್ತು. ಮುಖದ ಮೇಲೆ ತೃಪ್ತಿಯ ಭಾವ ಮೂಡಿತು.

"ನೀವ್ ಏನಾದ್ರೂ ಮಾಡ್ಕೊಳ್ಳಿ!" ಸರಿತಾ ಧ್ವನಿ ಎತ್ತರಿಸಿಯೇ ಹೇಳುತ್ತಿದ್ದಳು. ಸಿಟ್ಟು, ಆಕ್ರೋಶ ಹೊರಬೀಳುತ್ತಿತ್ತು. ಇಬ್ಬರ ನಡುವೇ ಬಿಸಿಬಿಸಿಯಾದ ಚರ್ಚೆ, ಮಾತುಗಳೆಲ್ಲ ಅಸ್ಪಷ್ಟ. ಮೌನ... ಮೌನ.... ಆಮೇಲೆ ತಣ್ಣನೆಯ ಸ್ವರ ಎದ್ದು ಕೂತ ಹೆಣ್ಣಿನ ಸಹನೆಗೆ ಮಿತಿ ಇಲ್ಲವೆಂದುಕೊಂಡ.

"ಸರಿತಾ, ಖಂಡಿತ ಬೇಡ. ನೀವುಗಳು ಬಂದು ಇಲ್ಲೇ ಇರಿ." ತಡವರಿಸಿದವಳು ನಿಧಾನವಾಗಿ ಏನೋ ಹೇಳುತ್ತಿದ್ದಳು.

"ನಿನ್ಗೇ ಸ್ವಲ್ಪನೂ ಬುದ್ಧಿ ಇಲ್ಲ. ನಾವ್ ಮಾತ್ರವಲ್ಲ, ಅವರ ಕುಟುಂಬವೆಲ್ಲ ಬಂದು ಇಲ್ಲೇ ಬಿಡಾರ ಹೂಡುತ್ತೆ. ಆಮೇಲೆ ನಿನ್ನನ್ನೇ ಒದ್ದು ಹೊರ ಹಾಕ್ತಾರೆ. ನಮ್ಮಣ್ಣ ಸಾಯ್ಲೀಂತಾನೆ ಕಾಯ್ಕೊಂಡಿದ್ರೇನೋ...!" ಮಾತುಗಳು ಗುಡುಗಿನಂತೆ ಸಿಡಿದವು.

ಪಿಸಪಿಸನೇ ಬಹಳ ಹೊತ್ತು ಸರಿತಾ ಊರ್ಮಿಳಾ ಸಂಭಾಷಿಸುತ್ತಲೇ ಇದ್ದರು. ಎಲ್ಲವೂ ಅಸ್ಪಷ್ಟ.

ಬೆಳಿಗ್ಗೆ ಗೋಪಿ ಕೋಣೆಯಿಂದ ಹೊರಗೆ ಬರುವ ವೇಳೆಗೆ ಸರಿತಾಳ ಗಂಡ ಹೊರಟುಹೋಗಿದ್ದ. ಅವರಿಬ್ಬರ ನಡುವೇ ಬಹಳ ನಡೆದಿರಬೇಕು.

ಸರಿತಾಳ ಮುಖ ನಿಸ್ತೇಜವಾಗಿತ್ತು. ಬಲವಂತವಾಗಿ ತುಟಿಗಳ ಮೇಲೆ ನಗುವನ್ನು

ಅರಳಿಸಿದಳು. ಒಂದು ರೀತಿಯ ಹಟವಾದಿಯೇ. ಅಜ್ಜಿಯ ಹೆಸರೆಂದು ಸರಸಮ್ಮ ಎಂದಿಟ್ಟಿದ್ದನ್ನು ಸರಿತಾ ಎಂದು ಬದಲಾಯಿಸಿಕೊಂಡ ದಿಟ್ಟೆ!

"ಮಾವ, ಊರಿಗೆ ಹೋಗಿಬರೋಣ ಬರ್ತೀಯಾ?" ಸರಿತಾ ಕೇಳಿದಾಗ ಯೋಚಿಸಿ ನಿಂತ. ಸರಿತಾಳಲ್ಲಿ ಬಹಳ ಬದಲಾವಣೆ ಬಂದ ಹಾಗೆ ಕಂಡಿತು. ಕೆಲವು ಸಂದರ್ಭಗಳಲ್ಲಿ ಸಂಕೋಚಪಡದೇ ಮುಖವೆತ್ತಿ ಮಾತಾಡಬಲ್ಲಳು.

"ಅಮ್ಮ, ಅಪ್ಪನ ನೋಡ್ಕೊಂಡು ಸಂಜೆ ಬಂದ್ಬಿಡೋಣ." ಸರಿಯೆನ್ನುವಂತೆ ತಲೆಯಾಡಿಸಿದ.

"ಸರಿತಾ, ನೀನು ಮಾಡಿದ್ದು ಏನೇನೂ ಸರಿಯಲ್ಲ?" ಆತಂಕದ ಧ್ವನಿಯಲ್ಲಿ ಊರ್ಮಿಳಾ ಹೇಳುತ್ತಿದ್ದುದು ಸ್ನಾನ ಮಾಡುತ್ತಿದ್ದ ಗೋಪಿಯ ಕಿವಿಗೆ ಬಿತ್ತು. ನಗು... ನಗು... "ಖಂಡಿತ ಸರಿ. ಮನುಷ್ಯ ತೀರಾ ಅಷ್ಟೊಂದು ಕಟುಕನಾಗಬಾರ್ದು. ಹಿಂದೆ ಇಲ್ಲದ ತಾಪತ್ರಯಗಳೆಲ್ಲ ಈಗ ಇದ್ದಕ್ಕಿದ್ದಂತೆ ಬೆಳ್ದುಬಿಟ್ವಾ?" ಅವಳ ಕಣ್ಣಲ್ಲಿ ನೀರಾಡಿತು. ಹಿಂದೆ ಕಳೆದ ರಸನಿಮಿಷಗಳನ್ನು ಮೆಲುಕು ಹಾಕಿದಳು. 'ಅಬ್ಬ... ಎಷ್ಟು ಬೇಗ ಸರಿದುಹೋದವು?' ತಮ್ಮಿಬ್ಬರ ನಡುವೇ ಎಷ್ಟು ದೊಡ್ಡ ಕಂದಕ? ಅದನ್ನು ದಾಟಿ ಒಬ್ಬರೊಡನ್ನೊಬ್ಬರು ಬೆರೆಯಬಲ್ಲೆವೇ? ಈ ರೀತಿಯ ಜೀವನಕ್ಕೆ ಅರ್ಥವೇನು? ಸದಾ ಅವರಿಗೆ ಇಲ್ಲಿಯ ಆಸ್ತಿಯದೇ ಚಿಂತೆ. ಅಂದಿನ ಜೀವನ ಮತ್ತೆಂದು ಮರಳಿ ಬಂದೀತು? ತುಟಿಗಳ ಮೇಲೆ ನೋವಿನ ನಗೆ ಮಿಂಚಿತು.

"ಊರ್ಮಿಳಾ, ಇದೆಲ್ಲಾ ತಲೇಲಿ ತುಂಬ್ಕೋಬೇಡ. ಸ್ವಲ್ಪ ದಿನ ಹಾರಾಡಿ ಆಮೇಲೆ ತಣ್ಣಗಾಗ್ತಾರೆ. ಅವರ ಅವಶ್ಯಕತೆ ನಂಗೆಷ್ಟಿದೆಯೋ ನನ್ನ ಅವಶ್ಯಕತೆ ಅವರಿಗೂ ಅಷ್ಟಿದೆ. ನೋಡೇಬಿಡೋಣ. ಛಾಲೆಂಜ್" ಕಣ್ಣರಳಿಸಿ ನೋಡಿದಳು ಊರ್ಮಿಳಾ. ಅವಳ ಧೈರ್ಯದ ಬಗ್ಗೆ ಭಯವಾದರೂ ಹೆಮ್ಮೆಯಾಯಿತು.

ಪಂಚಾಂಗ ನೋಡಿ ಮಳೆ-ಬೆಳೆಗಳ ವಿಚಾರ ಹೇಳುತ್ತಿದ್ದ ಶಾಸ್ತ್ರಿಗಳು ಅವರಿಬ್ಬರನ್ನೂ ನೋಡಿ ಆಶ್ಚರ್ಯಚಕಿತರಾದರು. ಸಂತೋಷದಿಂದ ಅವರ ನರನಾಡಿಗಳು ಬಿಗಿದವು. ಸಪ್ಪೆಯ ಜೀವನಕ್ಕೆ ಮಧ್ಯೆ ಮಧ್ಯೆ ಈ ಬದಲಾವಣೆ ಬೇಕೆನ್ನಿಸಿತು.

ಅದರಲ್ಲೂ "ಸರಿತಾ, ನಿಮ್ಮೆಜಮಾನ್ರು ಬರಲಿಲ್ಲವೇನಮ್ಮ?" ಎಂದು ಕೇಳದೇ ಇರಲಾಗಲಿಲ್ಲ. ಇಲ್ಲವೆನ್ನುವಂತೆ ತಲೆಯಾಡಿಸಿ ಒಳ ನಡೆದಳು.

ಗೋಪಿಯ ಹಿಂದೆ ಶಾಸ್ತ್ರಿಗಳು ಎದ್ದು ಬಂದರು. ಆಗಿನ ಅತಿ ಭೋಜನದ ಪರಿಣಾಮವೇನೋ, ನಿಂತಲ್ಲಿ ಕೂತಲ್ಲಿ ಮಂಡಿ ಹಿಡಿದುಕೊಳ್ಳುತ್ತಿತ್ತು. ಇದು ಸರಿಹೋಗಬೇಕಾದರೆ ಒಂದೆರಡು ನಿಮಿಷಗಳೇ ಬೇಕಾಗುತ್ತಿತ್ತು. ಕೈಯಿಂದ ಮಂಡಿಯನ್ನು ಉಜ್ಜಿಕೊಳ್ಳುತ್ತಲೇ ಒಳಬಂದಿದ್ದರು.

"ಚೆನ್ನಾಗಿದ್ದೀಯಾಪ್ಪ" ಅಡಿಯಿಂದ ಮುಡಿಯವರೆಗೂ ಗೋಪಿಯನ್ನು ನೋಡುತ್ತ ಕೇಳಿದರು. ಮತ್ತು ಮತ್ತು ನೋಡಿ ಕಣ್ಣುಗಳಲ್ಲಿ ತುಂಬಿಕೊಂಡರು.

"ಯಾಕೆ ಮಾವ, ಮಂಡಿ ನೋವಾ?" ನೀವುತ್ತಿದ್ದ ಕಡೆಯೇ ದಿಟ್ಟಿಸುತ್ತ ಕೇಳಿದ.

ಹಗುರವಾಗಿ ನಕ್ಕು "ಏಯ್... ಅದೆಂಥ ನೋವು! ಇದೆಲ್ಲ ಸುಗ್ರಾಸ ಭೋಜನಗಳ ಪರಿಣಾಮ. ಏನು ಮಾಡುತ್ತೆ? ಎಷ್ಟು ದಿನ ಇರುತ್ತೆ?"

"ಊರ್ಮಿಳಾ ಆರೋಗ್ಯವಾಗಿದ್ದಾಳಾ?" ಅವಳ ನೆನಪೇ ನಿಟ್ಟುಸಿರನ್ನು ತರಿಸಿತು. ಗೋಪಿ ಮೇಲೆ ನೋಡಿದ.

ಮಾತು–ಕತೆ, ಊಟ–ಉಪಚಾರ ಎಲ್ಲ ಸಾಂಗವಾಗಿ ನೆರವೇರಿತು. ಸರಿತಾ ಜೋರಾದ ಧ್ವನಿಯಲ್ಲಿ ತಾಯಿಯ ಜೊತೆ ಜಗಳವಾಡುತ್ತಿದ್ದಳು. ಕಡೆಗೆ ಮಂಗಳಮ್ಮ ಮುಸಿ ಮುಸಿ ಅಳಲು ಶುರು ಮಾಡಿದ ಮೇಲೇನೇ ಮೆತ್ತಗಾದದ್ದು.

"ಅವಳು ಅಲ್ಲಿರೋದು ಬೇಡ. ಜನ ಇಲ್ಲದ್ದು ಅಂದ್ಕೋತಾರೆ. ನಾಳೆ ಗೋಪಿಗೂ ಕೆಟ್ಟ ಹೆಸ್ರು. ಇಲ್ಲಿ ಬಂದು ಬಿದ್ದಿರಲಿ. ಇಲ್ಲದಿದ್ದರೇ ಅಪ್ಪನ ಮನೆಗೆ ಹೋಗ್ಲಿ. ಅನಿಷ್ಟ ಮುಂಡೇದು ಗಂಡನ್ನ ತಿಂದ್ಕೊಂಡ್ಳು!" ಅವರಾಡಿದ ಮಾತುಗಳು ಗೋಪಿಯ ಕಿವಿಗೆ ಮಾತ್ರವಲ್ಲ ಶಾಸ್ತ್ರಿಗಳ ಕಿವಿಗೂ ಬಿತ್ತು.

ಮುಖ ಮುಖ ನೋಡಿಕೊಂಡರು. ಶಾಸ್ತ್ರಿಗಳು ಮೆಲುಧ್ವನಿಯಲ್ಲಿ ಗೊಣಗಾಡಿದರು. ಅವರದೂ ಸಂದಿಗ್ಧ ಸ್ಥಿತಿಯೇ. ಒಂಟಿ ಮದುವೆಯಾಗದ ಗಂಡಿನ ಜೊತೆ ಪ್ರಾಯದ ಗಂಡ ಸತ್ತ ಹೆಣ್ಣು ಇರುವುದು ಸಮಾಜದ ಕಣ್ಣಿಗೆ ದೊಡ್ಡ ಅಪರಾಧವೇ. ಊಹಾಪೋಹಗಳು ಹರಡಲು ಎಷ್ಟು ಹೊತ್ತು? ಎಲ್ಲಕ್ಕಿಂತ ಹೆಚ್ಚಾಗಿ ತಮ್ಮನ ಭವಿಷ್ಯದ ಚಿಂತೆ ಮಂಗಳಮ್ಮನಿಗೆ.

ಕಣ್ಣು ಮೂಗು ಕೆಂಪಗೆ ಮಾಡಿಕೊಂಡೇ ಸರಿತಾ ಹೊರಟು ನಿಂತಳು. ಮಂಗಳಮ್ಮನ ಪ್ರಕಾರ ಮನೆ ತಮ್ಮನಿಗೆ ಸೇರಬೇಕು. ಅಳಿಯನಿಗೆ ಅಂಗಡಿಯ ವಹಿವಾಟು ವಹಿಸಿಕೊಡಲು ಅವರು ಸಿದ್ಧರೇ. ಅಷ್ಟಿಷ್ಟು ದುಡ್ಡು ಕೊಟ್ಟು ಊರ್ಮಿಳಾನ ಅವರಪ್ಪನ ಮನೆಗೆ ಸಾಗಾಕಿಬಿಡಬೇಕೆಂಬ ನಿರ್ಣಯಕ್ಕೆ ಬಂದಿದ್ದರು. ಶಾಸ್ತ್ರಿಗಳಿಗೆ ಮಾತ್ರ ಸೊಸೆಯನ್ನು ತವರು ಮನೆಗೆ ಅಟ್ಟಿಬಿಡಲು ಇಷ್ಟವಿಲ್ಲ. ಪರಿಸ್ಥಿತಿಯ ಒತ್ತಡದಿಂದ ಮನುಷ್ಯ ಕೆಲವೊಮ್ಮೆ ನಿಸ್ಸಹಾಯಕನಾಗಿ ವರ್ತಿಸಬೇಕಾಗುತ್ತೆ.

"ಒಂದೆರಡು ದಿನವಿದ್ದು ಹೋಗಬಹುದಾಗಿತ್ತು. ಹಾಗೆ ಬಂದು ತಕ್ಷಣ ಹೊರಟುಬಿಡುವಂಥ ಅರ್ಜೆಂಟ್ ಏನಿತ್ತು?" ಸರಿತಾ ಉತ್ತರಿಸಲು ಹೋಗಲಿಲ್ಲ. ತಾಯಿ ಇಷ್ಟು ಕೆಟ್ಟವಳೆಂಬ ಸಂಗತಿ ಅವಳಿಗಿದುವರೆಗೆ ಗೊತ್ತಿರಲಿಲ್ಲ. ನಿರಪರಾಧಿ ಹೆಣ್ಣು ಊರ್ಮಿಳಾ ಬಗ್ಗೆ ಸ್ವಲ್ಪವಾದರೂ ಕನಿಕರವಿಲ್ಲವಲ್ಲ!

"ಬಾ ಮಾವ" ಸರಿತಾ ಚಪ್ಪಲಿ ಮೆಟ್ಟಿ ನಡೆದೇಬಿಟ್ಟಳು. ಆಕ್ರೋಶ ಉಕ್ಕಿ ಉಕ್ಕಿ ಬರುತ್ತಿತ್ತು.

"ಗೋಪಿ" ಅಕ್ಕನ ಧ್ವನಿಯಲ್ಲಿದ್ದ ವೇದನೆಯನ್ನು ಗುರ್ತಿಸಿದ. ಅವರ ಸಮೀಪ ಹೋಗಿ ನಿಂತ. ಅವರು ತೀರಾ ಊರ್ಮಿಳಾಳಂತೆ ಕತ್ತಲಲ್ಲಿ ಮುಳುಗಿರಲಿಲ್ಲ. ಅವರ ಪಾಲಿಗೆ ಬೇರೆಡೆಗಳಿಂದ ಬೆಳಕು ಬರುವ ಸಾಧ್ಯತೆ ಇತ್ತು.

"ಏನೂ ಯೋಚ್ನೆ ಮಾಡ್ಬೇಡ-ಸದ್ಯಕ್ಕೆ ನಿನ್ನ ಮನದ ಗಾಯ ಸ್ವಲ್ಪ ಮಾಯಲಿ!" ಅವರಿಗೆ ಭರವಸೆ ಸಿಕ್ಕಂತಾಯಿತು. ಕಣ್ಣುಗಳಲ್ಲಿ ಆಸೆ ಪ್ರಜ್ವಲಿಸಿತು. ಶಂಕರ ಬಹಳ ಕಾಲದ ಮೇಲೆ ಮದುವೆಯಾದರೂ ಬೀಗರತನ ತೋರಿಸಿಕೊಳ್ಳಲು ಅವಕಾಶವಾಗಿರಲಿಲ್ಲ. ಈಗ ತಮ್ಮ ಡಾಕ್ಟರ್ ಸಾಧ್ಯವಾದಷ್ಟು ದೊಡ್ಡವರ ಮನೆಯ ಸಂಬಂಧವೇ ಹುಡುಕಬೇಕು. ಎಲ್ಲಾ ಆಡಂಬರದಿಂದಲೇ ನಡೆಯಬೇಕು. ಭವಿಷ್ಯದಲ್ಲಿ ನಡೆಯಬಹುದಾದ ಮದುವೆಯನ್ನು ಮೆಲುಕು ಹಾಕಿದರು.

ಮಂಗಳಮ್ಮ ಅವರು ಹಾದುಹೋದ ದಾರಿಯನ್ನೇ ನೋಡುತ್ತ ನಿಂತರು. ನೊಂದುಕೊಳ್ಳದೇ ಹೋಗಲಿಲ್ಲ. ಸರಿತಾನ ಗೋಪಿ ಮದ್ವೆಯಾಗಿದ್ರೆ? "ಇದ್ರೆ" ರಾಜ್ಯದ ಮಾತು ಕನಸಾಗಿತ್ತು.

ನಾಲ್ಕಾರು ದಿನ ಕಳೆದ ಮೇಲೆ ಅಸಹನೆಯಿಂದಲೇ ಮಡದಿಯನ್ನು ಕರೆದೊಯ್ದ ಸರಿತಾಳ ಗಂಡ. ನಗುತ್ತಲೇ ನಡೆದಳು.

* * *

ವರ್ಷದ ತಿಥಿ ನಡೆದ ಕೂಡಲೇ ಊರ್ಮಿಳಾ ಇಲ್ಲಿಂದ ತಾಯಿಯ ಮನೆಗೆ ಹೋಗುವುದೆಂದು ತೀರ್ಮಾನವಾಗಿತ್ತು. ಅವಳ ಜೀವನಕ್ಕಾಗಿ ಸ್ವಲ್ಪ ದುಡ್ಡು ಕೊಟ್ಟುಬಿಡಬೇಕೆಂದು ಮಂಗಳಮ್ಮ ತೀರ್ಮಾನಿಸಿದ್ದರು. ಈ ಮಾತಿಗೆ ಶಾಸ್ತ್ರಿಗಳು ಮೌನವಹಿಸಿದರು.

ಇದೆಲ್ಲ ತನಗೆ ಸಂಬಂಧಿಸಿದ್ದೇ ಅಲ್ಲವೆನ್ನುವಂತೆ ಊರ್ಮಿಳಾ ತವರು ಮನೆಯಲ್ಲಿನ ತನ್ನ ಬಾಳಿನ ಸ್ಪಷ್ಟ ಚಿತ್ರ ಅವಳ ಮುಂದಿತ್ತು. ನೆನೆದರೇ ಹೃದಯ ಕಿತ್ತು ಬಾಯಿಗೆ ಬರುತ್ತಿತ್ತು. ಹೆಚ್ಚು ಕಡಿಮೆ ಮಂಗಳಮ್ಮ ಶಾಸ್ತ್ರಿಗಳು ಇಲ್ಲೇ ಇರುತ್ತಿದ್ದರು. ಆಗಾಗ ಮಾತ್ರ ಹೋಗಿ ಬರುತ್ತಿದ್ದರು. ಗೌರಿ ಹಬ್ಬದ ಸಮಯದಲ್ಲಿ ಹೋದವರು ಅಲ್ಲೇ ಉಳಿದಿದ್ದರು.

ಮನೆ ಕೆಲಸವೆಲ್ಲ ಮುಗಿಸಿ ವರಾಂಡದಲ್ಲಿ ನಿಂತಳು. ಜಾಲರಿಯ ಮುಖಾಂತರ ಹೊರಗೆ ಓಡಾಡುವವರನ್ನು ನೋಡಬಹುದಾಗಿತ್ತು. ಎದುರು ಮನೆಯ ಪುಟಾಣಿ ಮಗು ತಂದೆಯ ಭುಜದ ಮೇಲೊರಗಿ ತಾಯಿಗೆ "ಟಾಟಾ" ಮಾಡುತ್ತಿತ್ತು. ಎಂಥಾ ಸುಖಾನುಭವ! ಕಣ್ಣರಳಿಸಿ ನೋಡಿದಳು. ತಟ್ಟನೆ ಜಾಲರಿಗೆ ಬೆನ್ನು ಮಾಡಿ ನಿಂತಳು. ಒಡಲಿಗೆ ಬೆಂಕಿ ಹತ್ತಿ ಉರಿದ ಅನುಭವವಾಯಿತು. ನರನಾಡಿಗಳಲ್ಲಿ ವಿದ್ಯುತ್ ಸಂಚಾರವಾಯಿತು. "ತನಗಂಥ ಮಗುವಿದ್ದಿದ್ದರೆ!" ಫಳಫಳನೇ ಕಣ್ಣಿಂದ ಕಂಬನಿ ತೊಟ್ಟಿಕ್ಕಿತು. ಎಷ್ಟೋ ಹೊತ್ತು ಅಲ್ಲೇ ನಿಂತಿದ್ದಳು. ಗೋಪಿ ಬಾಗಿಲನ್ನು ತಳ್ಳಿಕೊಂಡು ಒಳಗೆ ಬಂದಿದ್ದು ಕೂಡ ಅವಳಿಗೆ ಗೊತ್ತಾಗಲಿಲ್ಲ.

"ಊರ್ಮಿಳಾ..." ತಟ್ಟನೇ ಎಚ್ಚೆತ್ತು ಕಣ್ಣೊರೆಸಿಕೊಂಡು ಒಳಗೆ ಹೋಗಿಬಿಟ್ಟಳು. ಇದು ಗೋಪಿ ಮನೆಗೆ ಬರುತ್ತಿದ್ದ ವೇಳೆಯಲ್ಲ. ಗಾಬರಿಗೊಂಡಳು. ಇವಳ ಗಮನ ಅವನತ್ತ ಹೊರಳುವ ವೇಳೆಗೆ ಗೋಪಿ ಮಲಗಿಬಿಟ್ಟಿದ್ದ. "ಅಯ್ಯಯ್ಯೋ" ಅವಳೆದೆ

ಮೇಲಕ್ಕೂ ಕೆಳಕ್ಕೂ ಆಡಿತು. ಕೋಣೆಯ ಹೊರಬದಿಯ ಬಾಗಿಲಲ್ಲಿ ನಿಂತು ನಡುಗುವ ಸ್ವರದಲ್ಲಿ "ಹುಷಾರಿಲ್ವಾ?" ಎಂದಳು.

ಕಣ್ಣುಮುಚ್ಚಿ ನಿಶ್ಚಲವಾಗಿ ಮಲಗಿದ್ದ ಗೋಪಿಯ ತುಟಿಗಳು ಮೆಲ್ಲಗೆ ಅಲ್ಲಾಡಿದವು "ಸ್ವಲ್ಪ ತಲೆನೋವು."

ಅವಳಿಗೆ ತೋಚಿದ್ದು ಒಂದೇ. ಬೇಗ ಹೋಗಿ ಬಿಸಿಬಿಸಿ ಕಾಫೀ ಮಾಡಿ ತಂದು ಅವನ ಮುಂದೆ ಹಿಡಿದಳು. ಮುಖ ಕಂಗೆಟ್ಟಂತೆ ಕಂಡಿತು. ಭಯಗೊಂಡಳು. ತಟ್ಟನೇ ಗಂಡನ ನೆನಪಾಯಿತು. ಅನಾರೋಗ್ಯದ ಸುಳಿವು, ಸೂಕ್ಷ್ಮವನ್ನಾದರೂ ಕೊಡಲಿಲ್ಲ. ಮೊದಲೇ ದೊಡ್ಡ ಡಾಕ್ಟರ್‌ಗಾದರೂ ತೋರಿಸಿದ್ದರೇ ಬದುಕುತ್ತಿದ್ದರೇನೋ! ಯಾವ ಸೌಭಾಗ್ಯವಿಲ್ಲದಿದ್ದರೂ ಅರಿಶಿನ ಕುಂಕುಮ ಇಟ್ಟುಕೊಂಡು ಮುತ್ತೈದೆಯರ ಸಾಲಿನಲ್ಲಿ ನಿಲ್ಲುವ ಅರ್ಹತೆಯಾದರೂ ಇರುತ್ತಿತ್ತು – ಈಗ ಏನೂ ಇಲ್ಲ.

"ಮಾತ್ರೆ ನುಂಗಿದ್ದೀನಿ ಏನೂ ಗಾಬ್ರಿಬೇಡ" ಅವಳ ಮನಸ್ಸನ್ನು ಓದಿದವನಂತೆ ಹೇಳಿದ.

ಅವಳು ಏನು ಹೇಳಿಯಾಳು? ತೀರಾ ಕಡಿಮೆ ತಿಳುವಳಿಕೆ ಇರುವ ಹೆಣ್ಣು ತಾನು! ಮೆಲ್ಲಗೆ ಹೊರಗೆ ಬಂದಳು. ಯಾವ ಕೆಲಸ ಮಾಡಲೂ ಅವಳಿಗೆ ಉತ್ಸಾಹವಿಲ್ಲದಾಯಿತು. ಚಡಪಡಿಸುತ್ತಲೇ ಓಡಾಡಿದಳು. ಸುಬ್ಬ ಬಂದ ಮೇಲೆ ಅವಳಿಗೆಷ್ಟೋ ಧೈರ್ಯಬಂತು.

"ಸುಬ್ಬ, ಅಯ್ಯನೋರಿಗೆ ತಲೆನೋವಂತೆ!" ಮನಸ್ಸಿನ ಸಮಾಧಾನಕ್ಕೆ ಅವನ ಮುಂದೆ ತೋಡಿಕೊಂಡಳು. ಅವನು ಪೆಚ್ಚುಮುಖ ಮಾಡಿದ. ಬೇರೆಯವರ ವಿಷಯವಾಗಿದ್ದರೇ ತಿರುವಿನಲ್ಲಿದ್ದ ಹೋಮಿಯೋಪತಿ ಡಾಕ್ಟರನ್ನು ಹೋಗಿ ಕರೆ ತರುತ್ತಿದ್ದ. ತಲೆ ಕೆರೆದುಕೊಂಡ.

"ನಿನ್ನ ಕೆಲ್ಸ ನೋಡೋಗು" ಅವಳಿಗೆ ಸಮಾಧಾನವಿಲ್ಲ. ತಕ್ಷಣ ಅತ್ತೆ, ಮಾವನನ್ನಾದರೂ ಕರೆಸಿಕೊಂಡರೇ! ಅವರು ಬಂದರೆ ಅವಳಿಗೆಷ್ಟೋ ನೆಮ್ಮದಿ.

ರಾತ್ರಿಯ ವೇಳೆಗೆ ಸುಮಾರಾದ ಜ್ವರ ಬಂತು ಗೋಪಿಗೆ. ಊರ್ಮಿಳಾಳ ಸಂಕೋಚ, ಭಯ ಹಾರಿಹೋಯಿತು. ಹಾಲು, ಕಾಫೀ ತಾನೇ ತಂದುಕೊಟ್ಟಳು. ಚಳಿಯಿಂದ ನಡುಗಿದಾಗ ಹೊದ್ದಿಸಿದಳು. ರಾತ್ರಿಯೆಲ್ಲ ಅವನ ಕೋಣೆಯಲ್ಲೇ ಕೂತು ಕಳೆದಳು.

"ಊರ್ಮಿಳಾ, ನೀನ್ಹೋಗಿ ಮಲ್ಗು" ಪ್ರಥಮ ಬಾರಿ ಗೋಪಿ ಏಕವಚನ ಉಪಯೋಗಿಸಿದ. ಸಹಾನುಭೂತಿಯಿಂದ ಅವಳೆಡೆ ನೋಡಿದ. ಅವಳಿಗೆ ದ್ರೋಹ ಬಗೆದ ಒಬ್ಬ ನೀಚ ಮನುಷ್ಯ ಶಂಕರ ತೀರಾ ಮಂಚ ಹತ್ತಿದ್ದಾಗ ಅವಳು ಮಾಡಿದ ಸೇವೆ... ಒಂದು ಸಲವಾದರೂ ಮುಖ ಸಿಂಡರಿಸಲಿಲ್ಲ. ಎಷ್ಟೋ ರಾತ್ರಿಗಳನ್ನು ನಿದ್ದೆ ಇಲ್ಲದೇ ಕಳೆದಿದ್ದಳು. ಅಂದು ಎಲ್ಲರೂ ಅವನ ಬಗ್ಗೆ ಯೋಚಿಸುವವರೇ. ಅವಳನ್ನು ಸಹಾನುಭೂತಿಯಿಂದ ಮಾತಾಡಿಸುವವರು ಕೂಡ ಇರಲಿಲ್ಲ. ಅಂದಿನ ಚಿತ್ರಗಳು

ಅವನ ಕಣ್ಮುಂದೆ ಹಾದುಹೋದವು. ನಿಟ್ಟುಸಿರಿಟ್ಟು ಹಣೆಯುಜ್ಜಿದ.

ಒಂದೆರಡು ದಿನಗಳ ಜ್ವರ ಗೋಪಿಯನ್ನೇನು ಕಂಗೆಡಿಸಲಿಲ್ಲ. ಪೂರ್ಣವಾಗಿ ಕಂಗೆಟ್ಟವಳು ಊರ್ಮಿಳಾ ಮಾತ್ರ. ಜ್ವರವಿರಲಿಲ್ಲ ಗೋಪಿ ಉದ್ದ ತೋಳಿನ ಉಣ್ಣೆಯ ಸ್ವೆಟರ್ ತೊಟ್ಟು ವರಾಂಡದಲ್ಲಿ ಕುಳಿತ. ಕೊಯ್ಲು ಮಾಡದೆ ಒಂದೆರಡು ದಿನಗಳ ಬೆಳೆ ಗಡ್ಡವನ್ನು ಆವರಿಸಿತು. ಕೈಯಲ್ಲಿ ಗಡ್ಡವನ್ನು ಉಜ್ಜಿದ. ಅನುಭವಕ್ಕಾಗಿ ಆಸ್ಪತ್ರೆಯಲ್ಲಿ ಕೆಲಸ ಮಾಡುತ್ತಿದ್ದನೇ ವಿನಃ ತೃಪ್ತಿ ತಂದಿರಲಿಲ್ಲ. ಅತೃಪ್ತಿ ಅವನನ್ನು ಕಾಡುತ್ತಲೇ ಇತ್ತು.

ಸರ್ಕಾರಿ ಆಸ್ಪತ್ರೆ ಯಾಂತ್ರಿಕವಾಗಿ ನಡೆದುಕೊಳ್ಳುತ್ತಾರೆ. ಕೆಲವೊಮ್ಮೆ ವೈದ್ಯರ ಬೇಜವಾಬ್ದಾರಿಯಿಂದ ಎಷ್ಟೋ ದುರ್ಘಟನೆಗಳು ಘಟಿಸಿಹೋದರೂ ಚಿಂತಿಸುವುದಿಲ್ಲ. ಸಂಬಂಧವಿಲ್ಲದವರಂತೆ ವರ್ತಿಸುತ್ತಾರೆ. ಎಲ್ಲಕ್ಕಿಂತ ದುಡ್ಡಿನಪ್ರಭಾವ ಅಧಿಕ. ಶ್ರೀಮಂತ ರೋಗಿಗಳಿಗೆ ಪ್ರತ್ಯೇಕ ಉಪಚಾರ. ಯಾರು ಕೇಳಬೇಕು ಇದನ್ನೆಲ್ಲ. ಕೆಲವೊಮ್ಮೆ ತಿಳಿದರೂ ಏನೂ ಮಾಡಲಾರದ ನಿಸ್ಸಹಾಯಕತೇ. ಆಗ ಅಪರಾಧಭಾವನೆ ತಲೆ ಹಾಕುತ್ತೆ.

"ಊರ್ಮಿಳಾ, ಸ್ವಲ್ಪ ಕಾಫಿ ಕೊಡ್ತೀಯಾ?" ಮೆಲ್ಲನುಸುರಿದ. ಜ್ವರದಿಂದ ದೇಹ ಸ್ವಲ್ಪ ಕಂಗೆಟ್ಟಿದ್ದರೂ ಕಣ್ಣುಗಳಲ್ಲಿ ವಿಚಿತ್ರ ಹೊಳಪಿತ್ತು. "ತಗೊಳ್ಳಿ" ಕಾಫಿಯ ಬಟ್ಟಲನ್ನು ಅವನ ಮುಂದೆ ಹಿಡಿದಾಗ ದಿಟ್ಟಿಸಿದ. ಸುಂದರ ಹೃದಯದ ಅಮಾಯಕ ಹೆಣ್ಣಾಗಿ ಕಂಡಳು. ಬೊಗಸೆಯಲ್ಲಿ ತುಂಬಿ ಹಿಡಿಯಬಹುದಾದಂಥ ದುಂಡು ಮುಖ. ವೇದನೆ ಕಣ್ಣುಗಳಲ್ಲಿ ಇಣುಕಿತು.

"ಸುಮ್ನೇ ಮನೆಯಲ್ಲಿ ಕೂತಿದ್ರೆ ಬೇಸರವಾಗೋಲ್ವೆ? ನಿಂಗಿಷ್ಟವಾದ ಓದು ಭಾಷೆ, ಕೈ ಕೆಲಸ ಕಲಿಯೋಕೆ ಪ್ರಯತ್ನಪಡು. ಸೂರ್ಯನ ಬೆಳಕಿಲ್ಲದೇ ಜೀವಿಸೋದು ಕಷ್ಟ."

"ಇನ್ನೇನು ಕೆಲವು ದಿನ. ಅಪ್ಪನ ಮನೆಗೆ ಹೊರಟೋಗ್ತೀನಲ್ಲ–ಹೇಗೊ ಕಳೆದುಹೋಗುತ್ತೆ" ಧ್ವನಿ ಮೃದುವಾಗಿ ಕಂಪಿಸಿತು. ಹುಬ್ಬುಗಳು ಕೂಡಿದವು. ಕಣ್ಣುಗಳು ಕಿರಿದಾದವು. ಕನ್ನಡಕವನ್ನು ಸರಿಪಡಿಸಿಕೊಂಡ. ಗುಸಗುಸ ಪಿಸಿಪಿಸಿಯಲ್ಲಿ ನಡೆಯುತ್ತಿದ್ದ ಮಾತುಗಳು ನಿರ್ಧಾರದ ರೂಪಕ್ಕೆ ಬರುವುದೇನು ಆಶ್ಚರ್ಯವಲ್ಲ. ಭಾರವಾದ ಉಸಿರನ್ನು ಬಿಟ್ಟ. ಅವಳು ಹೊರಟುಹೋಗಿದ್ದಳು.

ಹೆಣ್ಣು ಎಂದಿಗಾದರೂ ಈ ಮೂಢ ಸಂಪ್ರದಾಯಗಳಿಂದ ಮುಕ್ತಳಾಗಲು ಸಾಧ್ಯವೇ? ಖಂಡಿತ ಇಲ್ಲ. ಎಲ್ಲೋ ಬೆರಳಣಿಕೆಗೆ ಸಿಗುವಷ್ಟು ಮಹಿಳೆಯರು ದಿಟ್ಟತನದಿಂದ ಉನ್ನತ ಸ್ಥಾನಗಳನ್ನು ಅಲಂಕರಿಸಿದ ಮಾತ್ರಕ್ಕೆ ಸುಧಾರಣೆಯೇನೂ ಕಂಡುಬರದು.

ಅಳುಮುಖ ಮಾಡಿಕೊಂಡು ಸುಬ್ಬ ಅವನ ಎದುರಿನಲ್ಲಿ ಬಂದು ನಿಂತಾಗಲೇ ಅವನ ಗಮನ ಹರಿದಿದ್ದು.

"ಏನೋ ಸುಬ್ಬ?" ಎಂದ. ಅವನ ಕಣ್ಣಂಚಿನಲ್ಲಿ ನೀರು ತುಳುಕಿತು. ಕಣ್ಣಿಗೆ

ಕೈ ಹಚ್ಚಿ ಬಿಕ್ಕಿದ. ತಟ್ಟನೇ ಅವನೆಡೆಗೆ ಧಾವಿಸಿದ. ಗೋಪಿ ಅವನ ಭುಜದ ಮೇಲೆ ಕೈಹಾಕಿ ಮೆಲ್ಲನೇ "ಯಾಕೋ" ಎಂದ. ಅವನ ಬಿಕ್ಕುವಿಕೆ ಜಾಸ್ತಿಯಾಯಿತು. ಅಳು ಒತ್ತರಿಸಿಕೊಂಡು ಬರುತ್ತಿತ್ತು.

"ಯಾಕೆ ಅಳೋದು?" ಧ್ವನಿ ತೀಕ್ಷ್ಣವಾಯಿತು.

"ನಮ್ಮಕ್ಕ ಸತ್ತುಹೋದ್ಲು" ವಿಸ್ಮಿತನಾದ. ಸುಬ್ಬನ ಮನೆಯವರ ಬಗ್ಗೆ ಅವನಿಗೆ ತಿಳಿದಿದ್ದು ಸ್ವಲ್ಪ ಮಾತ್ರ. ಆಸಕ್ತಿವಹಿಸಲಿಲ್ಲ. ಕಡುಬಡತನ ಅವರನ್ನು ಕಿತ್ತು ತಿನ್ನುತ್ತಿತ್ತು.

"ಯಾರು ಹೇಳಿದ್ರು?"

"ನಮ್ಮ ಪಕ್ಕದ ಮನೆ ಹುಡುಗ" ಬಿಕ್ಕುತ್ತಲೇ ಇದ್ದ. ಕೆಲವು ನಿಮಿಷ ಏನು ಮಾಡಬೇಕೆಂಬುದೇ ಅವನಿಗೆ ತೋಚಲಿಲ್ಲ.

ಹರಿದ ಟವಲನ್ನು ಹೆಗಲ ಮೇಲೆ ಹಾಕಿಕೊಂಡ ವ್ಯಕ್ತಿಯ ನೆರಳಾಡಿತು ಬಾಗಿಲಲ್ಲಿ. ಗೋಪಿ ಒಳಗೆ ಬರುವಂತೆ ಸನ್ನೆ ಮಾಡಿದ. ಅನುಮಾನಿಸುತ್ತಲೇ ವ್ಯಕ್ತಿ ಹೊಸಲು ದಾಟಿ ವರಾಂಡದೊಳಕ್ಕೆ ಬಂತು.

ಸುಬ್ಬ ಬಾಯಿ ಬಿಟ್ಟ "ನಮ್ಮಪ್ಪ" ಗೋಪಿಯ ಪಾದಗಳು ಅತ್ತ ಹರಿದವು. ಆತ ಕುಕ್ಕುರುಗಾಲಿನಲ್ಲಿ ಕುಳಿತು ಹೆಗಲ ಮೇಲಿದ್ದ ಮಾಸಲು ಬಣ್ಣದ ವಸ್ತ್ರದಿಂದ ಕಣ್ಣು ಒರೆಸಿಕೊಂಡ.

"ನನ್ನ ಮಗ್ಳು ಹೋಗ್ಬಿಟ್ಳು ಸ್ವಾಮಿ" ಈಗ ಮಾತಾಡುವುದು ಗೋಪಿಗೂ ಕಷ್ಟವಾಯಿತು. ಶಂಕರನಿಗೂ ಅವನ ಮನೆಯವರಿಗೂ ಪರಿಚಯವಿತ್ತೇ ವಿನಃ ಗೋಪಿಗೆ ಗೊತ್ತೇ ಇರಲಿಲ್ಲ.

"ಪಾಪಿ, ಅವ್ಳು ಸಾಯೋದು ಅಲ್ದೇ ನಮ್ಮನ್ನೂ ತಲೆ ಎತ್ತದಂತೆ ಮಾಡ್ಬಿಟ್ಳು." ಆಮೇಲೆ ಅವರು ಹೇಳಿದ ವಿಷಯ ಕೇಳಿ ಗೋಪಿ ನೊಂದ. ಅವರಿವರ ಮಾತು ಕೇಳಿಕೊಂಡು ವಿಧವೆಯಾದ ಅವಳನ್ನು ಬೇರೆಯವರ ಮನೆಯಲ್ಲಿ ನಿಲ್ಲಿಸಲು ಯೋಚಿಸಿದರು. ಅಷ್ಟರಲ್ಲಿ ಅವಳು ಆದದ್ದು ಬಾವಿಪಾಲು. ಜನರ ಕಲ್ಪನೆ ಹತ್ತಾರು ಬಗೆ. ಸತ್ಯ ಅವಳೊಂದಿಗೆ ಸತ್ತಿತ್ತು. ಗಂಟಲು ಒಣಗಿತು. ಬರೀ ಇವನ ಸಹಾನುಭೂತಿ ಇವರಿಗೆ ಬೇಕಿರಲಿಲ್ಲ. ಗೋಪಿಗೆ ಅರ್ಥವಾಯಿತು. ಕೋಣೆಗೆ ಹೋಗಿ ಡ್ರಾಯರಿನಲ್ಲಿದ್ದ ನಾಲ್ಕಾರು ನೋಟುಗಳನ್ನು ಎಣಿಸದೆಯೇ ಅವರ ಕೈಯಲ್ಲಿಟ್ಟ. ಬಂದ ಕೆಲಸ ಮುಗಿದಿತ್ತು. ಮಗಳು ಸತ್ತ ದುಃಖಕ್ಕಿಂತ ಅದರ ಪರಿಣಾಮವೇ ಅವನನ್ನು ಬಾಧಿಸುತ್ತಿತ್ತು. ಸುಬ್ಬನನ್ನು ಹೋಗುವಂತೆ ಸನ್ನೆ ಮಾಡಿದ. ಅವನು ಅಪ್ಪನ ಹಿಂದೆ ಹೊರಟ. ಮನೆಯಲ್ಲಿ ಸಹಿಸಲಾರದ ನೀರವತೆ. ತಲೆ ಸಿಡಿಯಿತು.

ಇಷ್ಟೊತ್ತು ಅವರ ಮಾತುಗಳನ್ನು ಊರ್ಮಿಳಾ ಕೇಳಿರಬಹುದು. ಭಾರವಾದ ನಿಟ್ಟುಸಿರನ್ನು ಬಿಟ್ಟಳು. ಗೋಪಿ ಹಿಂದಿರುಗಿ ನೋಡಿದ. ಶಿಲಾ ಪ್ರತಿಮೆಯಂತೆ ನಿಂತಿದ್ದಳು. ಅವಳು ಒಂದೆರಡು ಸಲ ಸುಬ್ಬನಿಂದ ಇಂಗ್ಲೀಷ್ ಭಾಷೆಯನ್ನು ಕಲಿಯುತ್ತಿದ್ದುದನ್ನು ನೋಡಿದ. ತಟ್ಟನೆ ಏನೋ ಹೊಳೆಯಿತು.

"ಆಸಕ್ತಿಯಿದ್ರೆ ನೀನು ಇಂಗ್ಲೀಷ್ ಭಾಷೆ ಕಲಿಕೇನ ಮುಂದುವರಿಸು." ಎತ್ತಲೋ ನೋಡುತ್ತ ಹೇಳಿದ. ಬರೀ ಮಾತಿನಲ್ಲೇ ಉಳಿಸಲಿಲ್ಲ. ಮಾರನೆಯ ದಿನದಿಂದ ಅವನ ಎಲ್ಲಾ ದಿನಚರಿಗಳಲ್ಲಿ ಇದೊಂದಾಯಿತು. ಊರ್ಮಿಳಾಳ ಆಸಕ್ತಿ ಇಮ್ಮಡಿಸಿತು. ತನ್ನ ಬಿಡುವಿನ ವೇಳೆಯನ್ನೆಲ್ಲ ವಿನಿಯೋಗಿಸತೊಡಗಿದಳು. ಮುಖದಲ್ಲಿ ಗೆಲುವು ಮೂಡಿತು. ಕಣ್ಣುಗಳಲ್ಲಿ ಹೊಸ ಕಾಂತಿ ಮಿಂಚಿತು. ಸದಾ ಕಲಿಕೆಯ ಗುಂಗಿನಲ್ಲೇ ಇರುತ್ತಿದ್ದುದರಿಂದ ಭವಿಷ್ಯದ ಬಗ್ಗೆ ಚಿಂತೆಯಾಗಲಿ ಆತಂಕವಾಗಲಿ ತಾತ್ಕಾಲಿಕವಾಗಿ ಅವಳಿಂದ ದೂರ ಸರಿದಿತ್ತು.

ಗುರುವಿನ ಮುಂದೆ ವಿಧೇಯ ವಿದ್ಯಾರ್ಥಿಯಾಗಿದ್ದಳು. ಅವಳ ತಪ್ಪುಗಳನ್ನು ಸಹನೆಯಿಂದ ತಿದ್ದುತ್ತಿದ್ದ. ಅಂದು ಊರ್ಮಿಳಾ ಬರೆದಿಟ್ಟ ಒಂದು ಪುಟದಷ್ಟು ವಾಕ್ಯಗಳನ್ನು ಓದುತ್ತಿದ್ದ. ಹುಡುಕಿದರೂ ಒಂದು ತಪ್ಪೂ ಸಿಗಲಿಲ್ಲ ಅನಕ್ಷರತೆ ಕ್ರೂರವಾದ ಅಲುಗಿನಂತೆ. ಅವನ ವಿವೇಚನೆಯನ್ನು ಕುಗ್ಗಿಸುತ್ತೆ ಯೋಚನಾಶಕ್ತಿಯನ್ನು ಕುಂಠಿತಗೊಳಿಸುತ್ತದೆ.

"ಗುಡ್" ಎಂದ. ಊರ್ಮಿಳಾ ಮುಖ ಆಗತಾನೆ ಅರಳಿದ ಗುಲಾಬಿಯಂತಾಯಿತು. ಜಗತ್ತಿನ ಸಂತೋಷವೆಲ್ಲ ಅವಳದಾದ ಅನುಭವವಾಯಿತು. ಸಂತೋಷವನ್ನು ಅಡಗಿಸಿಡುವುದೇ ಕಷ್ಟವಾಯಿತು.

ಟೇಬಲಿನ ಮೇಲಿದ್ದ ಪೆನ್ನನ್ನು ಕೈಗೆ ತೆಗೆದುಕೊಂಡ ಗೋಪಿ ಅವಳೆಡೆಗೆ ನೀಡಿದ. ನಾಚಿಕೆ, ಸಂಕೋಚದಿಂದಲೇ ಕೈಯೊಡ್ಡಿದಳು. ಭಯಭಕ್ತಿಗಳಿಂದ ನಿಂತ ವಿದ್ಯಾರ್ಥಿನಿಯಾಗಿ ಕಂಡಳು. ಕೈಯಲ್ಲಿ ಪೆನ್ನನ್ನು ಇಟ್ಟ ಕೂಡಲೇ ಹರ್ಷದಿಂದ ಕುಣಿದಾಡುವಂತಾಯಿತು. ಗೋಪಿಯ ಬಾಯಿ ಮೌನವಹಿಸಿದರೂ ಕಣ್ಣು ಮೆಚ್ಚುಗೆ ಸೂಸಿತು. ಸಂತೋಷ ತಡೆಯಲಾರದೇ ಕೋಣೆಗೆ ಓಡಿದಳು.

ಅಂದಿನ ಶಾಲೆಯ ದಿನಗಳನ್ನು ನೆನಪಿಸಿಕೊಂಡಳು. ಮಸುಕುಮಸುಕಾಗಿ ಜ್ಞಾಪಕದಲ್ಲಿ ಉಳಿದಿತ್ತು. ತನಗೆಂಥ ಆಸೆಯಿತ್ತು ಕಲಿಕೆಯಲ್ಲಿ! ಮನೆಯಲ್ಲಿರುವ ಎಲ್ಲರ ಅಭಿಪ್ರಾಯವು ಒಂದೇ 'ಹೆಣ್ಣಿಗೇಕೆ ವಿದ್ಯೆ? ಅಡ್ಗೆ ಕೆಲಸ, ಕಸ ಮುಸುರೆ ಕಲ್ತುಕೊಳ್ಳಲಿ!....' ಅಯ್ಯೋ... ಪರಿತಾಪಪಟ್ಟಳು. ಎಂತಹ ಸಂತೋಷದ ಕ್ಷಣಗಳನ್ನೆಲ್ಲ ವ್ಯರ್ಥವಾಗಿ ಕಳೆದುಕೊಂಡುಬಿಟ್ಟೆನಲ್ಲ! ಗೋಪಿ ಅವಳ ಪಾಲಿಗೆ ಸಾಮಾನ್ಯ ಮನುಷ್ಯನ ಸ್ಥಾನದಿಂದ ದೇವರ ಸ್ಥಾನಕ್ಕೆ ಏರಿದ. ಪೆನ್ನನ್ನು ಮೃದುವಾಗಿ ಸವರಿ ದೇವರ ಮಂದಾಸನದ ಬಳಿ ಇಟ್ಟಳು. ಎರಡು ತೊಟ್ಟು ಆನಂದಬಾಷ್ಪ ಉದುರಿದವು. ಇವೇ ತನ್ನ ಜೀವನದ ಸುಖದ ದಿನಗಳೆಂದುಕೊಂಡಳು.

ಮಾವನವರಿಂದ ಪತ್ರ ಬಂದಿತ್ತು. ಸ್ವರ್ಗದಿಂದ ಎತ್ತಿ ಪಾತಾಳಕ್ಕೆ ಎಸೆದಂತಾಯಿತು. ಸದ್ಯಕ್ಕೆ ಗೋಪಿ ಮದುವೆ ಮಾಡಿಕೊಂಡರೇ ಅಡುಗೆಯವಳಾಗಿ ಇಲ್ಲೇ ಉಳಿದು ಬಿಡಬಹುದೆಂದುಕೊಂಡಳು. ಕಣ್ಣಲ್ಲಿ ನೀರು ತುಂಬಿತು. ಧಾರೆಯಾಗಿ ಕೆನ್ನೆಯ ಮೇಲೆ ಹರಿದಾಗಲೂ ತೊಡೆದುಕೊಳ್ಳಲು ಹೋಗಲಿಲ್ಲ... ಇದರಿಂದ ತನಗೆಂದು ಮುಕ್ತಿ? ಪುಸ್ತಕಗಳನ್ನು ಮುಂದಿಟ್ಟುಕೊಂಡು ಸುಮ್ಮನೆ ಕೂತಳು. ಮಮತೆಯಿಂದ ಅವುಗಳ

ಮೇಲೆ ಕೈಯಾಡಿಸಿದಳು. ಇವುಗಳ ಸನಿಹ ತನಗೆ ಇನ್ನು ಮೇಲೆ ದೂರ. ಕತ್ತಲಲ್ಲಿ ಕಂಡ ಬೆಳಕಿನ ಕಿರಣವೂ ಕಣ್ಮರೆಯಾದಂತೆ ಕಂಡಿತು. ಕತ್ತಲು... ಕತ್ತಲು.... ಎಲ್ಲಿ ನೋಡಿದರೂ ಕತ್ತಲು ಕಣ್ಣುಗಳಲ್ಲಿ ಭಯ ಇಣುಕಿತು. ಏನೆಲ್ಲ ನೆನೆಸಿಕೊಂಡು ಮುಖ ಮುಚ್ಚಿಕೊಂಡು ಕಿಟಾರನೇ ಕಿರುಚಿದಳು. ನೈಟ್ ಡ್ಯೂಟಿ ಮಾಡಿ ಬಂದಿದ್ದ ಗೋಪಿ ಮನೆಯಲ್ಲೇ ಇದ್ದ. ದಢಾರನೇ ಕೋಣೆಯಿಂದ ಹೊರಗೆ ಬಂದ. ಊರ್ಮಿಳಾ ಮುಚ್ಚಿದ ಕಣ್ಣುಗಳಿಂದ ಕಣ್ಣೀರು ಧಾರೆಧಾರೆಯಾಗಿ ಹರಿಯುತ್ತಿತ್ತು. ಎರಡೂ ಕೈಗಳಿಂದ ಕಿವಿಗಳನ್ನು ಮುಚ್ಚಿಕೊಂಡಿದ್ದಳು. ಸಮೀಪ ಹೋಗಿ ಕೂತ. ಮೃದುವಾಗಿ ನಡುಗುತ್ತಿದ್ದಳು. ಭುಜವಿಡಿದು ಮೆಲ್ಲನೇ ಅಲ್ಲಾಡಿಸಿದ. ಬೆಂಕಿ ಸೋಕಿದವಳಂತೆ, ಬೆಚ್ಚಿಬಿದ್ದಳು. ತೀರಾ ಸಮೀಪದಲ್ಲಿ ಗೋಪಿ–ಅವನ ಬಿಸಿಯುಸಿರು ಅವಳ ಕೆನ್ನೆಗೆ ತಾಕುತ್ತಿತ್ತು. ಬೆಚ್ಚಿದಳು, ಅವನ ಕಣ್ಣುಗಳಲ್ಲಿನ ಪ್ರಶಾಂತತೆ ಧೈರ್ಯ ತುಂಬಿ. ಕೈ ಬೆರಳು ಅವಳ ಕೆನ್ನೆಯ ಮೇಲಿನ ಕಂಬನಿಯನ್ನು ತೊಡೆಯಿತು. ಕೈ ಮುಂದಲೆಯನ್ನು ಸವರಿತು. ಬೆಚ್ಚಿ ಅವನೆಡೆ ನೋಡಿದಳು. ಎಂದೂ ನೋಡದಷ್ಟು ಕಾಂತಿ ಮಿನುಗುತ್ತಿತ್ತು. ಭಯದಿಂದ ಅವಳೆದೆ ಏರಿ ಇಳಿಯಿತು. ತಟ್ಟನೇ ಎದ್ದು ಹೋಗಿಬಿಟ್ಟಳು. ಮೈಮನ ತನ್ಮಯತೆಯಿಂದ ಮೃದುವಾಗಿ ಕಂಪಿಸಿದರೇ, ಪಾಪಭೀತಿ ತರಗೆಲೆಯಂತೆ ಅವಳನ್ನು ಅಲ್ಲಾಡಿಸಿತು. ದೇವರಲ್ಲಿ ತನ್ನ ಅಪರಾಧಕ್ಕಾಗಿ ಕ್ಷಮೆ ಬೇಡಿದಳು.

ಸಂಜೆಯವರೆಗೂ ಅವನ ಮುಂದೆ ಸುಳಿಯಲಿಲ್ಲ. ಭಯ, ಉದ್ವೇಗ, ಸಂತೋಷದಿಂದ ತಲ್ಲಣಿಸಿ ಹೋಗುತ್ತಿದ್ದಳು. ಏನೋ ಅರ್ಥವಾಗದ ತುಡಿತ.

"ಊರ್ಮಿಳಾ..." ಮೃದು ಧ್ವನಿಯಲ್ಲಿ ಅಧಿಕಾರವಾಣಿಯಿದ್ದಂತೆ ಕಾಣಿಸಿತು. ಗೋಪಿಯನ್ನೆಂದೂ ಅಪರಾಧಿಯ ಸ್ಥಾನದಲ್ಲಿ ನಿಲ್ಲಿಸಲಾರಳು. 'ದೇವರಿಗೆ ಈ ಪಾಪಿಯಿಂದ ಕೆಡುಕಾಗಬಾರದಷ್ಟೆ!' ದೂರದಲ್ಲಿ ಬಂದು ನಿಂತಳು. ತಲೆ ಎತ್ತಲಾರಳು. ಕಣ್ಣುಗಳು ಅವನ ನಿಶ್ಚಲವಾದ ನೋಟವನ್ನು ಎದುರಿಸಲಾರವು.

"ಪುಸ್ತಕ ತಗೊಂಡ್ಬಾ" ಅನುಮಾನಿಸಿದಳು. ಎದೆಗುಂದಿದಳು. ಮುಖ ಕಳಾಹೀನವಾಯಿತು. ಪುಸ್ತಕಗಳನ್ನು ಕೈಯಲ್ಲಿಡಿದು ಬಂದು ಅವನ ಎದುರಿನಲ್ಲಿ ಕೂತಳು. ಕೈಕಟ್ಟಿ ಸೋಫಾಕ್ಕೆ ಒರಗಿ ಕೂತಿದ್ದ ಗೋಪಿಯ ಕಣ್ಣುಗಳು ಅವಳನ್ನೇ ದಿಟ್ಟಿಸುತ್ತಿದ್ದವು.

"ಹುಷಾರಾಗಿದ್ದೀಯಾ?" ಅವನ ಧ್ವನಿಯಲ್ಲಿ ತುಡಿತವಿತ್ತು. ಮನವನ್ನು ಅರಿತು ಆದರಿಸುವ ಹೆಣ್ಣು–ಅಪರೂಪವಾಗಿ ಕಂಡಳು.

"ನನ್ನ ಕ್ಷಮ್ಸಿಬಿಡಿ–ನಂಗೆ ಓದೋ ಮನಸ್ಸಿಲ್ಲ" ತಟ್ಟನೇ ಎದ್ದು ಒಳ ಹೋಗಿಬಿಟ್ಟಳು.

ಗೋಪಿ ಅಳುಕಲಿಲ್ಲ. ಅದೇ ಭಂಗಿಯಲ್ಲಿ ಕೂತಿದ್ದ. ತಲೆ ಮಾತ್ರ ಯೋಚನೆಗಳ ಕರಂಡವಾಗಿತ್ತು. ಎದ್ದು ಹೋಗಿ ಕಾಂಪೌಂಡಿನಲ್ಲಿ ನಿಂತ. ತಣ್ಣನೆಯ ಕೊರೆತ ಮೈಯನ್ನು ನಡುಗಿಸಿತು. ಸುಂದರ ಪುಷ್ಪಗಳ ಮುಂದೆ ನಿಂತು ಆಘ್ರಾಣಿಸಿದ. ಮನಸ್ಸು ಆಹ್ಲಾದಕರವಾಗಿ ನರ್ತಿಸಿತು.

"ಒಳಗೆ ಬನ್ನಿ. ತೀರಾ ಥಂಡಿ ಗಾಳಿ ಬೀಸ್ತಾ ಇದೆ." ಆತ್ಮೀಯತೆಯ ಧ್ವನಿ ಎಚ್ಚರಿಸಿತು. ದೃಷ್ಟಿ ಅತ್ತ ಹೊರಳಿತು. ತುಟಿಗಳ ಮೇಲೆ ನಗು ಪಸರಿಸಿತು.

"ಹಾಯಾಗಿದೆ" ಸುತ್ತಲೂ ದಿಟ್ಟಿಸಿದ. ಗಿಡಗಳು ಗಾಳಿಗೆ ತೂಗಾಡುತ್ತಿದ್ದವು. ಪ್ರಕೃತಿಯಲ್ಲಿ ಎಲ್ಲಾ ಬಗೆಯ ಸೊಬಗಿದೆ!

ಮೆಲ್ಲಗೆ ಕೆಮ್ಮುತ್ತ ಒಳ ನಡೆದ. ಮೃದುವಾಗಿ ಕೆಮ್ಮಿ ಗಂಟಲು ಸರಿಪಡಿಸಿಕೊಂಡ. ಕೋಣೆಗೆ ಹೋಗಿ ಕೂತ. ತಲೆ ಭಾರವೆನಿಸಿತು. ಮೇಜಿಗೆ ಕೈಯಾನಿಸಿ ತಲೆಗೆ ಕೈಯೊತ್ತಿದ. ತಣ್ಣನೆಯ ಹಸ್ತ ಜುಮ್ಮೆನಿಸಿತು. ಜೋರಾದ ಗಾಳಿ ಬೀಸಿತು. ಕಿಟಕಿಗಳೆಲ್ಲ ಪಟಪಟನೇ ಬಡಿದುಕೊಂಡವು. ತೆರೆದ ತಲೆಬಾಗಿಲು ಟಪ್ಪನೇ ಮುಚ್ಚಿಕೊಂಡಿತು.

"ಕಿಟಕಿಗಳ್ನ ಮುಚ್ಚಲಾ?" ಧ್ವನಿ ಬಂದತ್ತ ನೋಡಿದ. ಆತ್ಮೀಯತೆಯಿಂದ ಮಿನುಗುವ ಕಣ್ಣುಗಳು ಬಹಳ ಚಂದವಾಗಿ ಕಾಣಿಸಿದವು.

"ಮಾವ ಏನು ಬರೆದಿದ್ರು?" ತಟ್ಟನೇ ಬೆಚ್ಚಿದಳು. ಪತ್ರದ ವಿಷಯವನ್ನು ಅವಳು ಹೇಳಿರಲಿಲ್ಲ. ಅವಳು ಹೇಳದೇ ತಿಳಿಯುವಂತಿರಲಿಲ್ಲ. ಪತ್ರ ನೋಡುವ ಸಾಧ್ಯತೆಯಂತೂ ಇರಲಿಲ್ಲ.

"ಓಹ್..." ಗೋಡೆಗೊರಗಿ ನಿಂತಳು. ಬಲವಂತದಿಂದ ಉಗುಳು ನುಂಗಿದಳು. ಬಾಯಿಬಿಡಲು ಕಷ್ಟವಾಯಿತು. ಏನಂತ ಹೇಳಿಯಾಳು? ಅದರಿಂದ ಯಾವ ಪ್ರಯೋಜನವೂ ಇರಲಿಲ್ಲ. ಸತ್ಯ ಭಯಂಕರವಾಗಿತ್ತು. ಮಡಿ ಮಾಡಿಸಿ ಅವಳನ್ನು ಕತ್ತಲೆಯ ಕೋಣೆಗೆ ತಳ್ಳುವ ಸಿದ್ಧತೆ ನಡೆಸಿದ್ದರು. ಹೆಣ್ಣಿನ ಬಗ್ಗೆ ಸಮಾಜ ನಿಷ್ಕರುಣಿ. ಮುಂದುವರಿದ ಸಮಾಜದಲ್ಲೂ ರೂಢಿಯಲ್ಲಿದ್ದ ಈ ಕೆಟ್ಟ ಪದ್ಧತಿಗಳು ತೊಡೆದುಹೋಗಿಲ್ಲ. ಮುಖಮುಚ್ಚಿ ಬಿಕ್ಕಿದಳು.

ಎದ್ದು ಬಂದು ಅವಳ ಸಮೀಪ ನಿಂತ. ಗೋಪಿ ಒಂದು ಕೈಯಿಂದ ಅವಳನ್ನು ಬಳಸಿ ತನ್ನೆದೆಗೆ ಒರಗಿಸಿಕೊಂಡ. ಹೆಣ್ಣಿನ ಸಾಮೀಪ್ಯ ಎಂಥ ಸ್ವರ್ಗೀಯ ಸುಖ ಕೊಡಬಹುದೆಂಬುದನ್ನು ಮನಗಂಡ. ಜಗತ್ತನ್ನೇ ಮರೆತವನಂತೆ ಊರ್ಮಿಳಾ ಅವನ ಬಿಸಿ ಎದೆಯಲ್ಲಿ ತಲೆ ಹುದುಗಿಸಿ ಅತ್ತಳು. ಹೃದಯದ ಮಿಡಿತಕ್ಕೆ ಒಡ್ಡು ಕಟ್ಟಲು ಸಾಧ್ಯವೇ?

ತಟ್ಟನೇ ಅವನ ಮುಖ ನೋಡಿದವಳೇ ಹೊರಗೆ ಓಡಿದಳು. ದೇಹ ತರತರನೇ ನಡುಗುತ್ತಿತ್ತು. ಬಾಯಲ್ಲಿ ದ್ರವ ಆರಿಹೋಯಿತು. ವಾತಾವರಣ ಬಿಗಿಯಾಯಿತು.

* * *

ಆಸ್ಪತ್ರೆಗೆ ಹೊರಟು ನಿಂತ ಗೋಪಿಯ ದೃಷ್ಟಿ ಎಲ್ಲೆಡೆ ಹರಿದಾಡಿತು. ಸುಬ್ಬನಿಗೆ ಹೇಳಿ ಕಾಂಪೌಂಡಿನೊಳಕ್ಕೆ ಇಳಿದ. ಮನಸ್ಸು ಏನನ್ನೋ ಹೇಳಿತು. ಹಿಂದಕ್ಕೆ ತಿರುಗಿ ನೋಡಿದ. ನೋಡುತ್ತಿದ್ದ ಎರಡು ಕಣ್ಣುಗಳು ಪಕ್ಕಕ್ಕೆ ಸರಿದವು. ತುಟಿಗಳ ಮೇಲೆ ಮುಗುಳ್ನಗು ಹರಡಿತು. ಮೈಮನದಲ್ಲಿ ಉತ್ಸಾಹ ಮೂಡಿತು. ದಾಟಿ ಹೋದ.

ಎಷ್ಟೋ ಹೊತ್ತು ಊರ್ಮಿಳಾ ಮಂಕಾಗಿಯೇ ನಿಂತಿದ್ದಳು. ಹೃದಯ ಭಾರವಾಗಿತ್ತು. ನಿಸ್ಸಹಾಯಕತೆ ಅವಳನ್ನು ಬಾಧಿಸುತ್ತಿತ್ತು.

"ಸುಮ್ನೇ ಯಾಕಕ್ಕ ಅಳ್ತೀ?" ಪುಸ್ತಕಗಳನ್ನು ಹಿಡಿದು ಬಂದ ಸುಬ್ಬ ಕೇಳಿದ. ಅಕ್ಕ ಸತ್ತ ಮೇಲೆ ಬಹಳ ಬೆಳೆದಿದ್ದ. ಕೆಲವು ಸಲ ದೊಡ್ಡ ದೊಡ್ಡ ಮಾತುಗಳನ್ನು ಆಡುತ್ತಿದ್ದ.

ಬಾಯಲ್ಲಿದ್ದ ಕಹಿಯನ್ನು ನುಂಗಿದಳು. ಅವನತ್ತ ನೋಡಿದಳು. ಇತ್ತೀಚೆಗೆ ಗಂಭೀರವಾಗಿ ಕೂತು ಯೋಚಿಸುತ್ತಿದ್ದ. ಸ್ವತಂತ್ರವಾಗಿ ಮಾತಾಡಲು ಕಲಿತಿದ್ದ.

"ಸ್ಕೂಲಿಗೆ ಹೋಗ್ತೀಯಾ?" ಏನೋ ಕೇಳಬೇಕೆಂದು ಕೇಳಿದ ಹಾಗಿತ್ತು.

"ಇನ್ನೆಷ್ಟು ದಿನ?" ಅರ್ಥವಾಗದವಳಂತೆ ಅವನ ಮುಖ ನೋಡಿದಳು. ಮುಖದಲ್ಲಿ ಹೇಗಾದರೂ ಬದುಕಬೇಕೆಂಬ ಹುಮ್ಮಸ್ಸಿತ್ತು.

"ಬರ್ತೀನಕ್ಕ" ಹೊರಹೊರಟ. ಅವನು ಹೋದತ್ತಲೇ ನೋಡಿದಳು. ಇತ್ತೀಚೆಗೆ ಆತ್ಮವಿಶ್ವಾಸದ ಪ್ರತೀಕವೆನ್ನುವಂತೆ ಕಾಣುತ್ತಿದ್ದ. ಕಣ್ಣುಗಳಲ್ಲಿ ಮೊದಲ ಭಯ, ನಿಸ್ಸಹಾಯಕತೆ ಇರಲಿಲ್ಲ. ಏನು ಬಂದರೂ ಎದುರಿಸಬಲ್ಲೆನೆಂಬ ಕೆಚ್ಚಿತ್ತು.

ಬಾಗಿಲು ತಟ್ಟನೇ ತೆರೆದುಕೊಂಡಾಗ ಊರ್ಮಿಳಾ ದೃಷ್ಟಿ ಅತ್ತಹರಿಯಿತು. ಜನ್ಮಕೊಟ್ಟ ತಂದೆ ಎದುರಿನಲ್ಲಿ ಅವಳಿಗೆ ಏನೂ ಅನ್ನಿಸಲಿಲ್ಲ. ಅವರಿಬ್ಬರ ನಡುವೆ ಬಾಂಧವ್ಯದ ಸೇತುವೆ ಬೆಳೆದೇ ಇರಲಿಲ್ಲ. ಮನೆಯಲ್ಲಿದ್ದ ನಾಲ್ವರು ಗಂಡಸರಂತೆ ಅವರೂ ಇದ್ದರು. ತಂದೆಯೆಂಬ ಮಮತೆಯಿಂದ ಎಂದೂ ಪ್ರೀತಿಯಿಂದ ಮಾತಾಡಿಸಿದವರಲ್ಲ. ಅಷ್ಟು ಜೀವಗಳ ಹೊಟ್ಟೆ ತುಂಬಿಸುವ ಹೋರಾಟದಲ್ಲಿ ಅವರಿಗೆ ಪುರಸೊತ್ತೆ ಇರಲಿಲ್ಲ.

"ಹೇಗಿದ್ದೀಯಾ?" ಧ್ವನಿ ಗಡುಸಾಗಿಯೇ ಇತ್ತು.

ಊರ್ಮಿಳಾ ಉಗುಳು ನುಂಗಿದಳು. ಮೊದಲು ಇದೇ ಅಭ್ಯಾಸವಾಗಿತ್ತು. ಎಲ್ಲಾ ಬದಲಾಗಿತ್ತು. ಮನಃಸ್ಥಿತಿಯು ಅದರಂತೆ ಬದಲಾಗುವುದು ಸಹಜ ತಾನೇ ಮಾತಾಡಲಿಲ್ಲ.

"ನಿಂಗೇನು ತಲೆ ಕೆಟ್ಟಿದೆ? ಮನೆ ಹೆಣ್ಣು ಮಗ್ಳು ಗಂಡನಿಗೆ ಬೆಲೆಬಾಳೋ ಸಾಮಾನೆಲ್ಲ ಕೊಟ್ಟು ಬಿಟ್ಟೆಯಂತಲ್ಲ? ನಿಂಗೇನು ಕೂಳಿನ ಯೋಚ್ನೇ ಇಲ್ವಾ?" ಸಿಡಿದುಬಿದ್ದರು.

'ಅಯ್ಯೋ' ಈ ಸುದ್ದಿಯೆಲ್ಲ ಇವರಿಗೆ ಯಾರು ಹೇಳಿದ್ರು? ನಿಂತಲ್ಲೇ ಚಡಪಡಿಸಿದಳು ಊರ್ಮಿಳಾ. ತಂದೆ ಸೋಮಪ್ಪನೋರು ಪದ್ಮಾಸನ ಹಾಕ್ಕೊಂಡು ಸೋಫಾ ಮೇಲೆ ಕೂತುಬಿಟ್ಟರು. ಬಿರುಸಾಗಿ ನಡೆದು ಬಂದಿರಬೇಕು, ಹಣೆಯ ಮೇಲಿನ ಬೆವರು ಹಣೆ, ಮೂಗಿನ ಮೇಲೆಲ್ಲ ಹರಿಯುತ್ತಿತ್ತು. ಅವರಿಗೆ ಅದರ ಪರಿವೆಯೇ ಇಲ್ಲ. ಸಾಲ ಕೊಟ್ಟಿದ್ದ ಶೆಟ್ಟಿಯೇ ವಿಷಯವನ್ನು ಸಂಗ್ರಹಿಸಿ ಇವರ ಕಿವಿಯ

ಮೇಲೆ ಹಾಕಿ ಮುಂದಕ್ಕೆ ಮಾಡಬೇಕಾದುದ್ದಕ್ಕೆ ಮಾರ್ಗದರ್ಶನವನ್ನು ನೀಡಿದ್ದರು. ಈ ಸಂದರ್ಭದಲ್ಲಿಯಾದರೂ ತಮ್ಮ ಸಾಲದ ದುಡ್ಡು ಕೈ ಸೇರುವುದೇನೋ ಎಂಬ ಆಸೆ!

"ಬೆಂಕಿ ಬಿದ್ದೋಯ್ತು" ಹೆಗಲ ಮೇಲಿದ್ದ ಟವಲನ್ನು ಕೊಡವಿ ಹೆಗಲ ಮೇಲೆ ಹಾಕ್ಕೊಂಡು ಎದ್ದರು. ಅವರ ಕಣ್ಣುಗಳು ಮನೆಯನ್ನು ಅಳೆಯಿತು. ಶೆಟ್ಟರು ಹೇಳಿದ ಪ್ರಕಾರ ಮನೆ ಮಾರಿದರೆ ಮೂವತ್ತು, ನಲ್ವತ್ತು ಸಾವಿರವಾದರೂ ಕೈ ಹತ್ತುತ್ತೆ. ಮನಸ್ಸಿನಲ್ಲಿಯೇ ಏನೇನೋ ಲೆಕ್ಕ ಹಾಕಿದರು. ಕಣ್ಣು ಗುಡ್ಡೆಗಳು ಗರಗರನೆ ತಿರುಗಿದವು. ಮನೆಯ ತಾಪತ್ರಯಗಳು ಬೃಹದಾಕಾರ ತಾಳಿ ಅವರ ಮುಂದೆ ನಿಂತಿತು. ಇದ್ದ ನಾಲ್ವರು ಗಂಡಸರು ಎಲ್ಲಾ ಬಗೆಯಲ್ಲಿ ದುಡಿದರೂ ಸಾಲದವರಿಂದ ವಿಮುಕ್ತಿ ಪಡೆಯಲಾಗುತ್ತಿರಲಿಲ್ಲ.

ಬಾತ್‌ರೂಂ ಕಡೆಗೆ ಕೈ ಮಾಡಿ ತೋರಿಸಿದಳು ಊರ್ಮಿಳಾ. ಅವರ ಮೈಯಿಂದ ಬರುತ್ತಿದ್ದ ಬೆವರು ವಾಸನೆಗೇ ಒಂದು ಫರ್ಲಾಂಗ್ ದೂರ ಓಡಬೇಕೆನಿಸಿತು. ದಿನವೂ ಸ್ನಾನ ಮಾಡುತ್ತಿದ್ದರು. ಅದು ಮಡಿ ಮಾತ್ರ ಮೈಯಲ್ಲಿನ ಸ್ವಚ್ಛತೆಗೆಂದೂ ಗಮನಕೊಟ್ಟವರೇ ಅಲ್ಲ. ದಢದಢನೆ ನಾಲ್ಕಾರು ಬಿಂದಿಗೆ ನೀರನ್ನು ತಲೆಯ ಮೇಲೆ ಸುರಿದುಕೊಂಡರೆ ಅವರ ಸ್ನಾನ ಮುಗಿಯಿತು. ಪಾಣಿ ಪಂಚೆಯನ್ನು ಒದ್ದೆ ಮಾಡಿ ಉಟ್ಟರೇ ಅಲ್ಲಿಗೇ ಎಲ್ಲಾ ಮುಗಿಯುತ್ತಿತ್ತು. ಮಲೆನಾಡಿನ ಬದಿಯಲ್ಲಿರುವ ಹಳ್ಳಿಗಳ ನಾಗರಿಕತೆ ಬೆಳೆದ ರೀತಿ ಇದೇಯೇನೋ!

ಒದ್ದೆ ಪಂಚೆಯನ್ನೇ ಉಟ್ಟುಕೊಂಡು ಬಂದು ದೇವರ ಮುಂದೆ ಕೂತಶಾಸ್ತ್ರ ಮಾಡಿದರು. ಬಾಯಿಮಂತ್ರಗಳನ್ನು ಬಣಬಣಿಸಿತು. ಎದ್ದು ಬಂದು ಅದೇ ಬಟ್ಟೆಗಳನ್ನು ತೊಟ್ಟು ಕೂತರು.

"ಅಡ್ಗೆ ಆಗಿದ್ರೆ ಬಡ್ಸು" ತಂದೆಗೆ ಮಾಡಿದ್ದ ಅಡುಗೆ ಸಾಲಲಾರದೆಂದು ಅನ್ನಕ್ಕೆ ಇಟ್ಟಿದ್ದಳು. ಚಿಕ್ಕಂದಿನ ದಿನಗಳು ಅವಳ ಕಣ್ಮುಂದೆ ಸುಳಿಯುತ್ತಿತ್ತು. ದೊಡ್ಡ ತಪ್ಪಲೆಯಲ್ಲಿ ಅನ್ನ ಮಾಡಿದರೂ ನಾಲ್ವರು ಗಂಡಸರೇ ಖಾಲಿ ಮಾಡಿ ಏಳುತ್ತಿದ್ದರು. ಈಗ ಅದನ್ನು ನೆನೆಸಿಕೊಂಡರೇ ಬೆಚ್ಚಿಬೀಳುತ್ತಿದ್ದಳು.

ಗೋಡೆಗೆ ಒರಗಿಸಿಟ್ಟ ಮಣೆಯನ್ನು ಹಾಕ್ಕೊಂಡು ಕೂತೇಬಿಟ್ಟರು. ಮೇಲಿರಿಸಿದ್ದ ಊಟದ ಎಲೆಯ ಕಟ್ಟನ್ನು ತೆಗೆದು ಮುಂದಿಟ್ಟಳು. ಅದರಿಂದ ದೊಡ್ಡ ಎಲೆ ತೆಗೆದುಕೊಂಡು ಮಿಕ್ಕಿದ್ದನ್ನು ಪಕ್ಕಕ್ಕೆ ತಳ್ಳಿದರು.

ಉಪ್ಪು, ಉಪ್ಪಿನಕಾಯಿ ಬಡಿಸಿ ಅನ್ನ ತರುವ ವೇಳೆಗೆ ಉಪ್ಪಿನಕಾಯಿ ಹೋಳುಗಳೇ ಪತ್ತೆ ಇರಲಿಲ್ಲ. ಅವರ ಹೊಟ್ಟೆಯ ಆರ್ಭಟ ಅಷ್ಟಿತ್ತು. ಇರೋ ಅನ್ನದ ಜೊತೆ ಆದ ಬಿಸಿಯನ್ನವೂ ಖಾಲಿಯಾಯಿತು. ಕಡೆಗೆ ಅವರು ಪಾತ್ರೆಯ ಕಡೆಗೆ ನೋಡಿ ಮಜ್ಜಿಗೆ ಕುಡಿದ ಶಾಸ್ತ್ರ ಮಾಡಿ ಎದ್ದರು. ಅತ್ತೆ ಇವಳ ಮುಂದೆಯೇ ಅವಳ ತವರುಮನೆಯ ಬಡತನ, ಹೊಟ್ಟೆಬಾಕತನ ಆಡಿಕೊಂಡು ನಗುತ್ತಿದ್ದರು. ಮಗ ಹಟ ಮಾಡದಿದ್ದರೆ ಆ ಮನೆಯ ಹೆಣ್ಣುಗಳನ್ನು ನನ್ನ ಮನೆ ಹೊಸಲು ಕೂಡ ಮೆಟ್ಟಿಸುತ್ತಿರಲಿಲ್ಲ ಎಂದು ಕೋಪದಿಂದ ಆಗಾಗ ಹೇಳಿಕೊಳ್ಳುತ್ತಿದ್ದರು.

ಇವಳು ಅಡಿಕೆ ಪುಡಿ ತಂದಿಟ್ಟಾಗ ತಮ್ಮ ಕಲರ್ ಇಲ್ಲದ ಷರಟಿನ ಜೇಬಿನಲ್ಲಿದ್ದ ಸುಮಾರು ಒಣಗಿದ ಎಲೆ ಸುಣ್ಣವನ್ನು ಹೊರಗೆ ತೆಗೆದರು. ಹತ್ತಾರು ಎಲೆ, ಅರ್ಧ ಹಿಡಿಯಷ್ಟು ಅಡಿಕೆಯ ಪುಡಿ ಖರ್ಚಾದ ಮೇಲೆಯೇ ಅವರು ಉಳಿದ ವಿಳ್ಳೆದೆಲೆಯನ್ನು ಜೇಬಿಗೆ ಸೇರಿಸಿದ್ದು.

"ಮನೆ ಯಾರ ಹೆಸರಿನಲ್ಲಿದೆ?" ಬಾಯಿ ತುಂಬ ತಾಂಬೂಲ ತುಂಬಿಕೊಂಡು ಕೇಳಿದರು. ಬಡತನ, ಅಸಹಾಯಕತೆ ಎಂಥಾ ಸಾಹಸಕ್ಕಾದರೂ ಕೈ ಹಾಕಿಸುತ್ತದೆಂಬುದಕ್ಕೆ ಇವರು ಸ್ಪಷ್ಟ ಉದಾಹರಣೆ. ಶಾಸ್ತ್ರಿಗಳ ಎದುರಿನಲ್ಲೇ ಕೂರಲು ಸಂಕೋಚಿಸುತ್ತಿದ್ದ ಮನುಷ್ಯ ಇವತ್ತು ಮಗಳ ಗಂಡನ ಆಸ್ತಿ ಮೇಲೆ ಅಧಿಕಾರ ಚಲಾಯಿಸಲು ಬಂದಿದ್ದರು.

"ಗೊತ್ತಿಲ್ಲ ಅವ್ರ ಹೆಸರಿನಲ್ಲೇ ಇತ್ತು." ತಟ್ಟನೇ ಅವರಿಗೆ ಕೋಪ ಬಂತು. ಮನೆಯಲ್ಲಿದ್ದ ಹೆಂಗಸರ ಬಗ್ಗೆ ಯೋಚಿಸಲಿಲ್ಲ. ಇವಳು ಮಾತ್ರ ವಿವೇಕವಿಲ್ಲದ ಮೊದ್ದು ಹೆಣ್ಣಾಗಿ ಕಂಡಳು.

"ಹಾಳಾದೋಳೆ! ಗಂಡನ್ನ ತಿಂದುಕೊಂಡೆ ಅವ್ನು ಸಂಪಾದ್ನೇ ಮಾಡಿದ ಆಸ್ತಿಯನ್ನಾದ್ರೂ ಉಳಿಸಿಕೊಳ್ಳಬೇಕೆಂಬ ಪ್ರಜ್ಞೆ ಬೇಡ್ವಾ? ಸಾಯೋವರ್ಗೂ ನಿಂಗೆ ಪಿಂಡ ಯಾರು ಹಾಕ್ತಾರೆ?" ಊರ್ಮಿಳಾ ಕಣ್ಣಲ್ಲಿ ನೀರಾಡಿತು.

"ಮೊದ್ಲು ನಿಮ್ಮಾವನಿಗೆ ಹೇಳಿ ಮನೆ, ಆಸ್ತಿಯೆಲ್ಲ ನನ್ಹೆಸರಿಗೆ ಬರೆಯಿರಿ ಅಂತ್ಹೇಳು. ಆಮೇಲೆ ಮಾರಿಕೊಂಡು ಹೋದ್ರೆ ಆಯ್ತು. ಈ ಕಡೆಯ ತಂಟೆಯೇ ಬೇಡ." ಮಾತಿಲ್ಲ ಊರ್ಮಿಳಾ ಮೌನವಾಗಿ ನಿಂತೇ ಇದ್ದಳು. ಈ ಪರಿಸ್ಥಿತಿಯಲ್ಲಿ ಬದುಕುವುದು ಕಷ್ಟವೆನಿಸಿತು. ಸ್ವಾರ್ಥಿಗಳ ನಡುವೆ ಬದುಕುವುದಕ್ಕಿಂತ ಸಾಯುವುದೇ ಮೇಲೆಂದುಕೊಂಡಳು.

"ಒಡ್ವೆ, ವಸ್ತ್ರ ನಿನ್ನತ್ರ ಇದೇ ತಾನೇ?" 'ಆ' 'ಹೂಂ' ಎನ್ನಲಿಲ್ಲ. ಹೊಸದಾಗಿ ಶಂಕರ ಮಾಡಿಸಿಕೊಟ್ಟ ಎರಡೆಳೆಯ ಸರ ಯಾವುದೋ ನೆಪದಲ್ಲಿ ಅತ್ತೆಯ ಕೈ ಸೇರಿತ್ತು. ಹಿಂದಕ್ಕೆ ಬಂದಿರಲಿಲ್ಲ ಅದರ ಬಗ್ಗೆ ಅವಳಿಗೆ ಆಸಕ್ತಿಯೂ ಇರಲಿಲ್ಲ.

"ಮಾತು ಬರೋಲ್ವಾ?" ಸಿಡುಕಿದರು. ಹೊಳಪನ್ನು ಕಳೆದುಕೊಂಡ ಕಣ್ಣುಗಳು ಮತ್ತಷ್ಟು ವಿಕಾರವಾದವು.

"ಹುಷಾರ್! ಅಪ್ಪನ ಮನೆಗೆ ಹೋಗ್ತೀನಿಂತ ಹಟ ಹಿಡಿ. ನಿನ್ನ ಗಂಡಂದೆಲ್ಲ ನಿಂಗೇ ಸೇರ್ಬೇಕು. ಒಂದು ತೃಣ ಕೂಡ ಮುಟ್ಟಗೊಡಿಸ್ಬೇಡ. ನಾನು ನಮ್ಮ ಕಡೇ ಜನನ ಸೇರ್ಸಿಕೊಂಡು ಕರ್ಕೊಂಡ್ಬರ್ತೀನಿ. ತೀರ್ಮಾನವಾಗ್ಲಿ, ನಿನ್ನತ್ರ ಇರೋ ಒಡ್ವೇನೆಲ್ಲ ನನ್ಕೈಲಿ ಕೊಟ್ಬಿಡು." ಆಸೆಯಿಂದ ಅವರ ಕಣ್ಣುಗಳು ಮಿಂಚಿದವು. ಊರ್ಮಿಳಾ ನಿಂತ ಜಾಗದಿಂದ ಕದಲಲಿಲ್ಲ.

ಮೆತ್ತಗೆ ಸ್ವಲ್ಪ ಬಗ್ಗಿ "ದುಡ್ಡು ಕಾಸು ಇದ್ರೆ ಕೊಟ್ಬಿಡು–ಇಲ್ಲಿದ್ರೆ ತಾಪತ್ರಯ" ಪಿಸಪಿಸನೇ ಕೇಳಿದರು.

"ನನ್ನತ್ರ ಏನೂ ಇಲ್ಲ" ಕಷ್ಟಪಟ್ಟು ಹೇಳಿದಳು.

ಸೋಮಪ್ಪನವರ ಕಣ್ಣುಗಳು ಕೆಂಪಗಾದವು. ಧ್ವನಿ ಗಡುಸಾಯಿತು. ಎಷ್ಟೋ ಆಸೆ ಹೊತ್ತುಕೊಂಡು ಬಂದಿದ್ದರು. ಅಳಿಯ ಒಳ್ಳೆ ಸ್ಥಿತಿಯಲ್ಲಿದ್ದ. ದುಡ್ಡು, ಕಾಸು ಬೇಕಾದಷ್ಟು ಇಟ್ಟಿರ್ತಾನೆ. ಅಷ್ಟಿಷ್ಟು ತಾಪತ್ರಯ ಹರಿಯುತ್ತೆ ಎನ್ನುವ ಆಸೆ ಇಟ್ಟುಕೊಂಡು ಬಂದಿದ್ದರು.

ಮನೆಯಲ್ಲಾದರೇ ಬಡಿದುಹಾಕಿಬಿಡುತ್ತಿದ್ದರು. ಅತ್ತ ಇತ್ತ ನೋಡಿ ಸಮಾಧಾನ ಮಾಡಿಕೊಂಡು ಮನೆಯ ತಾಪತ್ರಯವನ್ನೆಲ್ಲ ತೋಡಿಕೊಂಡರು. ಕುಬೇರನ ಭಂಡಾರವನ್ನೇ ಕೊಟ್ಟರೂ ಅವರ ತಾಪತ್ರಯಗಳು ಹರಿಯುತ್ತವೆಯೋ ಇಲ್ಲವೋ! ಪಿಳ್ಳೆಗಳಿಗೆ ಲೆಕ್ಕವೇ ಇಲ್ಲ. ಹೆಣ್ಣುಗಳು ಮುಜುಗರ ಪಡದೇ ತಮ್ಮ ಕೈಯಲ್ಲಿ ಆದಷ್ಟು ಹಡೆದು ಸಂತಾನ ವೃದ್ಧಿ ಮಾಡಿದ್ದರು. ಅದೆಲ್ಲ ದೇವರು ಕೊಡೋ ಕೊಡುಗೆಯೆಂದೇ ಅವರ ನಂಬಿಕೆ.

"ನಿನ್ನ ದುಡ್ಡನ್ನ ನಾವು ಬಳಸಿಕೊಳ್ಳೋಲ್ಲ. ಜೋಪಾನವಾಗಿ ಪಾತಜ್ಜಿ ಪೆಟ್ಟಿಗೆಯಲ್ಲಿ ಇಟ್ಟಿರುತ್ತೀನಿ" ಪಾತಜ್ಜಿ ಸತ್ತು ಎಷ್ಟೋ ವರ್ಷಗಳಾದರೂ ಪೆಟ್ಟಿಗೆ ಮಾತ್ರ ಭದ್ರವಾಗಿತ್ತು. ಸ್ವಲ್ಪ ಬೆಲೆಬಾಳುವ ವಸ್ತುಗಳೆಲ್ಲ ಸೇರುತ್ತಿದ್ದುದು ಅಲ್ಲೇ. ಮನೆಯಲ್ಲಿದ್ದ ನಾಲ್ಕಾರು ಹಳೇ ಟ್ರಂಕ್‌ಗಳಿಗಿಂತ ಅದು ಸುವ್ಯವಸ್ಥಿತ ಸ್ಥಿತಿಯಲ್ಲಿತ್ತು.

"ಊರ್ಮಿ, ಬಾಯ್ಬಿಡೇ" ಮೊದಲು ಕಣ್ಣಲ್ಲಿ ನೀರು ಉಕ್ಕಿದರೂ ತಟ್ಟನೇ ಕೋಪ ಬಂತು. ತಿರಸ್ಕಾರದಿಂದ ಅವರೆಡೆ ನೋಡಿದಳು. ಉದಾಸೀನವಾಗಿ ಹೊರಟೇಹೋದಳು.

ಶಾಸ್ತ್ರಿಗಳನ್ನು ನೆನೆಸಿಕೊಂಡು ಬಿಕ್ಕಿಬಿಕ್ಕಿ ಅತ್ತಳು. ಅವರೆಷ್ಟೋ ಸಹಾನುಭೂತಿಯಿಂದ ಮಾತಾಡಿಸುತ್ತಿದ್ದರು. ಕರುಣೆಯಿಂದಲಾದರೂ ನೋಡುತ್ತಿದ್ದರು. ಗೋಪಿಯ ತುಂಬು ವಿಗ್ರಹ ಅವಳ ಮುಂದೆ ಬಂದು ನಿಂತಂತಾಯಿತು. ಕೃತಜ್ಞತೆ, ಭಕ್ತಿಯಿಂದ ಕೈ ಮುಗಿಯಬೇಕೆನಿಸಿತು.

ಅವಳು ಕೂತ ಕಡೆಯೇ ಬಂದು ರೇಗಾಡಿದರು, ಗದರಿದರು, ಬುದ್ಧಿ ಹೇಳಿದರು. ವಿವೇಕ ಬೋಧಿಸಿದರು. ಭವಿಷ್ಯವನ್ನು ಭಯಂಕರವಾಗಿ ವರ್ಣಿಸಿದರು. ಕಣ್ಣೀರು ಮಿಡಿದರು. ಎಲ್ಲಕ್ಕೂ ಶಿಲೆಯಾಗಿದ್ದಳು ಊರ್ಮಿಳಾ.

"ಹತ್ತು ರೂಪಾಯಿಯಾದ್ರೂ ಕೊಡು."

ಎದ್ದು ಹೋಗಿ ಎಂದೋ ಇಟ್ಟಿದ್ದ ಹತ್ತು ರೂ.ಗಳ ಎರಡು ನೋಟುಗಳನ್ನ ತಂದೆಯ ಮುಂದೆ ಹಾಕಿದಳು. ಒಂದು ಗಳಿಗೆ ಅವರ ಪರಿಸ್ಥಿತಿಯನ್ನು ನೆನೆದು ಸಹಾನುಭೂತಿಯುಂಟಾಗದೇ ಇರಲಿಲ್ಲ. ಅವರು ತಟ್ಟನೇ ಹೋಗಿಬಿಡಲಿಲ್ಲ.

"ಬರ್ತೀಯೇನು!" ಇಲ್ಲವೆಂದು ತಲೆಯಾಡಿಸಿದಳು. ಬಾಯಿ ತುಂಬ ಶಾಪ ಹಾಕುತ್ತ ಬೆದರಿಸಿದರು.

ದೊಡ್ಡ ಧ್ವನಿ ಕೇಳಿದಾಗ ಗೋಪಿ ಸಹಜವಾಗಿ ಬೆಚ್ಚಿದ. ಅಷ್ಟು ಕರ್ಕಶವಾಗಿ ಮಾತಾಡುವ ವ್ಯಕ್ತಿಯ ನೆನಪಾಗಲಿಲ್ಲ. ಮೆಲ್ಲಗೆ ಒಳಗೆ ಅಡಿಯನ್ನಿಟ್ಟ.

ಅವನನ್ನು ನೋಡಿದ ಕೂಡಲೇ ಸೋಮಯ್ಯನವರಿಗೆ ಅರ್ಥವಾಯಿತು. ಹೀಗೆಯೇ ಇರಬೇಕೆಂದು ಒಂದು ನಿರ್ಧಾರಕ್ಕೆ ಬಂದರು. ತಮ್ಮ ಮಗಳಿಗೆ ಇಷ್ಟು ಧೈರ್ಯ ಬರಬೇಕಾದರೆ ಇವನೇ ಕಾರಣನೆಂದುಕೊಂಡರು. ಕೆಕ್ಕರಿಸಿಕೊಂಡು ನೋಡಿದರು. ಮೊದಲು ಗೋಪಿಗೆ ಅರ್ಥವಾಗದಿದ್ದರೂ ಆಮೇಲೆ ಅರಿತ. ಗಂಟಲು ಸರಿಮಾಡಿಕೊಂಡ. ಅವರು ಮುಖ ತಿರುವಿದಾಗ ಕೋಣೆಗೆ ಹೋಗಿಬಿಟ್ಟ.

"ನಂಗೆ ಈಗ ಅರ್ಥವಾಯ್ತು. ಇಂಥ ಮನೆ, ನಿನ್ನಂಥ ಪ್ರಾಯದ ಹೆಣ್ಣು ಯಾರಿಗ್ಬೇಡ? ಅವ್ನು ಬುದ್ಧಿವಂತ. ಎಷ್ಟು ದಿನ ನಡೆಯುತ್ತೋ ನೋಡ್ತೀನಿ. ಬೇರೊಂದು ಹೆಣ್ಣು ಬಂದು ಒದ್ದು ಹೊರಗೆ ಹಾಕಿದಾಗಲೇ ನಿನ್ಗೆ ಬುದ್ಧಿ ಬರೋದು!" ಎರಡು ಕೈಗಳಲ್ಲೂ ಕಿವಿಗಳನ್ನು ಮುಚ್ಚಿಕೊಂಡಳು. ಜನ್ಮಕ್ಕೊಟ್ಟ ತಂದೆಯಿಂದ ಎಂತಹ ಮಾತುಗಳು.

"ದಯವಿಟ್ಟು ಹೊರಗಡೆ ಹೋಗಿ" ಗಂಭೀರ ಧ್ವನಿಗೆ ಬೆಚ್ಚಿದಳು. ಅತ್ತ ತಿರುಗಲು ಸಹ ನಾಚಿಕೆಯಾಯಿತು.

ಸೋಮಯ್ಯನವರ ತೆರೆದ ಬಾಯಿ ಮುಚ್ಚಿತು. ಕಣ್ಣುಗಳಲ್ಲಿ ಭಯ ಇಣುಕಿತು. ಬಹಳ ಪ್ರಯತ್ನಪಟ್ಟರೂ ಅವರ ಬಾಯಿಂದ ಮಾತುಗಳು ಹೊರಡಲಿಲ್ಲ.

"ಊರ್ಮಿಳಾ, ಒಳಗೆ ಹೋಗು" ನಿಂತಲ್ಲಿಂದಲೇ ಹೇಳಿ ಕೈಕಟ್ಟಿ ಅಲ್ಲೇ ನಿಂತ.

ಬಿರಬಿರನೇ ಹೊರಗೆ ನಡೆದ ಸೋಮಯ್ಯ ಹಿಂದಕ್ಕೆ ತಿರುಗಿ ಕೇಳಿಸಿಯೂ ಕೇಳಿಸದಂತೆ ಗೊಣಗುಟ್ಟಿದರು. ಅವರ ಕಾಂಪೌಂಡಿನ ಗೇಟು ಸದ್ದು ಮಾಡಿತು.

ಭಾರವಾದ ಉಸಿರು ಬಿಟ್ಟು ಅಡುಗೆಯ ಬಾಗಿಲಿಗೆ ಬಂದ. ಆಸ್ಪತ್ರೆಯಿಂದ ಹೊರಟಾಗ ಮನಸ್ಸು ಹೂವಿನಂತೆ ಹಗುರವಾಗಿತ್ತು. ಊರ್ಮಿಳಾ ನೆನಪನ್ನೇ ತುಂಬಿಕೊಂಡು ಬಂದಿದ್ದ. ಆದರೂ ಹಿಂಜರಿಕೆಯುಂಟಾಗಲಿಲ್ಲ.

"ಊರ್ಮಿಳಾ, ಇಲ್ಲಿ ನೋಡು" ತಲೆ ಎತ್ತಿ ಅವನತ್ತ ನೋಡಿದಳು. ಕಣ್ಣುಗಳು ಅವನಿಗೆ ಅರ್ಥವಾಗುವಂತೆ ಹೇಳಿತು.

"ನೀನು ಅಳೋದು ನಂಗೆ ಇಷ್ಟವಾಗೋಲ್ಲ" ಬಂದ ಹಾಗೆಯೇ ಹಿಂದಿರುಗಿದ. ಅವನು ಯಾರಿಗೋ ಕಾಯುವಂತೆ ಕಾಂಪೌಂಡಿನಲ್ಲಿ ನಿಂತು ಗಳಿಗೆಗೊಮ್ಮೆ ವಾಚ್ ಕಡೆಗೆ ನೋಡುತ್ತಿದ್ದ. ಅವನೇ ಅವರನ್ನು ಬರಮಾಡಿಕೊಳ್ಳಲು ಹೋಗುತ್ತಿದ್ದ. ಮನೆಯಲ್ಲಿ ಉಳಿಯಬೇಕಾದ ಅಗತ್ಯವಿತ್ತು. ನಿರೀಕ್ಷೆ ಸುಳ್ಳಾಗಲಿಲ್ಲ. ಆಟೋದಿಂದ ಅಕ್ಕ, ಭಾವ ಇಳಿದರು. ಶಾಸ್ತ್ರಿಗಳು ಮ್ಲಾನವದನರಾಗಿದ್ದರೆ, ಮಂಗಳಮ್ಮನವರ ಕಣ್ಣುಗಳೆಲ್ಲ ಅತ್ತು ಅತ್ತು ಕೆಂಪಗಾಗಿದ್ದವು.

"ಇಲ್ಲಿ ಕೊಡಕ್ಕ" ಗೇಟು ತೆಗೆದು ಅವರ ಕೈಯಲ್ಲಿನ ಬ್ಯಾಗಿಗೆ ಕೈ ಹಾಕಿದ. ಕೋಪದಿಂದ ನೋಡಿ ಬ್ಯಾಗನ್ನು ಕೊಡದೇ ದಢದಢನೇ ಮನೆಯೊಳಕ್ಕೆ ಹೋಗಿಬಿಟ್ಟರು. ಶಾಸ್ತ್ರಿಗಳು ಬಲವಂತದಿಂದ ಕಾಲುಗಳನ್ನು ಎಳೆದುಕೊಂಡು ಹೋದರು.

ನಡುಮನೆಯಲ್ಲಿ ಕುಕ್ಕರಿಸಿದ ಮಂಗಳಮ್ಮ ಜೋರಾಗಿ ಅಳಲೇ ಶುರು ಮಾಡಿದರು. ಮಗ ಸತ್ತ ದುಃಖಕ್ಕಿಂತ ಹೆಚ್ಚಾದ ಆಘಾತವನ್ನು ತಮ್ಮನ ಕಾಗದ ತಂದೊಡ್ಡಿತ್ತು. ಅವರಂತೂ ಒಪ್ಪಲು ಸಿದ್ಧವಿಲ್ಲ.

"ಅಳೋ ಅಂಥದ್ದು ಏನಾಯ್ತು?" ಅವರ ಬಳಿ ಬಂದು ನಿಂತ ಗೋಪಿ ಕೇಳಿದ.

"ಇನ್ನೇನಾಗ್ಬೇಕೂ...? ನಿಂಗೆ ಹೆಣ್ಣು ಕೊಡಬೇಕೆಂದು ಎಂತೆಂಥವರು ತುದಿಗಾಲಿನಲ್ಲಿ ನಿಂತಿದ್ದಾರೆ. ನೀನು ಗಂಡ ಸತ್ತವಳನ್ನು ಮದ್ವೆಯಾಗ್ತಿನೀಂತ ಬರೆದಿದ್ದೀಯಲ್ಲ!" ಗಾಬರಿಯಿಂದ ಬಂದು ನಿಂತ ಊರ್ಮಿಳಾಳಿಗೆ ಅವರ ಮಾತುಗಳು ಭರ್ಜಿಯಂತೆ ಇರಿದವು.

ಗೋಪಿ ಹಗುರವಾಗಿ ನಕ್ಕ. ಅವನ ನಿರ್ಧಾರ ಅಚಲವಾಗಿತ್ತು. ಊರ್ಮಿಳಾಳ ಕಣ್ಣುಗಳಲ್ಲಿನ ಪ್ರೇಮ ನಿವೇದನೆಯನ್ನು ಅರ್ಥಮಾಡಿಕೊಂಡಿದ್ದ.

"ನಿಂಗೆ ನಾಚ್ಕೆ ಆಗೋಲ್ವೇನೋ ಗೋಪಿ?" ಮೆತ್ತಗಿನ ಧ್ವನಿಯಲ್ಲಿ ಕೇಳಿದರು.

"ಖಂಡಿತ ಇಲ್ಲ. ತಪ್ಪು ಮಾಡ್ತಾ ಇಲ್ಲ. ನಂಗೆ ಸರಿಯಾದ ಸಂಗಾತಿಯನ್ನೇ ಆರಿಸಿಕೊಂಡಿದ್ದೀನಿ" ದೃಢವಾಗಿ ಹೇಳಿದ.

ಮಂಗಳಮ್ಮನ ಕೋಪ ಸೊಸೆಯ ಕಡೆ ತಿರುಗಿತು. ಬಾಯಿಗೆ ಬಂದಂತೆ ಬೈಯ್ದರು. ಎದೆ ಎದೆ ಬಡಿದುಕೊಂಡರು. ಇನ್ನು ಜನರಿಗೆ ಮುಖ ತೋರಿಸಲು ಸಾಧ್ಯವೇ ಇಲ್ಲವೆಂದರು. ಮನೆಯಲ್ಲಿಟ್ಟುಕೊಂಡಿದ್ದೇ ತಪ್ಪಾಯಿತೆಂದು ಸೊಸೆಯನ್ನು ಜರಿದರು.

"ದಯವಿಟ್ಟು ಇನ್ನೇನೂ ಹೇಳ್ಬೇಡ" ಗೋಪಿ ಹಾಗೆ ಹೇಳಿ ಒಳಗೆ ಹೋಗಿಬಿಟ್ಟ.

ಮಂಕಾಗಿ ಕೂತ ಶಾಸ್ತ್ರಿಗಳು ಗೋಪಿಯ ಕೋಣೆಗೆ ಹೋದರು. ಅವನು ಅಳುಕಿದಂತೆ ಕಾಣಲಿಲ್ಲ. ದುಷ್ಟನೆಂದು ದೂಷಿಸಲೂ ಅವರ ಮನ ಒಪ್ಪಲಿಲ್ಲ. ಸೋತವರಂತೆ ಕೂತರು.

"ಇದೇನಪ್ಪ... ಗೋಪಿ?"

"ನಿಮ್ಗೆ ವಿಷ್ಯನ್ನೆಲ್ಲ ಬರ್ದೇ ಇದ್ದೀನಲ್ಲ. ನಾನು ಊರ್ಮಿಳಾನ ಮದ್ವೆ ಮಾಡಿಕೊಳ್ಳೋದು ಖಂಡಿತ. ನನ್ನ ಗೆಳೆಯರ ಒತ್ತಾಯದಿಂದ ದೇವಸ್ಥಾನದಲ್ಲಿ ಸರಳವಾಗಿ ಮದ್ವೆಯಾಗಲು ನಿರ್ಧರಿಸಿದ್ದೀನಿ. ಊರ್ಮಿಳಾಗೆ ಹೇಳಿ ನೀವು ಆಶೀರ್ವದಿಸಬೇಕಷ್ಟೆ."

"ಅದು ಧರ್ಮಸಮ್ಮತವಲ್ಲ" ಗೋಪಿಯ ಕಣ್ಣುಗಳು ಮಿಂಚಿದವು. ಸತ್ಯ ಕರುಣೆ, ಸಹಾನುಭೂತಿ, ಮಾನವೀಯತೆ ಇಲ್ಲದ ಧರ್ಮ ಕೆಲಸಕ್ಕೆ ಬಾರದೆನಿಸಿತು.

"ನಾನು ಮಾಡ್ತ ಇರೋದು ತಪ್ಪಿಲ್ಲವೆಂದು ನನ್ನ ಹೃದಯಕ್ಕೆ ಗೊತ್ತು. ತಿಳಿದೂ ನೋಡಿ ಒಂದು ಹೆಣ್ಣನ್ನು ಜೀವಂತವಾಗಿ ಸಾವಿನ ಕೂಪಕ್ಕೆ ದೂಡೋಕೆ ನಾನು ಸಿದ್ಧವಿಲ್ಲ. ಬರೀ ಕರುಣೆಯಿಂದ ನಾನು ಊರ್ಮಿಳಾನ ಮದ್ವೆಯಾಗ್ತಾ ಇಲ್ಲ. ನಾನು

ಪ್ರೀತಿಸ್ತೀನಿ."

"ಇದಕ್ಕೆ ಊರ್ಮಿಳಾ ಒಪ್ಪಿಕೊಂಡಿದ್ದಾಳಾ?" ಗೋಪಿ ಒಂದು ಗಳಿಗೆ ಯೋಚಿಸಿದರೂ 'ಹೌದು' ಎನ್ನುವಂತೆ ತಲೆಯಾಡಿಸಿದ. ಅವಳ ಮನಸ್ಸು ಅವನಿಗೆ ಗೊತ್ತು. ಬಾಯಿ ಹೇಳದ ಎಷ್ಟೋ ಮಾತುಗಳನ್ನು ಕಣ್ಣುಗಳು ನಿವೇದಿಸುತ್ತೆ.

ಶಾಸ್ತ್ರಿಗಳ ಬಾಯಿ ಕಟ್ಟಿತು. ಅವರಿಗೆ ತಿಳಿದಿತ್ತು ಶಂಕರನಿಗೆ ಅವಳೆಂದೂ ಮಡದಿಯಾಗಿರಲಿಲ್ಲವೆಂದು ಸತ್ಯ ಗೊತ್ತಿತ್ತು.

ಮೂಕಿಯಂತೆ ಊರ್ಮಿಳಾ ಕೂತೇ ಇದ್ದಳು. ಅವಳು ಇದನ್ನು ನಿರೀಕ್ಷಿಸಿರಲಿಲ್ಲ. ಒಂದು ಕಡೆಗೆ ಸಂತೋಷದಿಂದ ಹೃದಯ ಬಿರಿದು ಹೋಗುತ್ತಿದ್ದರೆ ಮತ್ತೊಂದೆಡೆ ಭಯದಿಂದ ತತ್ತರಿಸುತ್ತಿತ್ತು.

ಗೋಪಿ ಬಲವಂತ ಮಾಡಿದರೂ ಮಂಗಳಮ್ಮ ಒಂದು ತೊಟ್ಟು ನೀರನ್ನು ಸಹ ಕುಡಿಯಲು ಒಪ್ಪಲಿಲ್ಲ. ಎಲ್ಲರಿಗೂ ಉಪವಾಸವೇ. ಗೋಪಿ ಅಡುಗೆಯ ಮನೆಗೆ ಬಂದಾಗ ಊರ್ಮಿಳಾ ತಲೆತಗ್ಗಿಸಿ ನೆಲದ ಮೇಲೆ ಕೂತಿದ್ದಳು. ಅವಳಿಗೆದುರಾಗಿ ಸುಬ್ಬ ಕೂತಿದ್ದ.

"ಊರ್ಮಿಳಾ, ಸುಬ್ಬನಿಗೆ ಬಡ್ಸು. ನಂಗೊಂದು ಲೋಟ ಹಾಲು ಬೇಕು" ಅವನು ಅಲ್ಲಿಂದ ಹೋಗುವವರೆಗೂ ಊರ್ಮಿಳಾ ತಲೆ ಎತ್ತಲಿಲ್ಲ.

ಮನೆಯ ದೀಪಗಳೆಲ್ಲ ಆರಿದವು. ಯಾರ ಕಣ್ಣಿಗೂ ನಿದ್ದೆ ಹತ್ತಿರಲಿಲ್ಲ. ಬಹಳ ಹೊತ್ತು ಶಾಸ್ತ್ರಿಗಳು, ಮಂಗಳಮ್ಮ ಚರ್ಚಿಸುತ್ತಿದ್ದರು. ಮಧ್ಯೆ ಮಧ್ಯೆ ಅಳುವೂ ಕೇಳಿ ಬಂತು.

ಕತ್ತಲೆಯಲ್ಲೇ, ಅಡುಗೆ ಮನೆಯಿಂದ ಹೊರ ಬಂದ ಊರ್ಮಿಳಾ ಅತ್ತಿತ್ತ ನೋಡಿ ಮೆಲ್ಲಗೆ ಬಾಗಿಲನ್ನು ತೆರೆದು ಹೊರಬಂದಳು. ಬಲವಂತದಿಂದ ಎಂಜಲು ನುಂಗಿ ಸರಸರನೇ ನಡೆದಳು. ಕಾಂಪೌಂಡಿನ ಗೇಟಿನ ಮೇಲೆ ಕೈ ಇಟ್ಟಳು.

"ಊರ್ಮಿಳಾ, ನಿಂತ್ಕೋ!" ಬಲವಂತದಿಂದ ಹಿಂದಕ್ಕೆ ತಿರುಗಿದಳು. ಗೋಪಿ ಅವಳ ಸಮೀಪಕ್ಕೆ ಬಂದ. ಅವನ ಕಣ್ಣುಗಳು ಜ್ಯೋತಿಗಳಂತೆ ಪ್ರಜ್ವಲಿಸುತ್ತಿದ್ದವು.

ಶಾಸ್ತ್ರಿಗಳು ಮೆಲ್ಲಗೆ ಕೆಮ್ಮುತ್ತಾ ಬಂದರು. ಅವರ ಕೈಯಲ್ಲಿ ಕುಂಕುಮದ ಬಟ್ಟಲಿತ್ತು. ಗೋಪಿಯ ಕೈಯಲ್ಲಿಟ್ಟರು.

ಬೆರಳಿನಲ್ಲಿ ಕುಂಕುಮವನ್ನು ಎತ್ತಿ ಊರ್ಮಿಳಾ ಹಣೆಗಿಟ್ಟ, ಬರಿದಾದ ಹಣೆಯಲ್ಲಿ ಸೌಭಾಗ್ಯದ ಕಳೆ ಮಿನುಗಿತು. ಊರ್ಮಿಳಾ ಕುಸಿದಳು. ಶಾಸ್ತ್ರಿಗಳು ಹಿಡಿದೆತ್ತಿ "ದೀರ್ಘಸುಮಂಗಲೀ ಭವ" ಎಂದು ಆಶೀರ್ವದಿಸಿದರು. ನಿಶೆ ಮೆಲ್ಲಮೆಲ್ಲಗೆ ಸರಿಯುತ್ತ ಉಷೆಗೆ ಆಹ್ವಾನ ಕೊಡುತ್ತಿದ್ದಂತೆ ಬೆಳಕು ಮೂಡತೊಡಗಿತು.